അവസാനത്തിന്റെ ആരംഭം

avasanathinte arambham

•

sabu jose

•

first edition
june 2018

•

typesetting & published
chintha publishers, thiruvananthapuram

•

cover
midas

വിതരണം

ദേശാഭിമാനി ബുക്ക് ഹൗസ്

H O തിരുവനന്തപുരം-695 035
phone: 0471-2303026, 6063026
www.chinthapublishers.com
chinthapublishers@gmail.com

ബ്രാഞ്ചുകൾ

ഹെഡ്ഡാഫീസ് ബ്രാഞ്ച് കുന്നുകുഴി • സ്റ്റാച്യു തിരുവനന്തപുരം • കെ എസ് ആർ ടി സി ബസ് സ്റ്റേഷൻ ആലപ്പുഴ • കെ എസ് ആർ ടി സി ബസ് സ്റ്റേഷൻ എറണാകുളം • മച്ചിങ്ങൽ ലെയ്ൻ തൃശൂർ • ഐ ജി റോഡ് കോഴിക്കോട് • മാവൂർ റോഡ് കോഴിക്കോട് • എൻ ജി ഒ യൂണിയൻ ബിൽഡിങ് കണ്ണൂർ • സെൻട്രൽ ബസ് ടെർമിനൽ കോംപ്ലക്സ് താവക്കര കണ്ണൂർ

CO - 2670 / 4690
ISBN - 978-93-87842-52-6

അവസാനത്തിന്റെ ആരംഭം

സാബു ജോസ്

ചിന്ത പബ്ലിഷേഴ്സ്
തിരുവനന്തപുരം-695 035

സാബു ജോസ്

അദ്ധ്യാപകൻ, ശാസ്ത്രലേഖകൻ. മലയാളത്തിലെ ഒട്ടുമിക്ക ആനുകാലികങ്ങളിലും ഇ-മാഗസിനുകളിലും ശാസ്ത്ര ലേഖനങ്ങൾ എഴുതുന്നു. വീട് കോഴിക്കോട് ജില്ലയിലെ പുതുപ്പാടി. ഇപ്പോൾ വയനാട്ടിൽ താമസിക്കുന്നു. പുതുപ്പാടി ഗവ.ഹൈസ്കൂൾ, കോഴിക്കോട് ദേവഗിരി കോളേജ്, വയനാട് ഡയറ്റ് എന്നിവിടങ്ങളിൽ വിദ്യാഭ്യാസം. കേരള അമേച്വർ ആസ്ട്രോണമേർസ് ഓർഗനൈസേഷൻ (AASTRO KERALA), ശാസ്ത്രസാഹിത്യ പരിഷത്ത് എന്നീ സംഘടനകളിൽ അംഗത്വം

വിലാസം : മറ്റത്തിൽ
മേപ്പാടി പിഒ
വയനാട് - 673577
Phone : 9656363145
email : sabu9656@gmail.com

ഉള്ളടക്കം

ആമുഖം 8
അവതാരിക 10
ഗുരുത്വ തരംഗങ്ങൾ സാക്ഷി ബിഗ് ബാങ് തന്നെ ശരി! 13
'റെയിൻബോ ഗ്രാവിറ്റേഷൻ'കാലത്തിനു തുടക്കമില്ല,
മഹാവിസ്ഫോടനം സംശയത്തിന്റെ നിഴലിൽ! 23
ക്വാണ്ടം ഗ്രാവിറ്റി 33
അനന്തതയിലെ സ്പന്ദനങ്ങൾ 38
കഷണ്ടിത്തലയും നഗ്ന വൈചിത്ര്യങ്ങളും 48
അവസാനത്തിന്റെ ആരംഭം 53
അതിരുകളില്ലാത്ത സ്വപ്നങ്ങൾ! 59
അല്ല.... നാം തനിച്ചല്ല 64
വാലു മുളയ്ക്കുന്ന നക്ഷത്രങ്ങൾ 74
മന്നവേന്ദ്രാ വിളങ്ങുന്നൂ ചന്ദ്രനെപ്പോലെ നിൻമുഖം 84
വടക്കുനോക്കിയന്ത്രം എങ്ങോട്ടാണ് നോക്കുന്നത്? 92
ആഗോളതാപനം അസംബന്ധ നാടകമോ? 96
ഭൂമിയോട് മനുഷ്യൻ ചെയ്യുന്നത് 106
സ്പ്രേയും നെയിൽ പോളിഷും പിന്നെ
ചില ഓസോൺ തുളകളും 117
ഡാർക്ക് മാറ്റർ ഗ്രഹങ്ങളെ വാസയോഗ്യമാക്കുന്നു!! 127
പ്രപഞ്ചത്തിന്റെ സ്പന്ദനം കണക്കിലാണ് 130
21 സെന്റീമീറ്റർ കോസ്മോളജി ഹൈഡ്രജൻ
ആറ്റത്തിനുള്ളിലെ പപഞ്ചം!! 136
ആരു പറഞ്ഞു പ്രകാശം തരംഗമാണെന്ന്? 140
ഭൂതം-ഭാവി-വർത്തമാനം 147
ദൈവകണത്തിനും ചിലതുപറയാനുണ്ട്!? 156
ഞാൻ? 164

പ്രസാധകക്കുറിപ്പ്

പ്രപഞ്ചത്തിന്റെ നിഗൂഢതകൾ അനാവരണം ചെയ്യാനുള്ള ശ്രമമാണ് ഈ പുസ്തകം. പ്രപഞ്ചാവസാനം എന്നത് ഒരു സങ്കല്പം മാത്രമാണോ? അത്തരമൊരു സാദ്ധ്യത തള്ളിക്കളയാനാകുമോ? ഗാലക്സി ക്ലസ്റ്ററുകൾ ഗുരുത്വ ബലത്താൽ പരസ്പരം ബന്ധിക്കപ്പെട്ടിരിക്കുന്നു എന്നാണല്ലോ ശാസ്ത്രത്തിന്റെ കണ്ടെത്തൽ. ഇത്തരം നക്ഷത്ര സമൂഹങ്ങൾ പ്രപഞ്ച വികാസത്തെ തടയാൻ ശ്രമിക്കുമ്പോൾ ഗുരുത്വബലത്തിന്റെ ശക്തിയിൽ അവ പരസ്പരം കൂട്ടിയിടിക്കും. ഗാലക്സിയുടെ ഗുരുത്വബലത്തിൽനിന്നും സ്വതന്ത്രമാക്കപ്പെടുന്ന നക്ഷത്രങ്ങൾ പ്രപഞ്ചാവസാനത്തിലേക്കു നയിച്ചേക്കാവുന്ന പ്രപഞ്ച വിസ്ഫോടനങ്ങൾക്ക് വഴിയൊരുക്കിയേക്കാം. ഇത്തരം സങ്കീർണ്ണമായ വിഷയങ്ങൾ കണികാ ഭൗതികം മുതൽ പ്രപഞ്ച വിജ്ഞാനംവരെ ലളിതമായി വിശദീകരിക്കുന്ന ഇരുപത്തിയൊന്നു ലേഖനങ്ങളുടെ സമാഹാരമാണീ ഗ്രന്ഥം. ശാസ്ത്രത്തിന്റെ വെളിച്ചവുമായി പ്രപഞ്ച സത്യമന്വേഷിച്ച മനുഷ്യന്റെ കഥകൂടി ഇതിൽ ഉൾച്ചേർന്നിരിക്കുന്നു. നാം ജീവിക്കുന്ന പ്രപഞ്ചത്തെ ശരിയായി മനസ്സിലാക്കാൻ ഈ പുസ്തകം സഹായകമാകും.

ചിന്ത പബ്ലിഷേഴ്സ്

ആമുഖം

അ*വസാനത്തിന്റെ ആരംഭം* ഇരുപത്തിയൊന്ന് ശാസ്ത്രലേഖനങ്ങളുടെ സമാഹാരമാണ്. കണികാ ഭൗതികത്തിൽ തുടങ്ങി പ്രപഞ്ചവിജ്ഞാനം വരെയുള്ള വിവിധ മേഖലകളിലെ ഏറ്റവും പുതിയ കണ്ടെത്തലുകൾ ലളിതമായി അവതരിപ്പിക്കുന്നതിനുള്ള ഒരു ശ്രമമാണ് ഈ പുസ്തകത്തിലുള്ളത്. എന്നാൽ ലളിതവല്ക്കരണം ശാസ്ത്ര വിഷയങ്ങളുടെ അന്തഃസത്ത ചോർത്തിക്കളയാതിരിക്കാൻ പരമാവധി ശ്രദ്ധിച്ചിട്ടുണ്ട്. വിദ്യാഭ്യാസം തൊഴിൽ സമ്പാദനത്തിനുള്ള ഉപാധിമാത്രമായി ഇന്ന് പരിണമിച്ചുകഴിഞ്ഞിരിക്കുന്നു. അഭ്യസ്തവിദ്യരെന്ന് അഭിമാനിക്കുന്ന മലയാളികളാണ് അന്ധവിശ്വാസങ്ങൾക്കും അനാചാരങ്ങൾക്കും പിന്നാലെ പോകുന്നതിൽ മറ്റാരേക്കാളും മുൻപന്തിയിലുള്ളത്. ഇന്ത്യയിലേറ്റവുമധികം ലൈംഗിക ഉത്തേജന ഔഷധങ്ങളും സൗന്ദര്യസംവർദ്ധക വസ്തുക്കളും വിറ്റഴിക്കുന്നത് ഈ കൊച്ചു കേരളത്തിലാണെന്നത് പറഞ്ഞാൽ അതിലല്പംപോലും അതിശയോക്തിയില്ല. ദൈവത്തിന്റെ സ്വന്തം നാട് ലൈംഗിക രോഗികളുടെയും വിരൂപന്മാരുടെയും ഭൂപ്രദേശമായോ എന്ന് ആരെങ്കിലും സന്ദേഹിച്ചാൽ അവരെ കുറ്റം പറയാനും കഴിയില്ല. പരിണാമ സിദ്ധാന്തമറിയാത്ത അദ്ധ്യാപകരും പ്രകൃതി ചികിത്സയും ഒറ്റമൂലി പ്രയോഗങ്ങളും തള്ളിപ്പറയാൻ കഴിയാത്ത യുക്തിവാദികളും ആൾദൈവങ്ങളുടെ സ്വാധീനശക്തിയിൽ പകച്ചുനില്ക്കുന്ന ജനനേതാക്കളും ഭരണകൂടത്തെവരെ വെല്ലുവിളിക്കാൻപോന്ന സ്വാധീനശക്തിയായി വളർന്ന വർഗ്ഗീയകക്ഷികളുമെല്ലാം ചേർന്ന് കേരളത്തെ വീണ്ടും ഭ്രാന്താലയമാക്കുകയാണ്. ഇവിടെയാണ് ശാസ്ത്രബോധമുള്ള പുതിയ തലമുറ ഉയർന്നുവരേണ്ടതിന്റെ ആവശ്യകത. വിദ്യാഭ്യാസമെന്നത് തൊഴിൽ സമ്പാദനത്തിനുള്ള ഉപാധിയെന്നതിലു

പരി തനിക്കും സമൂഹത്തിനുമുണ്ടാകേണ്ട സുസ്ഥിതിയുടെ വേഗത വർദ്ധിപ്പിക്കുന്ന ഉല്പ്രേരകമാണെന്ന തിരിച്ചറിവാണ് ഉണ്ടാകേണ്ടത്. അതിന് ശാസ്ത്ര വിദ്യാഭ്യാസം നിർബ്ബന്ധിതവും ജനകീയവുമായിരിക്കണം. പക്ഷപാതരഹിതമായി ശാസ്ത്രം പൊതുസമൂഹത്തിൽ അവതരിപ്പിക്കപ്പെടണം, ചർച്ച ചെയ്യപ്പെടണം.

സാബു ജോസ്

അവതാരിക

പ്രപഞ്ചത്തിന്റെ നിഗൂഢതകളിലേക്ക് ആധുനിക ശാസ്ത്രം കടന്നു ചെല്ലുന്ന വഴിത്താരയിലൂടെ സഞ്ചരിക്കുകയാണ് ശ്രീ. സാബു ജോസ് ഈ പുസ്തകത്തിലൂടെ. ഒരു കൂട്ടം ലേഖനങ്ങളുടെ സമാഹാരമാണിത്. ഒരു അദ്ധ്യാപകന്റെ പരിമിതിയിൽ നിന്നുകൊണ്ട് ഈ മേഖലയിലുള്ള വിവര ശേഖരണവും സമാഹരണവും ബുദ്ധിമുട്ടുനിറഞ്ഞതാണെന്ന് മാത്രമല്ല, ആ വിവരങ്ങൾ സാധാരണക്കാർക്ക്, വിശേഷിച്ചും വിദ്യാർത്ഥികൾക്ക് ഗ്രഹിക്കത്തക്കവിധം ലളിതമായ ഭാഷയിൽ അവതരിപ്പിക്കുന്നതിന് ഒരുപാട് വേദനകൾ ശ്രീ. സാബു അനുഭവിച്ചിട്ടുണ്ടെന്ന് എനിക്കറിയാം. മലയാളത്തിലെ നിരവധി പത്ര-മാസികകളിൽ വിവിധ വിഷയങ്ങളിൽ തുടർച്ചയായി ശാസ്ത്രലേഖനങ്ങളെഴുതി പ്രതിഭ തെളിയിച്ചിട്ടുള്ള ശ്രീ. സാബു ജോസിന്റെ ലേഖന സമാഹാരങ്ങളുടെ ഈ പുസ്തകം പുതിയ തലമുറയിലെ വായനക്കാരെ ഉദ്ദേശിച്ചുള്ളതാണ്. ഈ പരിശ്രമത്തിന് എന്റെ ഹൃദയം നിറഞ്ഞ അനുമോദനങ്ങൾ.

നാഗരികത ഉത്ഭവിച്ചതുമുതൽ ശാസ്ത്ര-സാങ്കേതിക വിദ്യയുടെ വളർച്ചയും ആരംഭിച്ചു. സിന്ധുനദീതട സംസ്കാരം, ഹാരപ്പ, മെസോപെട്ടോമിയ, റോമൻ നാഗരികതകളെല്ലാം പരിശോധിച്ചാൽ ഇതിന് ബലം നല്കുന്ന ചരിത്രപരമായ തെളിവുകൾ നമുക്ക് ലഭിക്കും. ശാസ്ത്രത്തിനും ശാസ്ത്രീയ നിരീക്ഷണങ്ങൾക്കും ഈ നാഗരികതകൾ വളരെ പ്രാധാന്യം നല്കിയിരുന്നു. അക്കാലത്തുണ്ടായിരുന്ന തത്ത്വചിന്തകരും ഋഷിമാരും പ്രകൃതിയെ നിരീക്ഷിച്ചിരുന്നു. പ്രകൃതി പ്രതിഭാസങ്ങളെക്കുറിച്ചും പ്രപഞ്ചത്തെക്കുറിച്ചും അവർ നേടിയ വിവരങ്ങൾ കാവ്യങ്ങളായും ഇതിഹാസങ്ങളായും രചിക്കപ്പെട്ടു. അത് തീർച്ചയായും അക്കാലത്തുണ്ടായിരുന്ന ഉയർന്ന ശാസ്ത്രചിന്തകളുടെ സമാഹാരംതന്നെയായിരുന്നു.

ചിലപ്പോഴെങ്കിലും അവരുടെ ഭാവനകൾ സയൻസ് ഫിക്ഷനുകളിലേക്കും കല്പിത കഥകളിലേക്കും എത്തിപ്പെടുകയും ചെയ്തു. *മഹാഭാരത*വും അരിസ്റ്റോട്ടിലിന്റെ തത്ത്വചിന്തകളുടെ സമാഹാരവുമെല്ലാം ആ കാലഘട്ടത്തിലെ ഉയർന്ന ചിന്താശേഷിയുടെ മികച്ച ഉദാഹരണങ്ങളാണ്. പ്രകൃതി ദുരന്തങ്ങളും യുദ്ധങ്ങളും അധിനിവേശങ്ങളും ഈ നാഗരികതകളുടെ തകർച്ചയ്ക്ക് കാരണമായപ്പോൾ അവർ മുളപ്പിച്ച ശാസ്ത്ര-സാങ്കേതിക വിദ്യയുടെ നാമ്പുകൾ മുരടിച്ചുപോവുകയാണുണ്ടായത്. എന്നാൽ കഴിഞ്ഞ മൂന്ന് നൂറ്റാണ്ടുകൾക്കുള്ളിൽ ശാസ്ത്ര രംഗത്തുണ്ടായ ത്വരിത വികാസവും നിരീക്ഷണ മേഖലയിലുണ്ടായ സാങ്കേതിക പുരോഗതിയും ശാസ്ത്രീയ ഉപകരണങ്ങളുടെ കണ്ടുപിടിത്തവും പരീക്ഷണങ്ങളിലൂടെ നിഗമനങ്ങളും പരികല്പനകളും പരിശോധിക്കാൻ സാധിച്ചതും വഴി പല പ്രാപഞ്ചിക പ്രതിഭാസങ്ങൾക്കും വിശദീകരണം നല്കാൻ ഇന്ന് കഴിയുന്നുണ്ട്. ശാസ്ത്രത്തിന്റെയും സാങ്കേതിക വിദ്യയുടെയും ലക്ഷ്യം മനുഷ്യരുടെ ജീവിതനിലവാരം ഉയർത്തുകയാണ്. ആയിരക്കണക്കിന് വ്യക്തികളുടെ അശ്രാന്തപരിശ്രമമാണ് ഇന്ന് മനുഷ്യവർഗ്ഗം ആസ്വദിക്കുകയും അനുഭവിക്കുകയും ചെയ്യുന്ന എല്ലാ സുഖസൗകര്യങ്ങൾക്കും പിന്നിലുള്ളത്. ശാസ്ത്ര-സാങ്കേതികവിദ്യയുടെ വികാസമാണ് ഈ നേട്ടങ്ങൾക്കെല്ലാം പിന്നിലുള്ളത് എന്ന അവബോധം പൊതു സമൂഹത്തിലുണ്ടാകേണ്ടതും ശാസ്ത്രബോധമുള്ള ഒരു തലമുറയെ വാർത്തെടുക്കേണ്ടതും കാലഘട്ടത്തിന്റെ ആവശ്യമാണ്. കഴിഞ്ഞ ഏതാനും നൂറ്റാണ്ടുകളിലായി ക്രമമായും നിരന്തരമായുമുണ്ടായിക്കൊണ്ടിരിക്കുന്ന ശാസ്ത്ര പുരോഗതി ഇനിയും തുടർന്ന് പോകേണ്ടത് അത്യാവശ്യമാണ്.

ഒരു വിഷയത്തിന്റെ വിവിധ തലത്തിലുള്ള അന്വേഷണങ്ങൾ, അതിന്റെ വളരെ വിശാലമായ മേഖലകളിലൂടെയാണ് ലേഖകൻ സഞ്ചരിക്കുന്നതെന്ന് ഈ പുസ്തകത്തിലൂടെ കടന്നുപോകുമ്പോൾ കാണാൻ കഴിയും. ഭൗമ ജീവന്റെ ഉല്പത്തി മുതൽ ഭൗമേതര ജീവന്റെ സമവാക്യങ്ങൾവരെ, പ്രപഞ്ചോല്പത്തി മുതൽ ഗ്രഹകുടുംബങ്ങൾവരെ ... ശാസ്ത്ര രംഗത്ത് കരിയർ രൂപപ്പെടുത്തുന്നവർക്കും വിദ്യാർത്ഥികൾക്കും വിലയേറിയ ഒരു സമ്മാനമായിരിക്കും ഈ പുസ്തകം. ഈ പുസ്തകത്തിൽ പ്രതിപാദിക്കുന്ന വിഷയങ്ങൾ കാലഘട്ടത്തിന് അനുയോജ്യവും ശാസ്ത്രീയ പിൻബലമുള്ളതുമാണ്. ഭൗമേതര ജീവൻ തേടിയുള്ള മനുഷ്യ പ്രയാണത്തിന്റെ ചരിത്രവും ഇതുവരെയുണ്ടായിട്ടുള്ള നേട്ടങ്ങളും വിവരിക്കുന്നത് യുവാക്കളെയും വിദ്യാർത്ഥികളെയും തീർച്ചയായും ആവേശഭരിതരാക്കും. രക്ഷിതാക്കൾക്ക് ശാസ്ത്രവിഷയങ്ങളിൽ താല്പര്യം ജനിപ്പിക്കുന്നതിനും കുട്ടികളെ ശാസ്ത്രത്തിന്റെ സമീപനം പരിചയപ്പെടുത്തുന്നതിനും ഈ പുസ്തകം ഉപകാരപ്രദമാണ്. മാത്രവുമല്ല, പുതിയ തലമുറയെ വാർത്തെടുക്കുന്ന അദ്ധ്യാപകർക്കും ഒരു മികച്ച കൈപ്പുസ്തകമായിരിക്കുമിത്.

ഒരു അദ്ധ്യാപകൻ അയാളുടെ പാഠ്യേതര പ്രവർത്തനങ്ങൾക്ക് ഇത്രയധികം പ്രാധാന്യം നല്കുന്നത് എന്നെ ഏറെ അത്ഭുതപ്പെടുത്തുന്നു. തീർച്ചയായും ഇത് അഭിനന്ദനാർഹമാണ്. വിജ്ഞാനത്തിന് പിന്നാലെയുള്ള ചുറുചുറുക്കുള്ള ഒരു പ്രയാണമായാണ് ഇത് എനിക്കനുഭവപ്പെടുന്നത്. വിവരങ്ങൾ ശേഖരിച്ച് അത് സാധാരണക്കാരുടെ ഭാഷയിൽ മൊഴിമാറ്റം നടത്തുകയല്ല ലേഖകൻ ചെയ്യുന്നത്. മറിച്ച് ഒരു വിദ്യാർത്ഥിക്കും അദ്ധ്യാപകനും രക്ഷിതാവിനും ഒരുപോലെ ദഹിക്കുന്ന തരത്തിൽ പുനരവതരിപ്പിക്കുകയാണിവിടെ. തീർച്ചയായും ഇതൊരു വലിയ പരിശ്രമം തന്നെയാണ്. ഭാവിയിൽ ഒരുപാട് നേട്ടങ്ങളും അംഗീകാരങ്ങളും ശ്രീ. സാബു ജോസിനെ തേടിവരുമെന്ന് എനിക്കുറപ്പുണ്ട്. നമുക്ക് ഇന്നുള്ള ധാരണകൾ എന്തെല്ലാമാണെന്ന് വ്യക്തമാക്കുന്നതിലുപരി ഭാവി ഗവേഷണങ്ങൾ അഭിമുഖീകരിക്കുന്ന വെല്ലുവിളികളും ശാസ്ത്ര പ്രവചനത്തിനുള്ള സാദ്ധ്യതയും തുറന്ന് കാണിക്കുന്നുണ്ട് എന്നതും ഈ പുസ്തകത്തിന്റെ സവിശേഷതയാണ്.

ഡോ. ജി മാധവൻനായർ
പ്രസിഡന്റ്,
-ഇന്റർനാഷണൽ അക്കാദമി ഓഫ്
ആസ്ട്രോനോട്ടിക്സ്,
- ഐ എസ് ആർ ഒ മുൻ ചെയർമാൻ

ഗുരുത്വ തരംഗങ്ങൾ സാക്ഷി ബിഗ് ബാങ് തന്നെ ശരി!

"All truths are easy to understand once they are discovered; the point is to discover them" -

Galileo Galilei

മഹാവിസ്ഫോടനത്തെ തുടർന്നുണ്ടായ ഗുരുത്വ തരംഗങ്ങളെ (Gravitational Waves) കണ്ടെത്തിയതായി ശാസ്ത്രജ്ഞർ അവകാശപ്പെടുന്നു. ഏകദേശം 1382 കോടി വർഷങ്ങൾക്കു മുമ്പുണ്ടായ മഹാവിസ്ഫോടനത്തെ തുടർന്നാണ് പ്രപഞ്ചം ഉത്ഭവിച്ചതെന്നു പറയുന്ന 'ബിഗ് ബാങ് തിയറി' പ്രവചിച്ചതുപോലെ ഗുരുത്വ തരംഗങ്ങളെ കണ്ടെത്താൻ കഴിഞ്ഞത് സിദ്ധാന്തത്തിന്റെ സ്വീകാര്യത വർദ്ധിപ്പിക്കുകയാണ്. അന്റാർട്ടികയിലെ അമുണ്ട്സെൻ-സ്കോട്ട് സൗത്ത് പോൾ സ്റ്റേഷനിൽ സ്ഥാപിച്ചിട്ടുള്ള ബൈസെപ് 2 (Background Imaging of Cosmic Extragalacitic Polarization – BICEP 2) പരീക്ഷണത്തെ തുടർന്നാണ് ഗുരുത്വ തരംഗങ്ങളുടെ സാന്നിദ്ധ്യം തെളിയിക്കാൻ കഴിഞ്ഞത്. സിഗ്മ-5 ഗ്രേഡിങ് നല്കിയിട്ടുള്ള പരീക്ഷണ ഫലത്തിന്റെ വിശ്വാസ്യത 99.9 ശതമാനത്തിലും അധികമാണ്. ഇതോടെ പ്രൊഫ. നീൽ ടറോക്ക് വിഭാവനം ചെയ്തതും സർ. റോജർ പെൻറോസ് പുഷ്ടിപ്പെടുത്തിയതുമായ ചാക്രിക പ്രപഞ്ച മാതൃക (Cyclic Universe) സംശയത്തിന്റെ നിഴലിലാവുകയാണ്. ചാക്രിക പ്രപഞ്ചത്തിൽ ഗുരുത്വ തരംഗങ്ങൾക്കു സ്ഥാനമില്ല.

കോസ്മോളജിയിലെ മാനക മാതൃകയായ മഹാവിസ്ഫോടന സിദ്ധാന്തത്തിന് പിൻബലമേകുന്നതാണ് ഗുരുത്വതരംഗങ്ങളുടെ കണ്ടെത്തൽ. ഈ മാതൃകയനുസരിച്ച് മഹാവിസ്ഫോടനം നടന്നതു മുതൽ ഇന്നുവരെയുള്ള കാലവും പ്രപഞ്ചത്തിന്റെ വിസ്തൃതിയും സാന്ദ്രതയും തമ്മിൽ ഒത്തുപോകില്ല. ഇതിനു പരിഹാരമായി മഹാവിസ്ഫോടന മാ

തൃകയിൽ അമേരിക്കൻ ഭൗതിക ശാസ്ത്രജ്ഞനായ അലൻഗുത്ത് 1980 ൽ കൂട്ടിച്ചേർത്ത നിർദ്ദേശമാണ് ഇൻഫ്ളേഷൻ (Cosmic Inflation). മഹാവിസ്ഫോടനത്തെ തുടർന്ന് നാനോ സെക്കന്റിലും കുറഞ്ഞ സമയത്തിനുള്ളിൽ ശൈശവ പ്രപഞ്ചത്തിനുണ്ടായ ത്വരിത വികാസമാണ് ഇൻഫ്ളേഷൻ എന്നതുകൊണ്ട് അർത്ഥമാക്കുന്നത്. ഊതി വീർപ്പിക്കപ്പെട്ടത് എന്നു വേണമെങ്കിൽ സാമാന്യമായി പറയാം. ഇൻഫ്ളേഷൻ നടന്ന സമയത്തെ താപനില നിലവിലുള്ള സാങ്കേതികവിദ്യയിൽ ഭൂമിയിലുള്ള ഒരു കണികാത്വരത്രത്തിലും (Particle Accelerator) നിർമ്മിക്കാൻ കഴിയില്ല. ഇൻഫ്ളേഷനു ശേഷമാണ് ഊർജ്ജം ദ്രവ്യമായി മാറാൻ ആരംഭിച്ചത്. ദ്രവ്യസാന്നിദ്ധ്യം സ്പേസിന് വക്രീകരിക്കുന്നതിനൊപ്പം ഗുരുത്വ തരംഗങ്ങൾക്കും കാരണമാകും. ഗുരുത്വ തരംഗങ്ങൾ കണ്ടെത്താൻ കഴിഞ്ഞത് ഇൻഫ്ളേഷൻ ശരിയാണെന്നതിനുള്ള ശക്തമായ തെളിവാണ്. ഇൻഫ്ളേഷനറി പ്രപഞ്ചമാതൃകയുടെ സ്രഷ്ടാവായ അലൻഗുത്ത് പരീക്ഷണഫലത്തിൽ തൃപ്തനും ആവേശഭരിതനുമാണ്. ഇൻഫ്ളേഷൻ ഒരു ക്വാണ്ടം പ്രതിഭാസമാണ്. എന്നാൽ ഗുരുത്വബലം ക്ലാസിക്കൽ ഭൗതികത്തിന്റെ പരിധിയിൽ വരും. ഇവ രണ്ടും തമ്മിൽ യോജിപ്പിക്കുന്ന കണ്ണിയാണ് ഗുരുത്വ തരംഗങ്ങൾ. മറ്റു അടിസ്ഥാന ബലങ്ങൾക്കെന്നപോലെ (വിദ്യുത് കാന്തികബലം, ശക്ത, ക്ഷീണ ന്യൂക്ലിയർ ബലങ്ങൾ) ഗുരുത്വ ബലത്തിനും ഒരു ക്വാണ്ടം സ്വഭാവമുണ്ടെന്ന് തരംഗങ്ങളുടെ കണ്ടെത്തൽ വഴി തെളിയിക്കപ്പെടുകയാണ്.

ഇൻഫ്ളേഷനറി പ്രപഞ്ചം

എന്താണ് കോസ്മിക് ഇൻഫ്ളേഷൻ എന്നു പരിശോധിക്കാം. പ്രപഞ്ചോല്പത്തിയുടെ ആദ്യ നിമിഷത്തിന്റെ നാനോ സെക്കന്റുകളിൽ ഒരു ഭാഗം സമയത്തിനുള്ളിൽ പ്രപഞ്ചത്തിനുണ്ടായ ത്വരിത വികാസമാണ് ഇൻഫ്ളേഷൻ എന്നു പറഞ്ഞല്ലോ. ഈ സമയത്ത് പ്രപഞ്ചത്തിന്റെ വികാസവേഗത പ്രകാശ പ്രവേഗത്തിലും അധികമായിരുന്നു. പ്രപഞ്ചോല്പത്തിയെ തുടർന്ന് 10^-36 സെക്കന്റിനും 10^-32 സെക്കന്റിനും ഇടയിലാണ് ഇൻഫ്ളേഷൻ നടന്നത്. ഈ കുറഞ്ഞ സമയത്തിനിടയിൽ ശൈശവ പ്രപഞ്ചം 60 മടങ്ങ് ഇരട്ടിയായാണ് വികസിച്ചത്. ഇൻഫ്ളേഷനു ശേഷവും പ്രപഞ്ചം വികസിച്ചുകൊണ്ടിരിക്കുകയാണ്. എന്നാൽ ഇപ്പോഴത്തെ വികാസ നിരക്ക് ഇൻഫ്ളേഷന്റെ അടുത്തെങ്ങുമെത്തില്ലെന്നു മാത്രം. നിരവധി വിമർശനങ്ങൾ നേരിട്ടുകൊണ്ടിരിക്കുന്ന ഒരു ശാസ്ത്രീയ സിദ്ധാന്തമാണ് ഇൻഫ്ളേഷനറി പ്രപഞ്ചമാതൃക. റോജർ പെൻറോസ്, നീൽ ടറോക്ക്, ജോൺ ഇയർമാൻ, ജീസസ് മോസ്റ്ററിൻ തുടങ്ങി നിരവധി ശാസ്ത്രജ്ഞരുടെ വിമർശനങ്ങൾ ഏറ്റുവാങ്ങേണ്ടിവന്നിട്ടുണ്ട് ഈ മാതൃകയ്ക്ക്. എന്നാൽ ഗുരുത്വ തരംഗങ്ങൾ കണ്ടെത്താൻ കഴിഞ്ഞത് ഇൻഫ്ളേഷൻ ശരിയാണെന്നതിനുള്ള തെളിവാണ്.

പരമ്പരാഗത മഹാവിസ്ഫോടന മാതൃക അഭിമുഖീകരിക്കേണ്ടി

വന്ന ചില ഗണിത പ്രഹേളികകൾക്കുള്ള വിശദീകരണമായാണ് ഇൻഫ്ളേഷൻ അവതരിപ്പിക്കപ്പെട്ടത്. നാം അധിവസിക്കുന്ന ഈ മഹാപ്രപഞ്ചം വികസിച്ചുകൊണ്ടിരിക്കുകയാണ്. എന്നാൽ പ്രപഞ്ചം വിദൂരഭാവിയിലും വികസിക്കുമോ അതോ സങ്കോചിക്കുമോ എന്നു തീരുമാനിക്കുന്നത് പ്രപഞ്ചത്തിന്റെ ക്രാന്തിക സാന്ദ്രതയാണ് (Critical Density). ഇത് ഏകദേശം 4 x 10^-30 gm/cm 3 ആണ്. പ്രപഞ്ചത്തിന്റെ യഥാർത്ഥ സാന്ദ്രത ഇതിൽ കുറവായാൽ പ്രപഞ്ചവികാസം ഒരിക്കലും അവസാനിക്കില്ല. കൂടുതലായാൽ പ്രപഞ്ചവികാസം സാവധാനം ഇല്ലാതാവുകയും പ്രപഞ്ചം ചുരുങ്ങുകയും ചെയ്യും. പരീക്ഷണങ്ങൾ വഴി മനസ്സിലാക്കാൻ കഴിഞ്ഞത് പ്രപഞ്ചത്തിന്റെ യഥാർത്ഥ സാന്ദ്രത, ക്രാന്തിക സാന്ദ്രതയേക്കാൾ അല്പം കുറവാണെന്നാണ്. അതിനർത്ഥം ഇതൊരു പരന്ന പ്രപഞ്ചമാണെന്നും (യുക്ലിഡിയൻ ജ്യാമിതി) പ്രപഞ്ചവികാസം തുടർന്നുകൊണ്ടിരിക്കും എന്നുമാണ്. ഇക്കാര്യം വിശദീകരിക്കുന്നതിന് ഇൻഫ്ളേഷനറി പ്രപഞ്ചമാതൃകയാണ് വഴികാട്ടിയാവുന്നത്. അതുകൂടാതെ സ്ഥൂല പ്രപഞ്ചത്തിൽ എവിടെയും ഒരുപോലെയാണെന്നും എല്ലാ ദിശയും ഒരുപോലെയാണെന്നും നിരീക്ഷണങ്ങളിലൂടെ മനസ്സിലാക്കാൻ കഴിഞ്ഞിട്ടുണ്ട്. ഇവിടെനിന്നും 100 കോടി പ്രകാശവർഷം അകലെ പോയാൽ അവിടെയും ഇവിടത്തെപോലെ തന്നെ ഗാലക്സികളും നക്ഷത്രങ്ങളുമൊക്കെ ഉണ്ടാവും. ഏതു ദിശയിൽ നോക്കിയാലും ഇതുതന്നെയാവും സ്ഥിതി. ഇത്തരത്തിൽ സമദൈശികവും (Isotropic) ഏകാത്മകവും (Homogeneous) ആയ പ്രപഞ്ചത്തെ വിശദീകരിക്കുന്നത് ഇൻഫ്ളേഷനറി പ്രപഞ്ചമാതൃകയാണ്. കൂടാതെ മഹാവിസ്ഫോടനത്തിന്റെ അവശിഷ്ട ഊർജ്ജമെന്നു പറയുന്ന പരഭാഗ വികിരണങ്ങൾ (Cosmic Microwave Background - CMB) പ്രപഞ്ചത്തിലാകമാനം എല്ലാ ദിശയിൽനിന്നും പ്രവഹിക്കുന്നതിനും അവയുടെ സാന്ദ്രത ഏറക്കുറെ സമമാകുന്നതിനും വിശദീകരണം നല്കുന്നതിന് ഇൻഫ്ളേഷനറി മാതൃകയ്ക്ക് കഴിയും. പ്രപഞ്ചത്തിന്റെ അതിരുകൾ കണ്ടെത്താൻ ഒരു നിരീക്ഷകനു കഴിയില്ല. കാരണം അവിടെനിന്നുമുള്ള സന്ദേശങ്ങൾ ഇവിടെ എത്താറായിട്ടില്ല. മാത്രവുമല്ല പ്രപഞ്ചത്തിന്റെ ചക്രവാളങ്ങളിൽ കൂടുതൽ സ്ഥലം നിർമ്മിക്കപ്പെടുന്നതുകൊണ്ട് അതിരുകൾ എന്നുപറയുന്നതിൽ ഒരർത്ഥവുമില്ല. ചക്രവാള പ്രഹേളിക (Horizon Problem) എന്നറിയപ്പെടുന്ന ഈ ചോദ്യത്തിനുള്ള വിശദീകരണവും ഇൻഫ്ളേഷനറി മാതൃകയ്ക്കു നല്കാൻ കഴിയും. ഇപ്പോൾ ഗുരുത്വ തരംഗങ്ങൾ കണ്ടെത്തി കഴിഞ്ഞതോടുകൂടി ഇൻഫ്ളേഷനും മഹാവിസ്ഫോടനവും വീണ്ടും വാർത്തകളിൽ നിറയുകയാണ്. ഇനി എന്താണ് ഈ ഗുരുത്വ തരംഗങ്ങൾ എന്നു പരിശോധിക്കാം.

ഗുരുത്വ തരംഗങ്ങൾ:

പൊതു ആപേക്ഷികതാ പ്രമാണമനുസരിച്ച് ഒരു ദ്രവ്യ പിണ്ഡം

അതു സ്ഥിതി ചെയ്യുന്ന സ്പേസിലുണ്ടാക്കുന്ന വക്രതയാണ് അതിന്റെ ഗുരുത്വബലം. പിണ്ഡമുള്ള ഏതു വസ്തുവിനു ചുറ്റും സ്പേസ് വക്രതയുള്ളതായിരിക്കും. എന്നാൽ സ്പേസിന്റെ ഈ വക്രത വസ്തുവിനു ചുറ്റും മാത്രമായി ഒതുങ്ങുന്നില്ല. ഐൻസ്റ്റൈന്റെ സിദ്ധാന്തമനുസരിച്ച് ഈ വക്രത സൃഷ്ടിക്കുന്ന കമ്പനങ്ങൾ സ്പേസിലേക്ക് പ്രക്ഷേപിക്കപ്പെടും. ഇങ്ങനെയുള്ള കമ്പനങ്ങളാണ് ഗുരുത്വ തരംഗങ്ങൾ എന്നറിയപ്പെടുന്നത്. ഭൂകമ്പ തരംഗങ്ങൾ (Seismic waves) ഭൗമാന്തർഭാഗത്തുനിന്നും ഭൗമോപരിതലത്തിലേക്ക് സഞ്ചരിക്കുന്നതുമായി ഈ പ്രതിഭാസത്തെ താരതമ്യം ചെയ്യാൻ കഴിയും. എന്നാൽ ഗുരുത്വ തരംഗങ്ങൾക്കു സഞ്ചരിക്കാൻ ഒരു മാധ്യമം ആവശ്യമില്ല. അവ സ്പേസിന്റെ ശൂന്യതയിൽ പ്രകാശവേഗത്തിൽ സഞ്ചരിക്കും. ഇൻഫ്ളേഷൻ മാത്രമല്ല ഗുരുത്വതരംഗങ്ങൾക്കു കാരണമാകുന്നത്. പരസ്പര ഭ്രമണം ചെയ്യുന്നതും വേഗത്തിൽ സഞ്ചരിക്കുന്നതുമായ പിണ്ഡമുള്ള ഏതു വസ്തുവും ഗുരുത്വ തരംഗങ്ങൾ സൃഷ്ടിക്കുന്നുണ്ട്. എന്നാൽ ഗുരുത്വ തരംഗങ്ങളുടെ ആവൃത്തി (Frequency) പൊതുവെ കുറവായതുകൊണ്ട് അവയെ എളുപ്പത്തിൽ കണ്ടെത്താൻ കഴിയില്ല. എന്നാൽ പരസ്പര ഭ്രമണം ചെയ്യുന്ന ന്യൂട്രൺ താരങ്ങളും വെള്ളക്കുള്ളൻ നക്ഷത്രങ്ങളും കൂട്ടിമുട്ടുന്ന തമോദ്വാരങ്ങളും (Black Holes) സൃഷ്ടിക്കുന്ന ഗുരുത്വ തരംഗങ്ങളെ കണ്ടെത്താൻ കഴിയും. എന്നാൽ ഇത്തരം പ്രതിഭാസങ്ങൾ വളരെ വിരളമാണ്. റേഡിയോ ദൂരദർശിനികളുടെ സഹായത്തോടെയാണ് ഗുരുത്വ തരംഗങ്ങളെക്കുറിച്ചുള്ള പഠനം നടത്തുന്നത്. ഇൻഫ്ളേഷനെത്തുടർന്ന് ഉണ്ടായിട്ടുള്ള ഗുരുത്വ തരംഗങ്ങൾ പ്രപഞ്ചത്തിലാകമാനം മുഴങ്ങിക്കൊണ്ടിരിക്കുകയാണ്. എന്നാൽ നേരിട്ടു മനസ്സിലാക്കാൻ കഴിയുന്നതിലും ദുർബ്ബലമാണവ. പ്രപഞ്ചമാകെ നിറഞ്ഞുനില്ക്കുന്ന പരഭാഗ വികിരണങ്ങളുടെ തരംഗദൈർഘ്യം തന്നെയാണ് ഗുരുത്വ തരംഗങ്ങൾക്കുമുള്ളത്. റേഡിയോ ഫ്രീക്വൻസിയിൽ പ്രവർത്തിക്കുന്ന ദൂരദർശിനികൾ ഉപയോഗിച്ചാണ് പരഭാഗവികരണങ്ങളിൽ പഠനം നടത്തുന്നത്. പരഭാഗ വികിരണങ്ങളിലുണ്ടാകുന്ന ഓളങ്ങൾക്കു കാരണം ഗുരുത്വ തരംഗങ്ങളുടെ സാന്നിദ്ധ്യമാണ്. അതുകൊണ്ടുതന്നെ പരഭാഗവികരണങ്ങലുമായി ബന്ധപ്പെടുത്തി മാത്രമേ ഗുരുത്വ തരംഗങ്ങളെ കണ്ടെത്താൻ കഴിയൂ. ഗുരുത്വാകർഷണത്തിന്റെ ന്യൂട്ടോണിയൻ സിദ്ധാന്തത്തിൽ ഗുരുത്വ തരംഗങ്ങൾക്കു സ്ഥാനമില്ല. ആപേക്ഷികതയാണ് ഗുരുത്വ തരംഗങ്ങളുടെ സാദ്ധ്യത അംഗീകരിക്കുന്നത്. ഗുരുത്വ വികിരണങ്ങളായാണ് ഗുരുത്വ തരംഗങ്ങളിൽ ഊർജ്ജം വിതരണം ചെയ്യപ്പെടുന്നത്.

ഗുരുത്വ തരംഗങ്ങളെ നേരിട്ടുകണ്ടെത്താൻ പ്രയാസമാണെങ്കിലും അവയുടെ സാന്നിദ്ധ്യമറിയിക്കുന്ന തെളിവുകൾ ലഭ്യമാണ്. എന്നാൽ ഒരു ശാസ്ത്ര സിദ്ധാന്തമാകുമ്പോൾ പരീക്ഷണങ്ങളിലൂടെ തെളിയിക്കേണ്ടത് അനിവാര്യമാണ്. ലോകമെമ്പാടുമായി നിരവധി ഭൂതല, ബഹിരാകാശ പരീക്ഷണശാലകൾ ഗുരുത്വ തരംഗങ്ങളെ അന്വേഷിച്ചുകൊ

ണ്ടിരിക്കുകയാണ്. ബൈസെപ് ദൗത്യങ്ങളും കെക്ക് അറേയും ലിഗോയും വിർഗോയും ഇനി വരാനിരിക്കുന്ന ലിസയുമെല്ലാം ഗുരുത്വ തരംഗങ്ങൾക്കു പിന്നാലെയാണ്. അറ്റക്കാമ ബി-മോഡ് സെർച്ച്, പോളാർ ബെയർ, എബെക്സ്, ക്ലാസ് എന്നീ പരീക്ഷണശാലകളും ബഹിരാകാശ ദൂരദർശിനികളായ കോബി, ഡബ്യൂ-മാപ്, പ്ലാങ്ക് എന്നീ ഒബ്സർവേറ്ററികളും പരഭാഗവികിരണങ്ങളിലെ മുഴക്കങ്ങൾക്ക് (ബി-മോഡ് പോളറൈസേഷൻ) കാതോർത്തിരിക്കുന്ന നിരീക്ഷണ കേന്ദ്രങ്ങളാണ്.

സ്പേസിൽ പ്രകാശവും ഗാമ കിരണങ്ങളും അൾട്രാവയലറ്റുമൊന്നും എത്തിച്ചേരാത്ത ഇടങ്ങളിൽ കടന്നു ചെല്ലാൻ ഗുരുത്വ തരംഗങ്ങൾക്കു കഴിയും. ഗുരുത്വ തരംഗങ്ങളെക്കുറിച്ച് അറിയാൻ ഏറെ താല്പര്യമുള്ളത് കോസ്മോളജിസ്റ്റുകൾക്കാണ്. കാരണം പ്രപഞ്ചോല്പത്തിയുടെയും ശൈശവ പ്രപഞ്ചത്തിന്റെ പ്രകൃതത്തെക്കുറിച്ചുമുള്ള സന്ദേശങ്ങൾ വഹിച്ചുകൊണ്ടുവരുന്ന ദൂതന്മാരാണ് ഗുരുത്വ തരംഗങ്ങൾ. സൈദ്ധാന്തികമായി വ്യത്യസ്ത ആവൃത്തിയിൽ (Frequency) സഞ്ചരിക്കുന്ന തരംഗങ്ങളാണിവ. താഴ്ന്ന ആവൃത്തി-അഥവാ ഉയർന്ന തരംഗദൈർഘ്യമുള്ള തരംഗങ്ങൾ താരതമ്യേന ദുർബ്ബലവും കണ്ടെത്താൻ പ്രയാസമേറിയവയുമാണ്. ഉയർന്ന ആവൃത്തിയുള്ള തരംഗങ്ങളെ മാത്രമെ അപൂർവ്വമായെങ്കിലും കണ്ടെത്താൻ കഴിയുകയുള്ളൂ. എന്നാൽ അത്ര ഉയർന്ന ആവൃത്തിയുള്ള തരംഗങ്ങളെ ഇതുവരെ കണ്ടെത്തിയിട്ടുമില്ല. സ്റ്റീഫൻ ഹോക്കിങ്ങും വെർനർ ഇസ്രയേലും ചേർന്ന് ഗുരുത്വ തരംഗങ്ങളുടെ ഒരു സ്പെക്ട്രം നിർമ്മിച്ചിട്ടുണ്ട്. ഇതനുസരിച്ച് 10*-17 ഹെർട്സിനും 10*11 ഹെർട്സിനും ഇടയിലാണ് ഗുരുത്വ തരംഗങ്ങളുടെ ആവൃത്തി നിർണ്ണയിച്ചിട്ടുള്ളത്. വിദ്യുത് കാന്തിക തരംഗങ്ങളെപ്പോലെ തരംഗത്തിന്റെ ഉയർച്ചയും താഴ്ചയും തരംഗ ദൈർഘ്യവും ആവൃത്തിയും പ്രവേഗവുമെല്ലാം ഗുരുത്വ തരംഗങ്ങൾക്കും ബാധകമാണ്. വിദ്യുത് കാന്തിക വികരണങ്ങളുടെ പ്രവേഗം തന്നെയാണ് ഗുരുത്വ തരംഗങ്ങൾക്കുമുള്ളത്.

ഇപ്പോൾ ഗുരുത്വ തരംഗങ്ങളുടെ സാന്നിദ്ധ്യം തിരിച്ചറിഞ്ഞ ബൈസെപ്-2 പരീക്ഷണശാല ദക്ഷിണ ധ്രുവമേഖലയിലാണ്. അന്റാർട്ടിക്കയിലെ അമുണ്ട്സെൻ-സ്കോട്ട് സൗത്ത് പോൾ സ്റ്റേഷൻ സമുദ്രനിരപ്പിൽനിന്നും 2800 മീറ്റർ ഉയരത്തിൽ ഹിമപാളികളുടെ മുകളിലാണ് ഈ പരീക്ഷണശാല സ്ഥിതി ചെയ്യുന്നത്. ഈ മേഖലയിൽ അന്തരീക്ഷത്തിന് കട്ടികുറവാണ്. മാത്രവുമല്ല, ഈർപ്പം വളരെ കുറഞ്ഞ വായുമണ്ഡലവുമാണ് അവിടെയുള്ളത്. അതിനാൽ ഭൂമിയിലെ മറ്റു പ്രദേശങ്ങളെ അപേക്ഷിച്ച് മൈക്രോവേവുകളും ജലബാഷ്പവും തമ്മിലുള്ള സംഘട്ടനം ഇവിടെ വളരെ കുറവാണ്. അന്റാർട്ടിക്ക ഒരു ജനവാസ മേഖലയല്ല. അതുകൊണ്ടുതന്നെ മൊബൈൽ ഫോണുകൾ, ടെലിവിഷൻ സെറ്റുകൾ തുടങ്ങിയ ഇലക്ട്രോണിക് ഉപകരണങ്ങളിൽ നിന്നുള്ള സിഗ്നലുകൾ ഗുരുത്വ തരംഗങ്ങളെ തേടുന്ന ദൂരദർശിനികളിൽ അസ്വസ്ഥത സൃഷ്ടിക്കില്ല.

ബൈസെപ്-2 പരീക്ഷണഫലം വിശ്വസനീയമെന്നു പറയാൻ കാരണം അതു സ്ഥിതിചെയ്യുന്ന പ്രദേശത്തിന്റെ പ്രത്യേകത തന്നെയാണ്. ഇനി ഇൻഫ്ളേഷൻ മാതൃകയെ ആധാരമാക്കി മഹാവിസ്ഫോടന സിദ്ധാന്തം ഒന്നുകൂടി വായിക്കാം. ചുരുക്കി....വളരെ ചുരുക്കി.

എന്താണ് മഹാവിസ്ഫോടനം?

പ്രപഞ്ചോല്പത്തി വിശദീകരിക്കാൻ ഇന്നു പൊതുവിൽ അംഗീകരിക്കപ്പെട്ടിട്ടുള്ള ശാസ്ത്ര സിദ്ധാന്തമാണ് മഹാവിസ്ഫോടനം. മിക്കവാറും എല്ലാ കോസ്മോളജിസ്റ്റുകളും ഈ സിദ്ധാന്തത്തെ അംഗീകരിക്കുന്നുണ്ട്. ഉദ്ദേശം 1382 കോടി വർഷങ്ങൾക്ക് മുമ്പ് അത്യധികം സാന്ദ്രമായതും താപവത്തായതുമായ ഒരവസ്ഥയിൽനിന്ന് വികസിച്ച് പ്രപഞ്ചം ഉടലെടുത്തു എന്നാണ് ഈ ശാസ്ത്ര സിദ്ധാന്തത്തിന്റെ കാതൽ. 1920 കളിൽ ബെൽജിയൻ ശാസ്ത്രജ്ഞനായ ജോർജ്ജ് ലിമൈത്ര് ആണ് പ്രപഞ്ചം വികസിച്ചുകൊണ്ടിരിക്കുകയാണെന്ന ആശയം ആദ്യമായി അവതരിപ്പിച്ചത്. ഈ ആശയത്തെ പരിഹസിച്ചുകൊണ്ട് ഫ്രെഡ്ഹോയ്ൽ പറഞ്ഞ പേരാണ് പില്ക്കാലത്ത് പ്രശസ്തമായി തീർന്ന 'ബിഗ്ബാങ്' അഥവാ മഹാവിസ്ഫോടനം എന്നത്. കൂടുതൽ അകലെയുള്ള നക്ഷത്രസമൂഹങ്ങളുടെ ചുമപ്പു നീക്കം (Red shift) കൂടുതലാണ് എന്ന് 1929 ൽ എഡ്വിൻ ഹബിൾ കണ്ടെത്തിയതോടെ നമ്മിൽനിന്നുള്ള ദൂരവും അവ അകന്നു പോകുന്നതിന്റെ വേഗതയും ബന്ധപ്പെട്ടിരുന്നു എന്ന് മനസ്സിലായി. അതുശരിയാണെങ്കിൽ പണ്ട് നക്ഷത്ര സമൂഹങ്ങളെല്ലാം ഒരുമിച്ച് ചേർന്നിരിക്കണമല്ലോ? ഈ ആശയത്തിൽനിന്നാണ് മഹാവിസ്ഫോടന സിദ്ധാന്തം പിറക്കുന്നത്.

തുടക്കവും ഒടുക്കവുമില്ലാത്ത പ്രപഞ്ചത്തെപ്പറ്റി പ്രാചീന കാലത്തുതന്നെ പലരും ചിന്തിച്ചിരുന്നു. അരിസ്റ്റോട്ടിലായിരുന്നു അവരിൽ പ്രമുഖർ. എന്നാൽ പിന്നീടുവന്ന ജൂത പാരമ്പര്യമുള്ള ക്രിസ്ത്യൻ, ഇസ്ലാം മതവിശ്വാസികൾക്ക് ഇതംഗീകരിക്കാൻ കഴിയില്ലായിരുന്നു. വലിയ ചോദ്യങ്ങൾക്ക് ചെറിയ ഉത്തരങ്ങൾ നല്കി രക്ഷപ്പെടാനാണ് സെമറ്റിക് മതങ്ങൾ ശ്രമിച്ചത്. വീണ്ടും വീണ്ടും ഉണ്ടാവുകയും നശിക്കുകയും ചെയ്യുന്ന പ്രപഞ്ചം എന്ന ആശയം ആദ്യം സങ്കല്പിച്ചത് ഒരുപക്ഷേ, ഹിന്ദു മതത്തിലായിരിക്കണം. 18 ാം നൂറ്റാണ്ടിൽ ഇറാസ്മസ് ഡാർവിൻ ചാക്രികമായി വികസിക്കുകയും ചുരുങ്ങുകയും ചെയ്യുന്ന പ്രപഞ്ചം എന്ന ആശയം മുന്നോട്ടുവെച്ചു. ഒരു ബിന്ദുവിൽനിന്ന് ആരംഭിക്കുകയും വികസിച്ച് ഒരു പരിധി എത്തുമ്പോൾ ചുരുങ്ങിത്തുടങ്ങുകയും ഈ പ്രകിയ ആവർത്തിക്കുകയും ചെയ്യുന്ന പ്രപഞ്ചത്തെകുറിച്ച് പത്തൊൻപതാം നൂറ്റാണ്ടിൽ എഡ്ഗർ അലൻപോയും എഴുതിയിരുന്നു. എന്നാൽ ഈ സങ്കല്പം ശാസ്ത്രീയമായിരുന്നു എന്ന് അദ്ദേഹംപോലും അവകാശപ്പെട്ടിരുന്നില്ല. എങ്കിലും ഇതെല്ലാം ഒരുപക്ഷേ, മഹാവിസ്ഫോടന സിദ്ധാന്തം ഉണ്ടാകുന്നതിന് സഹായിച്ചിരുന്നു.

ആധുനിക കാലത്ത് പ്രപഞ്ചവികാസവുമായി ബന്ധപ്പെട്ട ആശയം ആദ്യം ഉണ്ടാകുന്നത് ഗുരുത്വാകർഷണത്തെക്കുറിച്ചുള്ള ഐൻസ്റ്റൈന്റെ സിദ്ധാന്തത്തോടെയാണെന്നു പറയാം. സിദ്ധാന്തം ഗണിതപരമായി വിശകലനം ചെയ്തുവന്നപ്പോൾ പ്രപഞ്ചം ഒന്നുകിൽ വികസിച്ചുകൊണ്ടിരിക്കുന്നതോ അല്ലെങ്കിൽ ചുരുങ്ങിക്കൊണ്ടിരിക്കുന്നതോ ആവാനേ കഴിയൂ എന്നു മനസ്സിലായി. പക്ഷേ, ഐൻസ്റ്റൈന് ഇതു സ്വീകാര്യമായില്ല. പ്രപഞ്ചം സ്ഥിരതയുള്ളതായിരിക്കണം എന്ന് അദ്ദേഹം വിശ്വസിച്ചു. അതിനായി തന്റെ സിദ്ധാന്തത്തിൽ ഒരു പുതിയ അചരം അദ്ദേഹം കൂട്ടിച്ചേർത്തു. പ്രാപഞ്ചിക സ്ഥിരാങ്കം (Cosmological Constant) എന്നാണ് ഇതറിയപ്പെട്ടത്. സ്ഥിര പ്രപഞ്ചമാണ് ശരിയെന്ന തന്റെ വിശ്വാസത്തിനു പോറൽ തട്ടാതിരിക്കാനാണ് ഐൻസ്റ്റൈൻ പ്രാപഞ്ചിക സ്ഥിരാങ്കത്തെ അവതരിപ്പിച്ചത്. സിദ്ധാന്തത്തിലെ ഈ ചെറിയ തിരുത്തലിലൂടെ ശൂന്യമായ പ്രപഞ്ചത്തിനുപോലും പിണ്ഡവും മർദ്ദവും ഉണ്ടെന്നു വരും. അങ്ങനെ പ്രപഞ്ചത്തെ സ്ഥിരസ്ഥിതിയിൽ പിടിച്ചുനിർത്താനുമാകും. എന്നാൽ അധികം വൈകാതെതന്നെ പ്രപഞ്ചം വികസിച്ചുകൊണ്ടിരിക്കുകയാണെന്ന് എഡ്വിൻ ഹബിൾ കണ്ടെത്തി. ഇതോടെ താൻ ചെയ്തത് വലിയ മണ്ടത്തരമാണെന്നു പറഞ്ഞുകൊണ്ട് ഐൻസ്റ്റൈൻ പ്രാപഞ്ചിക സ്ഥിരാങ്കത്തെ തന്റെ സമവാക്യങ്ങളിൽനിന്ന് ഒഴിവാക്കി. ഐൻസ്റ്റൈന്റെ അബദ്ധം ഗണിതപരമായിരുന്നില്ല. മറിച്ച് പ്രപഞ്ചത്തിന്റെ ഗതിയെ സംബന്ധിച്ച ദാർശനിക നിലപാടിൽ നിന്നുണ്ടായതാണ്. ഇക്കാലത്തുതന്നെ പ്രാപഞ്ചിക സ്ഥിരാങ്കം ഉൾപ്പെടുത്താതെതന്നെ ഐൻസ്റ്റൈന്റെ സമവാക്യങ്ങളുപയോഗിച്ച് പ്രപഞ്ചത്തിന്റെ ഗതി വിവരിച്ച ശാസ്ത്രജ്ഞനായിരുന്നു അലക്സാണ്ടർ ഫ്രീഡ്മാൻ, അദ്ദേഹത്തിന്റെ പ്രബന്ധം 1924 ൽ ബർലിൻ അക്കാദമി പ്രസിദ്ധീകരിക്കുകയുണ്ടായി. എന്നാൽ ഐൻസ്റ്റൈൻ തന്റെ സമവാക്യങ്ങളിൽനിന്ന് ഒഴിവാക്കിയെങ്കിലും പ്രാപഞ്ചിക സ്ഥിരാങ്കത്തെ വിട്ടുകളയാൻ ആധുനിക ജ്യോതിശാസ്ത്രജ്ഞർ മടികാണിക്കുകയാണ്. പൊതു ആപേക്ഷികതാ സിദ്ധാന്തത്തെ ക്വാണ്ടം ഭൗതികവുമായി കൂട്ടിയോജിപ്പിക്കാൻ ശ്രമിക്കുമ്പോഴൊക്കെ ഈ സ്ഥിരാങ്കത്തെ പരിഗണിക്കേണ്ടിവരും. അടുത്ത കാലത്തുണ്ടായിട്ടുള്ള നിരീക്ഷണ പഠനങ്ങൾ ഈ സ്ഥിരാങ്കത്തെ ഒഴിവാക്കാൻ കഴിയില്ലെന്ന നിലയിലേക്കാണ് കാര്യങ്ങൾ എത്തിച്ചിരിക്കുന്നത്. പ്രപഞ്ചവികാസനിരക്ക് ഐൻസ്റ്റൈൻ സിദ്ധാന്തങ്ങളിലുള്ളതിലും അധികമാണെന്നാണ് ഇപ്പോൾ കണ്ടെത്തിയിരിക്കുന്നത്. പ്രപഞ്ചവികാസം പിടിച്ചുനിർത്താനാണ് ഐൻസ്റ്റൈൻ ഈ സ്ഥിരാങ്കം ഉപയോഗിച്ചതെങ്കിൽ പ്രപഞ്ച വികാസത്തിന്റെ വേഗത കൂട്ടാനാണ് ആധുനിക സൈദ്ധാന്തിക ഭൗതികശാസ്ത്രജ്ഞർ ഇതുപയോഗിക്കുന്നത്. ഐൻസ്റ്റൈൻ സിദ്ധാന്തങ്ങളിൽ സ്ഥിരാങ്കത്തിന്റെ മൂല്യം ധനാത്മകമായിരുന്നെങ്കിൽ (positive) ഇന്നത് ഋണാത്മകമാണ് (negative)എന്ന വ്യത്യാസമേയുള്ളൂ.

1927 ൽ ജോർജ്ജ് ലിമൈത്ര് വികസിക്കുന്ന പ്രപഞ്ചത്തെക്കുറിച്ചു

ള്ള തന്റെ സിദ്ധാന്തം തെളിവുകൾ സഹിതം വിവരിച്ചു. അകലെയുള്ള നക്ഷത്രസമൂഹങ്ങളിൽകണ്ട ചുമപ്പുനീക്കമാണ് പ്രധാന തെളിവായി ലിമൈത്ര് ചൂണ്ടിക്കാണിച്ചത്. എല്ലാദിക്കുകളിലും കാണുന്ന നക്ഷത്രസമൂഹങ്ങളും ഭൂമിയിൽനിന്ന് അകന്നുകൊണ്ടിരിക്കുകയാണെന്ന് 1929 ൽ എഡ്വിൻ ഹബിൾ കണ്ടെത്തിയത് ലിമൈത്രയുടെ സിദ്ധാന്തത്തിന് പിന്തുണയായി. പ്രപഞ്ചം ഒരു വിസ്ഫോടനത്തിൽനിന്നാണ് ആരംഭിച്ചത് എന്ന ആശയം ഇതേത്തുടർന്നാണ് 1931 ൽ ലിമൈത്ര് മുന്നോട്ടുവെക്കുന്നത്. 1949 മാർച്ചിൽ ബി ബി സിയിലെ ഒരു പരിപാടിയിലാണ് ഈ ആശയത്തെ പരിഹസിച്ചുകൊണ്ട് അതിനെ 'ബിഗ് ബാങ്' എന്ന് ഫ്രെഡ് ഹോയ്ൽ വിളിക്കുന്നത്.

മഹാവിസ്ഫോടന സിദ്ധാന്തത്തിന് ബദലായി ഫ്രെഡ്ഹോയ്ൽ, തോമസ് ഗോൾഡ്, ഹെർമൻ ബ്രോണ്ടി എന്നിവർ ചേർന്ന് 1948 ൽ അവതരിപ്പിച്ച പ്രപഞ്ചമാതൃകയാണ് സ്ഥിരസ്ഥിതി സിദ്ധാന്തം (Steady State Cosmology). എന്നാൽ നിരീക്ഷണങ്ങളിൽ നിന്നുലഭിച്ച തെളിവുകൾ കൂടുതലും മഹാവിസ്ഫോടനത്തെ അനുകൂലിക്കുന്നതായിരുന്നു. കൂടാതെ ജോർജ്ജ് ഗാമോവ് എന്ന അതികായന്റെ പ്രതിഭയും മഹാവിസ്ഫോടന സിദ്ധാന്തത്തിന് കരുത്തേകി. അദ്ദേഹം ലിമൈത്രയുടെ സിദ്ധാന്തത്തെ കൂടുതൽ വികസിപ്പിക്കുകയും സഹപ്രവർത്തകരായ റാൽഫ് ആൽഫർ, ഹാൻസ് ബെഥെ എന്നിവരോടു ചേർന്ന് പരഭാഗ വികിരണങ്ങൾ മഹാവിസ്ഫോടനത്തിന്റെ അവശിഷ്ട ഊർജ്ജമാണെന്ന് സ്ഥാപിക്കുകയും ചെയ്തു. അതോടെ സ്ഥിരസ്ഥിതി സിദ്ധാന്തം ഏറക്കുറെ ഉപേക്ഷിക്കപ്പെട്ട മട്ടിലായി. ആൽഫർ, ബെഥെ, ഗാമോവ് എന്നിവർ ചേർന്നുവികസിപ്പിച്ചെടുത്ത സിദ്ധാന്തമായതുകൊണ്ട് ഇത് അൽഫാ-ബീറ്റ-ഗാമ സിദ്ധാന്തം എന്ന പേരിലും അറിയപ്പെട്ടിരുന്നു.

മഹാവിസ്ഫോടനത്തിനുശേഷം എന്തു സംഭവിച്ചു എന്ന് ഏകദേശമായി മനസ്സിലാക്കാൻ നമുക്ക് കഴിഞ്ഞിട്ടുണ്ട്. ഏതാണ്ട് 1382 കോടി വർഷങ്ങൾക്കു മുമ്പായിരിക്കണം മഹാവിസ്ഫോടനം സംഭവിച്ചത്. അതിനു മുമ്പ് ഒന്നുമില്ലായിരുന്നു. നക്ഷത്രങ്ങളും ഗ്രഹങ്ങളും സ്പേസും സമയവും ഒന്നും... ശൂന്യത എന്നുപോലും പറയാൻ കഴിയില്ല. കാരണം ശൂന്യമാവാൻ ഒരു സ്ഥലമെങ്കിലും വേണ്ടേ? വായുവില്ല, സ്ഥലമില്ല, സമയമില്ല, ശബ്ദമില്ല, വെളിച്ചമില്ല... ഈ ഒന്നുമില്ലാത്ത അവസ്ഥയിൽ ഒരു വിസ്ഫോടനം. അത് ക്വാണ്ടം ബലതന്ത്രപരമായ ഒരു സാദ്ധ്യത മാത്രമാണ്. (Quantum Fluctuations). സാധാരണ ഭാഷയിൽ അതു വിശദീകരിക്കുവാൻ എളുപ്പമല്ല. അതുകൊണ്ടുതന്നെ പ്രപഞ്ചോല്പത്തി പോലെയുള്ള വലിയ കാര്യങ്ങൾ നമ്മുടെ ദൈനംദിന അനുഭവങ്ങളുടെ അടിസ്ഥാനത്തിൽ മനസ്സിലാക്കാനാകും എന്ന് പ്രതീക്ഷിക്കരുത്. സ്ഫോടന സമയത്തെ ഊഷ്മാവ് വളരെ ഉയർന്നതായിരിക്കണം. ഏതാണ്ട് 10-35 ഡിഗ്രി സെൽഷ്യസ് (ഒന്നിനു ശേഷം 35 പൂജ്യം വരുന്ന സംഖ്യ) ആ സ്ഫോടനത്തിൽനിന്ന് പ്രവഹിച്ചത് ഊർജ്ജവികിരണങ്ങളായിരുന്നു.

അതിൽ നിന്നാണ് നാമിന്നുകാണുന്ന എല്ലാ വസ്തുക്കളും ഉണ്ടായത്. ഐൻസ്റ്റൈന്റെ പ്രശസ്തമായ സമവാക്യം (E=MC^2) അനുസരിച്ച് ഊർജ്ജം ദ്രവ്യമായും തിരിച്ചും മാറാൻ കഴിയും.

പ്ലാങ്ക് സമയം

10^-43 സെക്കന്റ് സമയത്തിന് പ്ലാങ്ക് സമയം (Planck Time) എന്നാണ് പറയുന്നത്. വിസ്ഫോടനം കഴിഞ്ഞ് ഈ സമയം ആകുന്നതുവരെ എന്തുസംഭവിച്ചിരിക്കാം എന്നു വ്യക്തമല്ല. എന്നാൽ ഇതുവളരെ ചെറിയ കാലയളവാണ്. ഒരു സെക്കന്റിനെ ഒന്നിനുശേഷം 43 പൂജ്യമുള്ള സംഖ്യകൊണ്ട് ഹരിച്ചാൽ കിട്ടുന്ന ഉത്തരമാണ് ഈ സംഖ്യ. ഏറക്കുറെ പൂജ്യം സമയം എന്നു പറയാം. എന്നാൽ ഒരു ശാസ്ത്ര സിദ്ധാന്തമാകുമ്പോൾ അതിൽ സംശയത്തിന്റെ ഒരു പഴുതുപോലും ഉണ്ടാകാൻ പാടില്ലല്ലോ. പ്രപഞ്ചത്തിലെ അടിസ്ഥാന ബലങ്ങൾ (ഗുരുത്വാകർഷണ ബലം, വിദ്യുത് കാന്തിക ബലം, ശക്ത ന്യൂക്ലിയർബലം, ക്ഷീണന്യൂക്ലിയർ ബലം) ആ സമയത്ത് വ്യത്യസ്തമായി നിലനില്ക്കില്ല. ഇതെല്ലാം ചേർന്ന് ഒരൊറ്റ ബലമായിട്ടായിരിക്കണം നിലനിന്നിരുന്നത്. മേല്പറഞ്ഞ പ്ലാങ്ക് സമയത്തിനുശേഷം സംഭവിച്ചിരിക്കാവുന്ന കാര്യങ്ങൾ എന്തെല്ലാമാകാമെന്ന് ഏകദേശമായെങ്കിലും ഇന്ന് നമുക്കറിയാം. പ്ലാങ്ക് സമയം കഴിഞ്ഞപ്പോൾ ഗുരുത്വബലം വേറിട്ടുകാണപ്പെടാൻ ആരംഭിച്ചു. 10^-36 സെക്കന്റു സമയം കഴിഞ്ഞാണ് അണുകേന്ദ്രത്തിലെ ഘടകങ്ങളെ യോജിപ്പിച്ചുനിർത്തുന്ന ശക്ത ന്യൂക്ലിയർ ബലം പ്രത്യക്ഷപ്പെട്ടത്. അപ്പോഴേക്കും പ്രപഞ്ചം കുറെക്കൂടി തണുത്തിരിക്കും. ഏതാണ്ട് 10^-26 ഡിഗ്രി സെൽഷ്യസ് വരെ. ഇതെല്ലാം പറയുമ്പോൾ പ്രപഞ്ചത്തിന്റെ വലിപ്പം ഇപ്പോൾ നാം ജീവിക്കുന്ന പ്രപഞ്ചവുമായി താരതമ്യം ചെയ്യരുത്. പ്രപഞ്ചത്തിന്റെ അപ്പോഴത്തെ വലിപ്പം ഒരു ആറ്റത്തേക്കാൾ കുറവായിരുന്നു. ഈ അതിസൂക്ഷ്മ പ്രതിഭാസത്തിന്റെ വികസിത രൂപമാണ് നാമിന്നുകാണുന്ന പ്രപഞ്ചം. 10^-36 സെക്കന്റ് മുതൽ 10^-32 സെക്കന്റുവരെയുള്ള സമയത്ത് പരമാണുവിനേക്കാൾ ചെറിയ പ്രപഞ്ചത്തിനുണ്ടായ ത്വരിത വികാസമാണ് ഇൻഫ്ളേഷൻ. 10^-32 സെക്കന്റു കഴിഞ്ഞപ്പോഴേക്കും പ്രപഞ്ചം ഒരു ഓറഞ്ചിന്റെ വലിപ്പത്തിലെങ്കിലുമെത്തിയിരിക്കും. ഈ സമയത്ത് മൗലിക കണങ്ങളായ ക്വാർക്കുകൾ സൃഷ്ടിക്കപ്പെട്ടിരിക്കും. പ്രകാശകണികയായ ഫോട്ടോണുകളും ഈ സമയത്താണ് ഉണ്ടായത്. ഏതാണ്ട് ഒരു സെക്കന്റിന്റെ പത്തുലക്ഷത്തിലൊന്നു ഭാഗം വരെ ഈ പ്രക്രിയ തുടർന്നിരിക്കണം. അപ്പോഴേക്കും പ്രപഞ്ചത്തിന്റെ ഊഷ്മാവ് അനേകകോടി മടങ്ങ് കുറഞ്ഞിരിക്കും. ഏതാണ്ട് പത്തുലക്ഷം കോടി ഡിഗ്രി സെൽഷ്യസ് വരെ. ഇതിനിടെ ഇന്നു നാം കാണുന്ന എല്ലാതരം കണികകളും ഉത്ഭവിച്ചിരിക്കും.

തുടർന്നുള്ള പരിണാമം താരതമ്യേന ലളിതമായി മനസ്സിലാക്കാം. സ്ഫോടനത്തിന്റെ ഫലമായി തുടങ്ങിയ വികാസം തുടർന്നുകൊണ്ടേ

യിരുന്നു. വികാസത്തിന്റെ ഫലമായി പ്രപഞ്ചം തണുത്തു. സ്ഫോടനം കഴിഞ്ഞ് നൂറു സെക്കന്റിനും മുന്നൂറ് സെക്കന്റിനും ഇടയിൽ ഹൈഡ്രജനും ഹീലിയവുമുണ്ടായി. മറ്റു മൂലകങ്ങളും ഉണ്ടായെങ്കിലും അവയുടെ അളവ് തീർത്തും കുറവായിരുന്നു. ഗുരുത്വബലം കാരണം പരമാണുക്കൾ പരസ്പരം ആകർഷിക്കുകയും അവ മേഘങ്ങളെപ്പോലെ ഒരുമിച്ചു കൂടുകയും ചെയ്തു. അനേകം ഹൈഡ്രജൻ പരമാണുക്കൾ ഒന്നുചേർന്ന് ചിലയിടങ്ങളിൽ സാന്ദ്രത വർദ്ധിച്ചപ്പോൾ ഗുരുത്വബലവും വർദ്ധിച്ചു. അങ്ങനെ നക്ഷത്രങ്ങളുണ്ടായി. നക്ഷത്രങ്ങൾക്കുള്ളിലാണ് ഭാരം കൂടിയ മൂലകങ്ങളുണ്ടായത്. സൂപ്പർ നോവ പോലെയുള്ള നക്ഷത്രവിസ്ഫോടനങ്ങളിലൂടെ ഈ മൂലകങ്ങൾ പുറത്തുവന്നു. ഇത്തരം മൂലകങ്ങളെല്ലാം കൂടിച്ചേർന്നാണ് നമ്മുടെ സൗരയൂഥമുണ്ടായത്. ഇതുപോലെയുള്ള ശതകോടിക്കണക്കിന് സൗരയൂഥങ്ങൾ പ്രപഞ്ചത്തിലുണ്ട്.

മഹാവിസ്ഫോടനത്തോടെ ആരംഭിച്ച പ്രപഞ്ചവികാസം ഇന്നും തുടരുകയാണ്. പ്രപഞ്ചദ്രവ്യത്തിന്റെ ഗുരുത്വാകർഷണം കാരണം ഈ വികാസത്തിന്റെ വേഗത കുറഞ്ഞു വരികയും ഒടുവിൽ നിലയ്ക്കുകയും ചെയ്യുമെന്ന് മുമ്പ് കരുതിയിരുന്നു. വികാസം നിലച്ചാൽ ഗുരുത്വാകർഷണം കാരണം നക്ഷത്രസമൂഹങ്ങളെല്ലാം കൂടിച്ചേരുകയും ഒരു പക്ഷം വീണ്ടുമൊരു മഹാവിസ്ഫോടനത്തിൽ കലാശിക്കുകയും ചെയ്യാമെന്ന് ചില ശാസ്ത്രജ്ഞരെങ്കിലും വിശ്വസിച്ചിരുന്നു. എന്നാൽ പ്രപഞ്ചവികാസത്തിന്റെ വേഗത വർദ്ധിക്കുകയാണെന്ന കണ്ടെത്തൽ ഈ വിശ്വാസത്തെ തകിടം മറിക്കുകയാണ്. പ്രപഞ്ചത്തെക്കുറിച്ചുള്ള നമ്മുടെ ധാരണകൾ പുനഃപരിശോധിക്കേണ്ട കാലമായി എന്നതിനുള്ള സൂചനയായിരിക്കുമിത്.

മഹാവിസ്ഫോടനത്തിനുമുമ്പ് എന്ത് എന്ന ചോദ്യം ശാസ്ത്രജ്ഞരെ കുഴയ്ക്കുന്ന ഒരു പ്രഹേളികയാണ്. കൂടുതൽ അംഗീകരിക്കപ്പെട്ടിട്ടുള്ള ഒരു തത്ത്വം പ്രപഞ്ചം ചുരുങ്ങി അതിഗാഢമായ ഒരു ബിന്ദുവിൽ വരികയും പിന്നീട് പൊട്ടിത്തെറിക്കുകയും വീണ്ടും വികസിച്ച് ഒരു അളവ് കഴിയുമ്പോൾ ചുരുങ്ങിത്തുടങ്ങുകയും ചെയ്യുന്നു എന്നാണ്. എന്നാൽ പ്രപഞ്ചവികാസനിരക്ക് വർദ്ധിക്കുന്നതും ഗുരുത്വ തരംഗങ്ങൾ ഇൻഫ്ളേഷനു തെളിവു നല്കുന്നതുമെല്ലാം കൂട്ടിവായിക്കുമ്പോൾ ചാക്രിക പ്രപഞ്ചമാതൃക സംശയത്തിന്റെ നിഴലിലാവുകയാണ്. പ്രപഞ്ചം വികസിച്ചുകൊണ്ടിരിക്കുകയാണ്... അതിദ്രുതം, പ്രപഞ്ചത്തെക്കുറിച്ചുള്ള നമ്മുടെ ധാരണകളും...

'റെയിൻബോ ഗ്രാവിറ്റേഷൻ' കാലത്തിനു തുടക്കമില്ല, മഹാവിസ്ഫോടനം സംശയത്തിന്റെ നിഴലിൽ!

"God not only plays dice, but also sometimes throws them where they cannot be seen"

-Stephen Hawking

പ്രപഞ്ചോല്പത്തിയെക്കുറിച്ച് ചിന്തിക്കുമ്പോൾ മഹാവിസ്ഫോടന മാതൃകയായിരിക്കും ഓർമ്മയിലെത്തുന്നത്. ദ്രവ്യ-ഊർജ്ജ സാന്ദ്രത അനന്തമായ വൈചിത്ര്യത്തിലുണ്ടായ (singularity) ക്വാണ്ടം ആന്ദോളനങ്ങളാണ് ഈ മഹാ പ്രപഞ്ചത്തിന്റെ സൃഷ്ടിക്കു കാരണമായതെന്നാണ് പരമ്പരാഗത മഹാവിസ്ഫോടന മാതൃക പറയുന്നത്. ഏകദേശം 1382 കോടി വർഷങ്ങൾക്കു മുമ്പാരംഭിച്ച പ്രപഞ്ചവികാസം ഇന്നും തുടരുകയാണ്. അതിനും മുമ്പ് എന്തായിരുന്നു എന്നു ചോദിക്കുന്നതിൽ അർത്ഥമില്ല. കാരണം പ്രപഞ്ചസൃഷ്ടി സ്ഥലത്തിലും കാലത്തിലുമല്ല സംഭവിച്ചത്. സ്ഥലകാലങ്ങളും ദ്രവ്യവും ഒരുമിച്ചാണ് സൃഷ്ടിക്കപ്പെട്ടത്. പ്രപഞ്ചസീമയ്ക്കപ്പുറമെന്താണെന്നു ചോദിക്കുന്നതിലും അർത്ഥമില്ല. കാരണം അതിനപ്പുറമെന്താണെന്നറിയാൻ കഴിയില്ല, അവിടെനിന്നുള്ള വിദ്യുത് കാന്തിക തരംഗങ്ങൾ നമ്മുടെ സമീപമെത്താറായിട്ടില്ല. അതുമാത്രമല്ല, സ്ഥലം സൃഷ്ടിക്കപ്പെടുന്നത് പ്രപഞ്ചസീമയിലാകുമ്പോൾ അതിനപ്പുറമെന്താണെന്നു ചോദിക്കുന്നതുതന്നെ ബാലിശമാണ്. പോരാത്തതിന് ക്വാണ്ടം നിയമങ്ങളനുസരിച്ച് ഒന്നുമില്ലായ്മയിൽനിന്ന് ദ്രവ്യവും ഊർജ്ജവും ഉരുത്തിരിഞ്ഞുവരുന്നത് തെളിയിക്കാനും കഴിയും. ഇനിയും സംശയം തീരാത്തവർക്ക് പരഭാഗ വികിരണങ്ങൾ നല്കുന്ന തെളിവുകളും മഹാവിസ്ഫോടന മാതൃകയ്ക്ക് ബലമേകും.

എന്നാൽ, ഇക്കഴിഞ്ഞ ഏതാനും വർഷങ്ങളായി പ്രപഞ്ച വിജ്ഞാ

ന മേഖലയിലുണ്ടായിട്ടുള്ള പുതിയ കണ്ടെത്തലുകൾ മഹാവിസ്ഫോടന സിദ്ധാന്തത്തിന്റെ (Big Bang theory) വിശ്വാസ്യതയെ ചോദ്യംചെയ്യുകയാണ്. പ്രപഞ്ചത്തിനൊരു തുടക്കമുണ്ടാകാൻ സാദ്ധ്യതയില്ല. മഹാവിസ്ഫോടനം സംഭവിച്ചുകാണുകയുമില്ല. പ്രപഞ്ചത്തിനൊരു തുടക്കമില്ലെങ്കിൽ കാലത്തിനും തുടക്കമുണ്ടാകില്ല. കാലത്തിനു തുടക്കമില്ലെങ്കിൽ സ്ഥലകാലങ്ങൾ രൂപംകൊണ്ട വൈചിത്ര്യത്തിനും നിലനില്പില്ല. പ്രപഞ്ചവികാസവും സ്ഥലകാലങ്ങളുടെ ഉല്പത്തിയും ചോദ്യം ചെയ്യുന്ന ഏറ്റവും പുതിയ കണ്ടെത്തലുമായി രംഗത്തെത്തിയിരിക്കുന്നത് ഈജിപ്തിലെ സിറ്റി ഓഫ് സയൻസ് ആന്റ് ടെക്നോളജിയിലെ സൈദ്ധാന്തിക ഗവേഷകനായ ഡോ. ആദിൽ അവാദും സംഘവുമാണ്. ഇതിന് പിൻബലമേകുന്നത് 'റെയിൻബോ ഗ്രാവിറ്റേഷൻ' എന്ന നൂതന ക്വാണ്ടം ഗ്രാവിറ്റി സിദ്ധാന്തവും.

സ്ഥൂല പ്രപഞ്ചത്തിന്റെ അവസാനവാക്കായ സാമാന്യ ആപേക്ഷികതയും (General Relativity), സൂക്ഷ്മ പ്രപഞ്ചം അടക്കിവാഴുന്ന ക്വാണ്ടം മെക്കാനിക്സും സംയോജിപ്പിച്ചുകൊണ്ട് ഒരു സമ്പൂർണ്ണ പ്രപഞ്ച സിദ്ധാന്തം രൂപീകരിക്കുന്നതിന് കഴിഞ്ഞ ഏതാനും ദശാബ്ദങ്ങളായി ഭൗതികശാസ്ത്രജ്ഞർ പരിശ്രമിക്കുന്നുണ്ട്. ചരടുസിദ്ധാന്തങ്ങളും (string theories), എം-തിയറിയും, സൂപ്പർ ഗ്രാവിറ്റി, ടെക്നികളർ, ലൂപ് ക്വാണ്ടം ഗ്രാവിറ്റി എന്നീ സിദ്ധാന്തങ്ങളും ഇങ്ങനെ സർവ്വതിന്റെയും സമ്പൂർണ്ണ സിദ്ധാന്തമാകുന്നതിനുള്ള തയ്യാറെടുപ്പിലാണ്. ക്വാണ്ടം ഗ്രാവിറ്റി സിദ്ധാന്തങ്ങളെന്നറിയപ്പെടുന്ന ഇത്തരം ഗണിത പ്രമാണങ്ങളിലൊന്നാണ് 'റെയിൻബോ ഗ്രാവിറ്റേഷൻ'. മറ്റ് ക്വാണ്ടം ഗ്രാവിറ്റി സിദ്ധാന്തങ്ങളെപ്പോലെ റെയിൻബോ ഗ്രാവിറ്റിയും ശൈശവദശയിലാണ്. പത്തു വയസ്സാകുന്നതേയുള്ളൂ ഈ അത്ഭുതശിശുവിന്.

പ്രപഞ്ചോല്പത്തി വിവരിക്കുമ്പോൾ 'ഹോട്ട് ബിഗ് ബാങ്' വലിയൊരു കീറാമുട്ടി തന്നെയാണ്. കാലത്തിന്റെ തുടക്കവും വൈചിത്ര്യവുമാണ് ഈ മാതൃകയുടെ വലിയ പോരായ്മ. റെയിൻബോ ഗ്രാവിറ്റിയനുസരിച്ച് സ്ഥലകാലങ്ങളുടെ ഉത്ഭവം മഹാവിസ്ഫോടന മാതൃകയിൽ നിന്നു തികച്ചും വിഭിന്നമാണ്. ഐൻസ്റ്റൈന്റെ സാമാന്യ ആപേക്ഷികതാ പ്രമാണമനുസരിച്ച് പിണ്ഡമുള്ള വസ്തുക്കൾ അവ സഞ്ചരിക്കുന്ന സ്ഥലകാലങ്ങളിൽ വക്രതയുണ്ടാക്കും. സ്പേസിന്റെ വക്രത അതിൽ സഞ്ചരിക്കുന്ന പ്രകാശത്തിനും ബാധകമായിരിക്കും. മഹാവിസ്ഫോടന മാതൃകയനുസരിച്ച് സ്പേസിന്റെ വക്രത അതിൽ സഞ്ചരിക്കുന്ന കണികകളുടെ ഊർജ്ജനിലയുമായി ബന്ധപ്പെടുന്നില്ല. എന്നാൽ, റെയിൻബോ ഗ്രാവിറ്റി ഇതംഗീകരിക്കുന്നില്ല. വ്യത്യസ്ത ഊർജ്ജനിലയിൽ സഞ്ചരിക്കുന്ന കണികകൾ വ്യത്യസ്ത സ്ഥലകാലങ്ങളിലും വ്യത്യസ്ത ഗുരുത്വക്ഷേത്രത്തിലുമാണ് നിലനില്ക്കുന്നത്. പ്രകാശത്തിന്റെ ഘടകവർണ്ണങ്ങൾ നിരീക്ഷിക്കുക. വ്യത്യസ്ത തരംഗദൈർഘ്യമുള്ള പ്രകാശ കണങ്ങളാണ് (photons) വ്യത്യസ്ത വർണ്ണങ്ങൾ സൃഷ്ടിക്കുന്നത്.

അവ വ്യത്യസ്ത ഊർജ്ജനിലയിലും വ്യത്യസ്ത സഞ്ചാരപാതയിലുള്ളവയുമായിരിക്കും. ഈ ഫോട്ടോണുകൾ സ്ഥലകാലങ്ങളിൽ സഞ്ചരിക്കുന്നത് വ്യത്യസ്ത ഗുരുത്വക്ഷേത്രങ്ങളിലൂടെയുമാണ്.

ഫോട്ടോണുകളുടെ ആവൃത്തിയിലുള്ള വ്യത്യാസം നിസ്സാരമായതുകൊണ്ട് ഗാലക്സികളുടെ നേരിട്ടുള്ള നിരീക്ഷണത്തിൽ ഈ പ്രതിഭാസം തിരിച്ചറിയാൻ കഴിയില്ല. എന്നാൽ, ജി ആർ ബി (Gamma Ray Burst- GRB) പോലെയുള്ള അത്യന്തം തീവ്രമായ ഊർജ്ജ വിസ്ഫോടന വേളകളിൽ ഈ പ്രതിഭാസം അനുഭവപ്പെടുമെന്നാണ് ഡോ. അവാദും സംഘവും വാദിക്കുന്നത്. ഇത്തരം സന്ദർഭങ്ങളിൽ വ്യത്യസ്ത തരംഗദൈർഘ്യമുള്ള ഫോട്ടോണുകൾ ഭൂമിയിലെത്തിച്ചേരുന്ന സമയവും വ്യത്യസ്തമായിരിക്കും. ശതകോടിക്കണക്കിന് പ്രകാശവർഷങ്ങൾ സഞ്ചരിച്ച് ഭൂമിയിലെത്തുന്ന ഫോട്ടോണുകളുടെ കാലവിളംബം ഗണിക്കത്തക്കതുമായിരിക്കും. ഉന്നത ഊർജ്ജനിലയിലാണ് റെയിൻബോ ഗ്രാവിറ്റി നിലനില്ക്കുന്നത്. പ്രപഞ്ചത്തിൽ ഇത്രയധികം സാന്ദ്രമായ ദ്രവ്യ ഊർജ്ജ വിതരണം വിരളമാണ്. എന്നാൽ, ശൈശവ പ്രപഞ്ചത്തിൽ ഇതായിരുന്നില്ല സ്ഥിതി. ഒരുപക്ഷേ, നമുക്ക് ചിന്തിക്കാൻ കഴിയുന്നതിലും സങ്കീർണ്ണമായിരുന്നു അത്. പ്രപഞ്ചോല്പത്തിയുമായി ബന്ധപ്പെട്ട് രണ്ടു സാദ്ധ്യതകളാണ് റെയിൻബോ ഗ്രാവിറ്റി മുന്നോട്ടുവയ്ക്കുന്നത്. നിങ്ങൾ കാലത്തിൽ പിന്നിലേക്കു സഞ്ചരിച്ചാൽ പ്രപഞ്ചത്തിന്റെ സാന്ദ്രത വർദ്ധിക്കുന്നതു തിരിച്ചറിയാൻ കഴിയും. എന്നാൽ, ഈ യാത്ര തുടർന്നാൽ മഹാവിസ്ഫോടന മാതൃക പറയുന്ന ദ്രവ്യ-ഊർജ്ജ സാന്ദ്രത അനന്തമായ ഒരു ബിന്ദുവിൽ (singularity) നിങ്ങൾ ഒരിക്കലും എത്തിച്ചേരില്ല. രണ്ടാമത്തെ സാദ്ധ്യത കാലത്തിൽ പിന്നിലേക്കുള്ള സഞ്ചാരം നിങ്ങളെ എത്തിക്കുന്നത് സാന്ദ്രത അത്യന്തം സങ്കീർണ്ണമായ ഒരു മേഖലയിലേക്കായിരിക്കും. അതുമൊരു വൈചിത്ര്യമേഖലയായിരിക്കില്ല. ചുരുക്കിപ്പറഞ്ഞാൽ ഈ രണ്ടു സാദ്ധ്യതയും വൈചിത്ര്യത്തെ അംഗീകരിക്കുന്നില്ല. ഡോ. അവാദിന്റെയും സംഘത്തിന്റെയും ഗവേഷണം വിരൽ ചൂണ്ടുന്നതു തുടക്കമില്ലാത്ത ഒരു പ്രപഞ്ചത്തിന്റെ സാദ്ധ്യതയിലേക്കാണ്. കാലത്തിൽ പിന്നിലേക്കുള്ള പ്രയാണം ഒരിക്കലും അവസാനിക്കില്ല.

മഹാവിസ്ഫോടനത്തെ മാറ്റിനിർത്തുന്നതിലുപരി, സാമാന്യ ആപേക്ഷികതയ്ക്ക് പരിഷ്കരണം വരുത്തുന്നുവെന്നതാണ് റെയിൻബോ ഗ്രാവിറ്റി നേരിടുന്ന ഏറ്റവും വലിയ വിമർശനം. എന്നാൽ, 'ലീ സ്മോളിനെ'പ്പോലെയുള്ള പ്രതിഭാശാലികൾ രൂപംകൊടുത്ത 'റിലേറ്റീവ് ലോക്കാലിറ്റി' മാതൃകയുമായി റെയിൻബോ ഗ്രാവിറ്റി സംയോജിപ്പിച്ചുകൊണ്ടുള്ള സൈദ്ധാന്തിക ഗവേഷണവും ഇതിനിടെ ആരംഭിച്ചുകഴിഞ്ഞിട്ടുണ്ട്. ഈ മാതൃകയനുസരിച്ച് സ്ഥലകാലങ്ങളിൽ വ്യത്യസ്ത ലൊക്കേഷനുകളിലുള്ള നിരീക്ഷകർക്ക് സംഭവങ്ങൾ വ്യത്യസ്തമായാണ് അനുഭവപ്പെടുന്നത്. റെയിൻബോ ഗ്രാവിറ്റിയുടെ ആഴത്തിലുള്ള പഠനമാ

ണ് റിലേറ്റീവ് ലോക്കാലിറ്റിയിൽ നടക്കുന്നത്.

മഹാവിസ്ഫോടനം സർവ്വതിന്റെയും തുടക്കമല്ലെന്നും 'അതിനു മുമ്പ്' എന്നുപയോഗിക്കുന്നതിൽ തെറ്റില്ലെന്നുമാണ് പുതിയ പഠനങ്ങൾ നല്കുന്ന സൂചന. മഹാവിസ്ഫോടന സിദ്ധാന്തത്തിന്റെ ഏറ്റവും പ്രധാനപ്പെട്ട തെളിവും സ്ഫോടനത്തിന്റെ അവശിഷ്ട ഊർജ്ജവുമാണെന്നു കരുതപ്പെടുന്ന പരഭാഗ വികിരണങ്ങൾക്ക് പ്രപഞ്ചത്തേക്കാൾ കൂടുതൽ പ്രായമുണ്ടെന്നാണ് പുതിയ കണ്ടെത്തൽ എത്തിനില്ക്കുന്നത്. 1965ൽ അർനോ പെൻസിയാസ്, റോബർട്ട് വിൽസൻ എന്നിവർ ചേർന്ന് വളരെ ആകസ്മികമായാണ് മൈക്രോവേവ് ബാൻഡിലുള്ളതും പ്രപഞ്ചമാകെ വ്യാപിച്ചുകിടക്കുന്നതുമായ ഈ വികിരണങ്ങൾ കണ്ടെത്തിയത്. പരഭാഗ വികിരണങ്ങൾക്കുണ്ടാകുന്ന അപശ്രുതികൾ പഠിക്കുന്നതിനായി നാസ വിക്ഷേപിച്ച ഡബ്ല്യു-മാപ് (Wilkinson Microwave Anisotropy Prob- WMAP) സ്പേസ്ക്രാഫ്റ്റ് നിർമ്മിച്ച പരഭാഗ വികിരണങ്ങളുടെ ഗ്രാഫ് പരിശോധിച്ച ഓക്സ്ഫഡ് യൂണിവേഴ്സിറ്റിയിലെ ശാസ്ത്രജ്ഞർ ഗ്രാഫിൽ കണ്ടെത്തിയ വലയങ്ങൾ മഹാവിസ്ഫോടനത്തെത്തുടർന്നുണ്ടായതല്ലെന്നും അതിനും എത്രയോ 'മുമ്പ്' ഉണ്ടായതാണെന്നും കണക്കുകൂട്ടി കണ്ടെത്തിയിട്ടുണ്ട്. ശാസ്ത്രസംഘത്തിന് നേതൃത്വംകൊടുത്ത സർ. റോജർ പെൻറോസ് ഒരു ദശാബ്ദം മുമ്പെഴുതിയ *സൈക്കിൾസ് ഓഫ് ടൈം* എന്ന പുസ്തകത്തിലും കാലത്തിന് തുടക്കമില്ലെന്നു സൂചിപ്പിച്ചിരുന്നു. ഗ്രാഫിൽ കണ്ടെത്തിയ വലയങ്ങൾക്കു കാരണം അത്യധികം തീവ്രമായ ഗുരുത്വബലമാണെന്നാണ് ശാസ്ത്രജ്ഞരുടെ വാദം. ഇത്ര തീവ്രമായ ഗുരുത്വബലം പ്രദാനം ചെയ്യുന്നത് ഭീമൻ തമോഗർത്തങ്ങൾ (Black holes) ആയിരിക്കും. ഈ തമോഗർത്തങ്ങൾക്ക് നാം അധിവസിക്കുന്ന പ്രപഞ്ചത്തേക്കാൾ പ്രായമുണ്ടാകുമെന്നാണ് പെൻറോസിന്റെയും സംഘത്തിന്റെയും അഭിപ്രായം.

പരഭാഗ വികിരണങ്ങളെക്കുറിച്ച് പഠിക്കാനായി യൂറോപ്യൻ സ്പേസ് ഏജൻസി വിക്ഷേപിച്ച പ്ലാങ്ക് സ്പേസ്ക്രാഫ്റ്റും ഡബ്ല്യു-മാപ് കണ്ടെത്തിയതുപോലെയുള്ള അപശ്രുതികൾ വികിരണങ്ങളുടെ ഗ്രാഫിൽ കണ്ടെത്തിയിട്ടുണ്ട്. എന്നാൽ, പെൻറോസും സംഘവും കരുതുന്നതുപോലെ ഈ അപശ്രുതിക്ക് കാരണം തമോഗർത്തങ്ങളല്ലെന്നാണ് പ്ലാങ്ക് ശാസ്ത്രജ്ഞർ പറയുന്നത്. മറിച്ച് സമാന്തര പ്രപഞ്ചങ്ങൾ സൃഷ്ടിക്കുന്ന ശക്തമായ ഗുരുത്വബലമാണ് ഈ അപശ്രുതിക്ക് കാരണമാകുന്നതത്രേ! കേൾക്കുമ്പോൾ ഒരു കിറുക്കൻ ആശയമാണിതെന്നു തോന്നുന്നവർക്ക് കേംബ്രിഡ്ജ് യൂണിവേഴ്സിറ്റിയിലെ ആസ്ട്രോഫിസിക്സ് പ്രൊഫസറായ ജോർജ്ജ് എസ്താതിയോ കൃത്യമായ മറുപടി നല്കുന്നുണ്ട്. മഹാവിസ്ഫോടനമെന്നു കേട്ടാൽ നെറ്റിചുളിക്കാത്തവർക്ക് ഈ മാതൃകയും ഉൾക്കൊള്ളാൻ പ്രയാസമുണ്ടാകില്ലെന്നാണ് അദ്ദേഹത്തിന്റെ വാദം. 2005 ൽ നോർത്ത് കരോലിന യൂണിവേഴ്സിറ്റിയിലെ സൈദ്ധാന്തിക ഭൗതിക ശാസ്ത്രജ്ഞയായ ലോറ മെർസിനിയും, കാർനഗി മെലൺ

യൂണിവേഴ്സിറ്റിയിലെ അദ്ധ്യാപകനായ പ്രൊഫ. റിച്ചാർഡ് ഹാൾമാനും പരഭാഗ വികിരണങ്ങളുടെ അപശ്രുതിക്ക് കാരണം സമാന്തര പ്രപഞ്ച ങ്ങളുടെ സാന്നിദ്ധ്യമാണെന്നു പ്രവചിച്ചിരുന്നു. ഇക്കഴിഞ്ഞ നവംബർ മാസത്തിൽ പ്ലാങ്ക് സ്പേസ്ക്രാഫ്റ്റിൽ നിന്നു ലഭിച്ച വിവരങ്ങൾ തങ്ങ ളുടെ പ്രവചനം ശരിവച്ചിരിക്കുകയാണെന്നാണ് ലോറ മെർസിനി അവ കാശപ്പെടുന്നത്. പെൻറോസും സംഘവും കരുതുന്നതുപോലെ തമോ ഗർത്തങ്ങൾ സൃഷ്ടിക്കുന്ന ഗുരുത്വക്ഷേത്രങ്ങൾ പരഭാഗ വികിരണങ്ങ ളിൽ അസ്വസ്ഥതകൾ സൃഷ്ടിക്കാമെന്ന പരികല്പന നിലനില്ക്കില്ലെ ന്നു തന്നെയാണ് നാസയിലെ ശാസ്ത്രജ്ഞരും പറയുന്നത്.

പരഭാഗവികിരണങ്ങളുടെ അസ്വസ്ഥതകൾക്ക് കാരണമന്വേഷിക്കു ന്ന ഓക്സ്ഫഡ്-കേംബ്രിഡ്ജ് യൂണിവേഴ്സിറ്റികളിലെ ഗവേഷകർക്ക് ലഭിച്ച ഉത്തരങ്ങൾ വ്യത്യസ്തമായിരുന്നെങ്കിലും ഇതൊരു ഏക പ്രപ ഞ്ചമാണെന്ന ഒത്തുതീർപ്പിന് ഇരുവിഭാഗവും തയ്യാറല്ല. നിരവധി ലഘു സ്ഫോടനങ്ങളും നിരവധി ലഘു പ്രപഞ്ചങ്ങളുമുള്ള കുമിളാ പ്രപഞ്ച ങ്ങളുടെ സാദ്ധ്യതയിലേക്ക് പെൻറോസ് വിരൽചൂണ്ടുമ്പോൾ പ്ലാങ്ക് ശാ സ്ത്രജ്ഞർ സമാന്തര പ്രപഞ്ചങ്ങളുടെ സാദ്ധ്യതയാണ് അന്വേഷിക്കു ന്നത്. ആധുനിക പ്രപഞ്ച വൈജ്ഞാനികരിലധികവും നിരവധി പ്രപ ഞ്ചങ്ങളുടെ (multiverse) സാദ്ധ്യത അംഗീകരിക്കുന്നവരുമാണ്.

മഹാവിസ്ഫോടന മാതൃകയിലെ ഏക പ്രപഞ്ചത്തിൽനിന്നു വിഭി ന്നമാണെങ്കിലും പെൻറോസിന്റെയും സംഘത്തിന്റെയും മാതൃകകളിലും പ്രപഞ്ചം വികസിക്കുന്നുവെന്ന കാര്യത്തിൽ തർക്കമില്ല. സ്ലോൺ ഡി ജിറ്റൽ സ്കൈ സർവേയും (SDSS) ബേര്യോൺ അക്കോസ്റ്റിക് ഓസി ലേഷൻ സ്പെക്ട്രോസ്കോപിക് സർവ്വേയും (BOSS) നല്കുന്ന സൂച നകളും പ്രപഞ്ചവികാസം ഒരിക്കലും അവസാനിക്കില്ലെന്നാണ്. എന്നാൽ, അടുത്തിടെ ഇതിൽനിന്നും വിഭിന്നമായ മറ്റൊരു പരികല്പന ജർമ്മനി യിലെ ഹൈഡൽബെർഗ് യൂണിവേഴ്സിറ്റിയിലെ സൈദ്ധാന്തിക ഭൗതി കജ്ഞനായ ക്രിസ്റ്റോഫ് വെറ്ററിച്ചും സംഘവും അവതരിപ്പിച്ചത് ശ്ര ദ്ധേയമാണ്. പ്രപഞ്ചം വികസിക്കുന്നില്ലെന്നും മൗലിക കണങ്ങൾക്കു ണ്ടാകുന്ന പിണ്ഡവർദ്ധനവ് നിരീക്ഷകനുണ്ടാക്കുന്ന മിഥ്യാദർശനം മാ ത്രമാണ് പ്രപഞ്ചവികാസത്തിന്റെ തെളിവായി കണക്കാക്കുന്ന ചുമപ്പു നീക്കത്തിന് കാരണമെന്നുമാണ് വെറ്ററിച്ച് പറയുന്നത്.

ചുമപ്പുനീക്കവും നീലനീക്കവും നിരവധി ജ്യോതിശാസ്ത്രജ്ഞരു ടെ ഗവേഷണ വിഷയങ്ങളാണ്. ഏതെങ്കിലുമൊരു ദ്രവ്യപിണ്ഡം നിരീ ക്ഷകനിൽ നിന്നകലുകയോ നിരീക്ഷകനെ സമീപിക്കുകയോ ചെയ്യുന്ന തോത് അളക്കുന്നതിനുള്ള മാനദണ്ഡമാണ് 'ഡോപ്ലർ ഷിഫ്റ്റിങ്' എന്ന റിയപ്പെടുന്ന ചുമപ്പ്, നീലനീക്കങ്ങൾ. പ്രകാശ സ്രോതസ് നിരീക്ഷക നിൽ നിന്നകലുമ്പോൾ അതു ചുമപ്പുനീക്കമെന്നും നിരീക്ഷകനെ സമീ പിക്കുമ്പോൾ നീലനീക്കമെന്നുമാണ് അറിയപ്പെടുന്നത്. ചലിച്ചുകൊണ്ടി രിക്കുന്ന ഒരു ദ്രവ്യപിണ്ഡം ആഗിരണം ചെയ്യുകയോ പുറത്തുവിടുകയോ

ചെയ്യുന്ന വിദ്യുത്കാന്തിക തരംഗങ്ങളുടെ ആവൃത്തിയെ അടിസ്ഥാനമാക്കിയാണ് ഈ സങ്കേതം പ്രവർത്തിക്കുന്നത്. ഒരു പ്രകാശ സ്രോതസ് ഭൂമിയിൽനിന്ന് അകന്നുപോവുകയാണെങ്കിൽ അതിൽനിന്നു പുറപ്പെടുന്ന പ്രകാശകിരണങ്ങളുടെ തരംഗദൈർഘ്യം വർദ്ധിക്കുകയും വിദ്യുത്കാന്തിക സ്പെക്ട്രത്തിലെ തരംഗദൈർഘ്യം കൂടിയ ഇൻഫ്രാ വേവ് ബാൻഡിലേക്ക് നീങ്ങുകയും ചെയ്യും. ഇതാണ് ചുമപ്പുനീക്കം. ഇനി പ്രകാശ സ്രോതസ്സ് ഭൂമിയെ സമീപിക്കുകയാണെങ്കിൽ പ്രകാശകിരണങ്ങളുടെ തരംഗദൈർഘ്യം കുറഞ്ഞ് അൾട്രാവയലറ്റ് വേവ് ബാൻഡിലേക്കും നീങ്ങും. ഇതാണ് നീലനീക്കം. പ്രപഞ്ചത്തിലെ വിദൂര ഗാലക്സികളെല്ലാം ശക്തമായ ചുമപ്പുനീക്കം കാണിക്കുന്നുണ്ട്. നക്ഷത്രസമൂഹങ്ങൾക്ക് നിരീക്ഷകനിൽനിന്നുള്ള അകലം കൂടുന്നതിനനുസരിച്ച് ചുമപ്പുനീക്കവും ശക്തമാകും. വികസിക്കുന്ന പ്രപഞ്ചമാതൃകയ്ക്ക് ഏറ്റവും ശക്തമായ പിന്തുണയാണ് ഡോപ്ലർ പ്രഭാവം പ്രദാനം ചെയ്യുന്നത്.

ഇനി ക്രിസ്റ്റോഫ് വെറ്ററിച്ച് എന്താണു പറയുന്നതെന്നു നോക്കാം. ആറ്റങ്ങളിൽനിന്ന് ഉത്സർജ്ജിക്കപ്പെടുന്ന വിദ്യുത് കാന്തിക വികിരണങ്ങളുടെ സവിശേഷതകൾ അവയിലടങ്ങിയിരിക്കുന്ന മൗലിക കണങ്ങളുടെ, വിശേഷിച്ചും ഇലക്ട്രോണുകളുടെ പിണ്ഡത്തെ ആശ്രയിച്ചാണ് നിർണ്ണയിക്കുന്നത്. മൗലിക കണങ്ങളുടെ പിണ്ഡം വർദ്ധിക്കുന്നതിനനുസരിച്ച് ആറ്റങ്ങളിൽനിന്ന് ഉത്സർജ്ജിക്കപ്പെടുന്ന വികിരണങ്ങളുടെ ഊർജ്ജവും വർദ്ധിക്കും. ഇതുതന്നെയാണ് നീലനീക്കത്തിലും സംഭവിക്കുന്നത്. തരംഗങ്ങളുടെ ഊർജ്ജം വർദ്ധിക്കുകയെന്നാൽ അവയുടെ തരംഗദൈർഘ്യം കുറഞ്ഞ് അൾട്രാവയലറ്റ് ശ്രേണിയിലേക്ക് നീങ്ങുകയാണ്. ഇനി മൗലിക കണങ്ങളുടെ പിണ്ഡം കുറയുന്ന സാദ്ധ്യത പരിശോധിക്കാം. പിണ്ഡം കുറഞ്ഞ മൗലിക കണങ്ങൾ ഉത്സർജ്ജിക്കുന്ന പ്രകാശ തരംഗങ്ങളുടെ ഊർജ്ജനിലയും കുറവായിരിക്കും. ഊർജ്ജനില കുറയുന്നതിനനുസരിച്ച് തരംഗദൈർഘ്യം വർദ്ധിച്ച് ഇൻഫ്രാറെഡ് ശ്രേണിയിലേക്ക് നീങ്ങും. ഇതുതന്നെയാണ് ചുമപ്പുനീക്കം. ഇവിടെയാണ് ക്രിസ്റ്റോഫ് വെറ്ററിച്ചിന്റെ വാദം ശക്തമാകുന്നത്. പ്രകാശ വേഗത സമയത്തെ ആധാരമാക്കിയുള്ള ഒരു ക്ലിപ്തസംഖ്യയാണ്. ഒരു വിദൂര നക്ഷത്രസമൂഹത്തെ നോക്കുന്ന ഭൂമിയിലുള്ള നിരീക്ഷകൻ ലക്ഷങ്ങളോ കോടികളോ വർഷങ്ങൾക്ക് മുമ്പുള്ള നക്ഷത്രസമൂഹത്തെയാണ് കാണുന്നത്. ചതുർമാനങ്ങളിൽ നിലനില്ക്കുന്ന മനുഷ്യനുൾപ്പെടെയുള്ള ത്രിമാന ജീവന് ഭൂതകാലംമാത്രമേ കാണാൻ കഴിയുകയുള്ളൂ. കൂടുതൽ ദൂരേക്ക് നോക്കുമ്പോൾ കാണുന്നത് പ്രപഞ്ചത്തിന്റെ ഭൂതകാലമാണ്. വിദൂര നക്ഷത്രസമൂഹങ്ങൾ പ്രദർശിപ്പിക്കുന്ന ചുമപ്പുനീക്കം അവ അകന്നുപൊയ്ക്കൊണ്ടിരിക്കുന്നതിന്റെ സൂചനയാകണമെന്നില്ല. കോടിക്കണക്കിന് വർഷങ്ങൾക്ക് മുമ്പ് പിണ്ഡം കുറഞ്ഞ ഒരു മൗലിക കണങ്ങൾകൊണ്ടു നിർമ്മിക്കപ്പെട്ട ദ്രവ്യരൂപങ്ങൾ ഉത്സർജ്ജിച്ച തരംഗദൈർഘ്യം കൂടിയ (ഊർജ്ജം കുറഞ്ഞ) പ്രകാശമാണ് ഇന്ന് നിരീക്ഷകന്

'ദൃശ്യമാകുന്നത്'. ഇതൊരിക്കലും ഗാലക്സികളുടെ ചുമപ്പുനീക്കമായി കണക്കാക്കാൻ കഴിയില്ല. നാം ജീവിക്കുന്ന ഈ മഹാപ്രപഞ്ചം സ്ഥിരമാണ്. അതൊരിക്കലും വികസിക്കുന്നില്ലെന്നും ഒരുപക്ഷേ, സങ്കോചിക്കാനാരംഭിച്ചിട്ടുണ്ടെന്നുമാണ് ക്രിസ്റ്റോഫ് വാദിക്കുന്നത്. അതിന്റെ സൂചനയാണത്രേ മൗലിക കണങ്ങൾക്കുണ്ടാകുന്ന ഭാരവർദ്ധനവ്.

ക്രിസ്റ്റോഫിന്റെ വാദങ്ങൾ ഗംഭീരമാണെങ്കിലും അതൊരിക്കലും പരീക്ഷണശാലയിൽ വച്ച് തെളിയിക്കാൻ കഴിയില്ലെന്നുള്ള പരിമിതിയുണ്ട്. കാരണം ഭാരമെന്നത് അളക്കുന്നതിനുള്ള ഒരു മാനദണ്ഡമാണ്. മറ്റേതെങ്കിലും ഒന്നിനോട് ആപേക്ഷികമായി മാത്രമേ അളക്കാൻ കഴിയുകയുള്ളൂ. ക്രിസ്റ്റോഫിന്റെ വാദമനുസരിച്ച് പ്രപഞ്ചത്തിലുള്ളതിനെല്ലാം ഭാരം വർദ്ധിക്കുകയാണെങ്കിൽ മൗലിക കണങ്ങളുടെ ഭാരവർദ്ധനവ് തിരിച്ചറിയാൻ കഴിയില്ല. കിലോഗ്രാമെന്ന സങ്കല്പത്തിനുതന്നെ ഭാരവർദ്ധനവുണ്ടായാൽ അളക്കപ്പെടുന്ന വസ്തുക്കളുടെ ഭാരവർദ്ധനവ് തിരിച്ചറിയാൻ കഴിയാത്തതുപോലെ. എന്നാൽ, ക്രിസ്റ്റോഫ് വെറ്ററിച്ചിന്റെ വാദങ്ങൾക്ക് ബലം നല്കുന്ന പുതിയ ചില കണ്ടെത്തലും ഇതിനിടെ ഉണ്ടായിട്ടുണ്ട്. പ്ലാങ്ക് സ്പേസ്ക്രാഫ്റ്റ് പരഭാഗ വികിരണങ്ങളിൽ നടത്തിയ നിരീക്ഷണങ്ങളിൽ പ്രപഞ്ചവികാസ നിരക്ക് (ഹബിൾ സ്ഥിരാങ്കം) കുറയുന്നതായി കണ്ടെത്തിയിരുന്നു. പ്രപഞ്ചവികാസ നിരക്ക് 67.3 കിലോമീറ്റർ/സെക്കന്റ്/മെഗാപാർസെക് (67.3 km/s/mpc) ആണെന്നാണ് പുതിയ കണ്ടെത്തൽ. മുമ്പ് കരുതിയിരുന്നതു പോലെ 73.3 km/s/mpc അല്ല. ഹബിൾ സ്ഥിരാങ്കത്തിന്റെ ഇടയ്ക്കിടെ വരുത്തുന്ന മാറ്റങ്ങൾ പ്രപഞ്ചവികാസത്തിന്റെ പിന്നിലുള്ള ദുരൂഹതയ്ക്ക് ആക്കംകൂട്ടുന്നുണ്ട്. സമീപകാലത്തൊന്നും എത്തിച്ചേരാത്ത ഏറ്റവും ഉയർന്ന മൂല്യത്തിൽ നിന്നും വളരെ പിന്നാക്കം പോകുന്ന തരത്തിലുള്ള വ്യതിചലനങ്ങൾ ഉണ്ടാകുന്നതും ക്രിസ്റ്റോഫ് വെറ്ററിച്ചിനെപ്പോലെ പ്രപഞ്ചവികാസത്തെ എതിർക്കുന്നവരുടെ വാദങ്ങൾക്ക് ബലം നല്കുന്നുണ്ട്.

1948 ലാണ് ജോർജ്ജ് ഗാമോവ് മഹാവിസ്ഫോടന മാതൃകയെ ഒരു സിദ്ധാന്തമായി അവതരിപ്പിച്ചത്. അന്നുമുതൽ തന്നെ അതിന്റെ സാധുതയും ചോദ്യംചെയ്യപ്പെട്ടു തുടങ്ങിയിരുന്നു. ഫ്രെഡ് ഹോയ്ൽ, ഹെർമൻ ബ്രോണ്ടി, തോമസ് ഗോൾഡ് എന്നിവർ ചേർന്ന് രൂപംകൊടുത്ത സ്ഥിര സ്ഥിതി പ്രപഞ്ചമാതൃകയായിരുന്നു (steady state cosmology) മഹാവിസ്ഫോടന സിദ്ധാന്തത്തിന്റെ മുഖ്യ എതിരാളി. ലമൈത്രയുടെയും ഗാമോവിന്റെയും മഹാവിസ്ഫോടനത്തേക്കാൾ നാസ്തികരായ തത്ത്വചിന്തകരെ ആകർഷിച്ചത് സ്ഥിര സ്ഥിതി പ്രപഞ്ച മാതൃകയായിരുന്നു. തുടക്കവും ഒടുക്കവും ഒന്നുമില്ലെങ്കിൽപ്പിന്നെ പ്രപഞ്ചത്തിന് ഒരു സ്രഷ്ടാവിന്റെ ആവശ്യമില്ലല്ലോ. എന്നാൽ, മഹാവിസ്ഫോടനത്തിൽ പ്രപഞ്ചത്തിനൊരു തുടക്കമുണ്ട്. ക്വാണ്ടം ആന്ദോളനങ്ങളാണെങ്കിലും വൈചിത്ര്യമാണെങ്കിലും അതിനു പിന്നിൽ സ്രഷ്ടാവിനെ തിരുകിക്കയറ്റാൻ വേണ്ടുവോളം ഇടമുള്ളതുകൊണ്ട് ക്രിസ്തുമത നേതൃത്വത്തിന് ഈ

മാതൃക സ്വീകാര്യമായി. 1952 ൽ പയസ് പന്ത്രണ്ടാമൻ മാർപാപ്പ മഹാവിസ്ഫോടന മാതൃക ക്രിസ്ത്യൻ മതപ്രമാണങ്ങൾക്ക് എതിരല്ലെന്നും അതംഗീകരിക്കുന്നതിൽ തെറ്റില്ലെന്നും പ്രഖ്യാപിച്ചു. സ്ഥിര സ്ഥിതി പ്രപഞ്ച മാതൃകയ്ക്ക് ഒരുതരം കമ്യൂണിസ്റ്റ് ഗന്ധമാണുള്ളതത്രേ! ജോർജ് ഗാമോവിന്റെ അഭിപ്രായവും ഇതുതന്നെയായിരുന്നു. എന്നാൽ, സോവിയറ്റ് ജ്യോതിശാസ്ത്രജ്ഞർ ഈ രണ്ടു മാതൃകകളും പൂർണ്ണമായി അംഗീകരിച്ചിരുന്നില്ല. പ്രപഞ്ചദ്രവ്യത്തിന്റെ രൂപീകരണവും ദ്രവ്യ-ഊർജ്ജ സന്തുലനം വിവരിക്കുന്നതിലും സ്ഥിര സ്ഥിതി പ്രപഞ്ച മാതൃകയ്ക്കായിരുന്നു വിജയം. എന്നാൽ, ഗാലക്സികളുടെ പ്രായം സംബന്ധിച്ചും രാസമൂലകങ്ങളുടെ വിതരണം സംബന്ധിച്ചും മഹാവിസ്ഫോടന മാതൃക അവതരിപ്പിച്ച ചിത്രമാണ് കൂടുതൽ വിശ്വസനീയം. കൂടുതൽ ദൂരെയുള്ള ഗാലക്സികൾ കൂടുതൽ പ്രായമുള്ളവയാണെന്ന കണ്ടെത്തൽ കൂടി വന്നതോടെ സ്ഥിര സ്ഥിതി പ്രപഞ്ചമാതൃകയിൽ ചില മാറ്റങ്ങൾ വരുത്താൻ അതിന്റെ സ്രഷ്ടാക്കളെ പ്രേരിപ്പിക്കുകയുണ്ടായി. ഈ രണ്ടു മാതൃകകളും തങ്ങളുടെ വാദങ്ങൾ ബലപ്പെടുത്തി മുന്നേറുമ്പോഴായിരുന്നു 1965 ൽ പെൻസിയാസും വിൽസനും ചേർന്ന് ആകസ്മികമായി പരഭാഗവികിരണങ്ങൾ കണ്ടെത്തുന്നത്. പരഭാഗവികിരണങ്ങൾ മഹാവിസ്ഫോടനത്തിന്റെ അവശിഷ്ട ഊർജ്ജമാണെന്നു സ്ഥാപിക്കാൻ കഴിഞ്ഞത് മഹാവിസ്ഫോടന മാതൃകയുടെ സ്വീകാര്യത പലമടങ്ങ് വർദ്ധിപ്പിച്ചു.

സ്ഥിര സ്ഥിതി പ്രപഞ്ചമാതൃകയ്ക്കുണ്ടായ തിരിച്ചടിയിൽനിന്ന് കരകയറുന്നതിനുള്ള ശ്രമങ്ങളും ഇതിനിടെ ഉണ്ടായിട്ടുണ്ട്. ഫ്രെഡ് ഹോയിൽ, ജയന്ത് നർലിക്കർ, ജെഫ്രി ബാർബ്രിഡ്ജ് എന്നിവർ ചേർന്ന് 1993-95 കാലഘട്ടത്തിൽ സ്ഥിര സ്ഥിതി പ്രപഞ്ചമാതൃകയിൽ ചില ഭേദഗതികൾ വരുത്തി അവതരിപ്പിച്ച ക്വാസി-സ്റ്റെഡി സ്റ്റേറ്റ് കോസ്മോളജി അവയിൽ എടുത്തുപറയേണ്ടൊരു നീക്കമാണ്. പരമ്പരാഗത സ്ഥിര സ്ഥിതി പ്രപഞ്ചമാതൃകയിൽനിന്നും മഹാവിസ്ഫോടന മാതൃകയിൽനിന്നും വ്യക്തമായ അകലം സൃഷ്ടിക്കുന്ന ഈ പ്രപഞ്ച ചിത്രീകരണത്തിൽ 'ബിഗ് ബാങ്' അശാസ്ത്രീയമാണെന്ന കാര്യത്തിൽ ഒരൊത്തുതീർപ്പുമില്ല. ഉന്നത താപനിലയിൽ നിലനില്ക്കുന്ന ഒരു നിത്യ പ്രപഞ്ചത്തിൽനിന്ന് കുമിളകൾപോലെ ഉയർന്നുവരുന്ന ചെറുപ്രപഞ്ചങ്ങളിലൊന്നിലാണ് നാം അധിവസിക്കുന്നത്. ക്വാസി സ്റ്റെഡി സ്റ്റേറ്റ് മാതൃകയനുസരിച്ച് പ്രപഞ്ചം ഒരേ സമയം നിത്യവും സൃഷ്ടിപരവുമാണ്. പ്രപഞ്ചത്തിലെ ഋണമർദ്ദം ഊർജ്ജസംരക്ഷണ നിയമത്തിന് വിള്ളലുകളുണ്ടാക്കാതെ തന്നെ ദ്രവ്യസൃഷ്ടിക്ക് കാരണമാകും. മഹാവിസ്ഫോടനമല്ല, ലഘുവിസ്ഫോടനങ്ങളാണ് ദ്രവ്യസൃഷ്ടിക്കു കാരണമെന്നും ഇത് ഇടയ്ക്കിടെ സംഭവിക്കുന്നുണ്ടെന്നുമാണ് ജയന്ത് നർലിക്കറും സംഘവും വാദിക്കുന്നത്. പ്രപഞ്ചം വികസിക്കുന്നുണ്ടെന്ന് ആർക്കെങ്കിലും പറയാൻ കഴിയുമെങ്കിൽ അത് ദ്രവ്യസൃഷ്ടിയെ മാത്രം ആധാരമാക്കിയാണ്. എന്നാൽ, ഈ വി

കസനം ഒരു ലഘു കാലഗണനയിൽമാത്രം ഒതുങ്ങിനില്ക്കുന്നതും ഒരു നിത്യപ്രപഞ്ചത്തിൽ അളക്കാൻ കഴിയുന്നതിലും ചെറുതുമാണ്.

മഹാവിസ്ഫോടന മാതൃക ആവശ്യപ്പെടുന്നതുപോലെയുള്ള ഒരു നോൺ ബേര്യോണിക് ഡാർക് മാറ്ററിന്റെ വലിയ സാന്നിദ്ധ്യമൊന്നും ക്വാസി സ്റ്റെഡി സ്റ്റേറ്റ് മാതൃകയ്ക്ക് ആവശ്യമില്ല. ഈ മാതൃകയ്ക്ക് പരമ്പരാഗത മഹാവിസ്ഫോടന മാതൃകയുമായി പിണക്കം ആരംഭിക്കുന്നത് ഗാലക്സി രൂപീകരണവുമായി ബന്ധപ്പെട്ടാണ്. മഹാവിസ്ഫോടന സിദ്ധാന്ത പ്രകാരം പ്രപഞ്ചത്തിൽ ഏതു കാലത്തും നക്ഷത്രസമൂഹങ്ങൾ സൃഷ്ടിക്കപ്പെടാൻ സാദ്ധ്യതയുണ്ട്. കൂടാതെ ഓരോ നക്ഷത്രസമൂഹത്തിലും വ്യത്യസ്ത പ്രായത്തിലുള്ള നക്ഷത്രങ്ങളുമുണ്ടാകും. അങ്ങനെ വരുമ്പോൾ നാലായിരം കോടി വർഷങ്ങൾവരെ പ്രായമുള്ള നക്ഷത്രങ്ങൾ നക്ഷത്രസമൂഹങ്ങളിലുണ്ടാകും. ഇത് മഹാവിസ്ഫോടനത്തിന്റെ പ്രായത്തേക്കാൾ അധികമാണ്. അതു മാത്രമല്ല, ചുമപ്പുനീക്കമെന്നു പറയുന്ന പ്രതിഭാസം പലപ്പോഴും യുക്തിക്ക് നിരക്കുന്നതല്ലെന്നും ക്വാസി സ്റ്റെഡി സ്റ്റേറ്റ് മാതൃകയുടെ വക്താക്കൾ സമർത്ഥിക്കുന്നു.

ഇതിനിടെ മഹാവിസ്ഫോടന മാതൃകയ്ക്കെതിരെ ചില ക്വാണ്ടം കോസ്മോളജിസ്റ്റുകളുടെ പടപ്പുറപ്പാട് തുടങ്ങിയിട്ടുണ്ട്. ഓസ്ട്രേലിയയിലെ മെൽബൺ യൂണിവേഴ്സിറ്റിയിലെ ഗവേഷകനായ ജെയിംസ് ക്വാക്കിന്റെ നേതൃത്വത്തിലുള്ള ശാസ്ത്രജ്ഞർ ഹോട്ട് ബിഗ് ബാങ് മാതൃക തിരുത്തിയെഴുതാനുള്ള പരിശ്രമത്തിലാണ്. ചൂടുപിടിച്ച ഒരു പൊട്ടിത്തെറിയല്ല, മറിച്ച് നിയതമായ ആകൃതിയില്ലാത്ത ദ്രാവകം തണുത്ത് പരലുകളാകുന്നതുപോലെ (crystallisation) യാണ് പ്രപഞ്ചം രൂപംകൊണ്ടതെന്നാണ് അവരുടെ വാദം. മഹാവിസ്ഫോടനമല്ല, ഒരു മഹാ ഖനീഭവിക്കലാണത്രേ (Big Freeze) സംഭവിച്ചത്. സ്പേസ് ഐകരൂപ്യമുള്ളതും തുടർച്ചയായതുമായ ഒരു തിരശ്ശീലയല്ലെന്നും അതി സൂക്ഷ്മമായ നിരവധി ബിൽഡിങ് ബ്ലോക്കുകൾ ചേർന്നതാണെന്നുമാണ് ഈ മാതൃകയിൽ പറയുന്നത്. പ്ലാങ്ക് മാനങ്ങളിലുള്ള (1.6x10 -35 M) ഈ ബിൽഡിങ് ബ്ലോക്കുകൾ നിരീക്ഷിക്കാൻ കഴിയില്ല. ക്വാണ്ടം ഗ്രാഫിറ്റിയെന്ന ഗണിത പ്രമാണങ്ങളുടെ അടിത്തറയിലാണ് ഡോ. ക്വാക്കിന്റെയും സംഘത്തിന്റെയും 'ബിഗ് ഫ്രീസ്' സിദ്ധാന്തം പണിതുയർത്തുന്നത്. 2006 ൽ കാനഡയിലെ പെരിമീറ്റർ ഇൻസ്റ്റിറ്റ്യൂട്ട് ഓഫ് തിയററ്റിക്കൽ ഫിസിക്സിലെ ഗവേഷകരാണ് ക്വാണ്ടം ഗ്രാഫിറ്റിയെന്ന പുതിയ ക്വാണ്ടം കോസ്മോളജി സിദ്ധാന്തം അവതരിപ്പിച്ചത്. ഈ ഗണിതമാതൃകയിൽ സ്ഥലകാലങ്ങൾ ഒരു ഗ്രാഫിലെ അക്ഷങ്ങൾപോലെയാണ് ചിത്രീകരിച്ചിരിക്കുന്നത്. പ്രപഞ്ചോല്പത്തിയുടെ ആദ്യ നിമിഷങ്ങളിലെ ഉന്നത താപനിലയിൽ ഗ്രാഫിലെ നോഡുകൾ ക്രമരഹിതമായാണ് ബന്ധിച്ചിരിക്കുന്നത്. അതിനർത്ഥം സ്ഥലകാലങ്ങൾ രൂപപ്പെട്ടിട്ടില്ലെന്നും നിർവ്വചിക്കാൻ കഴിയില്ലെന്നുമാണ്. ദ്രാവക പ്രപഞ്ചത്തിന്റെ താപനില കുറഞ്ഞ് ക്രിസ്റ്റ

ലീകരണം നടക്കുന്നതോടെ നോഡുകൾ തമ്മിലുള്ള ബന്ധം ക്രമീകരിക്കപ്പെട്ടുകയും തുടർച്ചയുള്ളതുമാകും. ഇവിടെ വച്ചാണ് സ്ഥലകാലങ്ങൾ രൂപീകരിക്കപ്പെടുന്നത്. സ്ഥൂല പ്രപഞ്ചത്തിൽനിന്നും സൂക്ഷ്മ പ്രപഞ്ചത്തിലെത്തുമ്പോൾ സ്പേസിനുണ്ടാകുന്ന ക്രമഭംഗം സ്പേസിന്റെ നൈരന്തര്യമില്ലായ്മയാണ് വരച്ചുകാണിക്കുന്നത്. കോസ്മിക് ഇൻഫ്ളേഷൻ, ചക്രവാള പ്രഹേളിക, പരഭാഗ വികിരണങ്ങളുടെ അപശ്രുതി എന്നിങ്ങനെ പരമ്പരാഗത മഹാവിസ്ഫോടന മാതൃക നേരിടുന്ന പ്രശ്നങ്ങൾക്കെല്ലാം ഈ മാതൃകയിൽ കൃത്യമായ മറുപടി നല്കാൻ കഴിയും. ക്വാക്കിന്റെ ബിഗ് ഫ്രീസ് മാതൃക അതിന്റെ പണിപ്പുരയിലാണ്. നാളെ ഒരുപക്ഷേ, ബിഗ് ബാങ് എന്നതിനു പകരം ബിഗ് ഫ്രീസ് എന്നായിരിക്കും പറയുക. ഡോ. ക്വാക്കും സംഘവും ഇപ്പോൾ തന്നെ 'ബിഗ് ബാങ്' ഉപേക്ഷിച്ചുകഴിഞ്ഞു. അതിൽ ഗണിതവും ഇല്ല ഭൗതികവും ഇല്ല എന്നാണ് അദ്ദേഹത്തിന്റെ അഭിപ്രായം.

മഹാവിസ്ഫോടനങ്ങളാകട്ടെ ലഘുവിസ്ഫോടനങ്ങളാകട്ടെ ബിഗ് ബാങ്ങോ ബിഗ് ഫ്രീസോ ആകട്ടെ യൂണിവേഴ്സോ മൾട്ടിവേഴ്സോ ആകട്ടെ കുമിള പ്രപഞ്ചങ്ങളോ സമാന്തര പ്രപഞ്ചങ്ങളോ ആകട്ടെ കാലത്തിന് തുടക്കമുണ്ടാവുകയോ ഇല്ലാതിരിക്കുകയോ ചെയ്യട്ടെ പ്രപഞ്ചവികാസം യഥാർത്ഥമോ ആവട്ടെ... ഒരുകാര്യം ഉറപ്പാണ് ഇവിടെ വികസിക്കുന്നത് അറിവുകളാണ്, ശാസ്ത്രമാണ്. ആ വികാസം ഒരിക്കലും അവസാനിക്കില്ല.

ക്വാണ്ടം ഗ്രാവിറ്റി

Einstein said that if quantum mechanics is right, then the world is crazy. Well, Einstein was right. The world is crazy.

Daniel Greenberger.

പദാർത്ഥങ്ങൾ നിർമ്മിക്കപ്പെട്ടിരിക്കുന്നത് ആറ്റങ്ങൾകൊണ്ടാണ് വിഭജിക്കാൻ കഴിയാത്തത് എന്ന അർത്ഥത്തിലാണ് ആറ്റം എന്ന വാക്ക് ഉപയോഗിക്കാൻ തുടങ്ങിയത്. എന്നാൽ അണുവിഭജനം സാദ്ധ്യമായ തോടെ ദ്രവ്യത്തിന്റെ അടിസ്ഥാന ഘടകം ആറ്റമല്ല എന്നുവന്നു. അണു കേന്ദ്രത്തിൽ പ്രോട്ടോണുകളും ന്യൂട്രോണുകളുമുണ്ട ് . വെളിയിൽ ഇലക്ട്രോണുകളും. ഇവയാണോ അടിസ്ഥാന ഘടകമെന്ന് ചോദിച്ചാൽ ഉത്തരം ഭാഗികമായേ ശരിയാവുകയുള്ളൂ. കാരണം ഇലക്ട്രോണുകൾ അടിസ്ഥാന കണങ്ങളാണ്. പ്രോട്ടോണുകളും ന്യൂട്രോണുകളും നിർമ്മിക്കപ്പെട്ടിരിക്കുന്നത് ക്വാർക്കുകൾ എന്ന കണങ്ങൾകൊണ്ടാണ്. അപ്പോൾ സാധാരണ ദ്രവ്യത്തിന്റെ അടിസ്ഥാന ഘടകങ്ങൾ ക്വാർക്കുകളും ഇലക്ട്രോണുമാണെന്നുപറയാം. മനുഷ്യനുൾപ്പടെയുള്ള ജന്തുക്കളുടെയും സസ്യങ്ങളുടെയും ശരീരവും മണ്ണും കല്ലും വെള്ളവും സൂര്യനും നക്ഷത്രങ്ങളുമുൾപ്പെടെ പ്രപഞ്ചത്തിലെ ജീവനുള്ളതും ഇല്ലാത്തതുമായ എല്ലാം നിർമ്മിക്കപ്പെട്ടിരിക്കുന്നത് ഈ അടിസ്ഥാന കണികകൾ കൊണ്ടാണ്. മറ്റു ഘടകങ്ങൾ സംയോജിപ്പിച്ച് ഈ അടിസ്ഥാന കണങ്ങളെ നിർമ്മിക്കാൻ കഴിയില്ല.

അടിസ്ഥാന കണികകളുടെ സ്വഭാവവും ചലനങ്ങളും നിയന്ത്രിക്കുന്നത് ക്ലാസിക്കൽ ഭൗതികത്തിന്റെ നിയമങ്ങളല്ല, ക്വാണ്ടം മെക്കാനിക്സാണ്. ക്ലാസിക്കൽ ഭൗതികം അതിസൂക്ഷ്മ കണികകളുടെ മുന്നിൽ പത

റുന്നുവെന്നതാണ് യാഥാർത്ഥ്യം. ഇലക്ട്രോണുകളെക്കുറിച്ച് ക്ലാസിക്കൽ ഭൗതികം പറയുന്നത് നോക്കൂ. ഇലക്ട്രോണുകൾ ന്യൂക്ലിയസിനു ചുറ്റും നിശ്ചിത ഷെല്ലുകളിൽ സഞ്ചരിക്കുകയാണ്. സൂര്യനുചുറ്റും ഗ്രഹങ്ങൾ സഞ്ചരിക്കുന്നതുപോലെ കൃത്യമായ പാതയിൽ ന്യൂക്ലിയസിനെ ചുറ്റുന്ന ഇലക്ട്രോണുകളാണ് ഇപ്പോൾ നിങ്ങളുടെ ബോധത്തിലുണ്ടാകുന്നത്. ഈ രണ്ടു പ്രതിഭാസങ്ങളിലും ഒരു ആകർഷണ ശക്തി പ്രസക്തമാണ്. ഗ്രഹങ്ങളുടെ കാര്യത്തിലാണെങ്കിൽ ഗുരുത്വബലവും ഇലക്ട്രോണുകളുടെ കാര്യത്തിൽ വൈദ്യുതബലവുമാണുള്ളത്. എന്നാൽ ചലനത്തിലായിരിക്കുന്ന ഇലക്ട്രോണുകൾ വൈദ്യുത-കാന്തിക തരംഗങ്ങൾ ഉത്സർജ്ജിക്കുകയും വളരെപ്പെട്ടെന്നുതന്നെ അവയുടെ ഊർജ്ജം നഷ്ടമാവുകയും ചെയ്യും. ഒരു നിമിഷാർദ്ധം കൊണ്ടുതന്നെ ഇലക്ട്രോൺ ന്യൂക്ലിയസിൽ പതിക്കും. എന്നാൽ ഇങ്ങനെ സംഭവിക്കുന്നില്ല. ക്ലാസിക്കൽ ഭൗതികത്തിന്റെ നിയമങ്ങൾ ഈ പ്രതിഭാസത്തിന് കൃത്യമായ നിർവ്വചനം നല്കാൻ പര്യാപ്തമല്ല. അവിടെയാണ് ക്വാണ്ടം മെക്കാനിക്ക്സ് വിജയിക്കുന്നത്.

ക്വാണ്ടം ഭൗതികത്തിന്റെ ഭാഷയിൽ പറഞ്ഞാൽ ഒരു സിസ്റ്റത്തിന്റെ ഊർജ്ജം ക്വാണ്ടീകരിക്ക (quantized) പ്പെട്ടതാണ്. അതിനർത്ഥം ഇലക്ട്രോണിന് ഒരു നിശ്ചിത ഊർജ്ജം ഉണ്ടായിരിക്കുകയും ഈ മിനിമം ലെവലിൽനിന്ന് ഊർജ്ജം നഷ്ടമാവുകയുമില്ല എന്നാണ്. മറ്റൊരു തരത്തിൽ പറഞ്ഞാൽ ഇലക്ട്രോണിന് ഒരിക്കലും ന്യൂക്ലിയസിൽ പതിക്കാൻ കഴിയില്ല. അപ്പോൾ ദ്രവ്യത്തിന്റെ സ്ഥിരതയ്ക്കു കാരണം ക്വാണ്ടം മെക്കാനിക്സ് ആണെന്നു പറയാം. അടിസ്ഥാന കണങ്ങൾക്ക് കൃത്യമായ സ്ഥാനമോ പ്രവേഗമോ ഒരുപോലെ പ്രവചിക്കുവാൻ കഴിയില്ല. അവയുടെ അടിസ്ഥാന സ്വാഭാവം അനിശ്ചിതത്വമാണ്. ഒരു ഇലക്ട്രോണിനെ ന്യൂക്ലിയസ്സിനു സമീപം കണ്ടെത്താനുള്ള സാദ്ധ്യതമാത്രമേ പ്രവചിക്കാൻ കഴിയൂ.

ആപേക്ഷികതയാണ് പ്രപഞ്ചപഠനത്തിനുള്ള മറ്റൊരു മാർഗ്ഗം. സ്ഥലവും കാലവും അഭേദ്യമായി ബന്ധിച്ചിരിക്കുകയാണ്. രണ്ടു നിരീക്ഷകർ സ്ഥിരവും പരസ്പരം ആപേക്ഷികവുമായ വേഗതയിൽ സഞ്ചരിച്ചാൽ അവർക്ക് പ്രപഞ്ചത്തിലെ എല്ലാ നിയമങ്ങളും ഒരുപോലെ അനുഭവപ്പെടുമെന്നാണ് ആപേക്ഷികത പറയുന്നത്. നിരീക്ഷകന്റെ സഞ്ചാരവേഗത കൂടുന്നതിനനുസരിച്ച് സമയം സാവധാനത്തിലാകും. സഞ്ചാരവേഗത പ്രകാശവേഗതയിലാകുമ്പോഴാകട്ടെ സമയം നിശ്ചലമാകും. പ്രകാശവേഗം സ്ഥിരമാണ്. അല്ലെങ്കിൽ പ്രപഞ്ചത്തിലുള്ള മറ്റെന്തിനോടും ആപേക്ഷികവുമാണ്. പ്രകാശവേഗത്തിൽ സഞ്ചരിക്കാൻ മറ്റൊന്നിനുമാവില്ല. സ്ഥലത്തിന്റെ (space) മൂന്നുമാനങ്ങളും കാലവും(time)ചേർന്ന് നാലു മാനങ്ങളിലാണ് പ്രപഞ്ചം നിലനില്ക്കുന്നത്. ഇവ പരസ്പരം ആപേക്ഷികവും ഇലാസ്തികവുമാണ്. ഇവയെ ഒരിക്കലും വേർതിരിച്ചു കാണാനാവില്ലെന്നും ആപേക്ഷികത അടിവരയിട്ടു പറയുന്നു.

ഗുരുത്വബലമാണ് പ്രപഞ്ചനാടകത്തിലെ മറ്റൊരു കഥാപാത്രം. ന്യൂട്ടന്റെ ഭാഷയിൽ പറഞ്ഞാൽ പിണ്ഡമുള്ള വസ്തുക്കൾ പരസ്പരം ആകർഷിക്കും. ഈ ആകർഷണ ശക്തികൊണ്ടാണ് ആപ്പിൾ താഴെ വീഴുന്നതും ഭൂമിയും മറ്റു ഗ്രഹങ്ങളും സൂര്യനെ ചുറ്റുന്നതുമെല്ലാം. പ്രതിഭാശാലിയായ ഐൻസ്റ്റൈൻ തന്റെ ആപേക്ഷികതയെ ഗുരുത്വ സിദ്ധാന്തങ്ങളായി യോജിപ്പിക്കുന്നതിൽ വിജയിക്കുകയും പ്രബലമായ സാമാന്യ ആപേക്ഷികതാ സിദ്ധാന്തം (General Relativity) രൂപീകരിക്കുകയും ചെയ്തു. അതുപ്രകാരം പിണ്ഡമുള്ള വസ്തുക്കൾ അവ സ്ഥിതിചെയ്യുന്ന സ്ഥലകാലങ്ങളിൽ വക്രതയുണ്ടാക്കും. ദ്രവ്യത്തിന്റെ അളിവിനനുസരിച്ചാണ് സ്പേസിന്റെ ആകൃതി നിർണ്ണയിക്കപ്പെടുന്നത്. സൂര്യൻ അതിനുസമീപമുള്ള സ്പേസ്ടൈമിലുണ്ടാക്കുന്ന വക്രത (curvature) യാണ് ഗുരുത്വബലമായി കണക്കുകൂട്ടുന്നത്. ഭൂമിയുൾപ്പെടെയുള്ള ഗ്രഹങ്ങൾ സൂര്യനെ ചുറ്റി സഞ്ചരിക്കുകയല്ല, മറിച്ച് നേർരേഖയിലാണവ സഞ്ചരിക്കുന്നത്. വക്രതയുള്ള സ്പേസിൽ അവയുടെ നേർരേഖാ സഞ്ചാരം നീരീക്ഷകന് വക്രതയുള്ളതായി അനുഭവപ്പെടുകയാണ്. ഭാരമുള്ള ഒരു ഇരുമ്പു ഗോളം വലിച്ചുകെട്ടിയ ഒരു റബ്ബർഷീറ്റിൽ സ്ഥാപിച്ചാൽ ഷീറ്റിന്റെ മദ്ധ്യഭാഗത്ത് ഒരു ചുഴിയുണ്ടാക്കുന്നതു പോലെയാണിത്. ഈ ഷീറ്റിലേക്ക് ഒരു ചെറിയ പന്ത് നേർരേഖയിൽ ഉരുട്ടിവിട്ടാലും അത് ഷീറ്റിന്റെ വക്രതയ്ക്കനുസരിച്ച് ചുറ്റി സഞ്ചരിക്കുന്നതായി നിരീക്ഷകന് അനുഭവപ്പെടും. ദ്രവ്യ സാന്നിദ്ധ്യം സ്ഥലകാലങ്ങളെ വക്രീകരിക്കുന്നു. പ്രപഞ്ചത്തിലെ ദ്രവ്യസാന്നിദ്ധ്യത്തിന്റെ തോതനുസരിച്ചാണ് ദ്രവ്യത്തിന്റെയും പ്രപഞ്ചത്തിന്റെയും വർത്തമാനവും ഭാവിയും തീരുമാനിക്കപ്പെടുന്നത്. ദ്രവ്യത്തിന്റെ, സ്പേസിലൂടെയുള്ള സഞ്ചാരം സ്ഥലകാലങ്ങളുടെ ആകൃതിക്കനുസരിച്ചുമായിരിക്കും.

പ്രപഞ്ചത്തിൽ എന്താണു കാണുന്നതെന്നും എങ്ങനെയാണവ കാണേണ്ടതെന്നും പറഞ്ഞുതരുന്നത് ഈ നിയമങ്ങളാണ്. ദ്രവ്യത്തിന്റെയും ഊർജ്ജത്തിന്റെയും വിന്യാസവും പ്രവർത്തനങ്ങളുമെല്ലാം ഈ നിയമങ്ങൾക്കനുസരിച്ചാണ് നടക്കുന്നത്. എന്നാൽ ഈ മഹാസിദ്ധാന്തങ്ങൾ സമ്പൂർണ്ണ വിജയമല്ല എന്നറിയുമ്പോഴോ? ക്വാണ്ടം മെക്കാനിക്സ് അതിസൂക്ഷ്മ കണികകളുടെ ഭാഷ സംസാരിക്കുമ്പോൾ ആപേക്ഷികതയാവട്ടെ, വലിയ, ഭാരമുള്ള ദ്രവ്യത്തെക്കുറിച്ചും പ്രപഞ്ചത്തിൽ അവയുടെ വിന്യാസത്തെക്കുറിച്ചുമാണ് പറയുന്നത്. സൂക്ഷ്മ കണങ്ങളുടെ ലോകത്ത് ആപേക്ഷികതയിലെ ഗുരുത്വ നിയമങ്ങളൊന്നും ബാധകമല്ല. വലുതും ഭാരമുള്ളതുമായ പ്രപഞ്ച ദ്രവ്യത്തിന് ക്വാണ്ടം മെക്കാനിക്സിന്റെ അനിശ്ചിതത്വവും വഴങ്ങില്ല. അപ്പോൾ ദ്രവ്യത്തിന്റെ സൂക്ഷ്മലോകം ക്വാണ്ടം മെക്കാനിക്സിലെ നിയമങ്ങൾ അനുസരിച്ചാണ് പ്രവർത്തിക്കുന്നതെന്നും സ്ഥൂല പ്രപഞ്ചം ആപേക്ഷികതയിലാണ് ചരിക്കുന്നതെന്നുമുള്ള ഒരു ഒത്തുതീർപ്പിലെത്തേണ്ടിവരും. എന്നാൽ പ്രശ്നം അപ്പോഴും തീരുന്നില്ല. അതി സൂക്ഷ്മവും എന്നാൽ അത്യധികം ഭാര

മുള്ള ദ്രവ്യത്തിൽ ഏതു നിയമമാണ് പ്രയോഗിക്കേണ്ടത്? അതി സൂക്ഷ്മവും അത്യധികം പിണ്ഡമുള്ളതുമായ ദ്രവ്യരൂപമുണ്ടോ? തീർച്ച യായും. പ്രപഞ്ചോല്പത്തിയുടെ ആദ്യ നിമിഷങ്ങളിലെ അവസ്ഥ ഇതാ യിരുന്നു. തമോദ്വാരങ്ങളുടെ വൈചിത്ര്യ ബിന്ദുവിലും ഇതാണവസ്ഥ. അപ്പോൾ ആപേക്ഷികതയും ക്വാണ്ടം മെക്കാനിക്സും സംയോജിപ്പി ച്ചുകൊണ്ടുള്ള പുതിയൊരു നിയമം ആവശ്യമായി വരുന്നു. അങ്ങനെ യൊരു സിദ്ധാന്തത്തിനു മാത്രമേ പ്രപഞ്ചത്തെ സൂക്ഷ്മമെന്നും സ്ഥൂല മെന്നും വേർതിരിവുകളില്ലാതെ വിവരിക്കാൻ കഴിയുകയുള്ളൂ. നമുക്ക തിനെ ഗ്രാവിറ്റിയുടെ ക്വാണ്ടം സിദ്ധാന്തമെന്നോ ക്വാണ്ടം ഗ്രാവിറ്റി യെന്നോ വിളിക്കാം.

ഇതത്ര എളുപ്പമൊന്നുമല്ല. ഗുരുത്വബലത്തെ മറ്റ് അടിസ്ഥാന ബല ങ്ങളുമായി സംയോജിപ്പിക്കുന്നതിനും ക്വാണ്ടീകരിക്കുന്നതിനും കഴി യണം. അതിന് സൈദ്ധാന്തികമായി നിലനില്ക്കുന്ന ഒരു ഗുരുത്വ ക്വാണ്ടം ആവശ്യമാണ്. 1916 ൽ തന്നെ ഗ്രാവിറ്റിയുടെ ഒരു ക്വാണ്ടം തിയറിയെ പ്പറ്റി(geometrodynamics) ഐൻസ്റ്റൈൻ ചിന്തിച്ചിരുന്നുവെങ്കിലും വിജ യകരമായ ഒരു നീക്കം ആരംഭിച്ചത് 1960 കളിലാണ്. ക്വാണ്ടം ഗ്രാവിറ്റി ഒരൊറ്റ സിദ്ധാന്തമല്ല. നിരവധി പ്രതിഭാശാലികളുടെ സംഭാവനയും അനേകം ഭൗതിക സിദ്ധാന്തങ്ങളുടെ പിന്തുണയും ഇതിനുണ്ട്. ഗുരുത്വ ബലത്തെ മറ്റ് അടിസ്ഥാന ബലങ്ങളെപ്പോലെ (ശക്തബലം, ക്ഷീണബ ലം, വൈദ്യുത-കാന്തികബലം) ക്വാണ്ടീകരിക്കാൻ കഴിയുന്ന ആധുനിക ഭൗതിക സിദ്ധാന്തങ്ങളെല്ലാം ക്വാണ്ടം ഗ്രാവിറ്റിയുടെ ചേരുവകളാണ്. മൈക്കൽ ഗ്രീനും സസ്കിൻഡുമെല്ലാം അണിയറയിൽ പ്രവർത്തിക്കുന്ന സ്ട്രിങ് തിയറിയും ലൂപ്-ക്വാണ്ടം ഗ്രാവിറ്റിയും പെൻറോസിന്റെ സ്പിൻ നെറ്റ് വർക്കും കോൺസ് നോൺകമ്യൂട്ടേറ്റീവ് ജ്യോമട്രിയുമെല്ലാം ഇത്ത രത്തിലുള്ള ക്വാണ്ടം ഗ്രാവിറ്റി സിദ്ധാന്തങ്ങളാണ്. ആപേക്ഷികതയ്ക്ക് പോറലേല്പിക്കാതെ സ്ഥലത്തെയും കാലത്തെയും ക്വാണ്ടീകരിക്കാൻ കഴിയുന്നവയാണ് ഈ സിദ്ധാന്തങ്ങളെല്ലാം. എന്നാൽ ഇത്തരം തിയറി കൾ വിഭാവനം ചെയ്യുന്ന അധികമാനങ്ങളും (Extra dimensions in Kaluza-Klein Hosepipe model, Technicolour, Holographic principle, M-therory...etc) പിണ്ഡമില്ലാത്ത അതിവേഗ കണങ്ങളുമെല്ലാം (tachy-ons) സൈദ്ധാന്തികമായി തെളിയിക്കാമെങ്കിലും ഒരു സാധാരണ മസ്തി ഷ്കത്തിനു താങ്ങാവുന്നതിൽ കവിഞ്ഞ ഗണിതക്രിയകൾ നിറഞ്ഞ താണ്.

മേല്പറഞ്ഞ സിദ്ധാന്തങ്ങൾക്കെല്ലാംതന്നെ പൊതുവായി സ്വീകരി ക്കാവുന്നതും പ്ലാങ്ക് സ്കെയിലിൽ പ്രയോഗിക്കാവുന്നതുമായ നിരവധി സമാനതകളുണ്ട്. സ്ഥലകാലങ്ങളെ വേർതിരിച്ചു കാണുന്നതിനും ഗുരു ത്വബലത്തെ ക്വാണ്ടീകരിക്കുന്നതിനും (Graviton-the quantum of grav-ity) മറ്റ് അടിസ്ഥാന ബലങ്ങളുമായി സംയോജിപ്പിക്കുന്നതിനും കഴിയു ന്നുമുണ്ട്. പണിപ്പുരയിലുള്ള ക്വാണ്ടം ഗ്രാവിറ്റി സിദ്ധാന്തങ്ങളായിരിക്കും

നാളെ മുതൽ പ്രപഞ്ച കഥ വിവരിക്കുന്നത്. അരിസ്റ്റോട്ടിലിന്റെയും ടോളമിയുടെയുമെല്ലാം പ്രപഞ്ച സിദ്ധാന്തങ്ങൾ ന്യൂട്ടനെന്ന അതികായന്റെ മുന്നിൽ കടപുഴകി വീണപ്പോഴും ന്യൂട്ടനെയും അദ്ദേഹത്തിന്റെ ഗുരുത്വ സിദ്ധാന്തങ്ങളെയും ഐൻസ്റ്റൈൻ സ്ഥലകാലങ്ങളുടെ ചുഴിയിലകപ്പെടുത്തിയപ്പോഴും ഇന്ന് സൂക്ഷ്മമെന്നും സ്ഥൂലമെന്നുമുള്ള വേർതിരിവില്ലാതെ പ്രപഞ്ചത്തെ അളക്കാൻ കഴിയുന്ന സിദ്ധാന്തങ്ങൾ പിറക്കുമ്പോഴും വിജയിക്കുന്നത് ശാസ്ത്രമാണ്.

അനന്തതയിലെ സ്പന്ദനങ്ങൾ

Twinkle twinkle quasi-star
Biggest puzzle from a far
How unlike the other ones;
Brighter than a billion suns
How I wonder what you are

- George Gamow

അനന്തമായ അത്ഭുതങ്ങളുടെ കലവറയാണ് പ്രപഞ്ചം. പ്രപഞ്ച പ്രതിഭാസങ്ങളെ വിവരിക്കാൻ ശ്രമിക്കുമ്പോഴാണ് മനുഷ്യൻ നേടിയെടുത്തിട്ടുള്ള വിജ്ഞാനത്തിന്റെയും സാങ്കേതിക വിദ്യകളുടെയും മേന്മകളും പരിമിതിയും തിരിച്ചറിയാൻ കഴിയുന്നത്. പ്രപഞ്ചപ്രതിഭാസങ്ങളെ കാര്യകാരണ സഹിതം വിവരിക്കാൻ കഴിയാതെ വരുമ്പോഴാണ് മനുഷ്യർ പലപ്പോഴും അതിന്ദ്രീയ ശക്തികളുടെയും അതീത ഭൗതികത്തിന്റെയും (meta physics.) സഹായം തേടുന്നത്. സംഭവങ്ങളെ കാര്യകാരണ സഹിതം ബന്ധിപ്പിക്കുക എന്നത് മനുഷ്യമസ്തിഷ്കത്തിന്റെ ഒരു സാധാരണ പ്രവർത്തനം മാത്രമാണെന്നും അത് പ്രപഞ്ചനിയമമല്ലെന്നും തിരിച്ചറിയാൻ കഴിഞ്ഞാൽ ഈ ഭൗതിക പ്രപഞ്ചത്തിലെ ഭൗതികേതര ഇടപെടലുകൾക്ക് അവസാനമായേക്കും. ഏതാനും ആയിരം വർഷങ്ങളുടെ മാത്രം ചരിത്രമുള്ള ആധുനിക മനുഷ്യർ (Homo Sapiens Sapiens) ഈ അനന്ത പ്രപഞ്ചത്തിലെ പ്രതിഭാസങ്ങളെ നിയന്ത്രിക്കുന്ന ശക്തിയായി സങ്കല്പിക്കുന്നത് തന്റെ തന്നെ പ്രതിച്ഛായയെയാകുമ്പോഴാണ് മനുഷ്യമസ്തിഷ്കത്തിന്റെ പരിമിതി വ്യക്തമാകുന്നത്.

പ്രപഞ്ചം അതിവിശാലമാണ്. ജ്യോതിശാസ്ത്രജ്ഞനും

ജ്യോത്സ്യനും മതവാദിക്കും യുക്തിവാദിക്കും ആസ്തികനും നാസ്തികനും ശാസ്ത്രകാരനും - കപടശാസ്ത്രജ്ഞനുമെല്ലാം ഇവിടെ ഇടമുണ്ട്. ഉപജീവനത്തിനുവേണ്ടി പ്രപഞ്ചപ്രതിഭാസങ്ങളെ വക്രീകരിക്കുന്നത് മനസ്സിലാക്കാം, എന്നാൽ അത് പൊതുസമൂഹത്തിൽ ഭയവും അരക്ഷിതാവസ്ഥയും ജനിപ്പിക്കുകയും അപകടകരമായ വിശ്വാസങ്ങൾക്ക് കാരണമാവുകയും ചെയ്യുകയാണെങ്കിൽ എതിർക്കപ്പെടേണ്ടതുതന്നെയാണ്. അതിനാവശ്യം ശാസ്ത്രബോധവും യുക്തിചിന്തയുമുള്ള ഒരു സമൂഹമാണ്.

ഒരു സാധാരണക്കാരനെ സംബന്ധിച്ചിടത്തോളം അത്ഭുതകരവും ഉത്തരം കിട്ടാത്തതുമായ നിരവധി പ്രഹേളികകൾ പ്രപഞ്ചകത്തിലുണ്ട്. അതീത ഭൗതികജ്ഞരും മായാവാദികളും വിജയിക്കുന്നതും അവിടെയാണ്. പ്രപഞ്ചത്തിലെ ഏതാനും അത്ഭുത പ്രതിഭാസങ്ങളെ ഭൗതികശാസ്ത്രത്തിന്റെ ഭാഷയിൽ വിശദീകരിക്കാനാണ് ഇവിടെ പരിശ്രമിക്കുന്നത്.

പ്രപഞ്ചത്തിലെ ഒരസാധാരണ പ്രതിഭാസമാണ് ക്വാസാറുകൾ. ക്വാസി സ്റ്റെല്ലാർ റേഡിയോ സോഴ്സ് എന്നാണിതിന്റെ മുഴുവൻ പേര്. ആദ്യമായി കണ്ടെത്തിയ ക്വാസാറാണ് 3..273. മറ്റു ക്വാസാറുകളെ അപേക്ഷിച്ച് സൗരയൂഥത്തിന്റെ കൂടുതൽ അടുത്തുള്ളതും അതുകൊണ്ടുതന്നെ ഏറ്റവും തിളക്കമേറിയതുമായ ക്വാസാറാണ് ഇത്. 1962 ൽ കാലിഫോർണിയയിലെ പാലോമർ വാനനിരീക്ഷണകേന്ദ്രത്തിലെ ആസ്ട്രോണമർ ആയ മാർട്ടൻ ഷ്മിറ്റ് (Marten Schmidt) ആണ് ആദ്യമായി ഇവയെ തിരിച്ചറിഞ്ഞത്. ആകാശത്തിന്റെ വിദൂരതയിൽ കാണപ്പെട്ട ഒരു മങ്ങിയ വെളിച്ചത്തിന്റെ ലൈറ്റ് സ്പെക്ട്രം പരിശോധിച്ച ഷ്മിറ്റ് അത്ഭുതപ്പെട്ടുപോയി. 3C273 എന്നു പേരിട്ട ഈ ആകാശവസ്തു അതിവേഗത്തിൽ അകന്നുപൊയ്ക്കൊണ്ടിരിക്കുകയാണ്. ഇതിന്റെ പലായന പ്രവേഗം പ്രകാശ വേഗതയുടെ 15 % വരുമെന്നും അദ്ദേഹം കണ്ടെത്തി.

സൗരയൂഥത്തിൽനിന്നും 1000 കോടി പ്രകാശവർഷം ആകലെയുള്ള ഇതിൽനിന്നും അതിശക്തമായ റേഡിയോകിരണങ്ങൾ ഉത്സർജ്ജിച്ചുകൊണ്ടിരിക്കുകയാണ്. ഒരു നക്ഷത്രത്തേക്കാൾ വലുതും എന്നാൽ ഒരു ഗാലക്സിയേക്കാൾ ചെറുതുമായ ഈ പ്രതിഭാസം ഉല്പാദിപ്പിക്കുന്ന ഊർജ്ജം ഗാലക്സിയിൽ ഉല്പാദിപ്പിക്കുന്ന ഊർജ്ജത്തേക്കാൾ എത്രയോ അധികമാണ്. തുടർന്ന് നിരവധി ക്വാസാറുകൾ കണ്ടെത്തപ്പെട്ടു. ചില ക്വാസാറുകൾ പലായനം ചെയ്യുന്നത് പ്രകാശവേഗതയോടടുത്താണ്. അവ പുറപ്പെടുവിക്കുന്ന ഊർജ്ജമാകട്ടെ ഒരു സാധാരണ ഗാലക്സിയിൽനിന്നു പുറപ്പെടുന്ന ഊർജ്ജത്തിന്റെ നൂറുകണക്കിന് മടങ്ങ് അധികവുമാണ്.

ക്വാസാറുകൾ എന്താണെന്നോ, അവ എവിടെയാണെന്നോ, അവ എങ്ങനെ അവിടെ ഉണ്ടായി എന്നോ, അവയ്ക്കെന്തു സംഭവിക്കുമെന്നോ ഉള്ള പൂർണ്ണമായ ഒരു ചിത്രം ഇന്നും ജ്യോതിശാസ്ത്രജ്ഞൻമാർക്ക് നല്കാൻ കഴിയുന്നില്ല. എവിടെയാണവ സ്ഥിതിചെയ്യുന്നതെന്ന കാര്യ

ത്തിൽ ജ്യോതിശാസ്ത്രജ്ഞൻമാർ തമ്മിൽ അഭിപ്രായ ഐക്യമില്ല. ദൃശ്യപ്രപഞ്ചത്തിന്റെ അങ്ങേയറ്റത്താണ് ഇവയുടെ സ്ഥാനമെന്ന് ഒരു കൂട്ടർ വാദിക്കുന്നു. അങ്ങേയറ്റത്താണ് ഇവയുടെ സ്ഥാനമെന്ന് ഒരു കൂട്ടർ വാദിക്കുന്നു. അങ്ങേയറ്റത്ത് എന്നു പറയുമ്പോൾ അവിടെയെത്താൻ നാം കാലത്തിലൂടെ സഞ്ചരിക്കണമെന്നർത്ഥം. ആയിരം കോടി പ്രകാശവർഷ മകലെയുള്ളത് എന്നു പറയുമ്പോൾ 1000 കോടി വർഷങ്ങൾക്കുമുമ്പുണ്ടാ യിരുന്നത് എന്നാണർത്ഥമാക്കുന്നത്. അവ ഉത്സർജ്ജിക്കുന്ന പ്രകാശവും റേഡിയോ തരംഗങ്ങളും ഇപ്പോഴാണ് നമ്മുടെ ദൃഷ്ടിയിലെത്തുന്നതെന്നു മാത്രം - മറ്റൊരു തരത്തിൽ പറഞ്ഞാൽ ഈ മഹാപ്രപഞ്ചത്തിന്റെ ശൈശവകാലത്താണ് ക്വാസാറുകൾ ജീവിച്ചിരുന്നത്. ഇപ്പോഴവ അവി ടെയുണ്ടായിരിക്കണമെന്നില്ല. എന്നാൽ ഏതാനും ചില ജ്യോതിശാസ്ത്ര ജ്ഞൻമാർ ഈ സിദ്ധാന്തത്തെ ശക്തിയുക്തം എതിർക്കുന്നവരാണ്. ക്വാസാറുകൾ അത്രയൊന്നും അകലെയല്ലെന്നും നമ്മുടെ മാതൃഗാല ക്സിയായ ആകാശഗംഗ ഉൾപ്പെടുന്ന ഗാലക്സി സമൂഹത്തിൽ (Cluster of Galaxies.) അവയുണ്ടെന്നും ഇക്കൂട്ടർ വാദിക്കുന്നു. അവയുടെ അതി ധ്രുതമായ പലായനം (Red shift) കണക്കുകൂട്ടലുകളിൽ വരുത്തുന്ന വ്യതിയാനമാണ് അവയെ വളരെയകലെയായി കാണാൻ കാരണം. ഒരു കാര്യം വ്യക്തമാണ്. ക്വാസാറുകൾ ആകാശഗംഗയുടെ രൂപീകരണ സമ യത്ത് ഉണ്ടായിരുന്നാലും ഇല്ലെങ്കിലും അവയിപ്പോൾ നമ്മിൽ നിന്ന് അതി വേഗത്തിൽ അകന്നു പൊയ്കൊണ്ടിരിക്കുകയാണ്.

1971 ൽ ജ്യോതിശാസ്ത്രജ്ഞർ കണ്ടെത്തിയ രണ്ട് ക്വാസറുകൾ സവിശേഷ ശ്രദ്ധയാകർഷിക്കുന്നവയാണ്. ഇവ പരസ്പരം അതിവേഗ ത്തിൽ അകന്നുകൊണ്ടിരിക്കുകയാണ്. അതിവേഗമെന്നു പറഞ്ഞാൽ പ്രകാശവേഗത്തിന്റെ ഒൻപതിരട്ടി വേഗത്തിൽ. (27×10^8 m/s) !! ആപേ ക്ഷികതാ സിദ്ധാന്തപ്രകാരം പരസ്പരം അകന്നുകൊണ്ടിരിക്കുന്ന രണ്ടു വസ്തുക്കളുടെ ആപേക്ഷികപ്രവേഗം പ്രകാശവേഗതയുടെ ഇരട്ടിവരെ അനുവദനീയമാണ്. എന്നാൽ ഒൻപതിരട്ടി എന്നു പറയുമ്പോൾ ഈ പ്രതിഭാസത്തെ വിവരിക്കുവാൻ ആപേക്ഷികതാ സിദ്ധാന്തം പര്യാപ്ത മല്ല എന്നു വരും. അല്ലെങ്കിൽ ഇവയുടെ പലായന വേഗത അളന്നതി ലുണ്ടായ തെറ്റായിരിക്കും. ഈ പ്രതിഭാസത്തെക്കുറിച്ച് പഠനം നടത്തിയ ജ്യോതിശാസ്ത്രജ്ഞർ പ്രസ്തുത ക്വാസാറുകൾ വളരെ വളരെയകലെ യാണെന്നും അവയുടെ വർദ്ധിച്ച പ്രവേഗം നിരീക്ഷികനുണ്ടാകുന്ന ഒരു മിഥ്യാ ദർശനമാണെന്നും കണ്ടെത്തി. (Optical illusion). ഈ പ്രതിഭാ സത്തിന് ക്രിസ്മസ് - ട്രീ എഫക്ട് (Christmas tree effect.) എന്നാണ് പറയുന്നത്. ക്രിസ്മസ് ട്രീയിലെ ബൾബുകൾ അതിവേഗത്തിൽ മുന്നോട്ടും പിന്നോട്ടും ഓടുന്നതായി തോന്നാറില്ലേ ? അസാദ്ധ്യമായ ഒന്ന് സാദ്ധ്യമാകുന്നതായി നിരീക്ഷകന്റെ കണ്ണുകൾക്ക് ഒരു മിഥ്യാ ദർശനം ഉണ്ടാകുകയാണവിടെ. (Objects or parts of objects that are not moving at all may be flashing on and off between observations, to give an illusion of impossible motion) അതിശക്തമായ ഗുരുത്വബലമാണ് ക്വാസാറുകൾ പുറപ്പെടുവിക്കുന്ന ഭീമമായ ഊർജ്ജത്തിന് കാരണമെന്നാണ് പൊതുവെ കരുതപ്പെടുന്നത്.

ക്വാസാറുകളെപ്പോലെതന്നെ മറ്റൊരു അത്ഭുത പ്രതിഭാസമാണ് പൾസാറുകൾ (pulsar). കൃത്യമായ ഇടവേളകളിൽ റേഡിയോ സിഗ്നലുകൾ പുറപ്പെടുവിച്ചുകൊണ്ടിരിക്കുന്ന ഖഗോള വസ്തുക്കളാണിവ. 1967 ൽ ഇവയിലൊന്നിനെ ആകസ്മികമായി കണ്ടുപിടിച്ചപ്പോൾ ശാസ്ത്രലോകം അത്ഭുത സ്തബ്ധരായി. ഈ പ്രപഞ്ചത്തിൽ എവിടെയോ നിന്ന് അനന്തവിഹായസിലേക്ക് റേഡിയോ സന്ദേശങ്ങൾ അയച്ചുകൊണ്ടിരിക്കുന്ന ഭൗമേതരജീവികളാണ് (LGM – Little Green Man) അവയെന്നാണ് അവർ മനസ്സിലാക്കിയത്. എന്നാൽ തുടർന്നുള്ള പഠനങ്ങളിൽ അവ അന്യഗ്രഹജീവികളുടെ സന്ദേശങ്ങളല്ലെന്നും ശക്തമായ റേഡിയോ സിഗ്നലുകൾ പുറപ്പെടുവിക്കുന്ന നക്ഷത്രസദൃശ്യ വസ്തുക്കളാണെന്നും തിരിച്ചറിഞ്ഞു. മേടരാശിയിലെ (Taurus) ക്രാബ് നെബുലയിലുള്ള NP0531 എന്ന് പേരിട്ടിരിക്കുന്ന പൾസാർ സെക്കന്റിൽ 30 തവണ റേഡിയോ സിഗ്നലുകളും ദൃശ്യപ്രകാശവും ഇടവിട്ടിടവിട്ട് അയച്ചുകൊണ്ടിരിക്കുകയാണ്. അത്ഭുതകരമായ മറ്റൊരു കാര്യം, ഈ ആകാശവസ്തുവിനെ ഫോട്ടോഗ്രാഫിൽ ബ്ലിങ്ക് ചെയ്യുന്ന സ്വഭാവം കാണുന്നില്ല. അത് ജ്വലിച്ചുതന്നെ കാണപ്പെട്ടു.

ഇരുനൂറിലധികം പൾസാറുകളെ ഇപ്പോൾ തിരിച്ചറിയാൻ കഴിഞ്ഞിട്ടുണ്ട്. റേഡിയോ സിഗ്നലുകൾ അയയ്ക്കുന്ന ഇടവേളകളിൽ പൾസാറുകളിൽ തമ്മിൽ വ്യത്യാസമുണ്ട്. സെക്കന്റിൽ 30 മുതൽ 4 സെക്കന്റിൽ ഒന്ന് എന്നുവരെ അവ വ്യത്യാസപ്പെട്ടിരിക്കുന്നുണ്ട്. ആണവ ഘടികാരങ്ങൾ ഉപയോഗിച്ചാണ് ഇത്തരം സിഗ്നലുകളുടെ ഇടവേളകൾ കൃത്യമായി അളക്കുന്നത്. സാധാരണ ക്ലോക്കുകൾ ഇതിന് പര്യാപ്തമല്ല. ചിലപ്പോൾ പൾസാറുകൾ ഉത്സർജ്ജിക്കുന്ന റേഡിയോ സിഗ്നലുകൾ പൊടുന്നനെ തീവ്രമാകാറുണ്ട്. ഗ്ലിച്ച് (glitch) എന്നാണ് ഈ പ്രതിഭാസത്തിനിട്ടിരിക്കുന്ന പേര്. ക്വാസാറുകളെപ്പോലെ പൾസാറുകളെയും തുടർച്ചയായി കണ്ടെത്തിക്കൊണ്ടിരിക്കുന്നുണ്ട്. ദശലക്ഷക്കണക്കിന് പൾസാറുകൾ ഈ മഹാപ്രപഞ്ചത്തിലുണ്ട്. ക്വാസാറുകളുടെ സ്ഥാനം കൃത്യമായി നിർണ്ണയിക്കാൻ ആധുനിക ജ്യോതിശാസ്ത്രജ്ഞന്മാർക്ക് കഴിഞ്ഞിട്ടുണ്ട്. പൾസാറുകൾ വളരെ ചെറിയ ഖഗോള വസ്തുക്കളാണ്. നമ്മുടെ ആകാശ ഗംഗയിലും പൾസാറുകളുടെ സാന്നിദ്ധ്യമുണ്ട്. യഥാർത്ഥത്തിൽ എന്താണ് പൾസാറുകൾ ? അതിവേഗത്തിൽ ഭ്രമണം ചെയ്തുകൊണ്ടിരിക്കുന്ന താരങ്ങളാണ് പൾസാറുകൾ. അപ്പോൾ എന്താണ് ന്യൂട്രോൺ താരമെന്ന ചോദ്യം ഉയർന്നുവരിക സ്വാഭാവികമാണ്. ന്യൂട്രോ താരങ്ങളെക്കുറിച്ച് മനസ്സിലാകണമെങ്കിൽ സാധാരണ നക്ഷത്രങ്ങളുടെ ഘടനയെക്കുറിച്ചും അവയുടെ ഭജീവചക്രത്തിനെക്കുറിച്ചും ഒരു ഏകദേശ ധാരണ ഉണ്ടായിരിക്കേണ്ടത് അത്യാവശ്യമാണ്.

നക്ഷത്രങ്ങളുടെ വലിപ്പവും അവയുടെ ജീവിതകാലവും തമ്മിൽ അഭേദ്യമായ ബന്ധമുണ്ട്. ചെറിയ നക്ഷത്രങ്ങൾ കൂടുതൽ കാലം നില നില്ക്കുകയും സാവധാനത്തിൽ നശിച്ചുപോവുകയും ചെയ്യുമ്പോൾ വലിയ നക്ഷത്രങ്ങൾക്ക് ആയുസ്സ് വളരെ കുറവാണ്. അവയുടെ അന്ത്യം അത്യന്തം സ്ഫോടനാത്മകമായിരിക്കും. ഇത് ഒഴുക്കൻ മട്ടിലുള്ള ഒരു പ്രയോഗമല്ല. കണിശങ്ങളായ ഗണിതക്രിയകൾകൊണ്ടും ജ്യോതി ശാസ്ത്രസിദ്ധാന്തങ്ങൾകൊണ്ടും കണികാ ഭൗതികത്തിന്റെയും ആപേ ക്ഷികതയുടെയും അച്ചിലിട്ടു വാർത്തെടുത്ത നിയമങ്ങൾ വഴി രൂപിക രിച്ച ശാസ്ത്രീയ സമവാക്യങ്ങളാണ്. ആദ്യമായി സൂര്യനു തുല്യമോ സൂര്യനേക്കാൾ ചെറുതോ ആയ ഒരു നക്ഷത്രത്തിന്റെ ഭാവി എന്താകു മെന്ന് പരിശോധിക്കാം. ഫ്യൂഷൻ പ്രവർത്തനത്തിന്റെ ഫലമായി നക്ഷ ത്രകേന്ദ്രത്തിലെ ന്യൂക്ലിയർ ഇന്ധനമായ ഹൈഡ്രജൻ ഏറക്കുറെ പൂർണ്ണ മായി ഹീലിയമായി മാറും. ഇപ്പോഴുള്ള അവസ്ഥയിൽനിന്ന് ഇതിന് ഏക ദേശം 500 കോടി ഭൗമവർഷങ്ങൾ വേണ്ടിവരും. നക്ഷത്രത്തിന്റെ പുറം പാളികളിലുണ്ടാകുന്ന വ്യതിയാനം കാരണം നക്ഷത്രം വികസിക്കാൻ ആരംഭിക്കും. ചുമപ്പ് ഭീമൻ (Red Giant.) എന്നാണ് ഈ അവസ്ഥയ്ക്കു പറയുന്ന പേര്. ഭാവിയിൽ നമ്മുടെ സൂര്യൻ ചുമപ്പു ഭീമനായി കഴിയു മ്പോൾ സമീപഗ്രഹങ്ങളായ ബുധനെയും (Mercury) ശുക്രനെയും (Venus) അത് വിഴുങ്ങിക്കളയും. ഭൂമിയുടെ കാര്യവും അത്ര സുരക്ഷി തമല്ല. വേട്ടക്കാരൻ താരഗണത്തിലെ (Orion the hunter.) ഇടതുതോ ളിൽ കാണുന്ന തിളങ്ങുന്ന ചുമന്ന നക്ഷത്രത്തെ ഓർമ്മവരുന്നുണ്ടാ കും. അതൊരു ചുമന്ന ഭീമനാണ്. ഭൂമിയിൽനിന്നും 426 പ്രകാശവർഷം അകലെയുള്ള തിരുവാതിര നക്ഷത്രം (Betelgeuse).

ചുമന്ന ഭീമന്മാർക്ക് അധികകാലം നിലനില്പില്ല. അവ നക്ഷത്രപ രിണാമത്തിന്റെ അടുത്ത ഘട്ടത്തിലേക്ക് കടക്കും. നക്ഷത്രവികാസത്തെ നക്ഷത്രത്തിന്റെ ഗുരുത്വ വലിവ് (gravitational pull) കീഴടക്കാൻ തുട ങ്ങുകയായി. ഭീമൻ നക്ഷത്രം പിന്നീട് ചുരുങ്ങാൻ ആരംഭിക്കും. ചുരു ങ്ങിച്ചുരുങ്ങി ഏകദേശം ഭൂമിയുടെയത്രയും വലിപ്പമുള്ള ഒരു കുള്ളൻ നക്ഷത്രമായി മാറും. ഈ അവസ്ഥയെ വെള്ളക്കുള്ളൻ (White Dwarf.) എന്നാണ് വിളിക്കുന്നത്. രാത്രിയിൽ വേട്ടക്കാരൻ താരഗണത്തിന്റെ ചുവ ട്ടിലായി വെട്ടിത്തിളങ്ങുന്ന ഒരു നക്ഷത്രത്തെ കണ്ടിട്ടില്ലേ. സിറിയസ് (The Dog star.) എന്ന ആ നക്ഷത്രം യഥാർത്ഥത്തിൽ രണ്ടു നക്ഷത്ര ങ്ങളുടെ ഒരു ജോഡിയാണ്. സൂര്യന്റെ എട്ടിരട്ടി വലിപ്പമുള്ള സിറിയസ് അ യും വെള്ളക്കുള്ളനായ സിറിയസ് ആ ചേർന്ന നക്ഷത്രജോഡി. ഭൂമിയുടെ വലിപ്പം മാത്രമേ ഉള്ളു എങ്കിലും വെള്ളക്കുള്ളന്റെ പിണ്ഡം സൂര്യനു തുല്യമായിരിക്കും ഒരു പയറുമണിയുടെയത്രയും വലിപ്പത്തിൽ ഇത്തരം നക്ഷത്ര ദ്രവ്യത്തിന് ഒരു ഹിപ്പൊപൊട്ടാമസിന്റെ ഭാരമുണ്ടാ കും.. നക്ഷത്രകേന്ദ്രത്തിലെ ഗുരുത്വബലം ആറ്റങ്ങളിലെ ഇലക്ട്രോണു കളുടെ ചലനത്തെ നിയന്ത്രിക്കാൻ മാത്രം ശക്തമായ ഈ അവസ്ഥയിൽ

നക്ഷത്രകേന്ദ്രം നിർജ്ജീവമായിരിക്കും. ന്യൂക്ലിയർ പ്രവർത്തനങ്ങൾ നടക്കാനാവാതെ മറ്റൊരു തരത്തിൽ പറഞ്ഞാൽ നക്ഷത്രത്തിന്റെ ശവശരീരമായ വെള്ളക്കുള്ളൻ സാവധാനം - വളരെ സാവധാനം തണുക്കാനാരംഭിക്കും. അപ്പോഴേക്കും നക്ഷത്രകേന്ദ്രം ഒരു വജ്രഖനിയായി മാറിയിട്ടുണ്ടാകും. ക്രമേണ തണുത്തുറഞ്ഞ് നക്ഷത്രം ദൃഷ്ടിയിൽനിന്ന് അപ്രത്യക്ഷമാകും. ഈ അവസ്ഥയിൽ നക്ഷത്രത്തെ ഒരു കറുപ്പുകുള്ളൻ (Black Dwarf) എന്നാണ് വിളിക്കുന്നത്.

സൂര്യനേക്കാൾ അല്പം കൂടി വലിയ നക്ഷത്രങ്ങളും അവയുടെ അന്ത്യഘട്ടത്തിൽ വികസിച്ച ചുവന്ന ഭീമന്മാരായി മാറും. വികസനത്തിന്റെ ഒരു ഘട്ടത്തിൽ വികാസനിരക്ക് നിയന്ത്രിച്ചു നിർത്താൻ നക്ഷത്രത്തിന്റെ ഗുരുത്വബലത്തിന് കഴിയാതെ വരുന്നു അതിശക്തമായ ഒരു പൊട്ടിത്തെറിയാണ് ഇതിന്റെ ഫലം. സൂപ്പർനോവ (Supernova) എന്നു വിളിക്കുന്ന ഈ പ്രതിഭാസം ആകാശത്തിലുള്ള മറ്റേതു വസ്തുവിനേക്കാളും ശോഭയിൽ കാണപ്പെടും. CE 1054 ൽ പൗരസ്ത്യ ജ്യോതിശാസ്ത്രജ്ഞർ ഇത്തരമൊരു സൂപ്പർനോവ വിസ്ഫോടനം രേഖപ്പെടുത്തിയിരുന്നു. പൊട്ടിച്ചിതറിയ ഭീമൻ നക്ഷത്രത്തിന്റെ കേന്ദ്രം അതിശക്തമായ ഗുരുത്വബലമുള്ള വളരെ ചെറിയ നഭോഗോളമായി അവശേഷിക്കും. പത്തോ ഇരുപതോ കിലോമീറ്റർ മാത്രമുള്ള ആ ഗോളത്തിന്റെ ഗുരുത്വ വലിവ് അതിഭയങ്കരമായിരിക്കും. ഒരു ചെറിയ മുത്തിന്റെ മാത്രം വലിപ്പത്തിൽ ഉള്ള ഇത്തരം നക്ഷത്രദ്രവ്യത്തിന്റെ പിണ്ഡം ഈഫൽ ടവറിന് തുല്യമായിരിക്കും. നക്ഷത്രത്തിനുള്ളിലെ ന്യൂക്ലിയർ പ്രവർത്തനങ്ങളെയാകും താറുമാറാക്കും. ഇലക്ട്രോണുകളും പ്രോട്ടോണുകളും സംയോജിച്ച് ന്യോട്രോണുകൾ മാത്രമുള്ള ഒരു ഗോളമായി നക്ഷത്രം മാറിക്കഴിഞ്ഞിരിക്കും. ഈ അവസ്ഥയാണ് ന്യൂട്രോൺ താരമെന്ന് വിളിക്കപ്പെടുന്നത്.

കൈകൾ വിടർത്തി കറങ്ങി നോക്കുക. കറങ്ങുന്നതിനിടയിൽ കൈകൾ പെട്ടെന്ന് ശരീരത്തോട് ചേർത്തു വെക്കുക. നിങ്ങൾ വീഴാതിരിക്കണമെങ്കിൽ കറങ്ങുന്നതിന്റെ വേഗം കൂട്ടണമെന്ന് കാണാൻ കഴിയും. ന്യൂട്രോൺ നക്ഷത്രത്തിന്റെ കാര്യത്തിലും ഇതു തന്നെയാണ് സംഭവിക്കുന്നത്. ചുവന്ന ഭീമൻ നക്ഷത്രം പെട്ടെന്ന് പൊട്ടിത്തകർന്ന് വളരെ ചെറിയ ന്യോട്രോൺ താരമാകുമ്പോൾ നക്ഷത്രത്തിന്റെ കറക്കത്തിന്റെ വേഗതയും (Angular momentum.) ഗണ്യമായി വർദ്ധിക്കും. എങ്കിൽ മാത്രമെ നക്ഷത്രത്തിന് നിലനില്പുണ്ടാവുകയുള്ളു. ഇങ്ങനെ അതിവേഗം കറങ്ങിക്കൊണ്ടിരിക്കുന്ന ന്യൂട്രോൺ താരങ്ങളാണ് ഇടവിട്ടിടവിട്ട് റേഡിയോ സിഗ്നലുകളും പ്രകാശവും പുറപ്പെടുവിക്കുന്ന പൾസാറുകൾ. പൾസാറുകളുടെ വൈദ്യുത കാന്തിക തരംഗ ഉത്സർജ്ജനത്തിന്റെ ആവൃത്തികുറച്ച് ഇനിയും ധാരണ കൈവരിക്കേണ്ടതുണ്ട്. പൾസാറുകളിലെ ദ്രവ്യം കേവലപൂജ്യത്തിനടുത്ത് (OK or -273°C) താപനിലയിലുള്ള ഒരു സൂപ്പർ ഫ്ളുയിഡ് അവസ്ഥയിലാണുള്ളത്. ഈ അവസ്ഥയിലുള്ള

ദ്രവ്യത്തിന് ഘർഷണവും വിസ്കോസിറ്റിയും ഉണ്ടാവില്ല. സൂപ്പർ ഫ്ളുയിഡ് ദ്രവ്യത്തിന്റെ ഉപരിതലം ലോലമായ ഖരാവസ്ഥയിലാണുള്ളത്. ഉപരിതലത്തിനുതാഴെ സൂപ്പർ ഫ്ളുയിഡ് ദ്രവ്യത്തിന്റെ കമ്പനങ്ങളാണ് (star quakes) പൾസാറുകളുടെ ഇടവിട്ടിടവിട്ടുള്ള വൈദ്യുത കാന്തിക വികിരണങ്ങളുടെ ഉത്സർജ്ജനത്തിന് കാരണമാകുന്നതെന്ന് പൊതുവെ കരുതപ്പെടുന്നു.

നക്ഷത്രങ്ങളുടെ രണ്ടുവിധത്തിലുള്ള അന്ത്യത്തെക്കുറിച്ച് നമ്മൾ ചർച്ച ചെയ്ത് കഴിഞ്ഞു. മൂന്നാമത്തെ സാദ്ധ്യത കുറെക്കൂടി ഭീകരവും അത്ഭുതാവഹവുമാണ്. ആപേക്ഷികതാസിദ്ധാന്തം നിലവിൽ വരുന്നതിന് മുമ്പ് ഇത്തരമൊരു സാദ്ധ്യതയെക്കുറിച്ച് ആരും ചിന്തിച്ചിട്ടുപോലുമുണ്ടാകില്ല. ഉണ്ടെങ്കിൽതന്നെ അതൊരിക്കലും ഒരു ജ്യോതിശാസ്ത്രജ്ഞനാകാൻ തരമില്ല. ഭ്രാന്തമായ ആശയങ്ങളുള്ള ഒരു സയൻസ് ഫിക്ഷൻ എഴുത്തുകാരനുമാത്രമെ സാദ്ധ്യതയുള്ളു. നക്ഷത്രത്തിന്റെ ദ്രവ്യമാനം സൗരപിണ്ഡത്തിന്റെ പത്തിരട്ടിയോ അതിൽക്കൂടുതലോ ഉള്ള നക്ഷത്രങ്ങൾക്ക് സംഭവിക്കുന്ന അന്ത്യമാണിനി പറയാൻ പോകുന്നത്. മറ്റു നക്ഷത്രങ്ങളെപ്പോലെതന്നെ ഇത്തരം നക്ഷത്രങ്ങളും ചുമപ്പു ഭീമൻ ഘട്ടത്തിലൂടെ തന്നെ കടന്നുപോകും. സൂപ്പർ നോവസ്ഫോടനത്തിനു വിധേയമാകുന്ന നക്ഷത്രത്തിന്റെ കേന്ദ്രം ഗുരുത്വബലത്തിനു കീഴിൽ ചുരുങ്ങാനാരംഭിക്കും. ഈ സങ്കോചം ന്യൂട്രോൺ താരത്തിന്റെ ഘട്ടത്തിലും അവസാനിക്കില്ല. ഗുരുത്വബലം താങ്ങാനാവാതെ നക്ഷത്രത്തിന്റെ ദ്രവ്യം ഒരു ബിന്ദുവിലേക്ക് സങ്കോചിക്കുന്ന ഈ അവസ്ഥയിൽ ഒന്നും തന്നെ അവശേഷിക്കില്ല. പ്രകാശത്തിനുപോലും രക്ഷപ്പെടാനാവാത്ത ഈ അവസ്ഥയാണ് തമോദ്വാരങ്ങൾ (Black holes) എന്നറിയപ്പെടുന്നത്. സൂപ്പർ നോവസ്ഫോടനത്തിനുശേഷം അവശേഷിക്കുന്ന നക്ഷത്രക്കാമ്പിന്റെ ദ്രവ്യമാനം 1.4 സൗരപിണ്ഡത്തേക്കാൾ (2.85×10^{30} kg) അധികമാകുമ്പോഴാണ് ഈ പ്രതിഭാസം അരങ്ങേറുന്നത്. തമോദ്വാരങ്ങളുടെ ഈ ഗണിത സൂത്രം കണ്ടെത്തിയത് ഇന്ത്യൻ വംശജനായ അമേരിക്കൻ ഗണിത ശാസ്ത്രജ്ഞൻ സുബ്രഹ്മണ്യൻ ചന്ദ്രശേഖറാണ്. ഈ അതിർത്തി രേഖയെ ചന്ദ്രശേഖർ സീമ (Chandrashekhar Limit) എന്നാണ് വിളിക്കുന്നത്.

പ്രപഞ്ചത്തിലെ ദ്രവ്യം അത് സ്ഥിതിചെയ്യുന്ന സ്ഥലകാലങ്ങളിൽ വക്രത (Curvature)യുണ്ടാക്കുന്നുണ്ടെന്ന് ആപേക്ഷികതാ സിദ്ധാന്തം പറയുന്നു. ദ്രവ്യത്തിന്റെ പിണ്ഡം വർദ്ധിക്കുന്നതിനനുസരിച്ച് ഈ വക്രത കൂടുകയും ചെയ്യും. തമോദ്വാരങ്ങൾ അവ സ്ഥിതിചെയ്യുന്ന സ്ഥലകാലങ്ങളിൽ (Spacetime) ഉണ്ടാക്കുന്ന വക്രത അനന്തമാണ്. എന്നാൽ ഇത് വളരെ ചെറിയൊരു സ്ഥലത്തുമാത്രമായിരിക്കും. ഷ്വാർസ്ചൈൽഡ് റേഡിയസ് (Schwarzschild radius) എന്നറിയപ്പെടുന്ന ഈ ഭാഗത്ത് അകപ്പെടുന്ന ഒന്നും - പ്രകാശംപോലും സ്ഥലകാലങ്ങളുടെ അനന്തവക്രതയിൽനിന്ന് പുറത്തു കടക്കുകയില്ല. സമയം പിന്നിലേക്ക് സഞ്ചരിക്കുന്ന

അത്ഭുത പ്രതിഭാസം. മുത്തശ്ശിക്കഥകളിലെ നരകമോ സയൻസ് ഫിക്ഷനിലെ മിഥ്യാ ദർശനങ്ങളോ അല്ല ഇത്, ഭൗതിക പ്രപഞ്ചത്തിലെ അനേക അത്ഭുതങ്ങളിൽ ഒന്നു മാത്രം.

ന്യൂട്ടന്റെ ഗുരുത്വനിയമങ്ങളുമായി ബന്ധപ്പെടുത്തി 1798 ൽ ഫ്രഞ്ച് ഗണിതശാസ്ത്രജ്ഞനായ പിയറി സൈമൺ ഡിലാപ്ലസ ആണ് തമോദ്വാരങ്ങളുടെ സാദ്ധ്യതയിലേക്ക് ആദ്യമായി വിരൽ ചൂണ്ടിയത്. 1939 ൽ റോബർട്ട് ഓപ്പൺ ഹീമറും ഹർട്ട്ലാന്റ് സ്നൈഡറും ചേർന്ന് നടത്തിയ ഗണിതശാസ്ത്രപരമായ കണക്കുകൂട്ടലുകൾ തമോദ്വാരങ്ങളുടെ സാന്നിദ്ധ്യം അരക്കിട്ടുറപ്പിച്ചു. നക്ഷത്രങ്ങൾക്ക് ഒരു പരിധിയിൽ കൂടുതൽ പിണ്ഡമുണ്ടെങ്കിൽ അവ വൈകാതെ തകർന്നടിയുകയും നക്ഷത്രകേന്ദ്രം തമോദ്വാരമായി മാറുകയും ചെയ്യുമെന്ന് തെളിയിക്കപ്പെട്ടു. ഒരു സെർച്ച് ലൈറ്റ് അടിച്ചുനോക്കിയാലും നിങ്ങൾക്കവയെ കാണാൻ കഴിയില്ല. സെർച്ച് ലൈറ്റിന്റെ പ്രകാശത്തെ തമോദ്വാരങ്ങൾ ആഗിരണം ചെയ്തുകളയും. മാതൃനക്ഷത്രത്തിന്റെ വലിപ്പമനുസരിച്ച് തമോദ്വാരങ്ങളുടെ വ്യാസത്തിലും വ്യത്യാസമുണ്ടാകും. ഭൂമി ഒരു തമോദ്വാരമായി മാറി എന്നിരിക്കട്ടെ അപ്പോഴുണ്ടാകുന്ന ബ്ലാക്ക് ഹോളിന്റെ വ്യാസം ഒരു ചെറിയ പയർമണിയുടെയത്രയേ ഉണ്ടാവുകയുള്ളു. സൂര്യനായാൽ അത് ഏകദേശം 2 കി മീ താഴെ മാത്രവും. അതിഭീമൻ നക്ഷത്രങ്ങളുണ്ടാക്കുന്ന തമോഗർത്തങ്ങൾ കൂടുതൽ വലുതായിരിക്കും. സിംഗുലാരിറ്റി (Sigularity) എന്നാണ് തമോദ്വാരങ്ങളുടെ കേന്ദ്രത്തെ വിളിക്കുന്നത്. എന്താണ് സിംഗുലാരിറ്റിയിൽ നടക്കുന്നതെന്ന് ഇനിയും അജ്ഞാതമാണ്. ക്വാണ്ടം ബലതന്ത്രവും ആപേക്ഷികതയും ഇവിടെ പ്രയോഗിക്കാൻ സാധിക്കുന്നില്ല. ഗുരുത്വബലം അനന്തമായ തമോഗർത്തങ്ങളിൽ പതിക്കുന്ന ദ്രവ്യത്തിനും ഊർജ്ജത്തിനും എന്തു സംഭവിക്കുന്നു എന്നതിനെക്കുറിച്ചുള്ള ശാസ്ത്രജ്ഞരുടെ നിഗമനങ്ങൾ പലപ്പോഴും പരസ്പര വിരുദ്ധമാണ്. സ്റ്റീഫൻ ഹോക്കിംഗിനെപ്പോലെയുള്ള ഗണിത ശാസ്ത്രജ്ഞർ ഈ മേഖലയിൽ പഠനം നടത്തുന്നവരാണ്.

അതിസാഹസികനായ ഒരു ബഹിരാകാശസഞ്ചാരി തമോഗർത്തത്തിനടുത്തെത്തി എന്നു കരുതുക. സ്ഥലകാലങ്ങളുടെ ചുഴിയിൽ ശക്തമായ ടൈഡൽ ഫോഴ്സിൽ ആസ്ട്രോണമർ ഛിന്നഭിന്നമാക്കപ്പെടും. ദൂരെ, മറ്റൊരു നക്ഷത്രത്തിൽനിന്നു നോക്കുന്ന ഒരു നിരീക്ഷകന് ഈ പ്രതിഭാസം മില്ലി സെക്കന്റുകൾക്കുള്ളിൽ സംഭവിക്കുന്നതായി കാണപ്പെടും. എന്നാൽ ബഹിരാകാശസഞ്ചാരിക്ക് ഇതത്ര പെട്ടെന്ന് അവസാനിക്കില്ല. സ്ഥലത്തോടൊപ്പം സമയവും വക്രീകരിക്കപ്പെടുന്നതുകൊണ്ട് അയാളുടെ സെക്കന്റുകൾക്ക് ശതാബ്ദങ്ങളുടെയോ സഹസ്രാബ്ദങ്ങളുടെയോ ദൈർഘ്യമുണ്ടാകും. തന്റെ ശരീരത്തിന്റെ ഓരോ ഭാഗവും താഴെ മുതൽ മുകൾവരെ വലിഞ്ഞുനീണ്ട് ചിതറപ്പെടുന്നത് ബഹിരാകാശസഞ്ചാരി അനുഭവിക്കും. തമോഗർത്തത്തിലേക്ക് പതിച്ചുകഴിഞ്ഞാലോ? അയാളുടെ ശരീരത്തിലെ ദ്രവ്യത്തിനും ഊർജ്ജത്തിനും

എന്തു സംഭവിക്കും? സ്ഥലകാലങ്ങളിൽ ലയിച്ചുചേരുമോ? അതോ ശൂന്യതയിൽ അലിഞ്ഞുചേരുമോ? അപ്പോൾ സ്പേസും ശൂന്യതയും രണ്ടാണെന്നുവരുമോ? തമോദ്വാരങ്ങൾ മറ്റൊരു പ്രപഞ്ചത്തിലേക്കു തുറക്കുന്ന കിളിവാതിലുകളാണോ? ജോൺ വീലറുടെ അഭിപ്രായത്തിൽ ഇത്തരം പുഴുത്തുളകൾ (Worm holes) നമ്മുടെ സ്ഥലകാലങ്ങൾക്കപ്പുറമുള്ള മറ്റൊരു പ്രപഞ്ചത്തിലേക്കുള്ള വാതായനങ്ങളാണ്. തമോഗർത്തങ്ങളിൽ നഷ്ടപ്പെടുന്ന ദ്രവ്യവും ഊർജ്ജവും മറ്റൊരു പ്രപഞ്ചത്തിലേക്ക് പമ്പു ചെയ്യപ്പെടുമെന്ന് അദ്ദേഹം കരുതുന്നു. ജ്യോതിശാസ്ത്രജ്ഞർ വൈറ്റ് ഹോൾസ് (White holes) എന്നു വിളിക്കുന്ന പ്രതിഭാസം തമോദ്വാരങ്ങളുടെ വിപരീത സ്വഭാവം കാണിക്കുന്നവയാണ്. ക്വാസാറുകളിൽ നിന്നും പുറപ്പെടുന്ന അതിശക്തമായ ഊർജ്ജത്തിന്റെ ഉറവിടം ഇത്തരം വൈറ്റ് ഹോളുകളുടെ സംഭാവനയായിരിക്കാം. അങ്ങനെയെങ്കിൽ തീർച്ചയായും അത് മറ്റൊരു പ്രപഞ്ചത്തിലെ തമോദ്വാരങ്ങളിൽ നഷ്ടപ്പെടുന്ന ദ്രവ്യവും ഊർജ്ജവുമായിരിക്കും. സങ്കീർണ്ണമായ നിരവധി പ്രതിഭാസങ്ങൾക്ക് ഉത്തരം കണ്ടെത്താനുള്ള ശ്രമത്തിലാണ് ശാസ്ത്രലോകം.

എങ്ങനെയാണ് തമോദ്വാരങ്ങളുടെ സാന്നിദ്ധ്യം കണ്ടുപിടിക്കുന്നത്? പ്രപഞ്ചത്തിലെ ചില മേഖലകളിലുണ്ടാകുന്ന അതിശക്തമായ ഗുരുത്വ തരംഗങ്ങളുടെ (gravitational waves) സാന്നിദ്ധ്യം തമോദ്വാരങ്ങളുടെ സൂചനയാണ്. ചില വലിയ നക്ഷത്രങ്ങളുടെ പ്രവചനാതീതമായ ചലനവും അവയിൽനിന്ന് ദ്രവ്യവും ഊർജ്ജവും ക്രമാതീതമായി നഷ്ടപ്പെടുന്നതും വിരൽ ചൂണ്ടുന്നത് തമോദ്വാരങ്ങളുടെ സാന്നിദ്ധ്യത്തിലേക്കാണ്. എല്ലാ സർപ്പിള ഗാലക്സികേന്ദ്രത്തിലും ഭീമാകാരനായ ഒരു തമോഗർത്തത്തിന്റെ സാന്നിദ്ധ്യം ജ്യോതിശാസ്ത്രജ്ഞർ സംശയിക്കുന്നുണ്ട്. ഗാലക്സിയിലെ നക്ഷത്രങ്ങൾ പ്രദക്ഷിണംചെയ്യുന്നത് ഈ തമോഗർത്തത്തെ ആധാരമാക്കിയായിരിക്കണം. തിരിച്ചറിഞ്ഞുകഴിഞ്ഞ ഒരു തമോഗർത്തമാണ് Cygnus X-1 ഇവിടെ ഭീമാകാരനായ ഒരു നക്ഷത്രം ഒരു അദൃശ്യവസ്തുവിനെ ആധാരമാക്കി അതിവേഗത്തിൽ സഞ്ചരിക്കുകയാണ്. അതോടൊപ്പം നക്ഷത്രത്തിൽനിന്ന് ദ്രവ്യവും ഊർജ്ജവും ഗണ്യമായി നഷ്ടപ്പെടുന്നുമുണ്ട്. ഒരു തമോദ്വാരമാണ് ഇതിനു കാരണമെന്നാണ് ജ്യോതിശാസ്ത്രജ്ഞന്മാർ കരുതുന്നത്.

എണ്ണിയാലൊടുങ്ങാത്ത അത്ഭുതങ്ങളുടെ കലവറയാണ് പ്രപഞ്ചം. അവയുടെ രഹസ്യമന്വേഷിച്ചുപോകുന്ന മനുഷ്യജീവനാകട്ടെ അതിലേറെ അത്ഭുതകരവും! അറിയാനുള്ള ത്വര മനുഷ്യന് ജന്മസിദ്ധമാണ്. അതിനു തെരഞ്ഞെടുക്കുന്ന വഴികളാണ് അറിവിനെ വ്യത്യസ്തമാക്കുന്നത്. തത്ത്വചിന്തയും ദർശനങ്ങളുമല്ല, ഭൗതികശാസ്ത്രമാണ് പ്രപഞ്ചപഠനത്തിന് സ്വീകരിക്കേണ്ട ശരിയായ മാർഗ്ഗം. കാരണം ഭൗതികശാസ്ത്രനിയമങ്ങൾക്കനുസരിച്ചാണ് പ്രപഞ്ചത്തിലെ എല്ലാ പ്രതിഭാസങ്ങളും അരങ്ങേറുന്നത് ഒരു ഭൗതികേതര ശക്തിക്കും ഇവിടെ നിലനില്പില്ല.

For further reading

1. *Relativity* : Albert Einstein
2. *Relativity Simply Explained* : M Gardener
3. *A brief Hisitory of Time* : Hawking & L Mlodinov
4. *The Grand Design* : Hawking & L Mlodinov

കഷണ്ടിത്തലയും നഗ്ന വൈചിത്ര്യങ്ങളും

[FROM QUANTUM BLACK HOLES TO NAKED SINGULARITIES]

"God does not play dice" - Einstein

"Not only God does play dice, but he sometimes confuses us by throwing them where they can't be seen".

Stephen Hawking.

പ്രപഞ്ചത്തിന്റെ അഗാധതകളിൽ, നക്ഷത്ര സമൂഹങ്ങളുടെ ഹൃദയത്തിനുള്ളിൽ ഒളിച്ചിരിക്കുന്ന ഒറ്റക്കണ്ണൻ രാക്ഷസൻ, സ്ഥലകാലങ്ങളുടെ അറ്റം കാണാനാവാത്ത ചുഴി, അതിൽ പെടുന്നതൊന്നും തിരിച്ചുവരില്ല. ഭൗതിക ശാസ്ത്രത്തിലെ നിയമങ്ങളും സമവാക്യങ്ങളുമെല്ലാം നോക്കുകുത്തികളാവുന്ന ദുരൂഹ പ്രതിഭാസം. അതെ, തമോതമോദ്വാരങ്ങളെ(Black holes)ക്കുറിച്ചുതന്നെയാണ് പറയുന്നത്. തമോദ്വാരങ്ങളിൽ നഷ്ടപ്പെടുന്ന വിവരങ്ങൾക്ക് (Informations) എന്താണു സംഭവിക്കുന്നത്? തമോദ്വാരങ്ങൾ മറ്റൊരു പ്രപഞ്ചത്തിലേക്കു തുറക്കുന്ന കിളിവാതിലുകളാകണോ? തത്ത്വചിന്താപരമായ വെറുമൊരു പരാമർശം മാത്രമാണോ ഇവ? തമോഗർത്തങ്ങളുടെ ഭൗതികമെന്താണ്? ഉയർന്ന ശാസ്ത്രബോധമുള്ളവരെപ്പോലും കുഴക്കുന്നവയാണ് ഈ ചോദ്യങ്ങൾ.

1783 ൽ ജിയോളജിസ്റ്റായ ജോൺ മൈക്കൽ, റോയൽ സൊസൈറ്റിക്ക് എഴുതിയ കത്തിൽ ഒരു വസ്തുവിലടങ്ങിയിരിക്കുന്ന ദ്രവ്യം ആത്യധികം സാന്ദ്രമാവുകയും അതിന്റെ ഗുരുത്വബലം അനന്തമാവുകയും ചെയ്യുമ്പോൾ അതിൽനിന്നുള്ള പലായന പ്രവേഗം (Escape velocity) പ്രകാശവേഗത്തെ കവച്ചുവയ്ക്കുന്നതിനുള്ള സാദ്ധ്യത സൂചിപ്പിച്ചിരുന്നു. പിന്നീട് 1798 ൽ ഫ്രഞ്ച് ഗണിതശാസ്ത്രജ്ഞനായ പിയറി സൈമൺ

ഡിലാപ്ലാസ് ഇത്തരമൊരു സാദ്ധ്യതയിലേക്കു വിരൽ ചൂണ്ടിയെങ്കിലും അന്നത്തെ ശാസ്ത്രത്തിന് അതംഗീകരിക്കാൻ തക്ക വളർച്ചയുണ്ടായിരുന്നില്ല. പ്രകാശത്തിന്റെ നേർരേഖാ സഞ്ചാരപഥം വ്യതിചലിപ്പിക്കാൻ ഗുരുത്വബലത്തിനു കഴിയില്ലെന്നുതന്നെയായിരുന്നു ശാസ്ത്രലോകം കരുതിയിരുന്നത്. 1915 ൽ ഐൻസ്റ്റൈൻ സാമാന്യ ആപേക്ഷികതാ സിദ്ധാന്തം (General theory of Relativity) അവതരിപ്പിച്ചതോടെ ജോൺ മൈക്കലിന്റെയും ലാപ്ലാസിന്റെയും പ്രവചനങ്ങൾക്ക് സ്വീകാര്യതയുണ്ടായി. പിന്നീട് 1939 ൽ റോബർട്ട് ഓപ്പൺഹൈമറും ഹാർട്ട് ലാൻഡ് സ്നൈഡറും ചേർന്നു നടത്തിയ ഗണിതക്രിയകൾ തമോദ്വാരങ്ങളുടെ സാന്നിദ്ധ്യം അരക്കിട്ടുറപ്പിച്ചു. പ്രകാശത്തിനുപോലും രക്ഷപ്പെടാനാകാത്തവിധം ഗുരുത്വബലം തീവ്രമാകുന്ന ഈ പ്രതിഭാസത്തിനു ബ്ലാക്ക്ഹോൾ എന്ന പേരു നല്കിയത് ക്വാണ്ടം ഭൗതികജ്ഞനായ ജോൺ വീലറാണ്.

പ്രപഞ്ചത്തിന്റെ അനന്തവിശാലതയിൽ പ്രകാശം പുറപ്പെടുവിക്കാത്ത തമോദ്വാരങ്ങളെ എങ്ങനെയാണ് കണ്ടെത്തുന്നത്? ചില നക്ഷത്രങ്ങളുടെ ക്രമരഹിതമായ സഞ്ചാരപഥം സമീപമുള്ള തമോഗർത്തത്തിന്റെ സൂചനയാണ്. തമോദ്വാരങ്ങളുടെ അതിശക്തമായ ഗുരുത്വബലം നക്ഷത്രങ്ങളുടെ സഞ്ചാരപാതയിൽ വ്യതിയാനങ്ങളുണ്ടാക്കും. സ്പേസിലുള്ള ധൂളീപടലങ്ങളും വാതകങ്ങളും തമോദ്വാരങ്ങൾക്കുചുറ്റും കേന്ദ്രീകരിക്കുകയും അവയുടെ അതിവേഗത്തിലുള്ള കറക്കം ഉണ്ടാക്കുന്ന ഘർഷണം കണികകളെ ചൂടുപിടിപ്പിച്ച് ഉന്നത ഊർജ്ജനിലയിലുള്ള വികിരണങ്ങൾ ഉത്സർജ്ജിക്കുകയും ചെയ്യും. നക്ഷത്രശോഭയുള്ള ഈ അക്രീഷൻ ഡിസ്ക് ടെലസ്ക്കോപ്പുകൾ ഉപയോഗിച്ച് കണ്ടെത്താൻ കഴിയും. വളരെ അകലെയുള്ള ഗാലക്സികളിൽ നിന്നുവരുന്ന പ്രകാശരശ്മികളുടെ നേർരേഖാ സഞ്ചാരപഥത്തിലുണ്ടാകുന്ന വ്യതിയാനം (Gravitational lensing) അപഗ്രഥിച്ചും തമോഗർത്തങ്ങളുടെ സാന്നിദ്ധ്യം തിരിച്ചറിയാൻ കഴിയും. ശക്തമായ ടെലസ്ക്കോപ്പുകളുടെ സഹായത്തോടെ, തമോഗർത്തങ്ങൾ സമീപമുള്ള നക്ഷത്രങ്ങളെ (Companion stars) വലിച്ചുകീറുന്ന ദൃശ്യങ്ങൾ കണ്ടെത്തിയതോടെ തമോഗർത്തങ്ങൾ പൂർണ്ണമായും ഭൗതികശാസ്ത്രത്തിന്റെ വിഷയമായി.

സൂര്യന്റെ (Main sequence yellow dwarf star) പത്തുമടങ്ങിലധികം വലിപ്പമുള്ള നക്ഷത്രങ്ങൾ ക്രമേണ അവയുടെ ഗുരുത്വവലിവും വികിരണ മർദ്ദവും തമ്മിലുള്ള അസന്തുലിതാവസ്ഥ താങ്ങാനാവാതെ അത്യുജ്ജ്വല ശോഭയോടെ പൊട്ടിച്ചിതറും (Supernova). അവശേഷിക്കുന്ന നക്ഷത്രക്കാമ്പിന്റെ പിണ്ഡം 2.85×10^{30} കിലോഗ്രാമിൽ അധികമായാൽ (Chandrashekhar limit) ഗുരുത്വബലം സങ്കീർണ്ണമാവുകയും നക്ഷത്രക്കാമ്പ് അനന്തമായി സങ്കോചിക്കുകയും ചെയ്യും. സ്ഥലകാലങ്ങളുടെ വക്രത അനന്തമാകുന്ന ഈ മേഖലയിൽ (Schwarzchild radius) നിന്ന് ഒരു വിവരവും പ്രകാശം പോലും പുറത്തുവരില്ല. സമയം അവിടെ നിശ്ച

ലമാകും. ഷ്വാർഡ് ഷൈൽഡ് റേഡിയസ് വളരെ ചെറിയൊരു മേഖലയാണ്. സൂര്യൻ ഒരു തമോഗർത്തമായി മാറിയെന്നു സങ്കല്പിച്ചാൽ അതിന്റെ വ്യാസം വെറും മൂന്നു കിലോമീറ്റർ മാത്രമേ ഉണ്ടാകൂ. ഭൂമിയുടെ കാര്യത്തിലാണെങ്കിൽ അതൊരു പയറുമണിയുടെയത്ര മാത്രം! മിക്കവാറും എല്ലാ സർപ്പിള ഗാലക്സികളുടെയും കേന്ദ്രത്തിൽ ശക്തമായ തമോഗർത്തങ്ങളുണ്ടാകും. Sagitaris A, Cygnus X-1 എന്നിവ വളരെ വ്യക്തമായി തിരിച്ചറിഞ്ഞിട്ടുള്ള തമോഗർത്തങ്ങളാണ്. ഈ രീതിയിലല്ലാതെ തമോദ്വാരങ്ങൾ രൂപപ്പെടുന്നതിന് സൈദ്ധാന്തികമായി തെളിയിക്കാവുന്ന മറ്റു സാഹചര്യങ്ങളുമുണ്ട്. ഉന്നത ഊർജ്ജനിലയിലുള്ള കോസ്മിക് കിരണങ്ങൾ ഭൗമാന്തരീക്ഷത്തിലെ തന്മാത്രകളുമായി കൂട്ടിമുട്ടുമ്പോൾ അതിസൂക്ഷ്മമായ തമോഗർത്തങ്ങളുണ്ടാകും. എന്നാൽ ഇവ നിമിഷാർദ്ധങ്ങൾക്കുള്ളിൽ ബാഷ്പീകരിക്കപ്പെട്ടുപോകും. സേണിലെ ലാർജ്ജ് ഹാഡ്രൺ കൊളൈഡറിന്റെ അപകട സാദ്ധ്യത ഇത്തരം മൈക്രോസ്കോപ്പിക് ബ്ലാക്ക്ഹോളുകളെ ചുറ്റിപ്പറ്റിയാണ്. എന്നാൽ ഈ ആരോപണം അടിസ്ഥാനരഹിതമാണ്. തമോഗർത്തമായി മാറുമ്പോഴേക്കും മാതൃനക്ഷത്രത്തിന്റെ എല്ലാ സവിശേഷതകളും ഗുരുത്വതരംഗങ്ങളായി (Gravitational waves) വികിരണം ചെയ്യപ്പെട്ടിരിക്കും. അവശേഷിക്കുന്നത് കഷണ്ടിത്തലയിലെ രണ്ടോ മൂന്നോ മുടിയിഴകൾ പോലെ മാതൃനക്ഷത്രത്തിന്റെ പിണ്ഡവും കറക്കവും (Angular momentum) വൈദ്യുത ചാർജ്ജും മാത്രം. ഈ കഷണ്ടിത്തല സിദ്ധാന്തം (No hair theorem) സ്പേസിലെ ശൂന്യതകളിലും കണികകളുടെയും പ്രതികണികകളുടെയും (Virtual particles) സാദ്ധ്യതകാണുന്നുണ്ട്. ഒരു നിമിഷാർദ്ധംകൊണ്ട് പരസ്പരം നിഗ്രഹിക്കുകയും (Joint anihilation) ഊർജ്ജം ഉല്പാദിപ്പിക്കുകയും ചെയ്യുന്ന ഇവ കണ്ടുമുട്ടുന്നത് തമോദ്വാരത്തിന്റെ സംഭവചക്രവാളത്തിന് (Event horizon) തൊട്ടടുത്താണെങ്കിൽ കണികയോ പ്രതികണികയോ ഏതെങ്കിലുമൊന്ന് തമോഗർത്തത്തിൽ അകപ്പെടുകയും രണ്ടാമത്തേത് രക്ഷപ്പെടുകയും ചെയ്യും. പുറമെ നിന്നുനോക്കുന്ന ഒരു നിരീക്ഷകൻ കാണുന്നത് തമോദ്വാരം ഒരു കണികയെ പുറന്തള്ളുന്നതാണ്. ഹോക്കിങ് റേഡിയേഷനെന്ന ഇത്തരം വികിരണങ്ങൾ ക്വാണ്ടം തമോദ്വാരങ്ങളിൽ നടക്കുമെന്ന് സൈദ്ധാന്തികമായി തെളിയിക്കാമെങ്കിലും സ്ഥൂല പ്രപഞ്ചത്തിൽ ഇതൊരിക്കലും നിരീക്ഷിക്കാൻ കഴിയില്ല.

കഷണ്ടിത്തലയിൽ അവശേഷിക്കുന്ന സവിശേഷതകളുടെ (മാസ്സ്, ആംഗുലർ മൊമെന്റം, വൈദ്യുതചാർജ്ജ്) അടിസ്ഥാനത്തിൽ തമോഗർത്തങ്ങളെ വർഗ്ഗീകരിക്കാൻ കഴിയും. സൗരപിണ്ഡത്തിന്റെ ലക്ഷക്കണക്കിന് മടങ്ങു ഭാരമുള്ള സൂപ്പർ മാസ്സീവ് തമോഗർത്തങ്ങൾ, നൂറുമടങ്ങുകൾ ഭാരമുള്ള ഇന്റർ മീഡിയറ്റ് തമോഗർത്തങ്ങൾ, ഏതാനും മടങ്ങുമാത്രം ഭാരമുള്ള സ്റ്റെല്ലാർ മാസ് തമോഗർത്തങ്ങൾ, സൈദ്ധാന്തികമായി മാത്രം നിലനില്ക്കുകയും മൈക്രോസെക്കന്റുകൾ മാത്രം ആയുസ്സുള്ള സൂക്ഷ്മ തമോദ്വാരങ്ങൾ എന്നിങ്ങനെ നാലുതരത്തിലാണവയെ

തരംതിരിച്ചിരിക്കുന്നത്.

തമോദ്വാരങ്ങളുടെ ഹൃദയത്തിൽ എന്താണു സംഭവിക്കുന്നതെന്ന് ആർക്കും ഉറപ്പിച്ചുപറയാൻ കഴിയുന്നില്ല. ദ്രവ്യോർജ്ജ സാന്ദ്രത അനന്തമായ, തമോദ്വാരങ്ങളുടെ കേന്ദ്രത്തെ വൈചിത്ര്യം അല്ലെങ്കിൽ സിംഗുലാരിറ്റി(A spacetime is singular if it is timelike or null geodesically incomplete but cannot be embedded in a larger space time) എന്നാണ് വിളിക്കുന്നത്. ക്ലാസിക്കൽ ഭൗതികത്തിലെ നിയമങ്ങളൊന്നും സിംഗുലാരിറ്റിയിൽ വിലപ്പോകില്ല. ആപേക്ഷികതയും ക്വാണ്ടംബലതന്ത്രവും അവിടെയെത്തുമ്പോൾ നിസ്സഹായരാകും. എന്നാൽ ക്വാണ്ടം ഗ്രാവിറ്റിയെന്ന നൂതന പ്രപഞ്ചസിദ്ധാന്തങ്ങൾക്ക് (ക്വാണ്ടം ഗ്രാവിറ്റി ഒരൊറ്റ സിദ്ധാന്തമല്ല, നിരവധി പ്രപഞ്ച സിദ്ധാന്തങ്ങളുടെ സംഘാടനമാണ്) ഒരുപക്ഷേ, വൈചിത്ര്യത്തിനു മണികെട്ടാൻ കഴിയുമെന്ന് ആധുനിക ഭൗതികശാസ്ത്രജ്ഞർ കരുതുന്നു. റോജർ പെൻറോസിന്റെ കോസ്മിക് സെൻസർഷിപ്പ് ഹൈപോതെസിസ് ഇത്തരത്തിലുള്ള ഒരു സമീപനത്തിന്റെ സാദ്ധ്യതയാണ് തുറന്നുതരുന്നത്. വൈചിത്ര്യത്തിനു ചുറ്റുമുള്ള സംഭവ ചക്രവാളം (Event horizon) ഒരു ലക്ഷ്മണ രേഖയായി കണക്കാക്കാൻ കഴിയില്ലെങ്കിലും അതിനപ്പുറം കടന്നാൽ ഒരു തിരിച്ചുവരവ് സാദ്ധ്യമല്ല. (Point of no return). സംഭവ ചക്രവാളത്തിനപ്പുറം ദൃശ്യപ്രപഞ്ചത്തിൽനിന്നു മറയ്ക്കപ്പെട്ടിരിക്കുന്നതുകൊണ്ട് അതിനപ്പുറമുള്ള വൈചിത്ര്യം ഒരിക്കലും നഗ്നമാക്കപ്പെടില്ല (Nature abhors a naked singularity). എന്നാൽ കോസ്മിക് സെൻസർഷിപ്പ് പരികല്പന തെളിയിക്കാൻ കഴിഞ്ഞിട്ടില്ല. അതുകൊണ്ടുതന്നെ നഗ്നവൈചിത്ര്യങ്ങളുടെ സാദ്ധ്യത തള്ളിക്കളയാനുമാകില്ല.

ഹോക്കിങ് റേഡിയേഷൻ വഴി തമോദ്വാരങ്ങൾ വളരെ സാവധാനം ബാഷ്പീകരിക്കപ്പെടുകയും ശതകോടിക്കണക്കിന് വർഷങ്ങൾകൊണ്ട് അവ അപ്രത്യക്ഷമാവുകയും ചെയ്യുമെന്ന് സൈദ്ധാന്തികമായി തെളിയിക്കാമെങ്കിലും അത് തമോഗർത്തങ്ങളേക്കാൾ വിചിത്രമായ ചില പ്രശ്നങ്ങൾക്കും കാരണമാകും. തമോദ്വാരങ്ങൾ ബാഷ്പീകരിക്കപ്പെടുമ്പോൾ അതിൽപെട്ടുപോയ വിവരങ്ങൾ (Informations) പൂർണ്ണമായി നഷ്ടമാകും. ഇത് ഭൗതിക ശാസ്ത്രപ്രമാണങ്ങൾക്കെതിരാണ് (Black hole information paradox) തമോഗർത്തങ്ങൾ എക്കാലവും നിലനില്ക്കുന്നവയാണെങ്കിൽ വിവരങ്ങൾ അവിടെ കെട്ടിയിട്ടിരിക്കുകയാണെന്നു പറയാം. പ്രപഞ്ച രഹസ്യങ്ങളുടെ സമ്പൂർണ്ണ സിദ്ധാന്തമെന്നു ചിലരെങ്കിലും കരുതുന്ന ഭസ്ട്രിങ് തിയറി ഏറെക്കുറെ അഭികാമ്യമായ ഒരു പോംവഴി ഈ പ്രഹേളികയ്ക്കു നല്കുന്നുണ്ട്. സിംഗുലാരിറ്റിയിൽ കെട്ടിയിട്ടിരിക്കുന്ന വിവരങ്ങൾ ഒരേസമയം രണ്ടു തലങ്ങളിൽ (Superposition) നിലനില്ക്കുന്നുണ്ട്-അല്ലെങ്കിൽ വൈചിത്ര്യമെന്നത് സബ് ആറ്റമിക് സ്ട്രിങ്ങുകളുടെ ഒരു Fuzzball ആണെന്നുപറയാം. സ്റ്റീഫൻ ഹോക്കിങ് വിരൽ ചൂണ്ടുന്നത് മറ്റൊരു സാദ്ധ്യതയിലേക്കാണ്. തമോദ്വാരങ്ങളിൽ അകപ്പെട്ടുപോയ

വിവരങ്ങൾ ഹോക്കിങ് റേഡിയേഷനിൽ അടങ്ങിയിട്ടുണ്ടെങ്കിലും അവ തിരിച്ചറിയാൻ കഴിയുന്ന തരത്തിലായിരിക്കില്ല എന്നാണ് അദ്ദേഹത്തിന്റെ അഭിപ്രായം. മറ്റൊരു സാദ്ധ്യത കുറെകൂടി സങ്കീർണ്ണവും അതേസമയം കൗതുകകരവുമാണ്. തമോദ്വാരങ്ങൾ മറ്റൊരു പ്രപഞ്ചത്തിലേക്കു കടക്കാനുള്ള പുഴുത്തുളകൾ (Worm holes) ആയിരിക്കാം. വിവരങ്ങൾ നഷ്ടപെടുകയല്ല, മറിച്ച് മറ്റൊരു പ്രപഞ്ചത്തിലേക്ക് പമ്പു ചെയ്യപ്പെടുകയുമാവാം!

തമോഗർത്തങ്ങളുടെ ചുറ്റുപാടുകൾ സംഭവബഹുലമാണ്. ശക്തമായ ഗുരുത്വവലിവുകാരണം അവയുടെ സമീപമുള്ള ദ്രവ്യം കണികളായി ചിതറിക്കപ്പെടുകയും തമോഗർത്തത്തിനുചുറ്റും ഒരു ഡിസ്കിന്റെ ആകൃതിയിൽ ചുറ്റാനാരംഭിക്കുകയും ചെയ്യും. ഈ ഭഅക്രീഷൻ ഡിസ്കിൽ നിന്നും ഉന്നത ഊർജ്ജനിലയിലുള്ള കണികകൾ സ്പേസിലേക്ക് പമ്പു ചെയ്യപ്പെട്ടുകൊണ്ടിരിക്കും. മൂന്നുലക്ഷം പ്രകാശവർഷം വരെ വ്യാപിച്ചുകിടക്കുന്ന കുമിളകളായാണ് ഈ ജെറ്റുകൾ കാണപ്പെടുന്നത്. തമോദ്വാരങ്ങളുടെ സമീപമുള്ള നിർഭാഗ്യവാന്മാരായ നക്ഷത്രങ്ങളുടെ ദ്രവ്യം ഛിന്നഭിന്നമാവുകയും അത് ശക്തമായ ഗാമാ കിരണങ്ങൾക്കും തകിരണങ്ങൾക്കും കാരണമാവുകയും ചെയ്യും. നക്ഷത്രസമൂഹങ്ങൾ കൂട്ടിമുട്ടുമ്പോൾ അവയിലുള്ള തമോദ്വാരങ്ങൾ കൂടിച്ചേർന്ന് ഭീമൻ തമോഗർത്തങ്ങളുണ്ടാവുകയോ ഗാലക്സികളിൽനിന്ന് തെറിച്ചുപോയി നക്ഷത്രാന്തര സ്പേസിൽ ചുറ്റിത്തിരിയുകയോ ചെയ്യും. തമോദ്വാരത്തെ സമീപിക്കുന്ന ഒരു ബഹിരാകാശ സഞ്ചാരിക്കുണ്ടാകുന്ന അനുഭവങ്ങൾ യുക്തിക്കു നിരക്കുന്നതായിരിക്കില്ല. പുറമെ നിന്നു നോക്കുന്ന നിരീക്ഷകന് നിമിഷാർദ്ധംകൊണ്ടു സംഭവിക്കുന്ന കാര്യങ്ങൾ ബഹിരാകാശ സഞ്ചാരി അനുഭവിക്കുന്നത് നീണ്ട കാലഘട്ടങ്ങൾ കൊണ്ടായിരിക്കും. തമോദ്വാരങ്ങളുടെ ഗുരുത്വബലം സമയപ്രവാഹത്തെയും മരവിപ്പിച്ചു കളയും.

തമോഗർത്തങ്ങളുടെ പഠനം പ്രപഞ്ചബോധത്തിന്റെ സമഗ്രതയ്ക്ക് അനിവാര്യമാണ്. നക്ഷത്ര സദൃശ്യ വസ്തുക്കളായ ക്വാസാറുകളുടെ പവർഹൗസ് ആക്ടീവ് ഗാലാക്ടിക് ന്യൂക്ലിയസുകളെന്നറിയപ്പെടുന്ന തമോഗർത്തങ്ങളാണ്. ഉന്നത ഊർജ്ജനിലയിലുള്ള കോസ്മിക് കിരണങ്ങൾക്കു ശക്തി പകരുന്നതും തമോദ്വാരങ്ങൾ തന്നെയാണ്. തമോദ്വാരങ്ങളുടെ ബാഷ്പീകരണം സ്പേസിന്റെ അധികമാനങ്ങളിലേക്കുള്ള വഴികാട്ടിയാണ്. ഭാവിയിലെ നക്ഷത്രാന്തരയാത്രകൾക്കുള്ള ഇന്ധന സ്രോതസ്സായും ഏറ്റവും മികച്ച കണികാ ത്വരത്രമായും (Particle accelerator) തമോദ്വാരങ്ങളെ കണക്കാക്കാൻ കഴിയും. ഗുരുത്വബലത്തിന്റെ അതിസങ്കീർണ്ണമായ തലത്തിൽ പലപ്പോഴും തമോഗർത്തങ്ങൾ പ്രവചനാതീതമായാണ് പെരുമാറുന്നത്. ഐൻസ്റ്റൈൻ ക്ഷമിക്കുക, തമോദ്വാരങ്ങളുടെ കാര്യത്തിലെങ്കിലും ദൈവം പകിട കളിക്കുന്നുണ്ട്. അതുമാത്രമല്ല, പകിടയെറിയുന്നത് പലപ്പോഴും നിരീക്ഷകനു മതിഭ്രമമുണ്ടാക്കുന്ന തരത്തിലുമാണ്.

അവസാനത്തിന്റെ ആരംഭം

Nothing exists atoms and empty space; everything else is opinion.
-Democritus

നിങ്ങൾ ബ്രഡ് തിന്നാറില്ലേ. അടുത്തതവണ ബ്രഡ് കഴിക്കുമ്പോൾ നിങ്ങൾ നമ്മുടെ പ്രപഞ്ചത്തിന്റെ ഭാവിയെക്കുറിച്ച് ചിന്തിക്കണം. പ്രപഞ്ചത്തിന്റെ അവസാനം എങ്ങനെയായിരിക്കുമെന്ന് ഈ ബ്രഡ് കഷണം സൂചന തരുന്നുണ്ട്. ബ്രഡ് എന്ന് പറയുമ്പോൾ അതിലെ ദ്വാരങ്ങളും ഉൾപ്പെടുന്നതാണല്ലോ, പ്രപഞ്ചത്തിലെ ദ്രവ്യവിന്യാസം ഏതാണ്ടിതുപോലെയാണ്. അതിവിശാലമായ ശൂന്യതയും പൊടിപടലങ്ങളും വാതകങ്ങളും പ്രപഞ്ചമാകെ വിന്യസിക്കപ്പെട്ടിരിക്കുകയാണ്. ഈ വിന്യാസത്തിന്റെ ക്രമം നിരീക്ഷിക്കാൻ പ്രപഞ്ചത്തിന്റെ ഭാവി പ്രവചിക്കാൻ കഴിയും.

1920 കളുടെ അവസാനമായപ്പോഴേക്കും വികസിക്കുന്ന പ്രപഞ്ചം ഒരു യാഥാർത്ഥ്യമായി ശാസ്ത്രലോകം അംഗീകരിച്ചു. വികസിക്കുന്നതാകുമ്പോൾ അതിനൊരു തുടക്കം ഉണ്ടാവുക സ്വാഭാവികമാണ്. പ്രപഞ്ചത്തിന്റെ ഇപ്പോഴത്തെ വികാസനിരക്ക് കണക്കുകൂട്ടി കാലത്തിനൊപ്പം പിന്നിലേക്ക് സഞ്ചരിച്ചാൽ തുടക്കത്തിലെത്താം. ഇപ്പോൾ നമുക്കൊക്കെ സുപരിചിതമായ ബിഗ് ബാങ്ങിലെത്തിയത് അങ്ങനെയാണ്. തുടക്കമുണ്ടെങ്കിൽ അതിനൊരവസരമുണ്ടാകണമെന്ന് വാശി പിടിക്കുന്ന മനുഷ്യമസ്തിഷ്കം അസ്വസ്ഥമാകുന്നു. ബിഗ് ബാങ് ദ്രവ്യോർജ്ജങ്ങളെ ചിതറിച്ചുവെങ്കിലും ഖഗോള വസ്തുക്കളുടെ ഗുരുത്വബലം അവയെ പരസ്പരം വലിച്ചടുപ്പിക്കാൻ ശ്രമിച്ചുകൊണ്ടേയിരിക്കുന്നു. ഈ ആകർഷണശക്തി എത്രയുണ്ടെന്നറിയണമെങ്കിൽ പ്രപഞ്ചത്തിൽ എത്രമാത്രം ദ്രവ്യ

മുണ്ടെന്നും അവ എങ്ങനെ വിതരണം ചെയ്യപ്പെട്ടിരിക്കുന്നുവെന്നും കണ്ടെത്തണം. ദ്രവ്യസാന്ദ്രത ഒരു ക്രിട്ടിക്കൽ വാല്യുവിൽ കൂടുതലാണെങ്കിൽ താമസിയാതെ പ്രപഞ്ചവികാസം നിലയ്ക്കുകയും അത് ചുരുങ്ങാൻ ആരംഭിക്കുകയും ചെയ്യും. ദ്രവ്യസാന്ദ്രത ക്രിട്ടിക്കൽ വാല്യുവിലും കുറവായാൽ പ്രപഞ്ചവികാസം നിലയ്ക്കുകയില്ല. നക്ഷത്രസമൂഹങ്ങൾ അകന്നകന്ന് പൊയ്ക്കൊണ്ടിരിക്കും. ആദ്യത്തെ പ്രപഞ്ചചിത്രത്തെ നമുക്ക് അടഞ്ഞതെന്നും (Closed) രണ്ടാമത്തേതിനെ തുറന്നതെന്നും വിളിക്കാം (Open Universe).

ഐൻസ്റ്റൈന്റെ പൊതു ആപേക്ഷികതാസിദ്ധാന്ത പ്രകാരം പ്രപഞ്ചം ദ്രവ്യാധിപത്യത്തിനു കീഴിലാകുകയും അത് സ്ഥലകാലങ്ങളുടെ വക്രതയ്ക്ക് കാരണമാകുകയും ചെയ്യുന്നു. പ്രപഞ്ചത്തിന് ഒരു പന്തിന്റെ ആകൃതിയാണെന്ന് വേണമെങ്കിൽ പറയാം. ഇത്തരമൊരു പ്രപഞ്ചം അറ്റമില്ലാത്തതാണ്. (unbounded) എന്നാൽ അനന്ത(infinite) മല്ല. ഈ പ്രപഞ്ചത്തിലൂടെ നിങ്ങൾ യാത്ര ആരംഭിച്ചാൽ ഒടുവിൽ നിങ്ങൾ തുടങ്ങിയ സ്ഥലത്തുതന്നെ എത്തുമെന്നർത്ഥം. നാം ജീവിക്കുന്നത് ഇത്തരമൊരു അടഞ്ഞ പ്രപഞ്ചത്തിലാണെന്ന് കരുതുക. ഭാവിയിൽ പ്രപഞ്ചവികാസം നിലയ്ക്കുകയും ചുരുങ്ങാൻ ആരംഭിക്കുകയും ചെയ്യും. പ്രപഞ്ചവികാസത്തിന്റെ സൂചകമായ ചുമപ്പു നീക്കം(Red shift,) റിവേഴ്സ് ഗിയറിലാകുന്നതോടുകൂടി അകന്നുപോയ നക്ഷത്രസമൂഹങ്ങളെല്ലാം പരസ്പരം അടുക്കാൻ ആരംഭിക്കും. അതോടെ പ്രപഞ്ചത്തിലെ താപനിലയിലും വർദ്ധന ആരംഭിക്കുകയായി. നീലനീക്കം (Blue shift) എന്നാണീ പ്രതിഭാസത്തിന് പേരിട്ടിരിക്കുന്നത്. സ്ഥലകാലങ്ങളുടെ സങ്കോചം ധ്രുതഗതിയിലാകുമ്പോൾ നീലനീക്കം കൂടുതൽ കൂടുതൽ വർദ്ധിക്കുകയും നക്ഷത്രങ്ങളിൽ നിന്നുള്ള പ്രകാശത്തിന്റെ തരംഗ ദൈർഘ്യം കുറഞ്ഞ് അൾട്രാവയലറ്റ് കിരണങ്ങളും തുടർന്ന് X കിരണങ്ങളുമായി തീർന്ന് ദൃഷ്ടിയിൽനിന്ന് അപ്രത്യക്ഷമാകും. നക്ഷത്രങ്ങളും ഗാലക്സികളും പരസ്പരം അടുത്തുവരുന്നത് അനിവാര്യമായ ഒരു മഹാ വിഭംഗനത്തി (Big Crunch) ലേക്കാണ്. അതിനുമുന്നോടിയായി ഒറ്റയ്ക്കൊറ്റയ്ക്കുള്ള നക്ഷത്രസമൂഹങ്ങളെല്ലാം കൂടിച്ചേർന്ന് വലിയൊരു നക്ഷത്രക്കടലാകും. നീലനീക്കം ശക്തമാകുന്നതോടെ പ്രാപഞ്ചിക പശ്ചാത്തല വികിരണത്തിന്റെ (Cosmic Background Radiation) സ്വഭാവത്തിൽ മാറ്റമുണ്ടാവുകയും തരംഗദൈർഘ്യം കുറഞ്ഞ് അവ ഇൻഫ്രാറെഡ് (I R)തരംഗങ്ങളാവുകയും ചെയ്യും. അടുത്ത ഘട്ടത്തിൽ വീണ്ടും കുറവുവന്ന് അവ ദൃശ്യപ്രകാശമായി മാറും. മഹാവിഭംഗനത്തിനുമുമ്പുള്ള ഒരുലക്ഷം വർഷങ്ങൾ രാത്രി-പകൽ വ്യത്യാസമില്ലാതെ പ്രപഞ്ചമാകെ പ്രകാശമാനമായിരിക്കും. പശ്ചാത്തല വികിരണത്തിന്റെ തീവ്രത വർദ്ധിക്കുന്നതോടുകൂടി നക്ഷത്രങ്ങളുടെ താപനിലയിൽ ഗണ്യമായ വർദ്ധനവ് ഉണ്ടാവുകയും അവ സ്പേസിൽ അലിഞ്ഞു ചേരുകയും ചെയ്യും. അപ്പോഴേക്കും പ്രപഞ്ചത്തിൽ നക്ഷത്രങ്ങളോ ഗാലക്സികളോ കാണുകയില്ല. പ്രപഞ്ചമാകെ

വലിയൊരു തീഗോളമായി മാറിയിട്ടുണ്ടാകും. തുടർന്ന് മഹാസ്ഫോടനത്തിന്റെ വിപരീത പ്രവർത്തനം ഒരു മഹാവിഭംഗനം (Big Crunch)അരങ്ങേറും.

ആധുനിക ജ്യോതിശാസ്ത്രജ്ഞരിൽ പലരും ഇത്തരം മഹാ വിഭംഗനത്തിന്റെ സാദ്ധ്യതകൾ ചോദ്യം ചെയ്യുന്നവരാണ്. പ്രപഞ്ചത്തിലെ ദ്രവ്യ സാന്ദ്രത ക്രിട്ടിക്കൽ വാല്യുവിലും കുറഞ്ഞ (Open universe) ഒരു വ്യവസ്ഥയാണ് അവർ കാണുന്നത്. ഇത് കുറെക്കൂടി സങ്കീർണ്ണമാണ്. ഇത്തരം പ്രപഞ്ചചിത്രത്തെ ഒരു കുതിര ജീനിയുടെ ഉപരിതലവുമായി സാദൃശ്യപ്പെടുത്താം. രണ്ടു മാനങ്ങളുള്ള ഈ പ്രതലത്തിന്റെ ഒരു മാനം മുകളിലേക്ക് വക്രീകരിക്കുമ്പോൾ മറ്റൊന്ന് താഴേക്ക് വളയുന്നു. മാത്രവുമല്ല ഇത് എല്ലാ വശങ്ങളിലേക്കും വികസിച്ചുകൊണ്ടേയിരിക്കും. ഗാലക്സികളിലെ നക്ഷത്ര രൂപീകരണവും നക്ഷത്രങ്ങളുടെ അന്ത്യവും ഇപ്പോഴുള്ളതുപോലെതന്നെ നടക്കും. എന്നാൽ സ്പേസിന് മാറ്റമുണ്ടാകും. സ്പേസിന്റെ വികാസം തുടർന്നുകൊണ്ടേയിരിക്കുന്നതുകൊണ്ട് കൂടുതൽ സ്ഥലം സൃഷ്ടിക്കപ്പെടുകയും ഇപ്പോൾ ദൃശ്യമായ നക്ഷത്ര സമൂഹങ്ങളെല്ലാം അപ്രത്യക്ഷമാവുകയും ചെയ്യും. ചുവപ്പുനീക്കം (Red shift) ശക്തമാകുന്നതോടുകൂടി വിദൂര ഗാലക്സികളിൽ നിന്നുള്ള പ്രകാശതരംഗങ്ങൾ തരംഗദൈർഘ്യം കൂടി ഇൻഫ്രാറെഡ് തരംഗങ്ങളും റേഡിയോ തരംഗങ്ങളും ആകും. അപ്പോഴേക്കും നമ്മുടെ മാതൃഗാലക്സിയായ ആകാശഗംഗയും സമീപത്തുള്ള 30 നക്ഷത്രസമൂഹങ്ങളും മാത്രമെ ദൃഷ്ടിഗോചരമാകുകയുള്ളു. ഈ പ്രപഞ്ചത്തിൽ മറ്റു നക്ഷത്രസമൂഹങ്ങളുണ്ടെന്നതിന് തെളിവായി അവശേഷിക്കുന്നത് പ്രപഞ്ചത്തിന്റെ എല്ലാ ദിശകളിൽനിന്നും വരുന്ന ദുർബ്ബലമായ റോഡിയോ തരംഗങ്ങൾ മാത്രമായിരിക്കും. ഇപ്പോൾ തന്നെ ദുർബ്ബലമായ പ്രാപഞ്ചിക പശ്ചാത്തല വികിരണങ്ങൾ കുറെകൂടി ദുർബ്ബലമാവുകയും തിരിച്ചറിയാൻ കഴിയാതാകുകയും ചെയ്യും. ഭാവി തലമുറയ്ക്ക് ബിഗ് ബാങ്ങിന്റെ എല്ലാ തെളിവുകളും അതോടെ നഷ്ടമാകും.

ഗാലക്സി ക്ലസ്റ്ററുകൾ ഗുരുത്വബലത്താൽ പരസ്പരം ബന്ധിക്കപ്പെട്ടിരിക്കുന്നവയാണ് ഇത്തരം നക്ഷത്രസമൂഹങ്ങൾ പ്രപഞ്ചവികാസത്തെ തടയാൻ ശ്രമിക്കും. ഗുരുത്വബലത്തിന്റെ ശക്തിയിൽ അവ പരസ്പരം കൂട്ടിയിടിക്കും. ഈ കൂട്ടിയിടിയിൽ ചില നക്ഷത്രങ്ങൾ ഗാലക്സികളുടെ ഗുരുത്വബന്ധനത്തിൽനിന്ന് സ്വതന്ത്രമാക്കപ്പെടുകയും സ്പേസിൽ അലഞ്ഞുതിരിയുകയും ചെയ്യും. ചിതറിത്തെറിക്കാതെ അവശേഷിക്കുന്ന നക്ഷത്രങ്ങളെ ഗാലക്സി കേന്ദ്രങ്ങളിലുള്ള ഭീമൻ താമോഗർത്തങ്ങൾ വിഴുങ്ങിക്കളയും. അത്ര വിദൂരമല്ലാത്ത ആകാശഗംഗാ ആൻഡ്രോമിഡാ ഗാലക്സി സ്ഫോടനത്തിൽ നമ്മുടെ സൂര്യന്റെ ഭാവിയും ഇതുതന്നെയായിരിക്കും. എല്ലാ ഗാലക്സി കേന്ദ്രങ്ങളിലും ശക്തമായ തമോഗർത്തങ്ങളുടെ സാന്നിദ്ധ്യം ജ്യോതിശാസ്ത്രജ്ഞർ വിശ്വസിക്കുന്നുണ്ട്. സ്ഥലകാലങ്ങളുടെ ഈ ചുഴിയിൽനിന്നും പുറപ്പെടുന്ന

പ്രാപഞ്ചിക ഊർജ്ജപ്രവാഹത്തിൽ നക്ഷത്രങ്ങൾ വലിച്ചുകീറപ്പെടും. നക്ഷത്രരൂപീകരണത്തിനാവശ്യമായ വാതകങ്ങളും പൊടിപടലങ്ങളുമെല്ലാം ഈ ചുഴിയിൽപ്പെട്ട് അപ്രത്യക്ഷമാകും. സ്പേസ് നക്ഷത്രങ്ങളുടെ ശവപ്പറമ്പാകും. അവശേഷിക്കുന്നത് കുറെ വെള്ളക്കുള്ളന്മാരും (white dwarfs)ന്യൂട്രോൺ താരങ്ങളും തമോദ്വാരങ്ങളും മാത്രം. നക്ഷത്രങ്ങളുടെ ഈ മൃതശരീരങ്ങൾ ചിലപ്പോഴൊക്കെ കൂട്ടിമുട്ടാം. ഇടയ്ക്കിടയ്ക്ക് ഒരു മിന്നൽപ്പിണർ മാത്രം. അതും ഗാമാ പ്രകാശരൂപത്തിൽ ക്ഷണനേരത്തേക്ക്!

ഇത് അവസാനത്തിന്റെ ആരംഭമാണ്. അപ്പോഴും അവശേഷിക്കുന്ന അസ്ഥിരമായ പ്രോട്ടോണുകൾക്ക് ന്യൂക്ലിയസുകളുടെ രൂപീകരണത്തിന് ശേഷിയുണ്ടാവില്ല. അവ സബ് ആറ്റോമിക കണികകളായി വിഘടിക്കപ്പെടും. തമോദ്വാരങ്ങളുടെ ഭാവിയും ശോഭനമല്ല. തമോദ്വാരങ്ങൾ വിഴുങ്ങിയ നക്ഷത്രദ്രവ്യമെല്ലാം പതുക്കെപതുക്കെ ബാഷ്പീകരിക്കപ്പെടും (Hawking Radiation) സബ് ആറ്റോമിക കണികകളായിട്ട്. ഇത് ഏകദേശം 10^100 വർഷങ്ങൾക്കുശേഷം നടക്കുന്ന കാര്യങ്ങളാണ്. നക്ഷത്രസമൂഹങ്ങളിലെ ദ്രവ്യമെല്ലാം നേർത്തു നേർത്ത് വളരെ താഴ്ന്ന താപനിലയിൽ സബ് ആറ്റോമിക കണികകളുടെ ഒരു കടലായി പരസ്പരം പ്രതിപ്രവർത്തിക്കാനുള്ള ശേഷി നഷ്ടപ്പെട്ട് സ്പേസിന്റെ തിരശ്ശീലയിൽ വിലയം പ്രാപിക്കും. ഇത്തരമൊരു (Slow Heat Death) ആണ് തുറന്ന പ്രപഞ്ചത്തെ കാത്തിരിക്കുന്നത്.

തുറന്ന പ്രപഞ്ചത്തിനും അടഞ്ഞ പ്രപഞ്ചത്തിനുമിടയിലുള്ള ഒരു സാദ്ധ്യത നമുക്ക് പരിശോധിക്കാം. രണ്ടു മാനങ്ങൾ മാത്രമുള്ള ഇരുവശങ്ങളിലേക്കും നീണ്ടു നീണ്ടു പോകുന്ന ഒരു കടലാസുപോലെ. നമുക്കതിനെ പരന്ന പ്രപഞ്ചമാതൃക (Flat universe)എന്നു വിളിക്കാം. അടഞ്ഞതും തുറന്നതുമായ പ്രപഞ്ചചിത്രങ്ങളിൽ നിരവധി പ്രപഞ്ചങ്ങൾക്ക് (Multitude of universe) സാദ്ധ്യതയുണ്ടെങ്കിൽ പരന്ന മാതൃകയിൽ പ്രപഞ്ചം അനന്യ (unique) മായിരിക്കും. ദ്രവ്യസാന്ദ്രത, ക്രിട്ടിക്കൽ വാല്യുവിന് തുല്യമായ ഈ മാതൃകയിൽ പ്രപഞ്ചത്തിന്റ അന്ത്യം തുറന്ന പ്രപഞ്ചമാതൃകയിലേതുപോലെതന്നെയായിരിക്കും. പ്രാപഞ്ചികപശ്ചാത്തല വികിരണങ്ങളിലുള്ള പഠനങ്ങളും (COBE, W.MAP) ഗവേഷണങ്ങളിൽ നിന്നും വ്യക്തമാകുന്ന ചിത്രം ഒരു പരന്ന പ്രപഞ്ചത്തിന്റേതാണ്. ഐൻസ്റ്റൈൻ പ്രവചിച്ചതുപോലെയുള്ള വക്രതകൾ പ്രപഞ്ചത്തിലെങ്ങും കാണാനുമില്ല. എന്നാൽ പ്രപഞ്ചത്തിന്റെ വികാസനിരക്കും ദ്യവ്യത്തിന്റെ സാന്ദ്രതയും ബാലൻസ് ചെയ്യാൻ ഈ ചിത്രത്തിന് കഴിയില്ല. പ്രപഞ്ചവികാസം ധ്രുതഗതിയിലാക്കുന്ന ഒരുതരം ശ്യാമോർജ്ജത്തിന്റെ സാന്നിദ്ധ്യം ഇവിടെ അനിവാര്യമാകുന്നു.

ഡാർക്ക് എനർജിയുടെ സാന്നിദ്ധ്യം ഉണ്ടെന്ന് വാദിക്കുമ്പോഴും അതിന്റെ സ്വഭാവം എന്താണെന്നോ ഭാവിയിൽ അതെങ്ങനെ പെരുമാറുമെന്നോ പ്രവചിക്കാൻ ജ്യോതിശാസ്ത്രജ്ഞൻമാർക്ക് കഴിയുന്നില്ല. ഒരു

പക്ഷേ, ശ്യാമോർജ്ജം തന്നെ ഇല്ലാതായെന്നു വരാം. അല്ലെങ്കിൽ അത് കൂടുതൽ ശക്തി പ്രാപിക്കാം. അതുമല്ലെങ്കിൽ ഇപ്പോഴുള്ളതിന്റെ വിപരീത സ്വഭാവം കാണിക്കാം. കൃത്യമായ ഒരു പ്രവചനം അസാദ്ധ്യമാകുന്നു. ശ്യാമോർജ്ജത്തിന്റെ പ്രഭാവം ഇപ്പോഴുള്ളതുപോലെ തുടർന്നാൽ പ്രപഞ്ചം അതിവേഗം വികസിച്ചുകൊണ്ടേയിരിക്കും. ഗാലക്സികളും നക്ഷത്രങ്ങളുമെല്ലാം നിങ്ങളുടെ ദൃഷ്ടിയിൽനിന്ന് പലായനം ചെയ്യും. എന്നാൽ ശ്യാമോർജ്ജം വിപരീത സ്വഭാവം കാണിച്ചാലോ ഗാലക്സികൾ പരസ്പരം അടുക്കുകയും അതിശക്തമായ ഗുരുത്വബലത്തിൽ അമർത്തപ്പെട്ട് പ്രപഞ്ചമൊന്നാകെ ഒരു ബിന്ദുവിലേക്കൊതുങ്ങുന്ന വൈചിത്ര്യത്തിലെത്തുകയും (point of singularity)ചെയ്യും.

പ്രപഞ്ചവികാസനിരക്ക് ഉയർന്ന തോതിൽ വർദ്ധിക്കുന്നതായാണ് പഠനങ്ങൾ തെളിയിക്കുന്നത്. അതിനർത്ഥം ഡാർക്ക് എനർജ്ജി കൂടുതൽ കൂടുതൽ ശക്തി പ്രാപിക്കുന്നുവെന്നാണ്. ഈ നില തുടർന്നാൽ പ്രപഞ്ചവികാസം ഒരിക്കലും നിലയ്ക്കില്ല. നമ്മുടെ അയൽ ഗാലക്സികളെല്ലാം പതുക്കെപതുക്കെ ദൃഷ്ടിയിൽനിന്നു മായാൻ തുടങ്ങും. ഗുരുത്വബലത്താൽ ബന്ധിതമായ നക്ഷത്രസമൂഹങ്ങളുടെ ഉള്ളിലും ശ്യാമോർജ്ജം പ്രവർത്തനം ആരംഭിക്കും. നക്ഷത്രങ്ങൾക്കു ചുറ്റുമുള്ള ഭ്രമണപഥത്തിൽനിന്നും ഗ്രഹങ്ങൾ വലിച്ചെറിയപ്പെടും. ഒടുവിൽ വലിയൊരു സ്ഫോടനത്തോടെ നക്ഷത്രങ്ങൾ ഛിന്നഭിന്നമാകും. ഇത്തരമൊരു (Big Rip) ദുരന്തത്തിന് എന്നാണ് ജ്യോതിശാസ്ത്രജ്ഞർ വിളിക്കുന്നത്.

വിരസമായ ഇത്തരമൊരു അന്ത്യമില്ലാതെ അത്ഭുതകരമായ നിരവധി സാദ്ധ്യതകൾ സ്ട്രിങ് തിയറി മുന്നോട്ടുവക്കുന്നുണ്ട്.Vacuum Decay എന്നൊരു സാദ്ധ്യത നമുക്ക് പരിശോധിക്കാം. പ്രപഞ്ചത്തിന്റെ സഡൻ ഡെത്ത് എന്നു വേണമെങ്കിൽ ഇതിനെ വിശേഷിപ്പിക്കാം. സ്ട്രിങ് തിയറിയിൽ നിരവധി പ്രപഞ്ചങ്ങളുടെ (Multiverses)സാദ്ധ്യതയുണ്ട്.

സമാന്തര പ്രപഞ്ചങ്ങൾ എനർജി ബാരിയറുകൾകൊണ്ട് വേർതിരിച്ചിരിക്കുന്നവയാണ്. ക്വാണ്ടം സിദ്ധാന്തം അനുസരിച്ച് നമ്മുടെ പ്രപഞ്ചത്തിൽനിന്നും ഊർജ്ജനില കുറഞ്ഞ മറ്റൊരു പ്രപഞ്ചത്തിലേക്ക് കടക്കുവാനുള്ള തുരങ്കങ്ങളുടെ (quantum tunneling) സാദ്ധ്യത നിലനില്ക്കുന്നുണ്ട്. അങ്ങനെ വരുമ്പോൾ നാം ജീവിക്കുന്ന ഈ പ്രപഞ്ചമൊന്നാകെ ഊർജ്ജനില കുറഞ്ഞ മറ്റൊരു പ്രപഞ്ചത്തിലേക്ക് കടന്നേക്കാം. (താപനിലയിൽ കുറവുവരുത്തിയാൽ ഒരു ഗ്ലാസ് വെള്ളം ഒരു ഗ്ലാസ് ഐസ് ആകുന്നതുപോലെ). അപ്പോൾ നിങ്ങൾ ജീവിക്കുന്ന ഈ പ്രപഞ്ചത്തിലെ എല്ലാം - ദ്രവ്യവും ഊർജ്ജവും സ്ഥലകാലങ്ങളുമെല്ലാം - രൂപാന്തരീകരിക്കപ്പെടുകയും ഇപ്പോഴുള്ള അവസ്ഥ നശിക്കപ്പെടുകയും ചെയ്യും. ഈ ദുരന്തം ടണലിന്റെ കേന്ദ്ര ബിന്ദുവിൽനിന്ന് ആരംഭിച്ച് (epicentre) പ്രകാശവേഗതയിൽ എല്ലാ ദിശകളിലേക്കും വ്യാപിക്കും. ഇത് ആരംഭിച്ചുകഴിഞ്ഞാൽ കോടിക്കണക്കിനു വർഷങ്ങൾ നിങ്ങൾക്കതു നിരീക്ഷിക്കാൻ

സാധിക്കും. നിങ്ങളുടെ തൊട്ടടുത്തെത്തുന്നതുവരെ. പക്ഷേ, അതിനെ തടയാൻ നിങ്ങൾക്ക് കഴിയില്ല. നിങ്ങളുടെ വിധി തീരുമാനിക്കപ്പെട്ടു കഴിഞ്ഞിരിക്കുന്നു.

സ്ട്രിങ് തിയറിയുടെ സമാന്തര പ്രപഞ്ചങ്ങൾ മറ്റൊരു സാദ്ധ്യത കൂടി തുറന്നു കാണിക്കുന്നു. എന്താണ് മഹാവിസ്ഫോടനമെന്ന് വ്യക്തമാക്കുന്നതിനും ഈ മാതൃകയിൽ സാദ്ധ്യമാണ്. രണ്ടു സമാന്തര പ്രപഞ്ചങ്ങളുടെ കൂട്ടിമുട്ടലിനെയാണ് ഇവിടെ ബിഗ് ബാങ് എന്നു വിവക്ഷിക്കുന്നത്. ekp-yrotic എന്ന് വിളിക്കുന്ന ഈ പ്രപഞ്ചമാതൃകയിൽ (Greek word meaning out of fire) രണ്ടു സമാന്തര പ്രപഞ്ചങ്ങൾ ഒരു കോസ്മിക് ഇലാസ്റ്റിക് കൊണ്ട് പരസ്പരം ബന്ധിക്കപ്പെട്ടതും തുടർച്ചയായി ആന്ദോളനങ്ങൾ ഉണ്ടാക്കുന്നവയുമാണ്. കൈകൊട്ടുന്നതുപോലെ- അവ പരസ്പരം കൂട്ടിമുട്ടുമ്പോൾ ഇരു പ്രപഞ്ചങ്ങളിലുമുള്ളതെല്ലാം ഭസ്മമാക്കപ്പെടും. വീണ്ടും പുതിയവ സൃഷ്ടിക്കപ്പെടുന്ന ഒരു ബിഗ് ബാങ് സംഭവിക്കുമെന്നർത്ഥം. (Ekpyrotic) മാതൃകയനുസരിച്ച് ബിഗ് ബാങ്ങിനു ശേഷമുള്ള ഇൻഫ്ളേഷൻ കൂടാതെതന്നെ പ്രപഞ്ചവികാസത്തെ വിശദീകരിക്കാൻ സാധിക്കുന്നു. പ്രാപഞ്ചിക പശ്ചാത്തല വികിരണത്തിലുണ്ടാകുന്ന നേരിയ അപസ്വരങ്ങൾക്ക് കൃത്യമായ വിശദീകരണം നല്കുന്നതിനും ഈ മാതൃക പര്യാപ്തമാണ്. സമാന്തര പ്രപഞ്ചങ്ങളുടെ വിവിധഭാഗങ്ങൾ കൂട്ടിമുട്ടുന്നതിനെടുക്കുന്ന കാല വിളംബമാണ് പ്രാപഞ്ചിക പശ്ചാത്തലവികിരണങ്ങളുടെ അപശ്രുതിക്ക് കാരണം. (കൈ കൊട്ടുന്നതു ശ്രദ്ധിക്കുക, കൈകളിലെ എല്ലാ ഭാഗങ്ങളും ഒരേ സമയത്തല്ല പരസ്പരം സ്പർശിക്കുന്നത്.) സമാന്തര പ്രപഞ്ചങ്ങൾ കൂട്ടി മുട്ടുന്നതിന് മുമ്പൊരു മുന്നറിയിപ്പ് അസാദ്ധ്യമാണ്. ഒരു നിമിഷം എല്ലാം വിസ്മൃതിയിലാകും. ആശ്വാസകരമായ ഒരു കാര്യം ആ ചാരത്തിൽനിന്നും പുതിയൊരു പ്രപഞ്ചം പിറവിയെടുക്കും എന്നുള്ളതാണ്.

പ്രപഞ്ചത്തെ ഇപ്പോഴുള്ള അവസ്ഥയിൽ തന്നെ നിലനിർത്തുന്നതിന് ഒരു പരികല്പനയും ഇന്നില്ല. സ്ഥിരസ്ഥിതി പ്രപഞ്ച (steady state model) സിദ്ധാന്തപ്രകാരം വികസിച്ചുകൊണ്ടിരിക്കുന്ന പ്രപഞ്ചത്തിന്റെ ശൂന്യതകളിൽ പുതിയ ദ്രവ്യം സൃഷ്ടിക്കപ്പെടുമെന്ന വാദം ആശ്വാസകരമായിരുന്നു. എന്നാൽ പശ്ചാത്തല വികിരണം മഹാവിസ്ഫോടനത്തിന്റെ അവശിഷ്ട ഊർജ്ജമാണെന്ന് കണ്ടെത്തിയതോടുകൂടി പ്രസ്തുത സിദ്ധാന്തം നിലനില്ക്കാതെയായി. അന്തിമ വിധി തീരുമാനിക്കപ്പെട്ടതാണ്. തീർച്ചയായും അതൊരു (Slow Heat Death) ആയിരിക്കും. ചിതയിലേക്ക് നീങ്ങിക്കൊണ്ടിരിക്കുന്ന ഒരു പ്രപഞ്ചത്തിലാണ് നാം ജീവിക്കുന്നത് എന്നറിയുന്നത് ഒരു നല്ല പ്രപഞ്ചവീക്ഷണത്തിനും സാമൂഹിക ബോധത്തിനും കാരണമാകുമെങ്കിൽ ......

അതിരുകളില്ലാത്ത സ്വപ്നങ്ങൾ!

Odark , dark, dark. They all go into the dark. The Vacant intersellar space, the vacant into the vacant"

-T S Eliot

മനുഷ്യവർഗ്ഗം ആർജ്ജിച്ച സാങ്കേതികവിദ്യയുടെ ഏറ്റവും ഉന്നതമായ മുഹൂർത്തത്തിന് ഈ തലമുറ സാക്ഷ്യം വഹിക്കുകയാണ്. ആദ്യമായി ഒരു മനുഷ്യ നിർമ്മിത വാഹനം സൗരയൂഥമെന്ന വലിയ കുടുംബത്തിന്റെ അതിരുകൾ മറികടന്നു. 1977 ൽ നാസ വിക്ഷേപിച്ച ഇരട്ട ഉപഗ്രഹങ്ങളിൽ ഒന്നായ വോയേജർ -1 ന്റെ ഇനിയുള്ള യാത്ര നക്ഷത്രാന്തര സ്പേസിലെ ശൂന്യമായ ഇരുട്ടിലൂടെ മാത്രമല്ല, മറിച്ച് ആ യാത്ര ചരിത്രത്തിലേക്ക് കൂടിയാണ്. 2004 ൽ തന്നെ ടെർമിനേഷൻ ഷോക്ക് മറികടന്ന് സൗരയൂഥത്തിന് ചുറ്റുമുള്ള ചാർജ്ജിത കണങ്ങളുടെ ഭീമൻ കുമിളയായ ഹീലിയോ സ്ഫിയറിൽ പ്രവേശിച്ച പേടകം ഇപ്പോൾ അതിൽനിന്നും പരിക്കേല്ക്കാതെ പുറത്തെത്തിയിരിക്കുകയാണ്. വോയേജർ-1 ഇപ്പോൾ ഭൂമിയിൽനിന്നും 1900 കോടി കിലോമീറ്റർ അകലെയാണെന്നാണ് നാസ അറിയിക്കുന്നത്. പേടകത്തിൽനിന്നുള്ള റേഡിയോ സന്ദേശങ്ങൾ ഗ്രൗണ്ട് സ്റ്റേഷനിലെത്തുന്നതിന് 17 മണിക്കൂറുകൾ ആവശ്യമാണ്. മറ്റ് തടസ്സങ്ങളൊന്നുമുണ്ടായില്ലെങ്കിൽ 2015 വരെ യാത്ര തുടരുന്നതിനുള്ള ഊർജ്ജം പേടകത്തിലുള്ള പ്ലൂട്ടോണിയം ബാറ്ററികൾക്കുണ്ട്.

വോയേജർ-1, വോയേജർ-2 എന്നീ രണ്ട് സ്പേസ് ക്രാഫ്റ്റുകൾ ഉപയോഗിച്ചുള്ള നാസയുടെ പര്യവേക്ഷണ പദ്ധതിക്കാണ് വോയേജർ ദൗത്യം എന്ന് വിളിക്കുന്നത്. 1970 മുതൽ ഔട്ടർസോളാർ സിസ്റ്റത്തിലെ ഗ്രഹങ്ങളുടെ ക്രമീകരണത്തിലുണ്ടാകുന്ന പ്രത്യേകതകൾ സസൂ

ക്ഷ്മം നിരീക്ഷിച്ചുവന്ന ജ്യോതിശാസ്ത്രജ്ഞരുടെ നിർദ്ദേശമനുസരിച്ച് 1977 ലാണ് ഈ ഇരട്ട ഉപഗ്രഹങ്ങൾ വിക്ഷേപിക്കപ്പെടുന്നത്. വാതക ഭീമന്മാരായ വ്യാഴം, ശനി എന്നീ ഗ്രഹങ്ങളുടെയും അവയുടെ ഉപഗ്രഹങ്ങളെയും കുറിച്ചുള്ള പഠനമാണ് വോയേജർ-1 ലക്ഷ്യമിട്ടിരുന്നത്. എന്നാൽ അവിടെനിന്നെല്ലാം ബഹുദൂരം സഞ്ചരിച്ച് സൗരയൂഥത്തിന്റെ സർവ്വസീമകളും മറികടന്ന് പോവുകയാണ് ഈ പേടകം. യുറാനസ്, നെപ്ട്യൂൺ എന്നീ ഗ്രഹങ്ങളുടെയും അവയുടെ ഉപഗ്രഹങ്ങളുടെയും വിവരങ്ങൾ ശേഖരിച്ചുകഴിഞ്ഞ വോയേജർ-2 ഇപ്പോൾ വോയേജർ-1 നേക്കാൾ 400 കോടി കിലോമീറ്റർ പിന്നിലായി യാത്ര തുടരുകയാണ്.

2012 ആഗസ്ത് 25ന് വോയേജർ-1 നക്ഷത്രാന്തര സ്പേസിൽ പ്രവേശിച്ചപ്പോൾ അത് ഒരു മനുഷ്യ നിർമ്മിത വാഹനം ചെന്നെത്തുന്ന ഏറ്റവും വലിയ ദൂരമായി. വോയേജർ-2 ഇപ്പോഴുള്ള വേഗത തുടർന്നാൽ 2016 ൽ നക്ഷത്രാന്തര സ്പേസിൽ പ്രവേശിക്കും. 2013 ഒക്ടോബറിൽ ലഭ്യമായ വിവരമനുസരിച്ച് വോയേജർ-1 സെക്കന്റിൽ 17 കിലോമീറ്റർ എന്ന അതിവേഗതയിലാണ് സഞ്ചരിച്ചുകൊണ്ടിരിക്കുന്നത് (Relative to Sun). വോയേജറിലെ ക്യാമറകളും മാഗ്നറ്റോമീറ്ററുകളും മറ്റ് അനുബന്ധ ഉപകരണങ്ങളും പകർത്തിയ കാഴ്ചകൾ സൗരയൂഥത്തിലെ വാതക ഭീമന്മാരുടെയും അവയുടെ ഉപഗ്രഹങ്ങളുടെയും ഇതുവരെ കാണാത്ത മുഖമാണ് ശാസ്ത്രലോകത്തിന് പരിചയപ്പെടുത്തിയത്. വ്യാഴത്തിലെ സങ്കീർണ്ണമായ മേഘപടലങ്ങളുടെയും കൊടുങ്കാറ്റുകളുടെയും ചിത്രങ്ങളും വ്യാഴത്തിന്റെ ഉപഗ്രഹമായ "അയോ"യിലെ അഗ്നിപർവ്വതങ്ങളുടെ ക്ലോസ് -അപ് ചിത്രങ്ങളും ഇക്കൂട്ടത്തിൽപ്പെടുന്നു. ശനിയുടെ വലയങ്ങളെക്കുറിച്ചും വോയേജർ-1 പഠനം നടത്തി. യുറാനസിന് ചുറ്റുമുള്ള കാന്തിക ക്ഷേത്രവും പത്ത് പുതിയ ഉപഗ്രഹങ്ങളെയും കണ്ടെത്തിയത് വോയേജർ-2 പേടകമാണ്. നെപ്ട്യൂണിന് ചുറ്റുമുള്ള വലയങ്ങളും ആറ് പുതിയ ഉപഗ്രഹങ്ങളും കണ്ടെത്തിയതും വോയേജർ -2 ആണ്.

നാസയുടെ ധനസഹായത്തോടെ കാലിഫോർണിയയിലെ ജെറ്റ് പ്രൊപൽഷൻ ലബോറട്ടറിയിലാണ് വോയേജർ ഇരട്ട സ്പേസ്ക്രാഫ്റ്റുകൾ നിർമ്മിച്ചത്. ഫ്ളോറിഡയിലെ കേപ്കനാവറിലുള്ള ഗ്രൗണ്ട് സ്റ്റേഷനിലാണ് പേടകങ്ങളുടെ നിയന്ത്രണവും വിവര സമാഹരണവും നടത്തുന്നത്. നാസയുടെ മാറിനർ ദൗത്യത്തിന്റെ ഭാഗമായാണ് ഈ സ്പേസ് ക്രാഫ്റ്റുകളും വിക്ഷേപിക്കുന്നത്. അതുകൊണ്ടുതന്നെ ഈ പേടകങ്ങളെ യഥാക്രമം മാറിനർ-11, മാറിനർ-12 എന്നിങ്ങനെയാണ് ആദ്യം നാമകരണം ചെയ്തത്. പിന്നീട് ദൗത്യത്തെ മാറിനർ ജൂപ്പിറ്റർ-സാറ്റേൺ എന്ന് പുനർ നാമകരണം ചെയ്യുകയുണ്ടായി. ഒടുവിലാണ് ഈ ദൗത്യത്തിന് വോയേജർ എന്ന പേര് ലഭിച്ചത്. മാറിനർ ദൗത്യങ്ങളുടെ ലക്ഷ്യങ്ങളെല്ലാം മറികടന്ന് നക്ഷത്രാന്തര സ്പേസിലൂടെ യാത്ര ചെയ്യുന്ന ഈ പേടകങ്ങൾക്ക് പുതിയൊരു പേര് വേണമെന്ന നാസയി

ലെ ശാസ്ത്രജ്ഞരുടെ താല്പര്യമനുസരിച്ചാണ് ഈ ദൗത്യത്തിന് വോയേജർ എന്ന പേര് നല്കിയത്. നക്ഷത്രാന്തര സ്പേസിന്റെ ആഴങ്ങളിൽ അലയുന്ന ഈ വാഹനത്തിന് ഏറ്റവും അനുയോജ്യമായ പേര് തന്നെയാണ് വോയേജർ.

ഔട്ടർ സോളാർ സിസ്റ്റത്തിലെ ഗ്രഹങ്ങളെക്കുറിച്ച് പഠിക്കുന്ന ഗ്രാന്റ് ടൂർ പ്രോഗ്രാം 1960 കളിൽ തന്നെ നാസ ആരംഭിച്ചിരുന്നു. ജെറ്റ് പ്രൊപൽഷൻ ലബോറട്ടറിയിലെ എയ്റോസ്പേസ് എഞ്ചിനീയറായ ഗാരി ഫ്ളാൻഡ്രോയുടെ നേതൃത്വത്തിലുള്ള ശാസ്ത്രജ്ഞർ ഔട്ടർസോളാർ സിസ്റ്റത്തിലെ ഗ്രഹങ്ങൾ നിശ്ചിത ഇടവേളകളിൽ സൃഷ്ടിക്കുന്ന സവിശേഷ ക്രമീകരണ വേളയിൽ സ്പേസ് ക്രാഫ്റ്റുകൾ വിക്ഷേപിക്കുന്നത് ഇന്ധനലാഭത്തിനും സമയലാഭത്തിനും സഹായിക്കുമെന്ന് കണ്ടെത്തിയിരുന്നു. ഇത്തരം സന്ദർഭങ്ങളിൽ വ്യാഴം, ശനി തുടങ്ങിയ ഭീമൻ ഗ്രഹങ്ങൾ സൃഷ്ടിക്കുന്ന ഗുരുത്വവലിവുകൾ സമർത്ഥമായി ഉപയോഗിക്കുന്ന ഗ്രാവിറ്റേഷണൽ അസിസ്റ്റിങ് സങ്കേതമുപയോഗിച്ചാൽ അത് കൃത്രിമ ഉപഗ്രഹങ്ങൾക്ക് കൂടുതൽ ദൂരങ്ങൾ താണ്ടുന്നതിന് സഹായിക്കും. യുറാനസ്, നെപ്ട്യൂൺ തുടങ്ങിയ ഗ്രഹങ്ങളും ഇതു തന്നെയാണ് സ്പേസ് ക്രാഫ്റ്റുകൾക്ക് ചെയ്യുന്നത്. എന്നാൽ സാമ്പത്തിക ബാദ്ധ്യത കാരണം അമേരിക്കൻ കോൺഗ്രസ് ഗ്രാന്റ്ടൂർ പദ്ധതി ക്രമേണ നിർത്തുകയാണുണ്ടായത്. പക്ഷേ, ഗ്രാന്റ് ടൂർ വിഭാവനം ചെയ്തതിലും അപ്പുറമുള്ള ലോകങ്ങളിലൂടെ വോയേജർ യാത്ര തുടരുകയാണ് ഇപ്പോഴും.

വോയോജർ ദൗത്യത്തിലെ രണ്ട് സ്പേസ് ക്രാഫ്റ്റുകളിൽ ആദ്യം വിക്ഷേപിച്ചത് വോയേജർ-2ആയിരുന്നു. ഔട്ടർ സോളാർ സിസ്റ്റത്തിലെ ഗ്രഹങ്ങളുടെ അസാധാരണ ക്രമീകരണം ഉണ്ടായ സമയത്താണ് ഈ പേടകം വിക്ഷേപിച്ചതും അതിന്റെ സഞ്ചാരപഥം ക്രമീകരിച്ചതും 175 വർഷങ്ങൾക്കിടയിലുണ്ടാകുന്ന ഒരു പ്രതിഭാസമാണിത്. കണക്കുകൂട്ടിയതുപോലെ കാര്യങ്ങൾ നടന്നാൽ ഒരു സ്പേസ് ക്രാഫ്റ്റിനുതന്നെ നാല് വാതക ഭീമന്മാരുടെയും (വ്യാഴം, ശനി, യൂറാനസ്, നെപ്ട്യൂൺ) സമീപമെത്താൻ കഴിയും. വോയേജർ-2 ന് ശേഷമാണ് വോയേജർ-1 വിക്ഷേപിക്കുന്നത്. വോയേജർ-2നെ അപേക്ഷിച്ച് കുറെക്കൂടി വേഗതയിലാണ് വോയേജർ-1 ന്റെ സഞ്ചാരം. അതുകൊണ്ടുതന്നെ വ്യാഴത്തിന്റെയും ശനിയുടെയും സമീപം ആദ്യമെത്തിയത് ഈ പേടകമായിരുന്നു. എന്നാൽ യൂറാനസ്, നെപ്ട്യൂൺ എന്നീ ഗ്രഹങ്ങളിൽ സന്ദർശനം നടത്താൻ വോയേജർ-1 ന് കഴിഞ്ഞില്ല. ശനിയുടെ ഉപഗ്രഹമായ ടൈറ്റന്റെ ക്ലോസ്-അപ് ചിത്രങ്ങൾ ആദ്യമായി എടുത്തതും വോയേജർ-1 ആണ്. സൗരയൂഥത്തിൽ ഇത്രയധികം സാന്ദ്രതയുള്ള അന്തരീക്ഷമുള്ള മറ്റൊരുപഗ്രഹവുമില്ല.

1990 ൽ തന്നെ വോയേജർ-1 നാസയുടെ പയനീയർ-10, പയനീയർ-11 ഇരട്ട സ്പേസ് ക്രാഫ്റ്റുകളെ പിന്തള്ളി ഭൂമിയിൽനിന്നും ഏറ്റവും

അകലെയെത്തുന്ന മനുഷ്യനിർമ്മിത വാഹനമായി. ഈ റെക്കോർഡ് ഇപ്പോഴും വോയേജർ-1 നിലനിർത്തുന്നുണ്ട്. വിക്ഷേപണ സമയത്ത് വോയേജർ-1 നെക്കാൾ വേഗതയുണ്ടായിരുന്ന ന്യൂ ഹൊറൈസൺസ് സ്പേസ് ക്രാഫ്റ്റിന് ഇപ്പോൾ വോയേജർ-1 ന്റെ വേഗതയില്ലാത്തതുകൊണ്ടുതന്നെ അത് വോയേജറിനെ മറികടക്കുമെന്ന് പ്രതീക്ഷിക്കാനും കഴിയില്ല. 722 കിലോഗ്രാമാണ് വോയേജറിന്റെ ഭാരം. ഇതിൽ 105 കിലോഗ്രാമും ശാസ്ത്രീയ ഉപകരണങ്ങളാണ്. 1977 സെപ്തംബർ അഞ്ചിന് 36 വർഷവും രണ്ട് മാസവുമായി തടസ്സങ്ങളൊന്നുമില്ലാതെ യാത്ര തുടരുകയാണ്.

വോയേജറിലെ സ്വർണ്ണ ഫലകം

വോയേജർ ദൗത്യത്തിലെ രണ്ട് പേടകങ്ങളിലും സ്വർണ്ണം പൂശിയ ഓഡിയോ -വിഷ്വൽ ഡിസ്ക് ഉറപ്പിച്ചിട്ടുണ്ട്. സ്വർണ്ണത്തിന് സ്പേസിലെ തീവ്ര പരിസ്ഥിതികൾ അതിജീവിക്കുന്നതിനുള്ള കഴിവ് കൂടുതലുള്ളതുകൊണ്ടാണ് സ്പേസ് ക്രാഫ്റ്റുകളിൽ സ്വർണ്ണം പൂശുന്നത്. സൗരയൂഥത്തിന് വെളിയിൽ മറ്റേതെങ്കിലും ലോകത്തിനുള്ള ബുദ്ധിവികാസം പ്രാപിച്ച ഏതെങ്കിലും ഒരു ജീവി വർഗ്ഗം നിലനില്ക്കുന്നുണ്ടെങ്കിൽ ഭൂമിയിൽനിന്നുള്ള സന്ദേശം തിരിച്ചറിയുന്നതിന് വേണ്ടിയാണ് ഈ സ്വർണ്ണഫലകം തറച്ചിരിക്കുന്നത്. ഈ ഫലകത്തിൽ ഭൂമിയുടെയും അതിലെ ചില ജൈവ രൂപങ്ങളുടെയും മനുഷ്യന്റെയും ചിത്രങ്ങളും ഏതാനും ശാസ്ത്രീയ വിവരങ്ങളും അമേരിക്കൻ പ്രസിഡന്റ് ജിമ്മികാർട്ടർ, യു എൻ സെക്രട്ടറി ജനറൽ കർട്ട്വാൽഡ് ഹൈം എന്നിവരുടെ ശബ്ദസന്ദേശങ്ങളും സൗണ്ട് ഓഫ് എർത്ത് എന്ന സമാഹാരവും അതിൽ തിമിംഗലത്തിന്റെ ശബ്ദവും മനുഷ്യശിശുവിന്റെ കരച്ചിൽ, തിരമാലയുടെ ഇരമ്പൽ, എന്നീ ശബ്ദങ്ങളും മൊസാർട്ടിന്റെ സിംഫണി, ചക്ബെറിയുടെ സംഗീതം, ഏതാനും പൗരസ്ത്യ-പാശ്ചാത്യ ക്ലാസിക്കുകളുടെ വരികളും ഉൾപ്പെടുത്തിയിട്ടുണ്ട്.

വോയേജറിലെ വാർത്താവിനിമയ സംവിധാനം അത്യന്തം സങ്കീർണ്ണവും സവിശേഷതകളേറെയുള്ളതുമാണ്. 3.7മീറ്റർ വ്യാസമുള്ള ഡിഷ് ആന്റിന ഉപയോഗിച്ചാണ് ഗ്രൗണ്ട് സ്റ്റേഷനായ ഡീപ്സ്പേസ് നെറ്റ്വർക്ക് സ്റ്റേഷനുകളിൽനിന്ന് സന്ദേശങ്ങൾ സ്വീകരിക്കുന്നതും അയയ്ക്കുന്നതും. ഡീപ് സ്പേസ് നെറ്റ്വർക്ക് ചാനൽ-18 ലേക്ക് അയയ്ക്കുന്ന ഡാറ്റകൾ 2296.48MHz അല്ലെങ്കിൽ 8420. 43MHz ആവൃത്തിയിലുള്ളവയാണ്. ഗ്രൗണ്ട്സ്റ്റേഷനിൽനിന്ന് വോയേജറിലേക്ക് അയയ്ക്കുന്ന സന്ദേശങ്ങൾ 2144.68MHz ആവൃത്തിയിലായിരിക്കും. ഏതെങ്കിലും ഒരവസരത്തിൽ ഗ്രൗണ്ട്സ്റ്റേഷനുമായി സ്പേസ് ക്രാഫ്റ്റിന് നേരിട്ട് ബന്ധപ്പെടാൻ കഴിയുന്നില്ലെങ്കിൽ പേടകത്തിലുള്ള ഡിജിറ്റൽ ടോപ്പ് റെക്കോർഡറിൽ 69.63KB വരെ വിവരങ്ങൾ റെക്കോർഡ്

ചെയ്ത്‌വെക്കുകയും മറ്റൊരവസരത്തിൽ ഭൂമിയിലേക്കയയ്ക്കുകയും ചെയ്യും. 2013 ൽ വോയേജറിൽനിന്നുള്ള സന്ദേശങ്ങൾ ഭൂമിയിലെത്താൻ 17 മണിക്കൂറുകൾ വേണ്ടിവന്നു.

വോയേജറിന്റെ നക്ഷത്രാന്തര സഞ്ചാരത്തിന് ഊർജ്ജം പകരാൻ സോളാർ പാനലുകൾക്ക് കഴിയില്ല. അതിന് പകരം മൂന്ന് വലിയ ജനറേറ്ററുകളാണ് ഊർജ്ജോല്പാദനത്തിന് ഉപയോഗിക്കുന്നത്. റേഡിയോ ഐസോടോപ്പായ പ്ലൂട്ടോണിയം-238 ന്റെ 24 ഗോളങ്ങളാണ് ഈ ജനറേറ്ററുകളിലുള്ളത്. മൂന്ന് ജനറേറ്ററുകളുംകൂടി 470 വാട്ട് വൈദ്യുതി ഉല്പാദിപ്പിക്കും. 2025 വരെ ഈ ജനററ്ററുകൾ പ്രവർത്തനക്ഷമമായിരിക്കും.

വോയേജർ പുതിയ ലോകങ്ങൾ തേടിയുള്ള യാത്ര തുടരുകയാണ്. കോസ്മിക് കിരണങ്ങളുടെ ആക്രമണവും മണിക്കൂറിൽ 10 ലക്ഷം കിലോമീറ്ററിലധികം വേഗതയിൽ ആഞ്ഞടിക്കുന്ന നക്ഷത്രാന്തര വാതങ്ങളെയും അതിജീവിക്കാൻ കഴിഞ്ഞാൽ ഇനിയുമൊരു വ്യാഴവട്ടം ആ യാത്ര നീളും. ഈ അനന്ത വിഹായസിന്റെ കോണുകളിലെവിടെയെങ്കിലുമുള്ള ജീവൻ ഇവിടെ, ഇങ്ങകലെ, ഈ ഭൂമിയിൽ മനുഷ്യനെന്ന് സ്വയം വിളിക്കുന്ന ഒരു ജീവിയുണ്ടെന്ന സന്ദേശം തിരിച്ചറിയുമെന്ന പ്രതീക്ഷയാണ്, അതിരുകളില്ലാത്ത ആ സ്വപ്നമാണ് ഈ യാത്രയുടെ പിന്നിലുള്ള യഥാർത്ഥ ഊർജ്ജം.

അല്ല.... നാം തനിച്ചല്ല

'This space we declare to be infinite...
In it are an infinity of worlds of the same
kind as our own

- Giordano Bruno

എന്താണു ജീവൻ? ഭൂമിയിൽ മാത്രം നിലനില്ക്കുന്ന ഒരു പ്രതിഭാസം എന്നതിലുപരി അതിനുവെളിയിൽ ജീവനു നിലനില്പുണ്ടോ? രണ്ടായിരം വർഷങ്ങൾക്കപ്പുറം ചില തത്ത്വചിന്തകരുടെ വികലധാരണകൾ വെള്ളം ചേർക്കാതെ വിഴുങ്ങിയ മതഗ്രന്ഥകർത്താക്കൾ അടിച്ചേല്പ്പിച്ചതിനുമപ്പുറം ഭൂമിക്കു വെളിയിൽ ജീവന്റെ നാമ്പുകൾ മുളച്ചിട്ടുണ്ടാകുമോ? ഭൂമിയിൽ സംഭവിക്കുന്ന പ്രതിഭാസങ്ങൾ ഭൗമസമാനമായ സാഹചര്യങ്ങൾ നിലനില്ക്കുന്ന മറ്റൊരു ലോകത്ത് എന്തുകൊണ്ട് സംഭവിച്ചുകൂടാ? അല്ലെങ്കിൽ തന്നെ ഭൗമജീവനു വെളിയിൽ മറ്റൊരു വ്യാഖ്യാനവും ജീവനു പാടില്ല എന്ന പിടിവാശി ഇപ്പോഴും ആരാണു വച്ചു പുലർത്തുന്നത്? ജ്യോതിശാസ്ത്ര ഗവേഷണമേഖലയിലെ ഏറ്റവും പുതിയ കണ്ടെത്തലുകൾ ഭൗമേതര ജീവൻ നമ്മുടെ തൊട്ടടുത്തുതന്നെയുണ്ടെന്നുള്ള സൂചനയാണ് നല്കുന്നത്. മനുഷ്യവർഗ്ഗം ആർജ്ജിച്ചെടുത്ത സാങ്കേതികവിദ്യയുടെ പരിമിതി മാത്രമാണ് ആ കണ്ടെത്തൽ ഇത്രയും ദീർഘിപ്പിക്കുന്നത്. ഈ വർഷംതന്നെ 2013 ൽ ഭൗമേതര ജീവൻ, അതിന്റെ നിർവ്വചനം, എത്ര വിചിത്രമാണെങ്കിലും കണ്ടെത്തുക തന്നെ ചെയ്യുമെന്നാണ് ഈ മേഖലയിൽ പ്രവർത്തിച്ചുകൊണ്ടിരിക്കുന്ന ശാസ്ത്രജ്ഞർ പ്രവചിക്കുന്നത്.

സൗരയൂഥത്തിനു വെളിയിൽ കാണപ്പെടുന്ന ഗ്രഹങ്ങളാണ് അന്യഗ്രഹങ്ങൾ, എക്സ്ട്രാ സോളാർ പ്ലാനറുകൾ, എക്സോ പ്ലാനറ്റുകൾ

എന്നെല്ലാമറിയപ്പെടുന്നത്. 676 അന്യഗ്രഹ കുടുംബങ്ങളിൽ നിന്നുമായി ഇത്തരത്തിൽപ്പെട്ട 859 ഗ്രഹങ്ങളെ ഇതുവരെ വ്യക്തമായി തിരിച്ചറിഞ്ഞിട്ടുണ്ട്. 2013 ജനുവരി 25 വരെയുള്ള കണക്കാണിത്. നാസയുടെ കെപ്ലർ സ്പേസ് ക്രാഫ്റ്റ് കണ്ടെത്തിയ പതിനെട്ടായിരത്തിൽപ്പരം അന്യഗ്രഹങ്ങൾ ശാസ്ത്രലോകത്തിന്റെ സ്ഥിരീകരണത്തിനായി കാത്തിരിക്കുകയാണ്. ഇവയിൽ 262 എണ്ണം മാതൃനക്ഷത്രത്തിന്റെ വാസയോഗ്യ മേഖലയിലാണ് (Habitable Zone) സ്ഥിതിചെയ്യുന്നത്. നക്ഷത്രത്തിന്റെ ഊർജ്ജനിലയനുസരിച്ച് അതിനുസമീപം ജലം ദ്രാവകാവസ്ഥയിൽ നിലനില്ക്കുന്നതിനുള്ള താപനിലയുള്ള മേഖലയാണ് നക്ഷത്രത്തിന്റെ വാസയോഗ്യമേഖലയായി കണക്കാക്കുന്നത്. സൂര്യന്റെ വാസയോഗ്യമേഖല 14 കോടി കിലോമീറ്ററിനും 22.5 കോടി കിലോമീറ്ററിനും ഇടയിലാണ്. ഇതൊരു കൃത്യമായ അതിർവരമ്പൊന്നുമല്ല. നക്ഷത്രത്തിന്റെ തീവ്രതയും വലിപ്പവും ശോഭയുമെല്ലാം വാസയോഗ്യമേഖലയെ സ്വാധീനിക്കും. കെപ്ലർ ദൗത്യവും മറ്റ് ആകാശ സെൻസസ് സംവിധാനങ്ങളും നല്കുന്ന സ്ഥിതിവിവരക്കണക്കനുസരിച്ച് നമ്മുടെ മാതൃഗാലക്സിയായ ക്ഷീരപഥത്തിൽ മാത്രം നാല്പതിനായിരം കോടി അന്യഗ്രഹങ്ങളുണ്ടാകുമെന്നാണ് അഭ്യൂഹം. നക്ഷത്രങ്ങൾക്കുചുറ്റും രൂപപ്പെട്ടിട്ടുള്ള ഗ്രഹകുടുംബങ്ങളെ ആശ്രയിച്ചു മാത്രമുള്ള കണക്കാണിത്. നക്ഷത്രപരിണാമത്തിന്റെ ഘട്ടങ്ങളിൽ അവയുടെ ഗുരുത്വാകർഷണ ക്ഷേത്രം ദുർബ്ബലമാക്കപ്പെടുമ്പോൾ നക്ഷത്രത്തിന്റെ ഗുരുത്വവലിവിൽ നിന്ന് മോചിപ്പിക്കപ്പെട്ട് സ്പേസിന്റെ അനന്തവിശാലതയിൽ അലയുന്ന കോടിക്കണക്കിനു നക്ഷത്രങ്ങൾ ഇതിനു പുറമെയുണ്ട്. ഈ ഗ്രഹങ്ങളിൽ ഭൗമസമാന സാഹചര്യങ്ങളുള്ള 1700 കോടി ഗ്രഹങ്ങളെങ്കിലുമുണ്ട്. അവിടെ ജീവന്റെ തുടിപ്പുകളുമുണ്ടാകും. ഇത് ക്ഷീരപഥത്തിലെമാത്രം കണക്കാണ്. ക്ഷീരപഥം പോലെയുള്ള ലക്ഷംകോടി നക്ഷത്രസമൂഹങ്ങളുള്ള ഈ പ്രപഞ്ചത്തിൽ ജീവൻ- അതൊരു സാധാരണ സംഭവം മാത്രമായിരിക്കും.

നൂറ്റാണ്ടുകൾക്കു മുമ്പുതന്നെ ശാസ്ത്രജ്ഞരും തത്ത്വചിന്തകരുമെല്ലാം അന്യഗ്രഹങ്ങളുടെ സാദ്ധ്യതയെക്കുറിച്ചുള്ള സൂചനകൾ നല്കിയിരുന്നു. എന്നാൽ അവ എവിടെയാണെന്നോ അവയുടെ ഘടനയെന്താണെന്നോ സൗരകുടുംബാംഗങ്ങളുമായി അവയ്ക്കുള്ള സാമ്യ- വ്യത്യാസങ്ങളെന്താണെന്നോ കൃത്യമായി ഉത്തരം നല്കാൻ അവർക്കു കഴിഞ്ഞിരുന്നില്ല എന്നതാണ് യാഥാർത്ഥ്യം. ഇരുപതാം നൂറ്റാണ്ടിന്റെ ഉത്തരാർദ്ധത്തിൽ 1992 ലാണ് ആദ്യമായി ഒരു എക്സോപ്ലാനറ്റിന്റെ അസ്തിത്വം തെളിയിക്കപ്പെടുന്നത്. PSRB 1257+12 എന്നു പേരുള്ള ഒരു പൾസാറിനെ (Pulsating star) ചുറ്റിക്കൊണ്ടിരിക്കുന്ന നിരവധി ഭൗമസമാന ഗ്രഹങ്ങളുടെ കുടുംബത്തെയാണ് അന്ന് കണ്ടെത്തിയത്. പൾസാറിന്റെ ദൂരക്കൂടുതൽ കാരണം ഈ കണ്ടെത്തൽ കൂടുതൽ നിരീക്ഷണങ്ങൾക്കു വിധേയമാക്കാൻ കഴിയാതെ വരികയാണുണ്ടായത്. പിന്നീട് 1995 ൽ '51

പെഗാസി' എന്ന സൂര്യസമാന നക്ഷത്രത്തെ ചുറ്റുന്ന ഒരു ഭീമൻ ഗ്രഹത്തെ കണ്ടെത്തുകയുണ്ടായി. തുടർന്ന് ആകാശസർവ്വേയിൽ ഉണ്ടായ സാങ്കേതിക വളർച്ച ഇത്തരത്തിൽപ്പെട്ട നിരവധി ഗ്രഹങ്ങളെ കണ്ടെത്തുന്നതിന് സഹായകരമായി. ദൂരദർശിനികൾ ഉപയോഗിച്ച് നേരിട്ടുള്ള നിരീക്ഷണത്തിനപ്പുറം 'റേഡിയൽ വെലോസിറ്റി' അളവുകൾപോലെയുള്ള 'ഇൻ-ഡയറക്റ്റ്' രീതികളാണ് ഇന്ന് അന്യഗ്രഹ വേട്ടയ്ക്കായി ജ്യോതിശാസ്ത്രജ്ഞർ ഉപയോഗിക്കുന്നത്. അതിനുപുറമെ സൗരയൂഥത്തിനു വെളിയിലൂടെ സഞ്ചരിക്കുന്ന നിരവധി ധൂമകേതുക്കളെയും (Exocomets) ഇതിനകം കണ്ടെത്തിയിട്ടുണ്ട്.

ഇതിനകം കണ്ടെത്തിയിട്ടുള്ള അന്യഗ്രഹങ്ങളിൽ ഭൂരിഭാഗവും വ്യാഴത്തിനോടും നെപ്ട്യൂണിനോടും വളരെയധികം സാദൃശ്യം പ്രകടിപ്പിക്കുന്ന ഭീമൻ ഗ്രഹങ്ങളാണ്. അതിനർത്ഥം എക്സോപ്ലാനറ്റുകളെല്ലാം ഇത്തരം വ്യാഴസമാന ഗ്രഹങ്ങളാണെന്നല്ല, മറിച്ച് ഇത്ര വലിയ ഗ്രഹങ്ങൾ എളുപ്പത്തിൽ നിരീക്ഷിക്കാൻ കഴിയുമെന്നു മാത്രമാണ്. ഭൂമിയേക്കാൾ ചെറുതും ഭൂമിയേക്കാൾ അല്പം കൂടുതൽ വലിപ്പവുമുള്ള (Super Earths) അന്യഗ്രഹങ്ങളെയും ഇപ്പോൾ കണ്ടെത്തിക്കൊണ്ടിരിക്കുകയാണ്. മാതൃനക്ഷത്രത്തിന്റെ വാസയോഗ്യമേഖലയിൽ ജലം ദ്രാവകാവസ്ഥയിൽ നിലനില്ക്കുന്നതിനുള്ള സാദ്ധ്യത വളരെയധികമാണ്. അതിനർത്ഥം അവിടെ ജീവനുണ്ടാകാനുള്ള സാദ്ധ്യത- അതിന്റെ നിർവ്വചനം എത്ര വിചിത്രമാണെങ്കിലും- വളരെയധികമാണെന്നാണ്. 2013 ജനുവരി ഏഴാം തീയതി നാസയുടെ കെപ്ളർ സ്പേസ് ക്രാഫ്റ്റ് കണ്ടെത്തിയ KOI- 172.02 എന്ന ഭൗമസമാന ഗ്രഹത്തിൽ ജീവൻ ഉത്ഭവിക്കുന്നതിനും വളർന്നു വികസിക്കുന്നതിനും അനുകൂലമായ സാഹചര്യം നിലനില്ക്കുന്നുണ്ട്.

അല്പം ചരിത്രം:

പതിനാറാം നൂറ്റാണ്ടിൽ ഇറ്റലിയിൽ ജീവിച്ചിരുന്ന ബ്രൂണോ (Giordano Bruno) കോപ്പർനിക്കസിന്റെ സൗരകേന്ദ്രീകൃത പ്രപഞ്ച മാതൃകയുടെ കടുത്ത ആരാധകനായിരുന്നു. സൂര്യനു ചുറ്റും ഗ്രഹകുടുംബമുള്ളതുപോലെ ആകാശത്തിലെ മറ്റു നക്ഷത്രങ്ങൾക്കൊപ്പവും (fixed stars) ഗ്രഹങ്ങളുടെ കൂട്ടമുണ്ടാകുമെന്ന് അദ്ദേഹം വിശ്വസിക്കുകയും പഠിക്കുകയും ചെയ്തിരുന്നു. അതെന്തായാലും ബ്രൂണോയെ ജീവനോടെ ചുട്ടുകൊന്ന റോമൻ മതവിചാരണയ്ക്ക് ഈ അന്യഗ്രഹ പ്രവചനങ്ങളും ഒരു കാരണമായിരുന്നു എന്നുള്ളതാണ് യാഥാർത്ഥ്യം. 18-ാം നൂറ്റാണ്ടിൽ ഐസക് ന്യൂട്ടണും അന്യഗ്രഹങ്ങളെക്കുറിച്ചുള്ള സൂചനകൾ നല്കിയിരുന്നു. 19-ാം നൂറ്റാണ്ടിൽ 'ബഹായ്' മതസ്ഥാപകനായ ബഹാവുല്ല (Bahaullah)യും ഇത്തരം അന്യഗ്രഹങ്ങളെക്കുറിച്ച് പ്രവചിച്ചിരുന്നു. ആകാശത്തിലുള്ള ഓരോ നക്ഷത്രത്തിനുചുറ്റും ഗ്രഹകുടുംബങ്ങളും അവയിലെല്ലാം തനതു ഗുണങ്ങളുള്ള ജീവനും ഉണ്ടെന്നും എന്നാൽ

അവ എണ്ണിത്തിട്ടപ്പെടുത്തുന്നതിന് മനുഷ്യജന്മം മതിയാകില്ലെന്നുമായിരുന്നു അദ്ദേഹത്തിന്റെ വാദം. അവകാശവാദങ്ങൾ മുറതെറ്റാതെ വന്നുകൊണ്ടിരിക്കുന്നതിനിടയിലാണ് 1855 ൽ ബ്രിട്ടീഷ് ഈസ്റ്റ് ഇന്ത്യ കമ്പനിയുടെ കീഴിലുള്ള മദ്രാസ് ഒബ്സർവേറ്ററിയിൽവച്ച് ക്യാപ്റ്റൻ W S ജേക്കബ് ഇരട്ട നക്ഷത്രങ്ങളായ '70 ഒഫ്യൂച്ചി'യുടെ ഭ്രമണച്യുതിക്കു കാരണം അവയ്ക്കു ചുറ്റും രൂപംകൊണ്ടിട്ടുള്ള ഗ്രഹകുടുംബത്തിന്റെ സ്വാധീനം നിമിത്തമാണെന്ന് പ്രവചിക്കുന്നത്. അന്യഗ്രഹ വേട്ടയുടെ ആധുനികവല്ക്കരണത്തിന് തുടക്കം കുറിച്ചത് ഈ പ്രവചനത്തെത്തുടർന്നാണ്. ഇതേത്തുടർന്ന് ചിക്കാഗോ യൂണിവേഴ്സിറ്റിയിലെ ജ്യോതിശാസ്ത്രജ്ഞനായ ജെ ജെ തോമസ് 1890 ൽ '70 ഒഫ്യൂച്ചി' ഇരട്ട നക്ഷത്രത്തിനുചുറ്റും 36 ഭൗമവർഷങ്ങളുടെ ഭ്രമണകാലമുള്ള ഗ്രഹകുടുംബത്തിന്റെ സാദ്ധ്യത ചൂണ്ടിക്കാണിച്ചു. നക്ഷത്രങ്ങളുടെ ഭ്രമണച്യുതി അപഗ്രഥിച്ചാണ് അദ്ദേഹം ഈ വാദം ഉന്നയിച്ചത്. എന്നാൽ ഇരട്ടനക്ഷത്രങ്ങളുടെ കാന്തികക്ഷേത്രം സ്പേസിൽ സൃഷ്ടിക്കുന്ന അസ്വസ്ഥതകളാണ് ഇത്തരമൊരു ഭ്രമണച്യുതിക്കു കാരണമാകുന്നതെന്ന ഡോ. ഫോറസ്റ്റ് റേ മൾട്ടന്റെ പ്രബന്ധം പുറത്തുവന്നതോടെ തോമസിന്റെ പ്രവചനങ്ങളുടെ വിശ്വസനീയതയിൽ വിള്ളലുകളുണ്ടായി. പിന്നീട് 1950 കളിലും അറുപതുകളിലും ബർണാഡ് നക്ഷത്രത്തെ ചുറ്റുന്ന ഗ്രഹകുടുംബത്തെക്കുറിച്ചുള്ള അവകാശവാദങ്ങൾ സ്വാർത്മോർ കോളേജിലെ പ്രൊഫസറും ജ്യോതിശാസ്ത്രജ്ഞനുമായ പീറ്റർ വാൻ ഡി ക്യാംപ് ഉന്നയിച്ചുവെങ്കിലും ജ്യോതിശാസ്ത്രജ്ഞർ അവ തള്ളിക്കളയുകയാണുണ്ടായത്. ഒടുവിൽ 1991 ൽ ആൻഡ്രൂ ലെയ്ൻ, എം ബെയ്ൻസ്, എസ് എൻ ഷിമാൻ എന്നിവർ ചേർന്ന് PSR 1829-10 എന്നു വിളിക്കുന്ന പൾസറിനു ചുറ്റുമുള്ള പാതയിൽ സഞ്ചരിക്കുന്ന അന്യഗ്രഹത്തിന്റെ സാന്നിദ്ധ്യം അസന്ദിഗ്ദ്ധമായി തെളിയിച്ചു. പിന്നീട് 1992 ഏപ്രിൽ 21 ന് ജ്യോതിശാസ്ത്രജ്ഞരായ അലക്സാണ്ടർ വോൾഡ്സാനും ഡേയ്ൽ ഫ്രെയ്ലും ചേർന്ന് റേഡിയോ തരംഗങ്ങളുപയോഗിച്ച് നടത്തിയ നിരീക്ഷണത്തിൽ PSR 1257+12 എന്ന പൾസാറിനെ ചുറ്റുന്ന രണ്ടു ഗ്രഹങ്ങളുടെ സാന്നിദ്ധ്യം തിരിച്ചറിഞ്ഞു. അന്യഗ്രഹവേട്ട അതിന്റെ പൂർണ്ണമായ അർത്ഥത്തിൽ ആരംഭിച്ചത് ഈ രണ്ടു കണ്ടെത്തലുകളെത്തുടർന്നാണ്. തുടർന്നിങ്ങോട്ട് അന്യഗ്രഹവേട്ടയുടെ സുവർണ്ണകാലമാണ് നിലവിലുള്ളത്. സാങ്കേതികവിദ്യയുടെ വളർച്ച 'ഹൈ- റെസല്യൂഷൻ സ്പെക്ട്രോഗ്രഫി'യുടെ രൂപത്തിൽ ഈ ഗ്രഹവേട്ടയ്ക്ക് തുണയാവുകയാണ്. മാതൃനക്ഷത്രത്തിന്റെ ഭ്രമണപഥത്തിൽ ഗ്രഹസാന്നിദ്ധ്യം സൃഷ്ടിക്കുന്ന അപശ്രുതികൾ കണക്കുകൂട്ടി അന്യഗ്രഹങ്ങളെ തിരിച്ചറിയുന്നതിനപ്പുറം വിദൂരനക്ഷത്രങ്ങളുടെ പ്രത്യക്ഷ കാന്തികമാനത്തിലുണ്ടാകുന്ന നേരിയ ഭ്രംശംവരെ കണക്കുകൂട്ടി ഗ്രഹസാന്നിദ്ധ്യം തിരിച്ചറിയുന്ന സംതരണ രീതി (Transit method) വരെ ഇന്ന് അന്യഗ്രഹവേട്ടയ്ക്ക് കരുത്തേകുകയാണ്.

ഇതുവരെ കണ്ടെത്തിയിട്ടുള്ള എല്ലാ പ്രധാന അന്യഗ്രഹങ്ങളും വലുതും ഭാരമേറിയതും മാതൃനക്ഷത്രത്തോടു വളരെ ചേർന്ന് സഞ്ചരിക്കുന്നവയുമാണ്. ഗ്രഹ രൂപീകരണസിദ്ധാന്തങ്ങളുടെ വിശ്വാസ്യതയെ ചോദ്യം ചെയ്യുന്ന തരത്തിലാണ് പലപ്പോഴും ഈ ചൂടൻ വാതക ഭീമന്മാർ പെരുമാറുന്നത്. വ്യാഴത്തെപ്പോലെയുള്ള വാതകഭീമന്മാർ സൗരയൂഥത്തിൽ മാതൃനക്ഷത്രത്തിൽനിന്നും വളരെയകന്നാണ് (Outer solar system) കാണപ്പെടുന്നത്. എന്നാൽ തുടർന്നു നടത്തിയ നിരീക്ഷണത്തിൽ ഇത്തരം വാതകഭീമന്മാർ എണ്ണത്തിൽ കുറവാണെന്നും ചെറുതും ഭൗമസമാനങ്ങളുമായ ഗ്രഹങ്ങളാണ് കൂടുതലെന്നും തിരിച്ചറിഞ്ഞിട്ടുണ്ട്. 1999 ൽ അപ്സിലോൺ ആൻഡ്രോമിഡെ നക്ഷത്രത്തിനുചുറ്റും കണ്ടെത്തിയ ഒന്നിലധികം അന്യഗ്രഹങ്ങളുടെ കുടുംബം ഇത്തരത്തിൽപ്പെട്ട ആദ്യത്തേതാണ്. 2013 ജനുവരി 25 വരെ കണ്ടെത്തി സ്ഥിരീകരിക്കപ്പെട്ട 859 എക്സോപ്ലാനറ്റുകൾ 676 ഗ്രഹവ്യൂഹങ്ങളുടെ ഭാഗമാണ്. ഇവയിൽ 128 കുടുംബങ്ങളിൽ ഒന്നിലധികം അന്യഗ്രഹങ്ങളുണ്ട്. ഇരട്ടനക്ഷത്രങ്ങൾ സൃഷ്ടിക്കുന്ന അതിശക്തമായ കാന്തികക്ഷേത്രം ഗ്രഹരൂപീകരണത്തിന് തടസ്സമാകുമെന്ന പരമ്പരാഗത ഗ്രഹരൂപീകരണ സിദ്ധാന്തത്തിന്റെ അടിത്തറയിളക്കുന്ന കണ്ടെത്തലുകളാണ് ഇപ്പോൾ ഉണ്ടായിക്കൊണ്ടിരിക്കുന്നത്. കെപ്ളർ-16 ഗ്രഹകുടുംബം ഇരട്ടനക്ഷത്രങ്ങൾക്കു ചുറ്റും കണ്ടെത്തിയ ആദ്യ അന്യഗ്രഹമെന്ന പദവി അലങ്കരിക്കുകയാണ്. അതിനുപുറമെ ശാസ്ത്രലോകത്തിന്റെ അധികാരത്തിനായി 1790 ഗ്രഹകുടുംബങ്ങളിലായി 2321 ഗ്രഹങ്ങൾ ഇന്നുവരെ ക്യൂവിലുണ്ട്. 2012 ഒക്ടോബർ 17ന് കണ്ടെത്തിയ അൽഫ സെന്റോറി Bb എന്ന എക്സോപ്ലാനറ്റാണ് ഭൂമിയുടെ ഏറ്റവുമടുത്തുള്ള അന്യഗ്രഹം. ഭൂമിയിൽനിന്നും 4.3 പ്രകാശവർഷമകലെയുള്ള മൂന്നു നക്ഷത്രങ്ങളുടെ ഒരു ഗ്രൂപ്പാണ് അൽഫാസെന്റോറി.

ഭൂമിയുടെ ഇരട്ടയെത്തേടിയുള്ള പ്രയാണത്തിലാണ് ഇന്ന് എക്സോബയോളജിസ്റ്റുകൾ. ഭൗമസമാനമെന്ന് ഒറ്റവാക്കിൽ പറയാൻ കഴിയുന്നതിനുമപ്പുറം മാതൃനക്ഷത്രത്തിന്റെ വാസയോഗ്യമേഖലകളിൽ (Goldilocks zone) ദ്രാവകരൂപത്തിൽ ജലം നിലനില്ക്കുന്ന ദൂരപരിധിയിൽ തന്നെ ജീവൻ കണ്ടെത്തുന്ന നിമിഷത്തിനായി കാത്തിരിക്കുകയാണ് ഇന്ന് ശാസ്ത്രസമൂഹം. അതിന് ഇനി അധികം കാത്തിരിപ്പ് ആവശ്യമുണ്ടാകില്ല. ഓരോ അടുത്തനിമിഷവും അതിനുള്ള സാദ്ധ്യതയുണ്ട്. ജീവന്റെ വ്യാഖ്യാനം, അതെത്ര വിചിത്രമാണെങ്കിലും തിരിച്ചറിയുക തന്നെ ചെയ്യും. ഇക്കഴിഞ്ഞ വർഷമുണ്ടായ കണ്ടെത്തലുകൾ ആ പ്രതീക്ഷയ്ക്കു പകരുന്ന ഊർജ്ജം അത്ര വലുതാണ്.

ഭൂമിയിൽനിന്നും 12 പ്രകാശവർഷമകലെയുള്ള ടോ സെറ്റി നക്ഷത്രത്തെ ചുറ്റുന്ന അഞ്ച് അന്യഗ്രഹങ്ങളുടെ കുടുംബമാണ് ടോസെറ്റി ഇയും എഫും. അഞ്ചംഗങ്ങളുള്ള അന്യഗ്രഹ കുടുംബങ്ങളെ ഇതുവരെ നാലെണ്ണം കണ്ടെത്തിയിട്ടുണ്ട്. ദ്രാവകാവസ്ഥയിൽ ജലം നിലനില്ക്കു

ന്നതിനുള്ള സാഹചര്യങ്ങൾ ഈ ഗ്രഹങ്ങളിലുണ്ട്. ഇക്കഴിഞ്ഞ ഡിസംബറിലാണ് ഈ ഗ്രഹകുടുംബം കണ്ടെത്തുന്നത്. ഭൂമിയുടെ ഏറ്റവും അടുത്തുള്ള അന്യഗ്രഹമായ അൽഫാസെന്റോറി Bb അതിന്റെ മാതൃനക്ഷത്രത്തിന്റെ തൊട്ടടുത്തുകൂടി, ഏകദേശം 50 ലക്ഷം കിലോമീറ്റർ ആരമുള്ള വൃത്തപഥത്തിലാണ് സഞ്ചരിക്കുന്നത്. ബുധനും സൂര്യനും തമ്മിലുള്ള അകലത്തിന്റെ പത്തിലൊന്നു മാത്രമാണിത്. അൽഫാ സെന്റോറി സിസ്റ്റമെന്ന മൂന്നു നക്ഷത്രങ്ങളുടെ ഗ്രൂപ്പിൽ ഉൾപ്പെടുന്ന ചുവന്ന കുള്ളൻ നക്ഷത്രമാണ് അൽഫാ സെന്റോറി- ബി. ഭൂമിയിൽനിന്നും 4.3 പ്രകാശവർഷം അകലെയാണ് ഈ നക്ഷത്രകുടുംബമുള്ളത്. ഇക്കഴിഞ്ഞ ഒക്ടോബറിലാണ് ഭൂമിയുടെ ഈ അന്യഗ്രഹ- അയൽവാസിയെ കണ്ടുപിടിച്ചത്. 2012 ഫെബ്രുവരിയിൽ നാസയുടെ കെപ്ളർ സ്പേസ് ക്രാഫ്റ്റ് കണ്ടെത്തിയ ഗ്ലൈസ് 667 Cc (Gliese 667 Cc) എന്ന ഭൗമസമാന ഗ്രഹം മാതൃനക്ഷത്രത്തിന്റെ വാസയോഗ്യമേഖലയിൽ, ദ്രാവകരൂപത്തിൽ ജലം നിലനില്ക്കുന്നതിനാവശ്യമുള്ള താപനിലയുള്ള ദൂരപരിധിയിൽതന്നെയാണ് കണ്ടെത്തിയത്. ഭൂമിയിൽനിന്നും 22 പ്രകാശവർഷമകലെയുള്ള ഗ്ലൈസ് 667 Cc ഇരുപത്തിയെട്ട് ഭൗമദിനങ്ങൾ കൊണ്ടാണ് അതിന്റെ മാതൃനക്ഷത്രത്തിനുചുറ്റും ഒരു പരിക്രമണം പൂർത്തിയാക്കുന്നത്. ഗ്ലൈസ് 667 Cc പോലെ തന്നെ ജീവൻ നിലനില്ക്കുന്നതിനുള്ള സാദ്ധ്യത വളരെയേറെയുള്ള അന്യഗ്രഹങ്ങളാണ് 2012 ജനുവരിയിൽ കണ്ടെത്തിയ കെപ്ളർ 42 ബിയും സിയും ഡിയും (Kepler-42b,c,d). സൗരകുടുംബത്തിലെ അംഗങ്ങളായ ബുധനും ചൊവ്വയ്ക്കുമിടയിലാണ് ഈ മൂന്നു ഗ്രഹങ്ങളുടെയും വലിപ്പം. ഭൂമിയിൽനിന്നും 126 പ്രകാശവർഷമകലെ നമ്മുടെ വ്യാഴത്തിന്റെ 70 ശതമാനം മാത്രം വലിപ്പമുള്ള ഒരു കുള്ളൻ നക്ഷത്രത്തിനുചുറ്റുമാണ് ഈ ഗ്രഹകുടുംബം കണ്ടെത്തിയിരിക്കുന്നത്. ഏതുനിമിഷം വേണമെങ്കിലും ജീവൻ നിലനില്ക്കുന്ന ഒരു അന്യഗ്രഹത്തെ കണ്ടെത്താൻ കഴിയുമെന്ന അവസ്ഥയാണ് ഇപ്പോൾ ഉള്ളത്. ഒരുപക്ഷേ, നമ്മുടെ തൊട്ടടുത്തുതന്നെ ഭൗമേതര ജീവൻ നിലനില്ക്കുന്നുണ്ടാകും. നേരിട്ടുള്ള നിരീക്ഷണത്തിനപ്പുറം വികസിച്ചുകൊണ്ടിരുന്ന സാങ്കേതികവിദ്യയുടെ തണലിൽ ഈ അന്വേഷണത്തിന്റെ വേഗത സ്വപ്നതുല്യമാവുകയാണ്. അന്യഗ്രഹ വേട്ടയ്ക്ക് ജ്യോതിശാസ്ത്രജ്ഞർ അവലംബിക്കുന്ന ചില സങ്കേതങ്ങൾകൂടി പരിചയപ്പെടുന്നത് അഭിലഷണീയമാണ്. മറ്റു നക്ഷത്രങ്ങളുമായി താരതമ്യം ചെയ്യുമ്പോൾ ഭൂമിയിലെ ഒരു നിരീക്ഷകനെ സംബന്ധിച്ചിടത്തോളം ഒരു അന്യഗ്രഹം വളരെ മങ്ങിയ ചിത്രമായിരിക്കും നല്കുന്നത്. സൗരകുടുംബാംഗങ്ങളായ ചൊവ്വ, ശുക്രൻ, വ്യാഴം എന്നിവപോലെ ശോഭിക്കില്ലെന്നർത്ഥം. അതുകൊണ്ടുതന്നെ ദൂരദർശിനികൾ ഉപയോഗിച്ച് നേരിട്ടുള്ള നിരീക്ഷണത്തിനപ്പുറം മറ്റു ചില നവീന സങ്കേതങ്ങളുപയോഗിച്ചുള്ള നിരീക്ഷണമാണ് പൊതുവെ ജ്യോതിശാസ്ത്രജ്ഞർ പിന്തുടരുന്നത്.

റേഡിയൽ വെലോസിറ്റി (RV):

മാതൃനക്ഷത്രത്തിന്റെ ഗുരുത്വബലമാണ് അതിനുചുറ്റും ഗ്രഹങ്ങൾ സഞ്ചരിക്കുന്നതിന് ഇടയാക്കുന്നത്. മാതൃനക്ഷത്രത്തിനു ചുറ്റുമുള്ള ഗ്രഹസഞ്ചാരം നക്ഷത്രത്തിന്റെ സ്വാഭാവിക ചലനങ്ങളിലും സഞ്ചാരവേഗതയിലും ചില അപസ്വരങ്ങൾ ഉണ്ടാക്കും. ഭൂമിയിലുള്ള ഒരു നിരീക്ഷകന് ആപേക്ഷികമായി മുന്നിലേക്കും പിന്നിലേക്കുമുള്ള നക്ഷത്രസഞ്ചാരത്തിന്റെ പാതയിലുള്ള അപശ്രുതികൾ ചുമപ്പുനീക്ക രീതി (Doppler shifting Method) ഉപയോഗിച്ച് കണ്ടെത്തുന്നതിനും ഈ അപശ്രുതിക്കു കാരണമാകുന്ന ഗ്രഹസാന്നിദ്ധ്യം കണ്ടുപിടിക്കുന്നതിനും കഴിയും. ഏറ്റവും നവീനവും സവിശേഷമായി രൂപകല്പന നിർവ്വഹിച്ചതുമായ സ്പെക്ട്രോമീറ്ററുകൾ ഉപയോഗിച്ചാണ് നക്ഷത്രങ്ങളുടെ പാലായനത്തിലുണ്ടാകുന്ന ഭ്രംശം തിരിച്ചറിയുന്നതും അതുവഴി അവയ്ക്കു ചുറ്റുമുള്ള ഗ്രഹകുടുംബത്തിന്റെ സാന്നിദ്ധ്യം തിരിച്ചറിയുന്നതും. ചിലിയിലെ ലാ-സില്ല ഒബ്സർവേറ്ററിയിൽ സ്ഥാപിച്ചിട്ടുള്ള ഹാർപ്സ് (High Accuracy Radial Velocity Planet Searcher- HARPS), കെക്ക് ദൂരദർശിനിയിൽ സജ്ജീകരിച്ചിട്ടുള്ള ഹൈ-റെസ് (HIRES) എന്നീ സ്പെട്രോമീറ്ററുകൾക്ക് വിദൂര നക്ഷത്രങ്ങളുടെ റേഡിയൽ വെലോസിറ്റിയിലുണ്ടാകുന്ന വ്യതിചലനം സെക്കന്റിൽ ഒരു മീറ്ററാണെങ്കിൽ (1 m/s) പോലും കണ്ടെത്താൻ കഴിയും.

ഭൂമിയിൽനിന്നും 160 പ്രകാശവർഷങ്ങൾക്കുള്ളിൽ ഉള്ള നക്ഷത്രങ്ങളെ മാത്രമേ ഈ രീതിയുപയോഗിച്ച് നിരീക്ഷിക്കാൻ കഴിയൂ എന്ന പരിമിതി റേഡിയൽ വെലോസിറ്റി സങ്കേതത്തെ അലട്ടുന്നുണ്ട്. അതുമാത്രമല്ല, ഈ രീതിയുപയോഗിച്ച് കണ്ടെത്തപ്പെടുന്ന ഗ്രഹങ്ങൾക്ക് ഒരു മിനിമം മാസ് ഉണ്ടായിരിക്കണം. ഭൂമിയേക്കാൾ ചെറിയ, കുഞ്ഞു ഗ്രഹങ്ങളെ കണ്ടെത്താൻ കഴിയില്ലെന്നർത്ഥം. വളരെ കാലതാമസമെടുക്കുന്ന ഒരു നിരീക്ഷണ പദ്ധതിയാണിത്. നക്ഷത്രങ്ങൾക്കു ചുറ്റുമുള്ള ഗ്രഹങ്ങളുടെ സഞ്ചാരപാതയിലുണ്ടാകുന്ന ചെരിവും ഈ രീതിയുപയോഗിച്ചുള്ള നിരീക്ഷണത്തെ പ്രതികൂലമായി ബാധിക്കാറുണ്ട്. റേഡിയൽ വെലോസിറ്റി സങ്കേതമുപയോഗിച്ചു കണ്ടെത്തുന്ന അന്യഗ്രഹങ്ങളുടെ സാന്നിദ്ധ്യം ഉറപ്പുവരുത്തുന്നത് ഗ്രഹസംതരണവിദ്യ പോലെയുള്ള മറ്റു ചില അന്യഗ്രഹ നിരീക്ഷണ സംവിധാനങ്ങൾ ഉപയോഗിച്ചാണ്.

പൾസാർ ടൈമിങ്:

നക്ഷത്ര പരിണാമത്തിലെ ഏറ്റവും സ്ഫോടനാത്മക ഘട്ടമായ സൂപ്പർനോവാ വിസ്ഫോടനത്തിനുശേഷം അവശേഷിക്കുന്ന അതിസാന്ദ്രമായ നക്ഷത്രക്കാമ്പുകളാണ് പൾസാറുകൾ (PULSARS). സങ്കീർണ്ണമായ ഗുരുത്വവലിവുള്ള ഈ മൃതനക്ഷത്രത്തിന്റെ ദ്രവ്യം പൂർണ്ണമായും ന്യൂട്രോണുകൾ കൊണ്ടാണ് നിർമ്മിക്കപ്പെട്ടിരിക്കുന്നത്. ലോ

ലമായ ഖരാഖരണത്തിനുള്ളിലെ സൂപ്പർ ഫ്ളൂയിഡ് അവസ്ഥയെന്നു വേണമെങ്കിൽ പറയാം. അതിവേഗം ഭ്രമണം ചെയ്തുകൊണ്ടിരിക്കുന്ന പൾസാറുകൾ കൃത്യമായ ഇടവേളകളിൽ റേഡിയോ സിഗ്നലുകൾ പുറപ്പെടുവിച്ചുകൊണ്ടിരിക്കും. പൾസാറുകൾക്കുചുറ്റും ഏതെങ്കിലുമൊരു ഗ്രഹം സഞ്ചരിക്കുന്നുണ്ടെങ്കിൽ ഈ റേഡിയോ സിഗ്നലുകളുടെ തീവ്രതയിൽ നേരിയ കുറവുണ്ടാകും. ഈ സിഗ്നൽ ക്ഷയത്തിന്റെ തോതുകണക്കാക്കിയാണ് പൾസാറിനു ചുറ്റുമുള്ള ഗ്രഹസാന്നിദ്ധ്യം തിരിച്ചറിയുന്നത്. മറ്റേതൊരു സങ്കേതമുപയോഗിച്ചു കണ്ടെത്താൻ കഴിയുന്നതിലും ചെറിയ എക്സോപ്ലാനറ്റുകളെ പൾസാർ ടൈമിങ് രീതിയിൽ കണ്ടെത്താൻ കഴിയും. ഭൂമിയുടെ പത്തിലൊന്നുമാത്രം പിണ്ഡമുള്ള അന്യഗ്രഹങ്ങളെവരെ ഈ സങ്കേതമുപയോഗിച്ച് കണ്ടെത്താൻ കഴിഞ്ഞിട്ടുണ്ട്.

പൾസാറുകൾ മറ്റു നക്ഷത്രങ്ങളെ അപേക്ഷിച്ച് വളരെ വിരളമായി കാണപ്പെടുന്ന പ്രതിഭാസങ്ങളാണ്. അതുകൊണ്ടുതന്നെ പൾസാർ ടൈമിങ് രീതിയിൽ കണ്ടെത്താൻ കഴിയുന്ന അന്യഗ്രഹങ്ങളുടെ എണ്ണവും പരിമിതമാണ്. അതുമാത്രമല്ല, പൾസാറുകളിൽനിന്നു പുറപ്പെടുന്ന റേഡിയോ തരംഗങ്ങളും ഉന്നത ഊർജ്ജനിലയിലുള്ള മറ്റു വികരണങ്ങളും അവയ്ക്കു ചുറ്റുമുള്ള ഗ്രഹങ്ങളിലെ ജീവന്റെ തുടിപ്പുകളെ ഒന്നാകെ കരിച്ചുകളയാൻ മാത്രം ശക്തമാണ്. അതുകൊണ്ടുതന്നെ ഭൗമേതര ജീവനെത്തേടിയുള്ള അന്വേഷണത്തിൽ പൾസാറുകളെ ചുറ്റുന്ന ഗ്രഹങ്ങളെ പരിഗണിക്കാൻ കഴിയില്ല.

സംതരണ രീതി (Transit Method):

നക്ഷത്രബിംബത്തിന്റെ മുന്നിലൂടെ ഒരു അതാര്യവസ്തു- അത് ഗ്രഹമോ ധൂമകേതുവോ എന്തുമാകാം- കടന്നുപോകുമ്പോൾ ഭൂമിയിലുള്ള നിരീക്ഷകന് നക്ഷത്രത്തിന്റെ പ്രത്യക്ഷ ശോഭയിൽ നേരിയ കുറവുണ്ടാകുന്നതായി അനുഭവപ്പെടും. ഈ കുറവ് നക്ഷത്രത്തിനുമുമ്പിലൂടെ സഞ്ചരിക്കുന്ന ഗ്രഹത്തിന്റെ വ്യാസത്തിന് ആനുപാതികമായിട്ടാണ് ഉണ്ടാകുന്നത്. വലിയ ഗ്രഹങ്ങൾ സൃഷ്ടിക്കുന്ന ശോഭാ വ്യതിയാനവും ചെറിയവയെ അപേക്ഷിച്ച് വളരെ കൂടുതലായിരിക്കും. അടുത്തിടെ കണ്ടെത്തിയ HD 209458 എന്ന ഭൗമസമാനഗ്രഹം അതിന്റെ മാതൃനക്ഷത്രത്തിന്റെ പ്രത്യക്ഷ ശോഭയിലുണ്ടാക്കുന്ന കുറവ് 1.7 ശതമാണ് മറ്റ് അന്യഗ്രഹ നിരീക്ഷണ സങ്കേതങ്ങളെല്ലാം എക്സോപ്ലാനറുകളുടെ പിണ്ഡമാണ് അളക്കുന്നതെങ്കിൽ ഗ്രഹസംതരണവിദ്യ ഉപയോഗിച്ച് ഗ്രഹങ്ങളുടെ വ്യാസവും സാന്ദ്രവും ഭൗതികഘടനയും അന്തരീക്ഷ സ്ഥിതിയുമെല്ലാം മനസ്സിലാക്കാൻ കഴിയും.

ഭൂമിയിലെ നിരീക്ഷകന്റെ നിരീക്ഷണ പരിധിയിൽ വരുന്ന നക്ഷത്രങ്ങളെമാത്രമേ ഈ രീതിയിൽ പഠനവിധേയമാക്കാൻ കഴിയൂ എന്നൊരു പരിമിതി ഈ സങ്കേതത്തിനുണ്ട്. 2012 ൽ മറ്റു സങ്കേതങ്ങളുപയോഗിച്ച് നടത്തിയ ആകാശ സർവ്വേയിൽ സംതരണ വിദ്യ ഉപയോഗിച്ചുള്ള

കണ്ടുപിടിത്തത്തിൽ 35 ശതമാനത്തിലധികം തെറ്റുണ്ടാകാനുള്ള സാദ്ധ്യത ചൂണ്ടിക്കാണിക്കുന്നുണ്ട്. അതുകൊണ്ടുതന്നെ സംതരണ വിദ്യയെ ഒരു സ്വതന്ത്ര അന്വേഷണ സംവിധാനമായി പരിഗണിക്കാൻ കഴിയില്ല. റേഡിയൽ വെലോസിറ്റി സങ്കേതമുപയോഗിച്ച് കണ്ടെത്തുന്ന അന്യഗ്രഹങ്ങളെക്കുറിച്ചുള്ള അധിക പഠനത്തിനാണ് പൊതുവെ ഗ്രഹസംതരണ വിദ്യ ഇപ്പോൾ ഉപയോഗിക്കുന്നത്. നാസയുടെ കെപ്ലർ സ്പേസ് ക്രാഫ്റ്റും ഫ്രാൻസിന്റെ 'കൊറോട്ട്' ദൗത്യവും അന്യഗ്രഹവേട്ടയ്ക്ക് സംതരണ വിദ്യ ഉപയോഗിക്കുന്നുണ്ട്.

ട്രാൻസിറ്റ് ടൈമിങ് വേരിയേഷൻ (TTV) രീതി:

സംതരണ വിദ്യയിലൂടെ ഒരു അന്യഗ്രഹത്തെ കണ്ടെത്തിക്കഴിഞ്ഞാൽ ഗ്രഹസംതരണത്തിനെടുക്കുന്ന സമയത്തിന്റെ ഏറ്റക്കുറച്ചിലുകൾ അത്യധികം സംവേദനക്ഷമമായ ഒരു സങ്കേതമുപയോഗിച്ച് അപഗ്രഥിച്ച് ഒന്നിലധികം ഗ്രഹസംതരണങ്ങളെയും അതുവഴി ഒന്നിലധികം അന്യഗ്രഹങ്ങളെയും ഒരേസമയം കണ്ടെത്തുന്ന രീതിയാണിത്. ഭൂമിയുടെ വലിപ്പമുള്ള ഗ്രഹങ്ങളെവരെ ഈ രീതി ഉപയോഗിച്ച് കണ്ടെത്താൻ കഴിയും. നാസയുടെ കെപ്ളർ ബഹിരാകാശ പേടകത്തിൽ ട്രാൻസിറ്റ് ടൈമിങ് വേരിയേഷൻ സമ്പ്രദായം ഉപയോഗിക്കുന്നുണ്ട്. ഗ്രഹസംതരണത്തിനെടുക്കുന്ന സമയം കൃത്യമായി കണക്കുകൂട്ടി ഗ്രഹത്തിന് മാതൃനക്ഷത്രവുമായുള്ള അകലവും ഭ്രമണപഥത്തിന്റെ ദൈർഘ്യവും അളക്കാൻ കഴിയുന്ന ട്രാൻസിറ്റ് ഡ്യൂറേഷൻ വേരിയേഷൻ (TDV) രീതിയും കെപ്ളർ സ്പേസ് ക്രാഫ്റ്റിൽ സ്വീകരിച്ചിട്ടുണ്ട്.

ഗ്രാവിറ്റേഷൻ മൈക്രോ ലെൻസിങ്:

വളരെ ദൂരെയുള്ള എക്സോപ്ലാനറ്റുകളെ കണ്ടെത്തുന്നതിനുള്ള ഒരു രീതിയാണിത്. വിദൂരങ്ങളായ രണ്ടു നക്ഷത്രങ്ങൾ ഒരേ ഓർബിറ്റൽ പ്ലെയിനിൽ ക്രമീകരിക്കപ്പെടുന്ന അപൂർവ്വങ്ങളിൽ അത്യപൂർവ്വമായ സന്ദർഭങ്ങളിൽ ഈ നക്ഷത്രങ്ങളുടെ ഗുരുത്വ ക്ഷേത്രങ്ങൾ പരസ്പരം ഒരു ലെൻസുപോലെ പ്രവർത്തിക്കും. അതുവഴി വസ്തുക്കളുടെ വലുതും അയഥാർത്ഥവുമായ ഒന്നിലധികം പ്രതിബിംബങ്ങൾ സൃഷ്ടിക്കപ്പെടും. ഭൂമിയിലുള്ള നിരീക്ഷകന് ആപേക്ഷികമായി കണക്കുകൂട്ടിയാൽ മുമ്പിലുള്ള നക്ഷത്രത്തിനുചുറ്റും ഒരു ഗ്രഹമോ ഗ്രഹ കുടുംബമോ ഉണ്ടെങ്കിൽ പിന്നിലുള്ള നക്ഷത്രം സൃഷ്ടിക്കുന്ന ഗ്രാവിറ്റേഷണൽ ലെൻസിങ്ങിൽ നേരിയതോതിലുള്ള വ്യതിയാനമുണ്ടാകും. ഈ വ്യതിയാനത്തിന്റെ തോത് കണിശമായ ഗണിതക്രിയകൾ വഴി അപഗ്രഥിച്ചാണ് ഗ്രഹസാന്നിദ്ധ്യം തിരിച്ചറിയുന്നത്. കഴിഞ്ഞ പത്തുവർഷത്തിനുള്ളിൽ ഇത്തരത്തിൽപ്പെട്ട ആയിരത്തിൽപരം പ്രതിഭാസങ്ങൾ നിരീക്ഷിക്കപ്പെട്ടിട്ടുണ്ട്.

നക്ഷത്രങ്ങളുടെ ഓർബിറ്റൽ പ്ലെയിനിലുണ്ടാകുന്ന അലൈൻമെന്റുകൾ ഒരു മനുഷ്യായുസ്സിൽ ആവർത്തിക്കുകയില്ലാത്തതുകൊണ്ട് ആവർത്തിച്ചുള്ള നിരീക്ഷണം നടക്കില്ല എന്നൊരു പരിമിതി ഈ സങ്കേതത്തിനുണ്ട്. മാത്രവുമല്ല നിരവധി പ്രകാശവർഷങ്ങൾക്കകലെയുള്ള അന്യഗ്രഹങ്ങളെ നിരീക്ഷിക്കുന്നതിനാണ് ഈ രീതി ഉപയോഗിക്കുന്നത്. മറ്റേതെങ്കിലുമൊരു സങ്കേതമുപയോഗിച്ച് ഗ്രാവിറ്റേഷണൽ മൈക്രോലെൻസിങ് രീതി ശരിയാണോയെന്ന് പരീക്ഷിച്ചറിയാനും കഴിയില്ല. യൂറോപ്യൻ റിസർച്ച് കൗൺസിൽ ധനസഹായം ചെയ്തുകൊണ്ടിരിക്കുന്ന OGLEയും യൂറോപ്യൻ സ്പേസ് ഏജൻസിയുടെ നിയന്ത്രണത്തിലുള്ള പ്ലാനറ്റും (Probing Lensing Anomalies NETwork- PLANET) ഇത്തരത്തിൽ വിദൂരഗ്രഹങ്ങളെ കണ്ടെത്തുന്നതിനുവേണ്ടി സവിശേഷമായി വികസിപ്പിച്ചെടുത്തിട്ടുള്ള റോബോട്ട് നിയന്ത്രിത ഒബ്സർവേറ്ററികളാണ്.

അന്യഗ്രഹവേട്ടയുടെ കഥ അവസാനിക്കുന്നില്ല. അവയുടെ വലിപ്പവും പിണ്ഡവും മാതൃനക്ഷത്രവുമായുള്ള അകലവും അന്തരീക്ഷ സ്ഥിതിയും ആന്തര ഘടനയും ജലസാന്നിദ്ധ്യവുമെല്ലാം അളക്കാൻ കഴിയുന്ന ആധുനിക സംവിധാനങ്ങൾ ഇന്ന് നിലവിലുണ്ട്. കൂടുതൽ നവീനമായ സംവിധാനങ്ങൾ വികസിപ്പിച്ചെടുത്തുകൊണ്ടുമിരിക്കുകയാണ്. എന്തിനേറെ... അന്യഗ്രഹങ്ങൾക്ക് പേരുനല്കുന്നതിനുപോലും ശാസ്ത്രീയമായ മാനദണ്ഡങ്ങളാണ് ഉപയോഗിക്കുന്നത്. എന്നാൽ നിർവ്വചനങ്ങളും വ്യാഖ്യാനങ്ങളും മാനദണ്ഡങ്ങളുമല്ല പ്രധാനം. ജീവൻ... ജീവൻ തന്നെയാണ് പ്രധാനം. അതു കണ്ടെത്തുക തന്നെ ചെയ്യും. ഏതു നിമിഷവും അത്തരമൊരു വാർത്ത പ്രതീക്ഷിക്കാം.

വാലു മുളയ്ക്കുന്ന നക്ഷത്രങ്ങൾ

"Scarce any problem will appear more hard and difficult, than that of determining the distance of the sun from the earth"
- Edmond Halley

നൂറ്റാണ്ടിന്റെ വാൽനക്ഷത്രം, പൂർണ്ണചന്ദ്രന്റെ പതിനഞ്ചുമടങ്ങ് ശോഭയിൽ രാത്രി സൂര്യനായി പ്രഭചൊരിയുമെന്ന് പ്രതീക്ഷിക്കപ്പെടുന്ന ധൂമകേതു ഐസോൺ (c/2012 S1) 2013 ഒക്ടോബർ മുതൽ മാനത്തുണ്ടായിരുന്നു. ഉത്തരാർദ്ധ ഗോളത്തിൽ, വിശേഷിച്ചും ഇന്ത്യയിൽ നിന്നാണീ ധൂമകേതുവിനെ ഏറ്റവും ഭംഗിയായി കാണാൻ കഴിയുകയെന്നുള്ള പ്രത്യേകത കൂടിയുണ്ട് ഈ ഖഗോള പ്രതിഭാസത്തിന്. ധൂമകേതു ഐസോണിനായി.

2012 സെപ്തംബർ 21 ന് റഷ്യൻ വാനനിരീക്ഷകരായ വിറ്റാലി നൊവ്സ്കിയും ആർട്യം നൊവിചെനോക്കും ചേർന്നാണ് ആദ്യമായി ഈ ധൂമകേതുവിനെ കണ്ടെത്തുന്നത്. ഇന്റർനാഷണൽ സയന്റിഫിക് ഓപ്ടിക്കൽ നെറ്റ്വർക്കിന്റെ (International Scientific Optical Network-ISON) പതിനാറിഞ്ച് റിഫ്ളക്ടർ ടെലസ്കോപ്പുപയോഗിച്ചാണ് അവർ ഈ കണ്ടുപിടിത്തം നടത്തിയത്. എന്നാൽ, ഇതൊരു ധൂമകേതുവാണെന്ന് അന്ന് തിരിച്ചറിഞ്ഞിരുന്നില്ല. പിന്നീട് മറ്റുചില ജ്യോതിശാസ്ത്രജ്ഞർ ചേർന്നാണ് ഈ ദ്രവ്യപിണ്ഡം ഒരു ധൂമകേതുവാണെന്നു സ്ഥിരീകരിച്ചത്. അതുകൊണ്ടാണ് പതിവിന് വിപരീതമായി ഐസോണിന്, അതു കണ്ടുപിടിച്ച ആളുടെ പേര് നല്കാതിരുന്നത്. കണ്ടുപിടിക്കാനുപയോഗിച്ച ഉപകരണത്തിന്റെ പേരിലാണ് ഇന്ന് ഈ ധൂമകേതു അറിയപ്പെടുന്നത്. സൗരയൂഥത്തിന്റെ അതിർത്തികളിലുള്ള ഊർട്ട് മേഘങ്ങളിൽനിന്നാണ് ഐസോൺ വരുന്നതെന്നാണ് കരുതപ്പെടുന്നത്. ഭൂമിയിൽനി

ന്നും 7,50,000 കോടി കിലോമീറ്റർ (50,000 AU) ദൂരെയാണ് ചെറിയ പാറക്കഷണങ്ങളും ജലഹിമവും ധൂളിയും നിറഞ്ഞ ഊർട്ട് മേഘങ്ങൾ കാണപ്പെടുന്നത്. അവിടെനിന്നും പുറപ്പെട്ട് ഒരു അതിദീർഘ വൃത്തപഥത്തിൽ (parabola) സൂര്യനെ ചുറ്റുന്ന ഐസോൺ ഇനി എന്നു തിരിച്ചു വരുമെന്ന് പറയാൻ കഴിയില്ല. ഐസോൺ ഒരു സൂര്യസ്പർശി ധൂമകേതുവാണ് (Sungrazing Comet). 2013 നവംബർ 28 ന് സൂര്യന്റെ തൊട്ടടുത്തെത്തുമ്പോൾ സൗരോപരിതലത്തിൽനിന്നും ധൂമകേതുവിലേക്കുള്ള ദൂരം കേവലം 11 ലക്ഷം കിലോമീറ്റർ മാത്രമായിരിക്കും. ഇത്രയധികം സൗരസാമീപ്യം അനുഭവിക്കുന്ന ധൂമകേതുക്കൾ അപൂർവ്വമാണ്.

വാൽനക്ഷത്രങ്ങൾ നക്ഷത്രങ്ങളല്ല, ഗ്രഹങ്ങളുമല്ല

ഗുരുത്വാകർഷണത്തിന് വിധേയമായി ഒരു അതിദീർഘ വൃത്തപഥത്തിൽ സൂര്യനെ പ്രദക്ഷിണം ചെയ്യുന്ന ദ്രവ്യപിണ്ഡങ്ങളാണ് ധൂമകേതുക്കൾ എന്ന വാൽനക്ഷത്രങ്ങൾ. രാത്രി ആകാശത്തിൽ പ്രഭചൊരിയുന്ന ഈ പ്രതിഭാസം നീണ്ട വാലുള്ള ഏതെങ്കിലും നക്ഷത്രമായിരിക്കുമെന്ന് പൂർവ്വികർ തെറ്റിദ്ധരിച്ചതുകൊണ്ടായിരിക്കാം ഇവയ്ക്ക് വാൽനക്ഷത്രങ്ങൾ എന്ന പേരുണ്ടായത്. നക്ഷത്രമെന്നല്ല, ഒരു ഗ്രഹമായിത്തീരുന്നതിനുപോലുമുള്ള ദ്രവ്യം ഇവയ്ക്കില്ല. മലിന ഹിമപിണ്ഡങ്ങൾ (Dirty snowballs) എന്നാണ് ജ്യോതിശാസ്ത്രജ്ഞർ ധൂമകേതുക്കളെ വിളിക്കുന്നത്. നൂറുകിലോമീറ്ററിൽ താഴെ മാത്രമേ ഇവയ്ക്ക് വ്യാസമുണ്ടാകൂ. 70 ശതമാനവും ജലഹിമവും ബാക്കി ധൂളീപടലവും പാറക്കഷണങ്ങളും കൂടിച്ചേർന്ന ഈ ദ്രവ്യപിണ്ഡത്തിന് നിശ്ചിത ആകൃതിയൊന്നുമില്ല. ഗോളാകൃതി പ്രാപിക്കുന്നതിനാവശ്യമായ പിണ്ഡവും ഗുരുത്വബലവുമൊന്നുമില്ലാത്തതു തന്നെ കാരണം. ഏകദേശം 500 കോടി വർഷങ്ങൾക്കുമുമ്പ് സൗരയൂഥ രൂപീകരണവേളയിൽ തന്നെയാണ് ധൂമകേതുക്കളും പിറവിയെടുക്കുന്നത്. ഗ്രഹരൂപീകരണത്തിൽ പങ്കെടുക്കാൻ കഴിയാതെപോയ സാന്ദ്രത കുറഞ്ഞ ദ്രവ്യശകലങ്ങളാണിവ (planetesimals). സൂര്യനെ സമീപിക്കുമ്പോഴാണ് ധൂമകേതുക്കൾക്ക് വലിയ തലയും നീണ്ട വാലും മുളയ്ക്കുന്നത്. സൂര്യനിൽ നിന്നകലുന്നതോടെ തലയും വാലും അപ്രത്യക്ഷമാവുകയും ചെയ്യും.

വാലു മുളയ്ക്കുന്നത്?

ഐസോൺ ധൂമകേതുവിന് വാലുമുളച്ചിട്ട് കുറച്ചുനാളുകളായി. ഇനിയും വാലിന്റെ നീളം കൂടുകയും തലയുടെ വലിപ്പം വർദ്ധിക്കുകയും ചെയ്യും. ഇതെങ്ങനെയാണ് സംഭവിക്കുന്നതെന്നു നോക്കാം. സൗരവികിരണങ്ങളും സൗരവാതങ്ങളും (ഉന്നത ഊർജ്ജനിലയിലുള്ള ഇലക്ട്രോണുകൾ, പ്രോട്ടോണുകൾ, സ്വതന്ത്ര അണുകേന്ദ്രങ്ങൾ എന്നിവയുടെ പ്രവാഹമാണ് സൗരവാതങ്ങൾ) ധൂമകേതുക്കളെന്ന മലിന ഹിമപിണ്ഡത്തിൽ പതിക്കുമ്പോൾ ഹിമം ബാഷ്പമാവുകയും ജലതന്മാത്രകളിൽ

നിന്ന് ഹൈഡ്രജൻ ആറ്റം തെറിച്ചുപോവുകയും ചെയ്യും. ഇങ്ങനെ സ്വതന്ത്രമാക്കപ്പെടുന്ന ഹൈഡ്രജൻ ആറ്റങ്ങളും ഒരു ഹൈഡ്രജൻ ആറ്റം നഷ്ടപ്പെട്ട ജലതന്മാത്രകളും (hydroxil ions) ചേർന്ന് ഹിമപിണ്ഡത്തിനു ചുറ്റും ലക്ഷക്കണക്കിന് കിലോമീറ്റർ വ്യാസമുള്ള ഒരു അന്തരീക്ഷമായി മാറും. ഇതിന് കോമ (coma) എന്നാണ് പറയുന്നത്. ഗ്രീക്ക് ഭാഷയിൽ 'തല' എന്നാണിതിനർത്ഥം. സൗരവികിരണങ്ങളുടെ മർദ്ദം കാരണം കോമയിൽനിന്ന് ഒരുഭാഗം സൂര്യന്റെ എതിർദിശയിൽ നീളും. വീർത്ത തലയിൽനിന്നുണ്ടാകുന്ന മുടിപോലെ കാണപ്പെടുന്നതുകൊണ്ടാണ് ധൂമകേതുവിന് കൊമറ്റ് എന്നു പറയുന്നത്. കൊമിറ്റിറ്റ് എന്ന ഗ്രീക്ക് പദത്തിന് തലമുടി എന്നാണർത്ഥം. ഹിമപിണ്ഡം സൂര്യനെ സമീപിക്കുന്നതോടെ സൗരവികിരണങ്ങളുടെ തീവ്രതയും വർദ്ധിക്കും. അതോടെ സ്വാഭാവികമായും ഹിമപിണ്ഡത്തിന്റെ തലയും വാലും കൂടുതൽ വലുതാകും. കോടിക്കണക്കിന് കിലോമീറ്റർവരെ വാലിന് നീളമുണ്ടാകും. ധൂമകേതുവിൽ 70 ശതമാനവും ജലഹിമവും ബാക്കിഭാഗം പലതരം ധൂളികളും വാതകബാഷ്പം ഉറഞ്ഞുണ്ടായ ഹിമവും പാറക്കഷണങ്ങളുമൊക്കെയാണ്. ജലഹിമത്തോടൊപ്പം വാതകഹിമവും ബാഷ്പീകരിക്കപ്പെടും. അതുകൂടാതെ ധാരാളം ധൂളിയും കോമയിൽ നിറയും. വലുതാകുമ്പോൾ ധൂളികളും ബാഷ്പങ്ങളും രണ്ടു വാലായാണ് രൂപംകൊള്ളുന്നത്. ധൂളീവാൽ (dust tail) അല്പം വളഞ്ഞ് മഞ്ഞനിറത്തിലായിരിക്കും. ബാഷ്പവാൽ (hydroxil tail) ഇളം നീലനിറത്തിൽ നേർരേഖയിലുമായിരിക്കും. ബാഷ്പം ഏറിയപങ്കും അയണീകരിക്കപ്പെടുന്നതുകൊണ്ട് അതു സൂര്യന്റെ കാന്തികക്ഷേത്രത്തിന്റെ ദിശയിലായിരിക്കും അണിചേരുന്നത്. അതിനാൽ ബാഷ്പവാലിന് പൊതുവെ പ്ലാസ്മ വാൽ (plasma tail) എന്നും പറയാറുണ്ട്.

ധൂമകേതുവിന്റെ വാൽ അതിന്റെ കോമയിൽനിന്നും സൂര്യന്റെ എതിർദിശയിലേക്കുള്ള ഒരു വാതക-ധൂളീ പ്രവാഹമാണ്. ജഡത്വം (inertia) കാരണം അത് ധൂമകേതുവിനൊപ്പം സൂര്യനെ ചുറ്റുമെങ്കിലും ധൂമകേതു സൂര്യനിൽ നിന്നകലുന്നതോടെ വാൽ നഷ്ടപ്പെട്ടിട്ടുണ്ടാകും. സൂര്യനടുത്തുള്ള ധൂമകേതുവിന്റെ സഞ്ചാരപാതയിൽ മുഴുവൻ പദാർത്ഥങ്ങൾ ചിതറിക്കിടക്കുന്നുണ്ടാകും. പിന്നീട് എപ്പോഴെങ്കിലും ഭൂമി ഈ പാതയിലൂടെ കടന്നുപോകാൻ ഇടയായാൽ ധൂളീവാലിൽനിന്ന് നഷ്ടപ്പെട്ട പാറക്ഷണങ്ങളും ചെറുതരികളും ഭൗമാന്തരീക്ഷവുമായി ഘർഷണമുണ്ടായി ചൂടുപിടിച്ച് കത്താനിടയാകും. ഉൽക്കാവർഷം (meteor shower) എന്നാണ് ഈ പ്രതിഭാസം അറിയപ്പെടുന്നത്. 1996 ൽ ചില ധൂമകേതുക്കൾ എക്സ്-കിരണങ്ങൾ ഉത്സർജ്ജിക്കുന്നതായി ജ്യോതിശാസ്ത്രജ്ഞർ കണ്ടെത്തിയിരുന്നു. അത്ഭുതകരമായ ഒരു കണ്ടെത്തലായിരുന്നു ഇത്. കാരണം എക്സ്-കിരണങ്ങൾ പുറപ്പെടുന്നത് അത്യധികം ഉയർന്ന താപനിലയിലുള്ള പദാർത്ഥങ്ങളിൽ നിന്നാണ്. 70 ശതമാനം ജലഹിമമുള്ള ധൂമകേതുക്കളിൽനിന്ന് ഇതെങ്ങനെയാണ് ഉണ്ടാവുകയെന്ന ചോദ്യം ജ്യോതിശാസ്ത്രജ്ഞരെ കുറച്ചൊന്നുമല്ല ബുദ്ധിമുട്ടിച്ചത്. സൗ

രവാതങ്ങളിലുള്ള ഉന്നത ഊർജ്ജനിലയിൽ സഞ്ചരിക്കുന്ന ചാർജ്ജിത കണങ്ങൾ ധൂമകേതുവിന്റെ കോമയിലുള്ള ദ്രവ്യ തന്മാത്രകളുമായി കൂട്ടിമുട്ടുമ്പോഴാണ് എക്സ്- കിരണങ്ങളും അൾട്രാവയലറ്റ് വികിരണങ്ങളും ഉത്സർജ്ജിക്കപ്പെടുന്നത്. 'ചാർജ്ജ് എക്സ്ചേഞ്ച്' എന്നാണ് ഈ പ്രതിഭാസം അറിയപ്പെടുന്നത്.

ധൂമകേതുക്കൾ പലതരം

ധൂമകേതുക്കൾ പലതരമുണ്ട്. അവ പുറപ്പെടുന്ന മേഖലയെ ആശ്രയിച്ചായിരിക്കും ഓരോ ധൂമകേതുവിന്റെയും ഭ്രമണകാലം നിർണ്ണയിക്കുന്നത്. ഏതാനും വർഷങ്ങളുടെ ഇടവേളയിൽ പതിവായി സൂര്യനെ സന്ദർശിക്കുന്നവരും നൂറും ആയിരവും വർഷത്തെ ഇടവേളകളിൽ സൂര്യസന്ദർശനം നടത്തുന്നവരും ഇക്കൂട്ടത്തിലുണ്ട്. ഒരിക്കൽ സന്ദർശിച്ചു കഴിഞ്ഞാൽ പിന്നൊരിക്കലും മടങ്ങിവരാത്ത കൂട്ടരും ധൂമകേതുക്കളിലുണ്ട്. 200 വർഷത്തിൽ കുറഞ്ഞ ഇടവേളകളിൽ സൂര്യനെ ചുറ്റിസഞ്ചരിക്കുന്ന വിഭാഗത്തിൽപെട്ട ദ്രവ്യപിണ്ഡങ്ങളെ ഹ്രസ്വകാല ധൂമകേതുക്കൾ എന്നാണ് വിളിക്കുന്നത്. ഇവ പുറപ്പെടുന്നത് പ്രധാനമായും സൗരയൂഥത്തിൽ നെപ്ട്യൂണിന് വെളിയിലുള്ള 'കുയ്പർ ബെൽട്ട്' എന്നറിയപ്പെടുന്ന കുള്ളൻ ഗ്രഹങ്ങളുടെ മേഖലയിൽനിന്നാണ്. നിശ്ചിത ആകൃതിയൊന്നുമില്ലാത്ത ദശലക്ഷക്കണക്കിന് ദ്രവ്യപിണ്ഡങ്ങൾ ചിതറിക്കിടക്കുന്ന മേഖലയാണിത്. 200 വർഷത്തിന് മുകളിൽ ആയിരക്കണക്കിന് വർഷത്തെ ഇടവേളകളിൽ സൂര്യനെ സമീപിക്കുന്ന ദീർഘകാല ധൂമകേതുക്കൾ പിറവിയെടുക്കുന്നത് സൗരയൂഥത്തിന്റെ അതിർത്തികളിലുള്ള ഊർട്ട് മേഘങ്ങളിൽ നിന്നാണ്. ചെളിപുരണ്ട ഹിമപിണ്ഡങ്ങൾ നിറഞ്ഞ ഈ മേഖലയിലേക്ക് സൂര്യപ്രകാശമെത്തുന്നതിന് ഒരുവർഷമെടുക്കും. സൗരയൂഥ രൂപീകരണവേളയിൽ ഗ്രഹങ്ങളോ ഉപഗ്രഹങ്ങളോ ആയി മാറാൻ കഴിയാതെപോയ സാന്ദ്രത കുറഞ്ഞ ദ്രവ്യപിണ്ഡങ്ങൾ നിറഞ്ഞ മേഖലയാണിത്. ശതകോടിക്കണക്കിന്, നിശ്ചിത ആകൃതിയൊന്നുമില്ലാത്ത ഹിമപിണ്ഡങ്ങൾ ഈ മേഖലയിലുണ്ട്. സൗരയൂഥത്തിലെ വാതകഭീമന്മാരായ ജോവിയൻ ഗ്രഹങ്ങളുടെ ഗുരുത്വാകർഷണബലമാണ് ഇത്തരം ഹിമപിണ്ഡങ്ങളെ സൗരയൂഥത്തിന്റെ ഉള്ളിലേക്ക് വലിച്ചടുപ്പിക്കുന്നത്. ഇങ്ങനെ സൗരയൂഥത്തിൽ പ്രവേശിക്കുന്ന ഹിമപിണ്ഡങ്ങൾ ചിലപ്പോഴെല്ലാം വ്യാഴത്തിന്റെയും ശനിയുടെയും യുറാനസിന്റെയുമെല്ലാം ഗുരുത്വബലത്തിന് കീഴടങ്ങി ഈ ഗ്രഹങ്ങളിൽതന്നെ ഇടിച്ചിറങ്ങാറുണ്ട്. ഷുമാക്കർ ലെവി ഇത്തരത്തിൽ വ്യാഴത്തിൽ ഇടിച്ചിറങ്ങിയ ധൂമകേതുവാണ്. മറ്റു ചിലർ ഇത്തരം വാതകഭീമൻ ഗ്രഹങ്ങളുടെ ഗുരുത്വബലത്തിൽനിന്ന് മോചിക്കപ്പെട്ട് സൂര്യനു നേരെ സഞ്ചരിക്കാനാരംഭിക്കും. ചിലപ്പോഴെങ്കിലും സൗരകുടുംബത്തിന് വെളിയിലുള്ള ഗ്രഹകുടുംബങ്ങളിൽനിന്നും സ്വതന്ത്രമാക്കപ്പെട്ട് സ്പേസിൽ അലഞ്ഞുനടക്കുന്ന പാറക്കഷണങ്ങളും സൗരയൂഥത്തിൽ പ്രവേശിക്കുകയും ധൂമകേ

തുവായി (exocomets) മാറുകയും ചെയ്യാറുണ്ട്.

ഛിന്നഗ്രഹങ്ങളിൽ (asteroids) നിന്ന് ധൂമകേതുക്കളെ തിരിച്ചറിയുന്നത് അവയുടെ വീർത്ത തലയും ദൈർഘ്യമുള്ള വാലും കാരണമാണ്. എന്നാൽ ചെറിയ ഇടവേളകളിൽ സൂര്യനെ ചുറ്റിസഞ്ചരിക്കുന്ന ധൂമകേതുക്കളിലെ ഹിമകണങ്ങൾ ക്രമേണ നഷ്ടമാവുകയും കോമയും വാലും അപ്രത്യക്ഷമാവുകയും ചെയ്യും. അത്തരം ധൂമകേതുക്കളെ ഛിന്നഗ്രഹങ്ങളിൽനിന്ന് വേർതിരിച്ചു കാണാൻ വളരെ പ്രയാസമാണ്. ഛിന്നഗ്രഹങ്ങൾ വ്യത്യസ്തരാവുന്നത് അവയുടെ ജന്മദേശം കൊണ്ടാണ്. സൗരയൂഥത്തിൽ ചൊവ്വയ്ക്കും വ്യാഴത്തിനും ഇടയിലുള്ള പ്രദേശത്താണ് (Asteroid belt) ഛിന്നഗ്രഹങ്ങൾ കാണപ്പെടുന്നത്. വ്യാഴത്തിന്റെ ശക്തമായ ഗുരുത്വബലം കാരണം ഗ്രഹരൂപീകരണം അസാദ്ധ്യമായ ദ്രവ്യശകലങ്ങളാണിവ. ഈ മേഖലയിൽനിന്ന് സാധാരണയായി ധൂമകേതുക്കൾ ഉണ്ടാകാറില്ല. 2013 ജൂലൈ വരെയുള്ള കണക്കുവച്ച് ഇതുവരെ 4,894 ധൂമകേതുക്കളെ തിരിച്ചറിഞ്ഞിട്ടുണ്ട്. സൗരയൂഥത്തിനുള്ളിൽ പ്രവേശിച്ച് ധൂമകേതുക്കളാകാൻ സാദ്ധ്യതയുള്ള ഒരു ട്രില്യൺ ഹിമപിണ്ഡങ്ങളെങ്കിലുമുണ്ടെന്നാണ് കണക്കാക്കപ്പെടുന്നത്. ഇവയിൽ പലതും നഗ്നനേത്രങ്ങൾക്ക് അപ്രാപ്യവുമാണ്.

ജീവന്റെ സന്ദേശവാഹകർ, അന്തകരും

ഭൂമിയിൽ ജലവും ജീവനും ഉത്ഭവിച്ചത് ധൂമകേതുക്കളുടെ ആക്രമണം കാരണമാണെന്ന പരികല്പന വളരെ പ്രബലമാണ്. അതുകൂടാതെ ആറരക്കോടി വർഷങ്ങൾക്കുമുമ്പുണ്ടായ വലിയൊരു ധൂമകേതുവിന്റെ ആക്രമണമാണ് ദിനോസറുകൾ ഉൾപ്പെടെ വലിയൊരു വിഭാഗം ജീവിവർഗ്ഗങ്ങളുടെ വംശനാശത്തിന് കാരണമായതെന്നും കരുതപ്പെടുന്നു. ജലഹിമവും ധൂളിയും പാറക്കഷണങ്ങളുമാണ് ധൂമകേതുക്കളിൽ ഭൂരിഭാഗവും. ഇതിനു പുറമെ കുറഞ്ഞ അളവിൽ ഖനീഭവിച്ച വാതകബാഷ്പങ്ങളും സാധാരണമാണ്. കാർബൺ മോണോക്സൈഡ്, കാർബൺ ഡയോക്സൈഡ്, മീഥേയ്ൻ, അമോണിയ തുടങ്ങിയ വാതകങ്ങളാണ് ഖനീഭവിച്ച് കാണപ്പെടുന്നത്. ഇവയ്ക്കു പുറമെ ചില ജൈവസംയുക്തങ്ങളും ധൂമകേതുക്കളിൽ കാണപ്പെടാറുണ്ട്. എഥനോൾ, മെഥനോൾ, ഈഥേയ്ൻ, ഹൈഡ്രജൻ സയനൈഡ്, ഫോർമാൽഡിഹൈഡ് തുടങ്ങി ലളിതഘടനയുള്ള സംയുക്തങ്ങളും കുറെക്കൂടി സങ്കീർണ്ണ രാസഘടനയുള്ള അമിനോ അമ്ലങ്ങളും ഹൈഡ്രോ കാർബണുകളും ധൂമകേതുക്കളിൽ കണ്ടെത്തിയിട്ടുണ്ട്. 2009ലെ നാസയുടെ 'സ്റ്റാർഡസ്റ്റ്' ദൗത്യം ധൂമകേതുക്കളിൽ അമിനോ അമ്ലമായ ഗ്ലൈസീന്റെ സാന്നിദ്ധ്യം കണ്ടെത്തിയിരുന്നു. കൂടാതെ 2011 ൽ നാസയിലെ എക്സോ ബയോളജിസ്റ്റുകൾ ഉൽക്കാശിലകളിൽ നടത്തിയ പഠനങ്ങൾ അവയിൽ ഡി എൻ എ, ആർ എൻ എ ഘടകങ്ങളെ തിരിച്ചറിഞ്ഞിട്ടുണ്ട്. അഡിനിൻ, ഗ്വാനിൻ, അവയുമായി ബന്ധപ്പെട്ട മറ്റ് ഓർഗാനിക് സംയുക്തങ്ങളും ഈ പഠന

ത്തിൽ കണ്ടെത്തിയിട്ടുണ്ട്. ഔട്ടർ സോളാർ സിസ്റ്റത്തിൽനിന്നു വിരുന്നിനെത്തിയ ധൂമകേതുക്കളുടെയും ഛിന്നഗ്രഹങ്ങളുടെയും അവശിഷ്ടങ്ങളിൽനിന്നാണ് ഇത്തരം ജൈവസംയുക്തങ്ങൾ കണ്ടെത്തിയത്. ധൂമകേതുക്കളുടെ ന്യൂക്ലിയസ്സാണ് സൗരയൂഥത്തിലെ ഏറ്റവും പ്രതിഫലനശേഷി കുറഞ്ഞ ദ്രവ്യരൂപം. ഹാലിയുടെ ധൂമകേതു അതിൽ പതിക്കുന്ന പ്രകാശത്തിന്റെ നാലുശതമാനം മാത്രമേ പ്രതിഫലിപ്പിക്കുന്നുള്ളൂ. ബൊറേലി ധൂമകേതുവാകട്ടെ മൂന്നു ശതമാനം മാത്രവും! ധൂമകേതുക്കളിലുള്ള ജൈവ സംയുക്തങ്ങൾ സൃഷ്ടിക്കുന്ന ഇരുണ്ട പ്രതലമാണ് ഇതിനു കാരണം. സൗരവികിരണങ്ങൾ ധൂമകേതുവിന്റെ ഉപരിതലത്തിലുള്ള പ്രതിഫലനശേഷിയുള്ള ബാഷ്പകണങ്ങളെയൊന്നാകെ കരിച്ചുകളയുകയും ഘനം കൂടിയ, ഇരുണ്ട ജൈവസംയുക്തങ്ങൾ മാത്രം അവശേഷിക്കുകയും ചെയ്യും. അപ്പോൾ ധൂമകേതുവിന്റെ 70 ശതമാനവും ജലഹിമമാണെന്നു പറയുന്നതിന്റെ സാംഗത്യമെന്തായിരിക്കും? 2001ൽ നാസയുടെ ജെറ്റ് പ്രൊപൽഷൻ ലാബിനു കീഴിലുള്ള ഡീപ് സ്പേസ്-1 ടീം, ബെറേലി ധൂമകേതുവിന്റെ ഹൈ-റെസല്യൂഷൻ ചിത്രങ്ങളെടുത്തു പരിശോധിച്ചതിൽനിന്നും, 2005 ജൂലൈയിൽ നാസയുടെ ഡീപ് ഇംപാക്ട് പ്രോബ്, ടെംപൽ-1 ധൂമകേതുവിൽ ഇടിച്ചിറക്കി പഠനം നടത്തിയതിൽനിന്നും ധൂമകേതുക്കളിലെ ഹിമപാളികൾ അതിന്റെ ഉപരിതലത്തിന് കീഴെയാണെന്ന് ജ്യോതിശാസ്ത്രജ്ഞർക്ക് മനസ്സിലായി. എന്നാൽ, ഇത്ര ചെറിയൊരു ദ്രവ്യപിണ്ഡം മാസങ്ങളോളം നിലനില്ക്കുന്ന മനോഹരമായ ആകാശക്കാഴ്ച നിർമ്മിക്കുന്നതിനുള്ള ഹിമകണങ്ങൾ ശേഖരിക്കുന്നതിലെ അവ്യക്തത അവയുടെ സൗന്ദര്യത്തിന്റെ മാറ്റ് തെല്ലൊന്നുമല്ല വർദ്ധിപ്പിക്കുന്നത്. എന്നാൽ, ധൂമകേതുക്കളുടെ അന്ത്യം വേദനാജനകമാണ്. തുടർച്ചയായുള്ള സഞ്ചാരത്തിനിടയിൽ ശേഖരിച്ചുവച്ചിരിക്കുന്ന ഹിമമെല്ലാം പൂർണ്ണമായി നഷ്ടപ്പെട്ടുകഴിയുമ്പോൾ അവ സൗരവികിരണങ്ങളേറ്റ് പൊട്ടിച്ചിതറി സൂര്യനിൽ പതിക്കുകയോ ഉൽക്കാവർഷമായി ഗ്രഹങ്ങളിലും അവയുടെ ഉപഗ്രഹങ്ങളിലും വീഴുകയോ ചെയ്യും.

അല്പം ചരിത്രം

ദൂരദർശിനിയുടെ കണ്ടുപിടിത്തത്തിന് വളരെ മുമ്പുതന്നെ ധൂമകേതുക്കൾ മനുഷ്യരെ ഒരേസമയം ആകർഷിക്കുകയും അസ്വസ്ഥരാക്കുകയും ചെയ്തിരുന്നു. രാജാക്കന്മാരുടെയും പ്രഭുക്കന്മാരുടെയും അകാലചരമത്തിന്റെ ദൂതുമായി വരുന്ന യമകിങ്കരന്മാരായാണ് പണ്ടുകാലത്ത് ജ്യോതിഷികൾ വാൽനക്ഷത്രങ്ങളെ കണ്ടിരുന്നത്. ആസന്നമായ പ്രകൃതി ദുരന്തങ്ങളെക്കുറിച്ച് മുൻകൂട്ടി സൂചന നല്കുന്നതിനും വാൽനക്ഷത്രങ്ങൾക്ക് കഴിയുമെന്ന് ജനങ്ങൾ വിശ്വസിച്ചിരുന്നു. ദേവലോകത്തെ സൈന്യം ഭൂമിയെ ആക്രമിക്കുന്നതിനുള്ള മുന്നോടിയാണ് വാൽനക്ഷത്രങ്ങളുടെ ആഗമനം എന്നു വിശ്വസിച്ചിരുന്നവരും അക്കൂട്ടത്തിലുണ്ടായിരുന്നു. പ്രാചീനകാലം മുതൽതന്നെ ചൈനക്കാർ വാനനിരീക്ഷണ

ത്തിൽ തല്പരരായിരുന്നു. വാൽനക്ഷത്രങ്ങളുടെ ആഗമനം കണക്കു കൂട്ടുന്നതിലും അവർ സമർത്ഥരായിരുന്നു. അരിസ്റ്റോട്ടിൽ ധൂമകേതുക്കൾക്ക് വേറിട്ട ഒരു പരിവേഷമാണ് ചാർത്തിക്കൊടുത്തത്. ഇവയ്ക്ക് ഗ്രഹങ്ങളുമായും ഗ്രഹചലനങ്ങളുമായും യാതൊരു ബന്ധവുമില്ലെന്ന് തന്റെ *മിറ്റിയറോളജി* എന്ന പുസ്തകത്തിൽ അദ്ദേഹം വിവരിക്കുന്നുണ്ട്. നൂറ്റാണ്ടുകളോളം പാശ്ചാത്യ വാനനിരീക്ഷകർക്ക് അരിസ്റ്റോട്ടിൽ നടത്തിയ പഠനം തന്നെയായിരുന്നു ആധാരം. പിന്നീട് എ ഡി 1577 ൽ ഡാനിഷ് ജ്യോതിശാസ്ത്രജ്ഞനായ ടൈക്കോ ബ്രാഹെയാണ് ഒരു ധൂമകേതുവിന്റെ പാത കൃത്യമായി അപഗ്രഥിക്കുന്നത്. എന്നാൽ, എന്തുകൊണ്ടാണ് ധൂമകേതുക്കൾ ഇങ്ങനെ സഞ്ചരിക്കുന്നതെന്നു പറയാൻ ബ്രാഹെയ്ക്ക് കഴിഞ്ഞില്ല. 1609 ൽ യൊഹാൻ കെപ്ലറുടെ ഗ്രഹചലന സിദ്ധാന്തങ്ങൾ നിലവിൽ വന്നതോടെ ധൂമകേതുക്കളുടെ സഞ്ചാരത്തിനും ഒരു മാനദണ്ഡമുണ്ടായി. എന്നാൽ, ഈ സഞ്ചാരപാത ഒരു നേർരേഖയാണെന്നാണ് അദ്ദേഹം കരുതിയത്. ഗലീലിയോയും ധൂമകേതുക്കളെക്കുറിച്ച് ചില ശ്രദ്ധേയമായ പഠനങ്ങൾ നടത്തിയിട്ടുണ്ട്. കെപ്ലറുടെ ഗ്രഹചലന സിദ്ധാന്തങ്ങൾതന്നെ ധൂമകേതുക്കളുടെ സഞ്ചാരത്തിലും പ്രയോഗിക്കാൻ കഴിയുമെന്ന് പിന്നീട് തെളിയിക്കപ്പെടുകയുണ്ടായി. എ ഡി 1610 മുതൽ തുടർന്നുള്ള 10 വർഷത്തിനുള്ളിൽ പിയറി പെറ്റിറ്റ്, ബോറെല്ലി, അഡ്രിയൻ ഒസോട്ട്, റോബർട്ട് ഹുക്ക്, യൊഹാൻ ബാപ്റ്റിസ്റ്റ്, ഡൊമെനിക്കോ കസീനി തുടങ്ങിയ ജ്യോതിശാസ്ത്രജ്ഞരുടെ പഠനങ്ങൾ ധൂമകേതുക്കളുടെ സഞ്ചാരപഥം ദീർഘവൃത്തമോ പരാബൊളയോ ആയിരിക്കുമെന്ന് കണ്ടെത്തി. കെപ്ലറുടെ ഗ്രഹചലന സിദ്ധാന്തങ്ങളെ ആധാരമാക്കിയാണ് പ്രസ്തുത ശാസ്ത്രജ്ഞർ ഈ കണ്ടെത്തൽ നടത്തിയത്. എന്നാൽ, ക്രിസ്റ്റ്യൻ ഹൈഗൻസിനെപ്പോലെയുള്ള ചില പ്രഗത്ഭർ ഈ കണ്ടെത്തലിന്റെ വിമർശകരായിരുന്നുവെന്നതും ചരിത്രം. പിന്നീട് 1860 നവംബർ 14 ന് ഗോഡ്ഫ്രെഡ് കിർച്ച് കണ്ടെത്തിയ ശോഭയേറിയ വാൽനക്ഷത്രത്തിന്റെ പാത യൂറോപ്പിലെ ശാസ്ത്രജ്ഞർ മാസങ്ങളോളം പിന്തുടർന്നു. അതേത്തുടർന്നാണ് ധൂമകേതുക്കളുടെ പഥം സൂര്യൻ ഫോക്കസായുള്ള ദീർഘവൃത്തമോ പരാബൊളയോ ആയിരിക്കുമെന്ന് അംഗീകരിക്കപ്പെടുന്നത്. 1687 ൽ ഐസക് ന്യൂട്ടൺ, തന്റെ വിഖ്യാത ഗ്രന്ഥമായ *പ്രിൻസിപ്പിയ മാത്തമാറ്റിക്ക*യിൽ ധൂമകേതുക്കളുടെ സഞ്ചാരപഥത്തിന് കൃത്യമായ ഒരു ഗണിതഭാഷ നിർമ്മിച്ചു. അതേത്തുടർന്ന് 1705 ൽ എഡ്മണ്ട് ഹാലി, ന്യൂട്ടന്റെ നിയമങ്ങൾ 23 ഖഗോള ദ്രവ്യപിണ്ഡങ്ങളിൽ ആരോപിക്കുകയും അവയിൽ മൂന്നെണ്ണം ധൂമകേതുക്കളാണെന്ന് കണ്ടെത്തുകയും ചെയ്തു. എന്നാൽ, ഈ മൂന്നും ഒരേ ധൂമകേതുവിന്റെ വ്യത്യസ്ത ഭാവങ്ങളാണെന്ന് അദ്ദേഹം വൈകാതെ തിരിച്ചറിഞ്ഞു. ഈ ധൂമകേതുവിന്റെ ഭ്രമണവക്രം കൃത്യമായി കണക്കുകൂട്ടിയെടുത്ത ഹാലി, 1758 ൽ ധൂമകേതു സൂര്യനു സമീപമെത്തുമെന്ന് പ്രവചിച്ചു. ഹാലിയുടെ പ്രവചനം പോലെ കാര്യങ്ങൾ നടന്നെങ്കിലും അതു

കാണാനുള്ള ഭാഗ്യം അദ്ദേഹത്തിനുണ്ടായില്ല. 1742 ൽ ഹാലി അന്തരിച്ചു. അതെന്തായാലും ഇന്നേറ്റവും പ്രസിദ്ധമായ ധൂമകേതുവാണ് ഹാലിയുടെ കൊമറ്റ് (IP/1682 Q1). 76 വർഷത്തെ ഇടവേളയിൽ സൂര്യനെ സമീപിക്കുന്ന ഈ ഹ്രസ്വകാല ധൂമകേതു ഇനി 2061 ൽ ദൃശ്യമാകും.

ധൂമകേതുക്കൾ വർത്തുളപഥത്തിൽ സഞ്ചരിക്കുന്ന ഉറപ്പുള്ള ഖര പദാർത്ഥങ്ങളാണെന്നായിരുന്നു ഐസക് ന്യൂട്ടൺ വിശ്വസിച്ചിരുന്നത്. ഈ ദ്രവ്യപിണ്ഡത്തിന്റെ ന്യൂക്ലിയസിൽനിന്ന് പുറപ്പെടുന്ന നേർത്ത ബാഷ്പ പ്രവാഹമാണ് ധൂമകേതുവിന്റെ വാൽ. വായുവിൽ ജൈവഘടകങ്ങൾ നിർമ്മിക്കുന്നത് ധൂമകേതുക്കളാണെന്നും ന്യൂട്ടൺ കരുതിയിരുന്നു. ഗ്രഹങ്ങളിൽ ജലം സൃഷ്ടിക്കുന്നതും ധൂമകേതുക്കളുടെ പ്രവർത്തനമാണെന്ന ധാരണയായിരുന്നു അദ്ദേഹത്തിനുണ്ടായിരുന്നത്. 18-ാം നൂറ്റാണ്ടിൽ തന്നെ ധൂമകേതുക്കളുടെ ഭൗതികഘടന ശാസ്ത്രജ്ഞർ കണ്ടെത്തിക്കഴിഞ്ഞിരുന്നു. 1755 ൽ ഇമ്മാനുവൽ കാന്റ്, ധൂമകേതുക്കൾ ഒരുകൂട്ടം ബാഷ്പശീലമുള്ള പദാർത്ഥങ്ങളുടെ കൂട്ടമായിരിക്കുമെന്ന് പ്രസ്താവിച്ചു. സൗരസാമീപ്യം ഈ പദാർത്ഥങ്ങളെ ബാഷ്പീകരിക്കുമ്പോഴാണ് വാൽനക്ഷത്രങ്ങൾ പിറക്കുന്നതെന്നാണ് അദ്ദേഹം പറഞ്ഞത്. 1835 ൽ പ്രത്യക്ഷപ്പെട്ട ഹാലിയുടെ ധൂമകേതുവിൽ പഠനം നടത്തിയ ജർമ്മൻ ഗണിതശാസ്ത്രജ്ഞനായ ഫ്രെഡറിച്ച് ബൈസൽ, ധൂമകേതുവിൽനിന്ന് നഷ്ടപ്പെടുന്ന ധൂളിയും പൊടിപടലങ്ങളും ധൂമകേതുവിന്റെ ഭ്രമണപഥത്തിൽ തന്നെ നിലനില്ക്കുമെന്ന് തെളിയിച്ചു. പിന്നീട് ഇറ്റാലിയൻ ജ്യോതിശാസ്ത്രജ്ഞനായ ജിയോവാനി ഷിയാപെറേലി 1864-66 കാലഘട്ടത്തിലുണ്ടായ ഉൽക്കാവർഷം (perseid meteors), സ്വിഫ്റ്റ്-ടട്ടിൽ ധൂമകേതു അവശേഷിപ്പിച്ച ധൂളീപടലം കാരണമാണെന്ന് കണ്ടെത്തി. 1872 ആയപ്പോഴേക്കും ധൂമകേതുക്കളുടെ ആഗമനവും ഉൽക്കാവർഷവും തമ്മിലുള്ള ബന്ധം അസന്ദിഗ്ദ്ധമായി തെളിയിക്കപ്പെട്ടു.

ധൂമകേതുവിന്റെ നാമകരണ ചടങ്ങിനുള്ള ചിട്ടവട്ടങ്ങൾ

ധൂമകേതുക്കളുടെ നാമകരണ പ്രക്രിയയുമായി ബന്ധപ്പെട്ട് കഴിഞ്ഞ രണ്ടു നൂറ്റാണ്ടുകളിലായി നിരവധി ശാസ്ത്രസെമിനാറുകൾ നടന്നിട്ടുണ്ട്. ഒരു വ്യവസ്ഥാപിത രീതി നിലവിൽ വരുന്നതുവരെ ധൂമകേതുക്കളുടെ നാമകരണപ്രക്രിയയ്ക്ക് പ്രത്യേക മാനദണ്ഡങ്ങളൊന്നും തന്നെ ഉണ്ടായിരുന്നില്ല. 20-ാം നൂറ്റാണ്ടിന്റെ തുടക്കത്തിൽ ഭൂരിഭാഗം ധൂമകേതുക്കളെയും അവയെ കണ്ടെത്തിയ വർഷംകൊണ്ടായിരുന്നു സൂചിപ്പിച്ചിരുന്നത്. ചിലപ്പോഴെങ്കിലും അവയുടെ എടുത്തുപറയത്തക്ക സവിശേഷതകൾകൊണ്ട് ചില വിശേഷണങ്ങളും ചാർത്തിക്കൊടുത്തിരുന്നു. "ഗ്രേറ്റ് കൊമെറ്റ് ഓഫ് 1882" (കിർച്ച് ധൂമകേതു), "ഗ്രേറ്റ് സെപ്തംബർ കൊമെറ്റ് 1882", "ഡേ ലൈറ്റ് കൊമെറ്റ് ഓഫ് 1910" എന്നിവ ഉദാഹരണങ്ങളാണ്. കൃത്യമായ ഇടവേളകളിൽ സൂര്യനെ ചുറ്റുന്ന ഹ്രസ്വകാല ധൂമകേതുക്കൾക്ക് അവയെ കണ്ടെത്തിയ വാനനിരീക്ഷകരുടെ പേരാണ്

നല്കുന്നത്. എന്നാൽ, ഒരിക്കൽമാത്രം സന്ദർശനം നടത്തുന്നവയ്ക്ക് അവയെ കണ്ടെത്തിയ വർഷമാണ് പേരായി നല്കുന്നത്. ഈ പതിവ് ഇപ്പോഴും തുടർന്നുവരുന്നുണ്ടെങ്കിലും ചില പ്രായോഗിക തടസ്സങ്ങളും ഇതിനുണ്ട്. ഇപ്പോൾ ധൂമകേതുക്കളെ കണ്ടെത്തുന്നത് ഒന്നിലധികം ശാസ്ത്രജ്ഞർ ഒരുമിച്ച് ഉപകരണങ്ങളുടെയും വാനനിരീക്ഷണ കേന്ദ്രങ്ങളുടെയും സഹായത്തോടെയാണ്. അങ്ങനെ വരുമ്പോൾ ധൂമകേതുക്കളെ കണ്ടെത്താനുപയോഗിക്കുന്ന ഉപകരണങ്ങളുടെ പേരാണവയ്ക്കു നല്കുന്നത്. ജെനിച്ചി അരാക്കിയും ജോർജ്ജ് അൽകോക്കും ചേർന്ന് IRAS കൃത്രിമ ഉപഗ്രഹത്തിന്റെ സഹായത്തോടെ കണ്ടെത്തിയ ധൂമകേതുവിന് Comet IRAS- Araki- Alcock എന്നു പേരുലഭിച്ചത് അങ്ങനെയാണ്. എന്നാൽ, ഒരുകൂട്ടം ജ്യോതിശാസ്ത്രജ്ഞർ ഒരുകൂട്ടം ഉപകരണങ്ങളുടെയും നിരവധി വാനനിരീക്ഷണ കേന്ദ്രങ്ങളുടെയും സഹായത്തോടെ കണ്ടുപിടിക്കുന്ന ധൂമകേതുക്കൾക്ക് ഇങ്ങനെ പേരുനല്കാൻ കഴിയില്ല. അങ്ങനെ വരുമ്പോൾ ധൂമകേതുക്കളുടെ സവിശേഷതകളും അവയെ ആദ്യമായി കണ്ടെത്തിയ മേഖലയും പരിഗണിച്ചാണ് പേര് നല്കുന്നത്. എന്നാൽ, കണ്ടുപിടിക്കപ്പെടുന്ന ധൂമകേതുക്കളുടെ എണ്ണം ദിനംപ്രതിയെന്നവണ്ണം വർദ്ധിക്കുമ്പോൾ ഇങ്ങനെ പേരു നല്കുന്നത് അവയെ തിരിച്ചറിയുന്നതിന് വലിയ ബുദ്ധിമുട്ടുണ്ടാക്കും. ഇതിനു പ്രതിവിധിയായി 1994 ൽ ഇന്റർനാഷണൽ ആസ്ട്രോണമിക്കൽ യൂണിയൻ പുതിയൊരു നാമകരണരീതി സ്വീകരിച്ചു. ധൂമകേതുക്കളെ കണ്ടെത്തിയ വർഷവും മാസവും കണ്ടെത്തിയ ക്രമവും ഒരുമിച്ചു ചേർത്തുള്ള രീതിയാണിത്. ഉദാഹരണമായി 2006 ഫെബ്രുവരി മാസത്തിന്റെ രണ്ടാം പകുതിയിൽ കണ്ടെത്തിയ നാലാം ധൂമകേതു 2006 D4 എന്നാണ് അറിയപ്പെടുന്നത്. അതോടൊപ്പം പേരിന് മുമ്പിലായി പ്രസ്തുത ധൂമകേതുവിന്റെ ഭ്രമണപാതയുടെ സ്വഭാവം സൂചിപ്പിക്കുന്ന ഒരു സിംബലും ഉണ്ടാകും. ഇംഗ്ലീഷ് അക്ഷരമാലയിലെ P, C, X, D, A എന്നീ അക്ഷരങ്ങളാണ് സിംബലുകളായി ഉപയോഗിക്കുന്നത്. 200 വർഷത്തിൽ കുറഞ്ഞ ഭ്രമണകാലമുള്ള, കൃത്യമായ ഇടവേളകളിൽ സൂര്യനെ ചുറ്റുന്ന ഹ്രസ്വകാല ധൂമകേതുക്കളെ സൂചിപ്പിക്കുന്നത് 'P' എന്ന സിംബൽ ഉപയോഗിച്ചാണ്. കൃത്യമായ ഇടവേളകളില്ലാത്ത ധൂമകേതുക്കളെ (non-periodicals) സൂചിപ്പിക്കാൻ 'C' എന്ന സിംബലാണ് ഉപയോഗിക്കുന്നത്. കൃത്യമായി കണക്കുകൂട്ടാൻ കഴിയാത്ത ഭ്രമണപഥമുള്ള ധൂമകേതുക്കളാണ് 'X' ശ്രേണിയിൽ വരുന്നത്. തകർന്നുപോവുകയോ അപ്രത്യക്ഷമാവുകയോ ചെയ്ത ധൂമകേതുക്കളെ 'D' ശ്രേണിയിലാണ് ഉൾപ്പെടുത്തിയിരിക്കുന്നത്. ഒരു ഖഗോള പിണ്ഡം ധൂമകേതുവാണെന്ന് തെറ്റിദ്ധരിക്കപ്പെട്ടതാണെങ്കിൽ അവയെ സൂചിപ്പിക്കുന്നത് 'A' എന്ന സിംബൽ ഉപയോഗിച്ചാണ്. കുള്ളൻ ഗ്രഹങ്ങൾ ചിലപ്പോഴെങ്കിലും ധൂമകേതുക്കളായി തെറ്റിദ്ധരിക്കപ്പെട്ടിട്ടുണ്ട്. ഈ രീതിയനുസരിച്ച് ഹെയ്ൽ- ബോപ്പ് ധൂമകേതു C/ 1995 01 എന്നും ഹാലിയുടെ ധൂമകേതു 1P/1682 Q1 എന്നുമാണ് അറി

യപ്പെടുന്നത്.

വാൽനക്ഷത്രങ്ങൾ നിരീക്ഷകന് ഐശ്വര്യം പ്രദാനംചെയ്യുമെന്നൊരു വിശ്വാസമുണ്ട്. ഐശ്വര്യം നല്ലതാണല്ലോ, അതൊരു ധൂമകേതുവിന്റെ പേരിലാണെങ്കിലും. അതെന്തായാലും ശാസ്ത്രലോകം ഒന്നാകെ കാത്തിരിക്കുകയാണ്, വാൽനക്ഷത്രത്തിന്റെ ആഗമനത്തിനായി.

മന്നവേന്ദ്രാ വിളങ്ങുന്നൂ ചന്ദ്രനെപ്പോലെ നിൻമുഖം

That's one small step for (a) man, One giant leap for mankind"

ലോകം ഏറ്റവുമധികം ആകാംക്ഷയോടെ കാത്തിരുന്ന റേഡിയോ സന്ദേശം. ഒരു മനുഷ്യനെ സംബന്ധിച്ചിടത്തോളം ഇതൊരു ചെറിയ കാല്വയ്പു മാത്രമാണ്. എന്നാൽ മാനവരാശിക്ക് വലിയൊരു കുതിച്ചു ചാട്ടവും. അതെ, ആ കുതിച്ചുചാട്ടത്തിന്റെ ആദ്യത്തെ പാദമുദ്ര പതിപ്പിച്ച മനുഷ്യൻ ഇനി ചരിത്രത്തിന്റെ ഭാഗമാണ്. നീൽ ആൽഡൻ ആംസ്ട്രോങ് - സ്വർഗ്ഗലോകത്ത് കാലുകുത്തിയ ആദ്യത്തെ മനുഷ്യജീവി, ഭൂമിക്കു വെളിയിലുള്ള ഏതെങ്കിലുമൊരു ആകാശഗോളത്തിൽ നടന്ന ആദ്യമനുഷ്യൻ - 2012 ആഗസ്ത് 25 ന് അന്തരിച്ചു. 82 വയസ്സായിരുന്നു അദ്ദേഹത്തിന്. ഹൃദയധമനികളിൽ തടസ്സം നേരിട്ടതിനെത്തുടർന്ന് ആഗസ്ത് 7 ന് ആംസ്ട്രോങ് ശസ്ത്രക്രിയയ്ക്ക് വിധേയനായിരുന്നു. തുടർന്ന് ഓഹിയോയിലെ സിൻസിനാറ്റിയിലുള്ള വസതിയിൽ വിശ്രമത്തിലായിരുന്നു അദ്ദേഹം.

അചഞ്ചലനെങ്കിലും നാണം കുണുങ്ങി, ആർഭാടങ്ങളിൽനിന്ന് ഒളിച്ചോടുന്ന അന്തർമുഖൻ, കേവല ദൈവവിശ്വാസി, സ്ഥാനമാനങ്ങൾക്കു പുറംതിരിഞ്ഞു നില്ക്കുന്നവൻ, അമേരിക്കയുടെ എക്കാലത്തെയും ഏറ്റവും വലിയ ഹീറോയ്ക്ക് വിശേഷണങ്ങൾ നിരവധിയാണ്. അമേരിക്കയുടെ ലോക പൊലീസ് നയത്തിന്റെ ഏറ്റവും വലിയ വിമർശകൻ കൂടിയായിരുന്നു ആംസ്ട്രോങ്. ആംസ്ട്രോങ്ങിന് സ്മാരകമായി ഒരു താജ്മഹൽ പണിയേണ്ടതില്ല. ചന്ദ്രനാണ് അദ്ദേഹത്തിന്റെ സ്മാരകം. മനുഷ്യവംശം ഭൂമിയിൽ നിലനില്ക്കുന്നിടത്തോളം, ചന്ദ്രബിംബം അപ്പോഴും മാനത്തുണ്ടെങ്കിൽ ആംസ്ട്രോങ്ങിന് മറ്റൊരു സ്മാരകത്തിന്റെ ആവശ്യമില്ല.

സ്കോട്ടിഷ്-ജർമ്മൻ മാതാപിതാക്കളുടെ മൂന്നു മക്കളിൽ മൂത്തവനായി 1930 ആഗസ്ത് 15 ന് ഓഹിയോയിലെ വാപാകൊനേറ്റയിൽ ജനനം. പിതാവ് സ്റ്റീഫൻ കോനിഗ് ആംസ്ട്രോങ്, മാതാവ് വിയോള ലൂയിസ് ഏയ്ഞ്ചൽ. ഓഹിയോ സ്റ്റേറ്റിലെ സർക്കാർ ഓഡിറ്ററായിരുന്നു സ്റ്റീഫൻ. ജോലിയുടെ പ്രത്യേകത കൊണ്ടുതന്നെ നീലിന്റെ പതിനഞ്ചു വയസ്സിനുള്ളിൽ സ്റ്റീഫനും കുടുംബവും ഇരുപത് പട്ടണങ്ങളിൽ താമസിച്ചു. കുട്ടിക്കാലം മുതൽ തന്നെ ആകാശയാത്രകൾ നീലിനെ വല്ലാതെ ആകർഷിച്ചിരുന്നു. 1944 ൽ പിതാവിന്റെ സ്ഥലംമാറ്റത്തേത്തുടർന്ന് നീൽ, ഓഗ്ലൈസ് കൗണ്ടിയിലെ ബ്ലൂംസ് ഹൈസ്കൂളിൽ ചേർന്ന് പഠിക്കാനിടയായി. ഇത് നീലിന്റെ ജീവിതത്തെയാകെ മാറ്റിമറിച്ചു. ഇവിടെ പഠിക്കുന്നതിനിടയിൽ പതിനഞ്ചാമത്തെ വയസ്സിൽ കൗണ്ടി എയർപോർട്ടിൽ നിന്ന് നീൽ ഒരു ഫ്ളൈറ്റ് സർട്ടിഫിക്കറ്റ് കരസ്ഥമാക്കി. ഒരു ഡ്രൈവിങ് ലൈസൻസ് നേടുന്നതിനും വളരെ മുമ്പായിരുന്നു ഇത്. സ്കൂളിലെ സ്കൗട്ട് യൂണിറ്റിലും നീൽ സജീവമായിരുന്നു. സ്കൂൾ പഠനത്തെത്തുടർന്ന് 1947ൽ പർഡ്യൂ സർവ്വകലാശാലയിൽ ചേർന്ന് പഠിക്കുകയും എയ്റോനോട്ടിക്കൽ എഞ്ചിനീയറിങ്ങിൽ ബിരുദം കരസ്ഥമാക്കുകയും ചെയ്തു. അതിനുശേഷം സതേൺ കാലിഫോർണിയ യൂണിവേഴ്സിറ്റിയിൽനിന്ന് ഇതേ മേഖലയിൽ തന്നെ ബിരുദാനന്തര ബിരുദവും നേടി.

1949 ജനുവരി 26 ന് പെൻസികോലാ നേവൽ എയർ സ്റ്റേഷനിൽ നീൽ ഫ്ളൈറ്റ് ട്രെയിനിയായി ചേർന്നു. പതിനെട്ടുമാസം നീണ്ടുനിന്ന തീവ്ര പരിശീലനത്തിനൊടുവിൽ 1950 ആഗസ്ത് 16 ന് തന്റെ ഇരുപതാമത്തെ വയസ്സിൽ തന്നെ പൂർണ്ണ പരിശീലനം നേടിയ ഭനേവൽ ഏവിയേറ്ററായി നീൽ ആംസ്ട്രോങ് പുറത്തിറങ്ങി. ആദ്യത്തെ നിയമനം അമേരിക്കയുടെ ഏഴാം ഫ്ളീറ്റ് എയർക്രാഫ്റ്റ് സർവീസ് സ്ക്വാഡ്രണിലേക്കായിരുന്നു. രണ്ടു മാസങ്ങൾക്കുശേഷം സ്ക്വാഡ്രൺ 51 ന്റെ ഫൈറ്റർ പൈലറ്റായി നീൽ നിയമിതനായി. 1951-52 കാലഘട്ടത്തിലെ കൊറിയൻ യുദ്ധത്തിൽ ആംസ്ട്രോങ് പങ്കെടുത്തിട്ടുണ്ട്. എ9എ2ആ പാന്തർ എന്ന യുദ്ധവിമാനമാണ് ആംസ്ട്രോങ് പറപ്പിച്ചത്. 121 മണിക്കൂർ സമയം വിമാനം പറപ്പിച്ച നീൽ 78 വ്യോമാക്രമണങ്ങൾ നടത്തിയിട്ടുണ്ട്. യുദ്ധത്തിനിടയിൽ ആംസ്ട്രോങ് പറത്തിയ വിമാനം അപകടത്തിൽപെട്ടിരുന്നു. യുദ്ധാനന്തരം നീൽ ആംസ്ട്രോങ് പ്രത്യേക സൈനിക ബഹുമതിക്കും അർഹനായി. രണ്ടുവർഷം കൊണ്ടുതന്നെ നീലിന് സൈനിക ജീവിതം മടുത്തു. പിന്നീട് യു എസ് നേവൽ റിസർവ്വിൽ ജൂനിയർ ഗ്രേഡ് ലെഫ്റ്റനന്റായി ജോലി തുടർന്നെങ്കിലും അധികം താമസിയാതെ അതും അവസാനിപ്പിച്ചു.

നേവിയിലെ ജോലിയെത്തുടർന്ന് പർഡ്യൂ യൂണിവേഴ്സിറ്റിയിൽ തിരിച്ചെത്തിയ നീൽ അവിടെ ഗവേഷണ പ്രവർത്തനങ്ങൾ തുടർന്നു. ഇക്കാലത്താണ് പർഡ്യൂവിൽ തന്നെ ധനതത്ത്വശാസ്ത്ര വിദ്യാർത്ഥിയായിരുന്ന ജാനറ്റ് എലിസബത്ത് ഷെറോണിനെ പരിചയപ്പെടുന്നത്. ഈ സൗഹൃദം

അവരുടെ വിവാഹത്തിലെത്തിച്ചേർന്നു. 1956 ജനുവരി 28നാണ് നീൽ-ജാനറ്റ് വിവാഹം നടന്നത്. ഈ ബന്ധത്തിൽ അവർക്ക് മൂന്ന് കുട്ടികളുണ്ടായി. എറിക്കും കാരനും മാർക്കും. 1962 ജനുവരി 28ന് കാരൻ ന്യൂമോണിയ ബാധിച്ചു മരണമടഞ്ഞു. കാരന്റെ രോഗവും മരണവും ആംസ്ട്രോങ്ങിനെ കുറച്ചൊന്നുമല്ല അസ്വസ്ഥനാക്കിയത്.

1955 ൽ നാസയുടെ മുൻഗാമിയായ നാഷണൽ അഡ്വൈസറി കമ്മിറ്റി ഫോർ എയ്റോനോട്ടിക്സിൽ (NACA) റിസർച്ച് പൈലറ്റായി ചേർന്ന നീൽ അധികം താമസിയാതെ NACAയുടെ തന്നെ ഹൈ-സ്പീഡ് ഫ്ളൈറ്റ് റിസർച്ച് സെന്ററിലേക്ക് പ്രോജക്ട് പൈലറ്റായി സ്ഥാനക്കയറ്റം കരസ്ഥമാക്കി. ശബ്ദാതിവേഗതയിൽ (Super Sonic) സഞ്ചരിക്കുന്ന വിമാനങ്ങളുടെ ഗവേഷണത്തിലാണ് ആംസ്ട്രോങ് ശ്രദ്ധ തിരിച്ചത്. ഇത്തരത്തിൽപെട്ട 200 വിമാന മാതൃകകളുടെ പരീക്ഷണപ്പറക്കലും അദ്ദേഹം നിർവ്വഹിച്ചിട്ടുണ്ട്. ഇതിൽ മണിക്കൂറിൽ 7000 കിലോമീറ്റർ വേഗതയിൽ സഞ്ചരിക്കുന്ന X-15 യുദ്ധവിമാനവും ഉൾപ്പെടുന്നു. അതുകൂടാതെ റോക്കറ്റ് സാങ്കേതികവിദ്യയിൽ പ്രവർത്തിക്കുന്ന വിമാനങ്ങളുടെയും, ഹെലികോപ്ടറുകൾ, ഗ്ലൈഡറുകൾ എന്നിവയുടെ വികസന-ഗവേഷണ പ്രവർത്തനങ്ങളിലും ആംസ്ട്രോങ് പങ്കെടുത്തിരുന്നു. ഈ കാലയളവിലെല്ലാം ആംസ്ട്രോങ്ങിന്റെ സ്വഭാവത്തിലുള്ള സവിശേഷതകൾ അധികൃതർ ശ്രദ്ധിച്ചിരുന്നു. നിശ്ശബ്ദനും അന്തർമുഖനുമായിരുന്ന ആംസ്ട്രോങ് ആൾക്കൂട്ടത്തിൽനിന്നു അകന്നുനില്ക്കാൻ ശ്രദ്ധിച്ചിരുന്നു. എത്ര അപകടം പിടിച്ച ജോലിയാണെങ്കിലും ഒരുതരം നിസ്സംഗതയോടെ അതിൽത്തന്നെ വ്യാപൃതനാകുന്ന പ്രകൃതം. ഒരുതരം പാലം കുലുങ്ങിയാലും കേളൻ കുലുങ്ങില്ലെന്ന മട്ട്.

തൊഴിലിനോടുള്ള ആത്മാർത്ഥതയും സ്വഭാവത്തിന്റെ സവിശേഷതയും ഒരു ബഹിരാകാശ സഞ്ചാരിയാവുകയെന്ന സ്വപ്നം സഫലമാക്കാൻ ആംസ്ട്രോങ്ങിനെ കുറച്ചൊന്നുമല്ല സഹായിച്ചത്. 1965 സെപ്തംബർ 20ന് ജെമിനി-8 ദൗത്യത്തിന്റെ കമാൻഡ് പൈലറ്റായി ആംസ്ട്രോങ് തെരഞ്ഞെടുക്കപ്പെട്ടു. ഡേവിഡ് സ്കോട്ട് ആയിരുന്നു സഹപൈലറ്റ്. 1966 മാർച്ച് 16 ന് ജെമിനി-8 വിക്ഷേപിക്കപ്പെട്ടു. ബഹിരാകാശത്തുവച്ചുനടത്തിയ ഉപഗ്രഹ ഡോക്കിങ്ങിനിടയിൽ ഉണ്ടായ ചെറിയ പിഴവുകൾ കാരണം ഇരുവരും മരണത്തെ മുഖാമുഖം കണ്ടു. ആംസ്ട്രോങ്ങിന്റെ മനസ്സാന്നിദ്ധ്യമൊന്നു മാത്രമാണ് ആ വലിയ ദുരന്തം ഒഴിവാക്കിയത്. ഈ ദൗത്യം പൂർണ്ണവിജയമായിരുന്നില്ല. തുടർന്ന് അപ്പോളോ-8 ദൗത്യത്തിന്റെ ബാക്ക്-അപ് കമാൻഡറായി പ്രവർത്തിച്ചുകൊണ്ടിരിക്കുന്നതിനിടയിലാണ് അപ്പോളോ 11 ദൗത്യത്തിന്റെ കമാൻഡറായി ആംസ്ട്രോങ് തെരഞ്ഞെടുക്കപ്പെടുന്നത്. കമാൻഡ് മൊഡ്യൂൾ എന്ന മാതൃപേടകത്തിന്റെ പൈലറ്റായി മൈക്കൽ കോളിൻസും തെരഞ്ഞെടുക്കപ്പെട്ടു. ചന്ദ്രോപരിതലത്തിൽ ഇറങ്ങുന്ന ലൂണാർ മൊഡ്യൂൾ നിയന്ത്രിക്കുന്നത് ആരായിരിക്കണമെന്ന അനിശ്ചിതത്വത്തിനൊടുവിൽ പൈലറ്റിനെ തെര

ഞെടുക്കാനുള്ള അവകാശം ആംസ്ട്രോങ്ങിന് ലഭിച്ചു. ബുസ് ആൽഡ്രിൻ, ജിം ലോവൽ എന്നിവരാണ് പട്ടികയിലുണ്ടായിരുന്നത്. ഒരു രാത്രി മുഴുവൻ നീണ്ടുനിന്ന ആംസ്ട്രോങ്ങിന്റെ ചിന്തയ്ക്കൊടുവിൽ നറുക്ക് ആൽഡ്രിനു വീഴുകയായിരുന്നു. അടുത്ത ചർച്ച ആരായിരിക്കണം ആദ്യമായി ചന്ദ്രോപരിതലത്തിൽ കാലുകുത്തുകയെന്ന കാര്യത്തിലായിരുന്നു. ആംസ്ട്രോങ്ങോ അതോ ആൽഡ്രിനോ? സ്വതവേ അന്തർമുഖനും വലിയ ഈഗോയൊന്നുമില്ലാത്തയാളെന്ന പരിഗണനയും അപകടഘട്ടങ്ങളിൽ തികഞ്ഞ നിസ്സംഗതയോടെ ജോലിയിൽ വ്യാപൃതനാകാനുള്ള അസാധാരണ വൈഭവവും ആംസ്ട്രോങ്ങിന് നറുക്കു വീഴാൻ ഇടയാക്കിയെന്നു പറഞ്ഞാൽ അതിൽ അതിശയോക്തിയൊന്നുമില്ല. പിന്നീട് 1969 ഏപ്രിൽ 14 ന് നാസ നടത്തിയ പത്രസമ്മേളനത്തിൽ ലൂണാർ മൊഡ്യൂളിന്റെ രേഖാചിത്രം പ്രദർശിപ്പിച്ചിരുന്നു. എന്തുകൊണ്ട് ആംസ്ട്രോങ് ആദ്യം എന്ന് ഈ ചിത്രം സൂചിപ്പിക്കുന്നുണ്ട്. അകത്തുനിന്ന് വലതുഭാഗത്തേക്ക് തുറക്കുന്ന വാതിലിൽക്കൂടി മൊഡ്യൂൾ പൈലറ്റിന് ആദ്യം പുറത്തിറങ്ങാൻ കഴിയില്ല. അതുമാത്രമല്ല പ്രോട്ടോകോൾ അനുസരിച്ചു നോക്കിയാലും ദൗത്യത്തിന്റെ കമാൻഡർ തന്നെയാവണമല്ലോ ആദ്യം.

1969 ജൂലൈ 16. അപ്പോളോ 11 ന്റെ ലോഞ്ചിങ്. നീലിന്റെ ഹൃദയമിടിപ്പ് ഇപ്പോൾ മിനിട്ടിൽ 110 തവണയാണ്. നീൽ അല്പം ആവേശഭരിതനായതുപോലെ. ജെമിനി-8 നെ അപേക്ഷിച്ച് വിക്ഷേപണം കുറെക്കൂടി ശബ്ദായമാനമാണ്. ഒരുപക്ഷേ ടൈറ്റൻ II റോക്കറ്റിനേക്കാൾ ഏറെ ശക്തമായ സാറ്റേൺ - 5 റോക്കറ്റിന്റെ ശക്തിയായ തള്ളലായിരിക്കാം ഇതിനുകാരണം. ഒരു പതിനാലുനില കെട്ടിടത്തിന്റെ ഉയരമുണ്ട് ഈ ഭീമൻ റോക്കറ്റിന്. അതുകൂടാതെ ജെമിനി - 8 നെ അപേക്ഷിച്ച് ലൂണാർ മൊഡ്യൂളിൽ യാത്രികരുടെ ചലനസ്വാതന്ത്ര്യവും നിയന്ത്രിതമാണ്. ക്രമേണ ആംസ്ട്രോങ് ശാന്തത കൈവരിച്ചു. തുടർന്ന് യാത്രയിലുടനീളം അദ്ദേഹം പ്രസന്നത നഷ്ടപ്പെടാതെ സൂക്ഷിച്ചു. മൂന്നര ദിവസം നീണ്ടുനിന്ന ചാന്ദ്രയാത്ര. അതിനിടെ ബ്ലൂംസ് ഹൈസ്കൂളിലെ സ്കൗട്ട് ഗ്രൂപ്പുമായി ആംസ്ട്രോങ് നടത്തിയ സംഭാഷണം, കമാൻഡ് മൊഡ്യൂൾ പറത്തുന്നത് ആരാണെന്ന ചോദ്യത്തിന് ഐസക് ന്യൂട്ടനല്ലാതെ വേറെയാര് എന്ന് ആൽഡ്രിന്റെ ഫലിതരൂപേണയുള്ള മറുപടി, ലോകത്തേറ്റവും വലിയ ഏകാന്തത അനുഭവിക്കാൻ പോകുന്നത് താനാണെന്ന് കോളിൻസിന്റെ കമന്റ്.... എത്രയെത്ര അനുഭവങ്ങൾ. മൂന്നര ദിവസത്തെ യാത്രയ്ക്കൊടുവിൽ, ഏകദേശം നാലുലക്ഷം കിലോമീറ്റർ സഞ്ചരിച്ച മാതൃപേടകത്തിൽനിന്നും ലൂണാർ മൊഡ്യൂൾ-ഈഗിൾ- വേർപെട്ടു. ഇനി അമ്പിളിമാമന്റെ മടിത്തട്ടിലേക്ക്.

കമ്പ്യൂട്ടറിന്റെ മുൻകരുതൽ അലാറം ഉച്ചത്തിൽ ശബ്ദിച്ചുകൊണ്ടിരുന്നു. മുൻകൂട്ടി നിശ്ചയിക്കപ്പെട്ട സ്ഥലത്ത് പേടകം ഇറക്കാൻ കഴിയുന്നില്ലെങ്കിൽ ലൂണാർ മൊഡ്യൂളിൽ ഇന്ധനം തീർന്നുപോകുമെന്നുള്ള

കോഡ് 1202 അലാറമാണ് പേടകത്തിൽ മുഴങ്ങിക്കൊണ്ടിരിക്കുന്നത്. എന്നാൽ അമ്പിളിയമ്മാവനെ തൊട്ടടുത്തു കാണുന്ന കുട്ടികളുടെ മാനസികാവസ്ഥയിലായിരുന്ന ചാന്ദ്രയാത്രികർ ഈ മുൻകരുതൽ അലാറം ശ്രദ്ധിച്ചില്ലെന്നു പറയുന്നതാണ് ശരി. ലാൻഡ് ചെയ്യാൻ നിശ്ചയിക്കപ്പെട്ടിരുന്ന സ്ഥലത്തുനിന്നും ചാന്ദ്രപേടകം മുന്നോട്ടു നീങ്ങുന്നത് ശ്രദ്ധയിൽപെട്ട ആംസ്ട്രോങ് പേടകത്തിന്റെ നിയന്ത്രണം കമ്പ്യൂട്ടറിൽനിന്നും വിടർത്തുകയും സ്വയം ഏറ്റെടുക്കുകയും ചെയ്ത് ഇന്ധന ഉപയോഗം കുറച്ചുകുറച്ചു കൊണ്ടുവരികയും സാവധാനം ചന്ദ്രോപരിതലത്തിലിറക്കുകയും ചെയ്തു. അപ്പോഴാണ് ഹൂസ്റ്റണിലെ ഗ്രൗണ്ട് സ്റ്റേഷനിലുള്ള ശാസ്ത്രജ്ഞർ വീണ്ടും ശ്വസിക്കാനാരംഭിച്ചത്. 30 സെക്കന്റ് സമയം കൂടി മാത്രമേ ലൂണാർ മൊഡ്യൂളിൽ ഇന്ധനം അവശേഷിച്ചിരുന്നുള്ളൂ. ആ സമയം പേടകത്തിന്റെ നിയന്ത്രണം ആംസ്ട്രോങ് ഏറ്റെടുത്തിരുന്നില്ലെങ്കിൽ ചാന്ദ്രയാത്രയുടെ ചരിത്രം മറ്റൊന്നായേനെ!

1969 ജൂലൈ 20 ന് 20 മണിക്കൂർ 17 മിനിട്ട് 39 സെക്കന്റിൽ (യൂണിവേഴ്സൽ ടൈം) ഈഗിൾ ലൂണാർ മൊഡ്യൂൾ ചാന്ദ്രധൂളിയിൽ പാദമൂന്നി. തുടർന്ന് ഹൂസ്റ്റണിലെ ഗ്രൗണ്ട് സ്റ്റേഷനിലേക്ക് ചന്ദ്രനിൽ നിന്ന് ആംസ്ട്രോങ്ങിന്റെ റേഡിയോ സന്ദേശം. ഹൂസ്റ്റൺ, ഇതാണ് പ്രശാന്തതയുടെ താഴ്‌വര. ഈഗിൾ ഇവിടെ ലാന്റു ചെയ്തിരുന്നു. (Houston, Tranquility Base here. The Eagle has Landed). തുടർന്ന് ആംസ്ട്രോങ്ങും ആൽഡ്രിനും ഹസ്തദാനം ചെയ്തു. പുറത്തുതട്ടി പരസ്പരം അഭിനന്ദിച്ചു. തുടർന്ന് ചന്ദ്രോപരിതലത്തിൽവച്ചു ചെയ്യേണ്ട കാര്യങ്ങളുടെ ചെക്ക്‌ലിസ്റ്റ് ഒരിക്കൽകൂടി പരിശോധിച്ചു. ലൂണാർ മൊഡ്യൂളിനുള്ളിലെ മർദ്ദം ക്രമീകരിക്കലായിരുന്നു അടുത്ത നടപടി. ഇനി ചരിത്രമുഹൂർത്തം. ആംസ്ട്രോങ് സാവധാനം ലൂണാർ മൊഡ്യൂളിൽനിന്ന് ഗോവണിയിലൂടെ ഇറങ്ങാനാരംഭിച്ചു. ഭാരമേറിയ ഒരു സ്പേസ് സ്യൂട്ടാണ് അദ്ദേഹം ധരിച്ചിരുന്നത്. 1969 ജൂലൈ 21, 2 മണിക്കൂർ 56 മിനിട്ട്. മനുഷ്യന്റെ പാദസ്പർശമേറ്റ് ചന്ദ്രോപരിതലം പുളകംകൊണ്ടു. തുടർന്ന് ആംസ്ട്രോങ് പറഞ്ഞ വാക്കുകൾക്ക് മരണമില്ല. ഒരു മനുഷ്യനെ സംബന്ധിച്ചിടത്തോളം ഇതൊരു ചെറിയ കാൽവയ്പുമാത്രമാണ്. മാനവരാശിക്ക് വലിയൊരു കുതിച്ചുചാട്ടവും. ("That's one small step for (a) man, One giant leap for mankind") ആംസ്ട്രോങ് പറഞ്ഞ `a' അക്കാലത്തെ കമ്യൂണിക്കേഷൻ ടെക്നോളജിയുടെ പരിമിതികൊണ്ട് ഗ്രൗണ്ട് സ്റ്റേഷനിലുള്ളവർക്ക് വ്യക്തമായില്ല. അതെന്തായാലും ലോകമെമ്പാടുമുള്ള 45 കോടി ജനങ്ങളാണ് ഈ റേഡിയോ സന്ദേശം തത്സമയം ശ്രവിച്ചത്.

ഇരുപതു മിനിട്ടിനുശേഷം ബുസ് ആൽഡ്രിനും ആംസ്ട്രോങ്ങിനൊപ്പം ചേർന്നു. അമ്പിളിമാമന്റെ മടിത്തട്ടിലേക്ക് രണ്ടാമത്തെ മനുഷ്യജീവിയും ഇറങ്ങി. തുടർന്ന് രണ്ടുപേരും ചേർന്ന് അമേരിക്കൻ ദേശീയപതാക ചന്ദ്രോപരിതലത്തിൽ സ്ഥാപിച്ചു. '7 ആകൃതിയിൽ ഒരു കമ്പിയിൽ ക്രമീകരിച്ചിരിക്കുന്ന പതാക നിർമ്മിച്ചത് മെഷ് എന്ന പോളിമർ

ഉപയോഗിച്ചാണ്. തുണിയല്ല ഉപയോഗിച്ചത്. യാത്രയ്ക്കിടയിൽ സംഭവിച്ച ചുളിവുകൾ നിവർത്താൻ കഴിയാത്തതാണ് ചന്ദ്രോപരിതലത്തിൽ പതാക പറക്കുന്ന പ്രതീതിയുണ്ടാക്കുന്നത്. (അന്തരീക്ഷ വാതകങ്ങളില്ലാത്ത ചന്ദ്രോപരിതലത്തിലെ പറക്കുന്ന പതാക അക്കാലത്ത് ഏറെ വിവാദങ്ങളുണ്ടാക്കിയിരുന്നു.) തുടർന്ന് അമേരിക്കൻ പ്രസിഡന്റ് റിച്ചാർഡ് നിക്സന്റെ ടെലഫോൺ സംഭാഷണം ഒരുമിനിട്ട്. ആംസ്ട്രോങ്ങിന്റെ മറുപടി 30 സെക്കന്റ്. തുടർന്ന് ഇരുവരും ചേർന്ന് ചന്ദ്രോപരിതലത്തിൽ വച്ച് മൂന്ന് ശാസ്ത്രീയ പരീക്ഷണങ്ങൾ നടത്തി. 20 കിലോ ഗ്രാം ചാന്ദ്ര ശിലകളും റിഗോലിത്ത് എന്ന ചാന്ദ്രധൂളിയും ശേഖരിച്ചു. അതിനുശേഷം ലൂണാർ മൊഡ്യൂളിൽനിന്നും 59 മീറ്റർ അകലെയുള്ള ഈസ്റ്റ് ക്രാറ്റർ എന്നു വിളിക്കുന്ന ചെറിയ ഉൽക്കാ ഗർത്തത്തിലേക്ക് ആംസ്ട്രോങ് നടന്നു. സോവിയറ്റ് ബഹിരാകാശ സഞ്ചാരികളായ യൂറി ഗഗാറിന്റെയും വ്ളാദിമിർ കോമറോവിന്റെയും അപ്പോളോ-1 ലെ യാത്രികരായിരുന്ന ഗസ് ഗ്രിഷോം, എസ് വൈറ്റ്, റോജർ ബി ഷാഫെ എന്നിവരുടെയും ഓർമ്മയ്ക്കായി കൊണ്ടുവന്ന സ്മരണികകൾ ആംസ്ട്രോങ് അവിടെ സ്ഥാപിച്ചു. രണ്ടര മണിക്കൂർ സമയമാണ് ഇരുവരും ചന്ദ്രോപരിതലത്തിൽ ചെലവഴിച്ചത്. തുടർന്നുണ്ടായ അപ്പോളോ ദൗത്യങ്ങളിലെ ഏറ്റവും കുറഞ്ഞ സമയമാണിത്. അവസാനത്തെ ചാന്ദ്രദൗത്യമായ അപ്പോളോ 17 ലെ യാത്രികരായ യുജിൻ സെർനാനും ഹാരിസൺ ഷ്മിറ്റും 22 മണിക്കൂറാണ് ചന്ദ്രോപരിതലത്തിൽ ചെലവഴിച്ചത്. അപ്പോളോ 11 ദൗത്യത്തിന്റെ മുഴുവൻ ഫോട്ടോഗ്രാഫിക് റിക്കോർഡ് പരിശോധിച്ചാലും അതിൽ നീൽ ആംസ്ട്രോങ്ങിനെ പൂർണ്ണമായോ ഭാഗികമായോ കാണാൻ കഴിയുന്നത് കേവലം അഞ്ചു ചിത്രങ്ങളിൽ മാത്രമാണ്. ഏറക്കുറെ മുഴുവൻ ചിത്രങ്ങളും എടുത്തത് ആംസ്ട്രോങ് തന്നെയാണെന്നതാണ് ഇതിനു കാരണം.

പേടകത്തിനുള്ളിൽ പ്രവേശിച്ച ഇരുവരും 21 മണിക്കൂറും 37 മിനിട്ടും അതിനുള്ളിൽ കഴിച്ചുകൂട്ടി. ഇനി മടക്കയാത്ര. ലൂണാർ മൊഡ്യൂൾ പറന്നുയർന്നു. ലോകത്തേറ്റവുമധികം ഏകാന്തത അനുഭവിച്ചുകൊണ്ടിരിക്കുന്ന മനുഷ്യന്റെ അടുത്തേക്ക്. ഈ സമയമത്രയും ഏകനായി കമാൻഡ് മൊഡ്യൂളെന്ന മാതൃപേടകത്തിൽ ചന്ദ്രനെ ചുറ്റിക്കൊണ്ടിരിക്കുകയായിരുന്നു മൈക്കൽ കോളിൻസ്. കമാൻഡ് മൊഡ്യൂളുമായി വിജയകരമായി ഡോക്കിങ്. ഇനി ഭൂമിയിലിലേക്ക്. 8 ദിവസത്തെ ചാന്ദ്രദൗത്യത്തിന് ശുഭപര്യവസാനം. ശാന്തസമുദ്രത്തിൽ സേഫ് ലാൻഡിങ്. സ്വീകരിക്കാൻ കാത്തുനിന്നവരിൽ അമേരിക്കൻ പ്രസിഡന്റായ റിച്ചാർഡ് എം നിക്സണുമുണ്ടായിരുന്നു. പ്രത്യേകം രൂപകല്പന ചെയ്ത മുറിയിൽ 18 ദിവസം താമസിച്ചതിനുശേഷമാണ് ഇതിഹാസ നായകർ പൊതുവേദിയിൽ പ്രത്യക്ഷപ്പെടുന്നത്. ചന്ദ്രനിൽ നിന്നുള്ള അണുബാധയെ ഭയന്നാണ് ഇങ്ങനെയൊരു മുൻകരുതൽ എടുത്തത്. പിന്നീട് ജയന്റ് ലീപ് (Giant Leap) എന്ന പേരിൽ 45 ദിവസത്തെ ലോകസഞ്ചാരം. വിയറ്റ്നാമും പോളണ്ടും

സന്ദർശിച്ച ആംസ്ട്രോങ് സോവിയറ്റ് യൂണിയനിൽ യൂറി ഗഗാറിൻ കോസ്മോനട്ട് ട്രെയിനിങ് സെന്ററിൽ വച്ച് യാത്രാനുഭവങ്ങൾ വിവരിക്കുകയും ചെയ്തു.

പൊതുസമൂഹത്തിൽനിന്ന് ലഭിച്ച ആദരവും മാധ്യമശ്രദ്ധയും ആംസ്ട്രോങ്ങിന് താങ്ങാവുന്നതിലും അധികമായിരുന്നു. ഇനി ഒരു ബഹിരാകാശ യാത്രയ്ക്കില്ലെന്ന് ആംസ്ട്രോങ് പ്രഖ്യാപിച്ചു. ചാന്ദ്രദൗത്യത്തെത്തുടർന്ന് അദ്ദേഹം നാസയുടെ ആസ്ഥാനത്തുള്ള അഡ്വാൻസ്ഡ് റിസർച്ച് ആന്റ് ടെക്നോളജി സെന്ററിൽ ഡെപ്യൂട്ടി അസോസിയേറ്റ് അഡ്മിനിസ്ട്രേറ്ററായി ജോലിയിൽ പ്രവേശിച്ചു. 1971 ൽ അദ്ദേഹം ആ ജോലി ഉപേക്ഷിക്കുകയും 1971 മുതൽ 1979 വരെ സിൻസിനാറ്റി സർവ്വകലാശാലയിൽ പ്രൊഫസറായി ജോലി നോക്കുകയും ചെയ്തു. ഈ കാലയളവിനുള്ളിൽ അദ്ധ്യാപനത്തോടൊപ്പം ഗവേഷണത്തിനും അദ്ദേഹം സമയം കണ്ടെത്തിയിരുന്നു. പിന്നീട് ആംസ്ട്രോങ്ങിന്റെ ശ്രദ്ധ ബിസിനസിലായിരുന്നു. ന്യൂയോർക്കിലെ വിവിധ ഇലക്ട്രോണിക് കമ്പനികളിലും കമ്പ്യൂട്ടർ സ്ഥാപനങ്ങളിലും പത്തുവർഷത്തോളം അദ്ദേഹം പ്രവർത്തിച്ചു.

1985-86 കാലയളവിൽ ആംസ്ട്രോങ് യു എസ് ദേശീയ ബഹിരാകാശ കമ്മീഷൻ അംഗമായിരുന്നു. 1985 ലെ ചലഞ്ചർ സ്പേസ് ഷട്ടിൽ ദുരന്തമന്വേഷിക്കുന്നതിന് പ്രസിഡന്റ് നിയോഗിച്ച കമ്മീഷനിൽ വൈസ് ചെയർമാനായിരുന്നു ആംസ്ട്രോങ്. അദ്ദേഹത്തിനു ലഭിച്ച ബഹുമതികൾ നിരവധിയാണ്. 17 ലോകരാഷ്ട്രങ്ങൾ അവരുടെ പരമോന്നത ബഹുമതികൾ നല്കി അദ്ദേഹത്തെ ആദരിച്ചിട്ടുണ്ട്. റോയൽ ആസ്ട്രോണമിക്കൽ സൊസൈറ്റിയും അമേരിക്കൻ ഇൻസ്റ്റിറ്റ്യൂട്ട് ഓഫ് എയ്റോനോട്ടിക്സും, ഇന്റർനാഷണൽ എയ്റോനോട്ടിക്കൽ സൊസൈറ്റിയും അദ്ദേഹത്തിന് ഫെലോഷിപ്പ് നല്കിയിട്ടുണ്ട്. ആംസ്ട്രോങ്ങിന്റെ ജീവചരിത്രം “First Man: The Life of Neil A Armstrong” 2005ൽ പ്രസിദ്ധീകരിച്ചു. 2010-ലെ സ്പേസ് ഫൗണ്ടേഷൻ സർവ്വേയിൽ ഏറ്റവും പ്രസിദ്ധനായ ബഹിരാകാശ സഞ്ചാരിയായി തെരഞ്ഞെടുക്കപ്പെട്ടതും ആംസ്ട്രോങ് തന്നെയാണ്.

1994 ൽ ആംസ്ട്രോങ് ഭാര്യയായ ജാനറ്റിൽ നിന്ന് വിവാഹമോചനം നേടി. 38 വർഷത്തെ ദാമ്പത്യജീവിതത്തിനു ശേഷമായിരുന്നു ഇത്. പിന്നീട് രണ്ടുവർഷം മുമ്പ് ഒരു ഗോൾഫ് ടൂർണമെന്റിനിടയിൽ പരിചയപ്പെട്ട കരോൾ ഹെൽഡിനെ ആംസ്ട്രോങ് വിവാഹം ചെയ്തു. 1994 ൽ ജൂൺ 12 ന് ആയിരുന്നു ആംസ്ട്രോങ്ങിന്റെ രണ്ടാം വിവാഹം. 1994 നു ശേഷം അദ്ദേഹം പൊതുരംഗത്തുനിന്നും ഏറെക്കുറെ അപ്രത്യക്ഷനായിരുന്നു. ഓട്ടോഗ്രാഫ് നല്കുന്നതിനുപോലും അദ്ദേഹം മടികാണിച്ചിരുന്നു. തന്റെ പേര് ദുരുപയോഗം ചെയ്യപ്പെടുമെന്ന ആശങ്ക ആംസ്ട്രോങ്ങിനെ വല്ലാതെ അലട്ടിയിരുന്നു. അദ്ദേഹത്തിന്റെ ആശങ്കയ്ക്ക് ആക്കം കൂട്ടുന്ന തരത്തിലുള്ള ഒരു സംഭവവും ഇതിനിടെയുണ്ടായി. 2005-ൽ

ആംസ്ട്രോങ്ങിന്റെ മുടി മുറിച്ച ഒരു ബാർബർ അത് 3000 ഡോളറിന് വിറ്റു. ഇതറിഞ്ഞ ആംസ്ട്രോങ് നിയമനടപടിക്ക് മുതിർന്നെങ്കിലും സുഹൃത്തുക്കൾ പിന്തിരിപ്പിക്കുകയായിരുന്നു. മുടി വിറ്റുകിട്ടിയ തുക ദരിദ്രർക്കു കൊടുക്കാമെന്ന ഒത്തുതീർപ്പിനെത്തുടർന്നാണ് ആംസ്ട്രോങ് പിന്മാറിയത്. രണ്ടു പുത്രന്മാരും ഒരു വളർത്തുമകനും ഒരു വളർത്തുമകളും ഉള്ള ആംസ്ട്രോങ് പത്തു പേരക്കിടാങ്ങളുടെ മുത്തച്ഛൻ കൂടിയാണ്.

ആംസ്ട്രോങ് ഇന്ന് നമ്മോടൊപ്പമില്ല. എന്നാൽ ഭൂമിയിൽ മനുഷ്യവർഗ്ഗം നിലനില്ക്കുന്നിടത്തോളം അദ്ദേഹത്തിന്റെ പേരും നിലനില്ക്കും. ഇനി വരുന്ന നാളുകളിൽ പൂർണ്ണചന്ദ്രനെക്കാണുമ്പോൾ ഒന്ന് കണ്ണിറുക്കിക്കാണിക്കാം. ഞങ്ങൾ, മനുഷ്യർ, നീൽ ആംസ്ട്രോങ്ങിന്റെ പിൻമുറക്കാർ.... അതുതന്നെയാണ് ആംസ്ട്രോങ്ങിന് നല്കാൻ കഴിയുന്ന ഏറ്റവും വലിയ ബഹുമതിയും സ്മരണികയും.

വടക്കുനോക്കിയന്ത്രം എങ്ങോട്ടാണ് നോക്കുന്നത്?

ഭൂമിക്കുചുറ്റുമുള്ള അന്തരീക്ഷം നിലനിർത്തുന്നതും സൂര്യനിൽ നിന്നു പുറപ്പെടുന്ന തീക്ഷ്ണമായ വികിരണങ്ങളെ തടഞ്ഞുനിർത്തി ഭൂമിക്കുചുറ്റും ഒരു സംരക്ഷണ കവചമൊരുക്കുന്നതും അങ്ങനെ ഭൂമി ജീവനു വാസയോഗ്യമാക്കിത്തീർക്കുന്നതും ഭൂമിയിലെ വൈദ്യുതി വിതരണ ശൃംഖലയുടെ പ്രവർത്തനങ്ങൾവരെ നിയന്ത്രിക്കുന്നതും മാഗ്നറ്റോസ്ഫിയർ എന്നറിയപ്പെടുന്ന ഭൂമിക്കുചുറ്റുമുള്ള ഒരു കാന്തികമണ്ഡലമാണ്. മനുഷ്യർക്ക് ഈ കാന്തിക മണ്ഡലം സംവേദനക്ഷമമല്ലെങ്കിലും മിക്കവാറും മറ്റെല്ലാജീവികളും ഇതിനനുസരിച്ച് ജീവിതചക്രം ക്രമീകരിക്കുന്നവയാണ്. സന്ധ്യാനേരത്ത് കൂടണയുന്ന ജന്തുക്കളും ദേശാടനം നടത്തുന്ന പക്ഷികളും കന്നുകാലികളുംവരെ ഈ കാന്തിക മണ്ഡലത്തിന്റെ സാന്നിദ്ധ്യം അനുഭവിക്കുന്നവരാണ്. റഷ്യയിലും ദക്ഷിണാഫ്രിക്കയിലും അടുത്തകാലത്ത് നടത്തിയ പരീക്ഷണങ്ങളിൽ മാഗ്നറ്റോസ്ഫിയർ മനുഷ്യരുടെ സ്വഭാവത്തിലും സ്വാധീനം ചെലുത്തുന്നുണ്ടെന്ന് കണ്ടെത്തിയിട്ടുണ്ട്. എപ്പോഴാണ് ഈ കാന്തിക മണ്ഡലത്തെപ്പറ്റി മനുഷ്യർ മനസ്സിലാക്കിയതെന്നതിന് കൃത്യമായ വിവരങ്ങൾ ലഭ്യമല്ലെങ്കിലും പ്രാചീന കാലം മുതൽ ചൈനയിലെ ജനങ്ങൾ ഫെങ്-ഷ്യൂ (Feng-shui)വാസ്തുവിദ്യ അനുസരിച്ചുള്ള കെട്ടിടനിർമ്മാണത്തിനായി തെക്കുനോക്കി മത്സ്യത്തെ ഉണ്ടാക്കാൻ കാന്തിക സ്വഭാവമുള്ള ധാതുക്കൾ ഉപയോഗിച്ചിരുന്നതായി സൂചനകളുണ്ട്.

ഭൂമിയുടെ കാന്തിക മണ്ഡലത്തെപ്പറ്റി ആധികാരികമായ പഠനങ്ങൾ രണ്ടു നൂറ്റാണ്ടുകൾക്കു മുമ്പാണ് ആരംഭിച്ചത്. ഈ ചുരുങ്ങിയ കാലയളവിനുള്ളിൽതന്നെ ഭൂമിയുടെ കാന്തിക ധ്രുവങ്ങൾക്ക് സ്ഥാനമാറ്റം സംഭവിക്കുന്നതിന് തെളിവുകൾ ലഭിച്ചിട്ടുണ്ട്. 12-ാം നൂറ്റാണ്ടിൽ കിഴക്ക്-പടിഞ്ഞാറ് ദിശയിലേക്ക് നിർമ്മിക്കപ്പെട്ടിരുന്ന ഡാനിഷ് പള്ളികൾ ഇപ്പോൾ

പരിശോധിച്ചാൽ അവയുടെ കിഴക്ക്-പടിഞ്ഞാറ് ദിശയിൽ നിന്ന് 10 ഡിഗ്രി വ്യതിചലിച്ചിരിക്കുന്നതായി കാണാൻ കഴിയും. 19-ാം നൂറ്റാണ്ടിന്റെ ആരംഭത്തിൽ അലക്സാണ്ടർ ഹംബോൾട്ട് എന്ന നാവികൻ ദക്ഷിണ അറ്റ്ലാന്റിക് സമുദ്രത്തിൽ ഭൂമിയുടെ കാന്തികബലം ദുർബ്ബലമാകുന്ന ചില സ്ഥാനങ്ങൾ കണ്ടെത്തി. ഇക്കാര്യത്തിൽ സംശയ നിവൃത്തി വരുത്താൻ ഹംബോൾട്ട് സമീപിച്ചത് ഗണിത ശാസ്ത്രത്തിലെ രാജകുമാരനെന്നറിയപ്പെടുന്ന കാൾ ഫ്രെഡറിച്ച് ഗോസിനെയായിരുന്നു. ഗോസും ഈ മേഖലയിലാണ് പഠനങ്ങൾ നടത്തിക്കൊണ്ടിരുന്നത്. 1836 ൽ പ്രസിദ്ധീകരിച്ച ഗോസിന്റെ ജിയോമാഗ്നറ്റിക് അറ്റ്ലസിൽ ഈ കാര്യങ്ങൾ വ്യക്തമാക്കിയിട്ടുണ്ട്. അതിലേറ്റവും പ്രധാനപ്പെട്ടത് ഭൂമിയുടെ ഉത്തരധ്രുവത്തിൽനിന്നും കാന്തിക മണ്ഡലത്തിന്റെ ഉത്തരധ്രുവം നീങ്ങുന്നുണ്ട് എന്നതാണ്! 1831 ലാണ് ഇത് ആദ്യമായി കണ്ടെത്തിയത്. പിന്നീട് ഈ മേഖലയിൽ പഠനം നടക്കുന്നത് 1904 ൽ ആണ്. ഈ കാലയളവിനുള്ളിൽ ഭൂമിയുടെ കാന്തിക മണ്ഡലത്തിന്റെ ഉത്തരധ്രുവത്തിന് 50 കി മീ സ്ഥാനമാറ്റം സംഭവിച്ചിരുന്നു. കഴിഞ്ഞ നൂറ്റാണ്ടിലെ ഓരോ വർഷവും കാന്തികധ്രുവത്തിന് 10 കി മീ വീതം സ്ഥാനമാറ്റം സംഭവിച്ചുകൊണ്ടിരുന്നു. എന്നാൽ ഇപ്പോൾ കാര്യങ്ങൾ കുറെക്കൂടി വേഗതയിലാണ് നടക്കുന്നത്. ഒരു വർഷം 40 കി മീ എന്നതോതിൽ വളരെ വേഗത്തിലാണ് ഈ മാറ്റം. ഭൂമദ്ധ്യരേഖാപ്രദേശത്ത് കാന്ത സൂചി ഒരു ദശാബ്ദത്തിൽ ഒരു ഡിഗ്രി വീതം ദിശമാറിക്കൊണ്ടിരിക്കുകയാണ്. ഉപഗ്രഹചിത്രങ്ങൾ കാണിക്കുന്നത് ദക്ഷിണ അറ്റ്ലാന്റിക് സമുദ്രത്തിൽ ദക്ഷിണാഫ്രിക്കയുടെ പടിഞ്ഞാറുഭാഗത്തേക്ക് കാന്തികബലരേഖകൾക്കു ഭ്രംശം സംഭവിക്കുകയും അവിടെയൊരു കാന്തിക ധ്രുവം രൂപപ്പെടുകയും ചെയ്യുന്നുണ്ടെന്നാണ്. ഇതിന്റെ ഫലമായി ഭൂമിയുടെ മൊത്തം കാന്തികബലത്തിന്റെ 10 ശതമാനം കുറഞ്ഞതായി കണ്ടെത്തിയിട്ടുണ്ട്. ഗോസിന്റെ കണക്കുകൂട്ടൽ കാലഘട്ടം മുതൽ ഇങ്ങോട്ട് 180 വർഷങ്ങൾക്കുള്ളിലാണ് ഇവ സംഭവിച്ചിരിക്കുന്നത്.

എന്താണീ കാന്തിക മണ്ഡലമെന്നു ചോദിച്ചാൽ പണ്ട് ഭൗതികശാസ്ത്രക്ലാസിൽ പഠിച്ച കാര്യങ്ങളായിരിക്കും ആദ്യം ഓർമ്മയിലെത്തുന്നത്. ഭൂകേന്ദ്രത്തിൽ ഉത്തര-ദക്ഷിണ ധ്രുവങ്ങൾക്കു സമാന്തരമായി സ്ഥിതിചെയ്യുന്ന ഒരു സാങ്കല്പിക കാന്തദണ്ഡും ധ്രുവങ്ങൾക്കിടയിൽ സ്ഥിരമായി നില്ക്കുന്ന ഒരു കാന്തിക മണ്ഡലവും. എന്നാൽ കാര്യങ്ങൾ അങ്ങനെയല്ല. ഭൂകേന്ദ്രം അഥവാ കോർ ഏകദേശം 1250 കി മീ വ്യാസമുള്ള ഒരു ഇരുമ്പുഗോളമാണ്. അതിനു ചുറ്റും ഉരുകി ദ്രാവകാവസ്ഥയിലുള്ള പാറകളും മറ്റു ലോഹങ്ങളും. കോറിലെ ഉയർന്ന താപനില ഉരുകിയ പാറകളെയും ലോഹങ്ങളെയും ഉപരിതലപാളിയായ മാന്റിലിലേക്ക് ശക്തമായ ഒരു പ്രവാഹമാക്കി മാറ്റുന്നു. ഇങ്ങനെ ഉയരുന്ന ദ്രാവകത്തിന്റെ താപനിലയിൽ കുറവുണ്ടാകുമ്പോൾ അവ താഴേക്കൊഴുകുന്നു. ഈ ചാക്രിക പ്രവർത്തനം തുടർച്ചയായി നടന്നുകൊണ്ടിരിക്കുമ്പോൾ ഭൂകേ

ന്ദ്രത്തിൽ ഡൈനാമോയിലെന്നപോലെ ശക്തമായ ഒരു വൈദ്യുത കാന്തിക ബലം സംജാതമാകും. ഈ ജിയോ ഡൈനാമോ ആണ് ഭൂമിയുടെ കാന്തിക മണ്ഡലത്തിന് കാരണമാകുന്നത്. ഭൂമി അതിന്റെ അക്ഷത്തിൽ തിരിയുമ്പോൾ കാന്തികബലരേഖകൾക്ക് പിരിച്ചിലുണ്ടാവുകയും അവ ദുർബ്ബലമാവുകയുംചെയ്യും. ഇതേത്തുടർന്ന് കോറിൽ പുതിയ പുതിയ പ്രവാഹങ്ങൾ സൃഷ്ടിക്കപ്പെടുകയും ചെയ്യും. ഇങ്ങനെ നിർമ്മിക്കപ്പെടുന്ന പുതിയ ബലരേഖകൾ നിലവിലുള്ളവയോടു ചേർന്ന് ഭൂമിയുടെ ഭ്രമണം കാരണം കാന്തിക മണ്ഡലത്തിനുണ്ടാകുന്ന നഷ്ടം നികത്തുന്നു. എന്നാൽ നിലവിലുള്ള കാന്തിക ബലരേഖകളുടെ വിപരീതദിശയിലാണ് പുതിയതായി നിർമ്മിക്കപ്പെടുന്നവ കേന്ദ്രീകരിക്കുന്നതെങ്കിൽ അവ ഭൂമിയുടെ കാന്തികമണ്ഡലത്തിനു ക്ഷീണമുണ്ടാക്കുകതന്നെ ചെയ്യും. ദക്ഷിണ അറ്റ്ലാന്റ്ക് സമുദ്രത്തിൽ സംഭവിച്ചുകൊണ്ടിരിക്കുന്നതും ഇതുതന്നെയാണ്.

ഭൂമിയുടെ കാന്തിക ധ്രുവങ്ങൾക്കുണ്ടാകുന്ന ഈ സ്ഥാനമാറ്റത്തിന്റെ പരിണതഫലമെന്തായിരിക്കും? അക്കാര്യത്തിൽ സംശയമൊന്നുമില്ല-ഭൂമിയുടെ കാന്തിക മണ്ഡലം തകരുകയും കാന്തികധ്രുവങ്ങൾ വിപരീത ദിശയിലാവുകയും ചെയ്യും! അത്ഭുതപ്പെടേണ്ട, കഴിഞ്ഞ രണ്ടു കോടി വർഷങ്ങൾക്കുള്ളിൽ കുറഞ്ഞത് 60 തവണയെങ്കിലും ഇങ്ങനെ കാന്തിക ധ്രുവങ്ങൾ മാറിമറിഞ്ഞിട്ടുണ്ട്. അല്ലെങ്കിൽ, ഓരോ 5 ലക്ഷം വർഷങ്ങൾക്കുള്ളിലും ഒരു തവണയെങ്കിലും ധ്രുവങ്ങൾ പരസ്പരം മാറാൻ സാദ്ധ്യതയുണ്ട്. എന്നാൽ ഇതത്ര കൃത്യമായ പ്രവചനമൊന്നുമല്ല. കഴിഞ്ഞ 7,80,000 വർഷങ്ങൾക്കുള്ളിൽ ഇങ്ങനെയൊരു മാറ്റം സംഭവിച്ചില്ല. ഒരു പക്ഷേ, ആസന്നഭാവിയിൽ അതു സംഭവിച്ചുകൂടെന്നുമില്ല.

കേന്ദ്രത്തിലെ ന്യൂക്ലിയർ പ്രവർത്തനങ്ങളുടെ ഫലമായി സൗരോപരിതലം എപ്പോഴും പ്രക്ഷുബ്ധമാണ്. ഈ പ്രക്ഷുബ്ധത സൗരവാതങ്ങൾ (Solar winds) എന്നറിയപ്പെടുന്ന ചാർജ്ജ് വാഹികളായ കണികകളുടെ ശക്തമായ പ്രവാഹത്തിന് കാരണമാകുന്നുണ്ട്. സ്പേസിൽ കോടിക്കണക്കിനു കിലോമീറ്ററുകൾ സഞ്ചരിക്കുന്ന ഇവ ഭൂമിയിൽ പതിച്ചാൽ അത് ജീവന്റെ നിലനില്പിനുതന്നെ ഹാനികരമാണ്. എന്നാൽ ഭൂമിക്കു ചുറ്റുമുള്ള കാന്തികമണ്ഡലം ഇത്തരം കണികകളെ പിടിച്ചെടുക്കുകയും ശക്തമായ ഒരു സംരക്ഷണ കവചം സൃഷ്ടിക്കുകയും ചെയ്യുന്നുണ്ട്. കാന്തിക മണ്ഡലത്തിൽ ഇത്തരം കണികകളുടെ പ്രഭാവമാണ് ധ്രുവ ദീപ്തികളായി (Aurora borealis- Aurora australis) ഉത്തര-ദക്ഷിണ ധ്രുവങ്ങളിൽ പ്രത്യക്ഷപ്പെടുന്നത്. അതിശക്തങ്ങളായ ചില സൗരവാതങ്ങൾ ചിലപ്പോൾ ഈ സംരക്ഷണ ഭിത്തി മറികടക്കാറുണ്ട്. 1989 മാർച്ചിൽ അത്തരമൊരു സൗരവാതം കാനഡയിലെ ക്യൂബെക് പ്രവിശ്യയിൽ 9 മണിക്കൂർ സമയം വൈദ്യുതിവിതരണ ശൃംഖലയൊന്നാകെ താറുമാറാക്കിക്കളഞ്ഞു. തീവ്രതകൂടിയ ഇത്തരം വികിരണങ്ങൾ ജീവകോശങ്ങളിലെ DNA യിൽ പരിവർത്തനം (Mutation) വരുത്തു

കയും ക്യാൻസർ പോലുള്ള രോഗങ്ങൾക്കു കാരണമാവുകയും ചെയ്യും.

ഇതെല്ലാം കാന്തികമണ്ഡലം നിലനില്ക്കുമ്പോൾ സംഭവിക്കുന്ന കാര്യങ്ങളാണ്. എന്നാൽ കാന്തികമണ്ഡലം തന്നെ നഷ്ടമായാലോ? ഭൂമിയിൽ ജീവനുണ്ടായ സമയത്തുതന്നെയാണ് ഈ ഗ്രഹത്തിൽ കാന്തികമണ്ഡലം രൂപപ്പെട്ടതും. മറ്റൊരുതരത്തിൽ പറഞ്ഞാൽ കാന്തികമണ്ഡലവുമായി ബന്ധപ്പെട്ടാണ് ജീവന്റെ രൂപീകരണം ആരംഭിച്ചത്. ഗ്രഹ രൂപീകരണത്തിന്റെ ആദ്യനാളുകളിൽ നമ്മുടെ അയൽക്കാരനായ ചൊവ്വയ്ക്കും ഇത്തരം കാന്തിക മണ്ഡലമുണ്ടായിരുന്നു. ഗ്രഹത്തിന്റെ വലിപ്പക്കുറവ് ഗ്രഹകേന്ദ്രത്തെ ദ്രാവകാവസ്ഥയിൽ നിലനിർത്തുന്നതിനുള്ള താപം ഉല്പാദിപ്പിക്കാൻ പര്യാപ്തമല്ലാത്തതുകൊണ്ട് ദ്രാവകാവസ്ഥയിലുള്ള കോർ ഉറച്ച് ഖര രൂപത്തിലായതോടെ ഗ്രഹകേന്ദ്രത്തിലെ സ്വാഭാവിക ഡൈനാമോയുടെ പ്രവർത്തനം നടക്കാതെയാവുകയും കാന്തിക മണ്ഡലം ക്രമേണ നഷ്ടമാവുകയുമാണുണ്ടായത്. എന്നാൽ ഭൂമിയുടെ വലിപ്പവും ഭൂവല്കത്തിലെ ഫലകങ്ങളുടെ ചലനവും (Plate tectonics) കേന്ദ്രത്തിലെ ദ്രാവകപ്രവാഹം നിലനിർത്താൻ പര്യാപ്തമായതുകൊണ്ടാണ് ഭൂമിക്കുചുറ്റുമുള്ള കാന്തികമണ്ഡലം നിലനില്ക്കുന്നത്. കാന്തശക്തി നേരിയതോതിൽ നിലനില്ക്കുന്ന ചൊവ്വയിലെ ചില പർവ്വതങ്ങൾ അന്തരീക്ഷത്തിലെ അയണോസ്ഫിയർ അല്പമെങ്കിലും നിലനിർത്തുന്നുണ്ട്. കാന്തിക മണ്ഡലം ഭൂമിയെ സൗരവാതകങ്ങളിൽ നിന്നു രക്ഷിക്കുക മാത്രമല്ല, ഭൂമിയുടെ ചുറ്റുമുള്ള വായുമണ്ഡലം നഷ്ടമാവാതെ നിലനിർത്തുകയും ചെയ്യുന്നുണ്ട്. അങ്ങനെ വരുമ്പോൾ ഭൗമ ജീവന്റെ ഉത്ഭവവും വികാസവും നിലനില്പുമെല്ലാം ഭൂമിയുടെ കാന്തിക മണ്ഡലത്തെ ആശ്രയിച്ചാണിരിക്കുന്നത്. ഇതു നഷ്ടമായാൽ ചൊവ്വയെപ്പോലെ ഭൂമിയും വരണ്ടുണങ്ങി നിർജ്ജീവമായിത്തീരും.

ഒരു കാര്യം ഏറക്കുറെ ഉറപ്പാണ്. ഏതാനും ആയിരം വർഷങ്ങൾക്കുള്ളിൽ ഭൂമിയുടെ കാന്തിക ധ്രുവങ്ങൾ പരസ്പരം മാറും. ഈ പ്രക്രിയ നടക്കുന്നതിനിടയിൽ ഭൂമിയുടെ കാന്തിക മണ്ഡലം ദുർബ്ബലമാവുകയും സങ്കീർണ്ണമായ നിരവധി പ്രശ്നങ്ങൾക്കു കാരണമാവുകയും ചെയ്യും. എങ്കിലും ഭൂമിയുടെ അന്തരീക്ഷത്തെ പിടിച്ചുനിർത്താനുള്ള ശക്തി അതിനു നഷ്ടപ്പെടില്ല. ഒരുപക്ഷേ, അനേകം ജീവിവർഗ്ഗങ്ങളുടെ വംശനാശത്തിന് ഇതുകാരണമായേക്കാം. ഇതിനു മുമ്പ് കാന്തിക ധ്രുവങ്ങൾ പരസ്പരം മാറിയപ്പോൾ നമ്മുടെ പൂർവ്വികരൊന്നാകെ നശിച്ചുപോയിരുന്നില്ലെന്നത് തീർച്ചയായും ആശ്വാസം പകരുന്ന കാര്യമാണ്. ഭാവിയിലെ അതിബുദ്ധിമാനായ മനുഷ്യന് ഒരുപക്ഷേ, കൃത്രിമമായി ഒരു കാന്തികമണ്ഡലം സൃഷ്ടിച്ച് സൗരവികിരണങ്ങളുടെ ആക്രമണത്തിൽനിന്ന് ഭൂമിയെ രക്ഷിക്കാൻ കഴിഞ്ഞേക്കും. ശ്രദ്ധിക്കുക, കാന്തസൂചി ദിശമാറ്റം കാണിക്കുന്നത് ഒരു സൂചനയാണ്. ഒരുപക്ഷേ, ആസന്നമായ ഒരു ദുരന്തത്തിന്റേതാവാം... വടക്കുനോക്കിയന്ത്രം എങ്ങോട്ടാണ് നോക്കുന്നത്?!

ആഗോളതാപനം
അസംബന്ധ നാടകമോ?

"Everything that you could possibly imagine, you will find that nature has been there before you"

- John Berril

ഭൗമാന്തരീക്ഷത്തിന്റെയും സമുദ്രങ്ങളുടെയും ശരാശരി താപനിലയിൽ കഴിഞ്ഞ ഏതാനും നൂറ്റാണ്ടുകളായി ഉണ്ടായിക്കൊണ്ടിരിക്കുന്ന ക്രമമായ വർദ്ധനവിനെ സൂചിപ്പിക്കുന്നതിനാണ് ആഗോളതാപനമെന്ന വാക്കുപയോഗിക്കുന്നത്. എന്നാൽ, പ്രാദേശികമായുണ്ടായിക്കൊണ്ടിരിക്കുന്ന താപനിലയിലുള്ള ഏറ്റക്കുറച്ചിലുകൾ ആഗോളവ്യാപകമായ പ്രതിഭാസമാണെന്ന് പലരും തെറ്റിദ്ധരിക്കുന്നതുകൊണ്ട് ഈ പ്രതിഭാസത്തെ കാലാവസ്ഥാ വ്യതിയാനമെന്നു വിളിക്കാനാണ് ശാസ്ത്രജ്ഞർ ഇഷ്ടപ്പെടുന്നത്. 1906 മുതൽ 2005 വരെയുള്ള കാലഘട്ടത്തിൽ ഭൂമിയുടെ ശരാശരി ഉപരിതല താപനിലയിൽ 0.74 ഡിഗ്രി സെൽഷ്യസിന്റെ വർദ്ധനവുണ്ടായിട്ടുണ്ട്. ഇതിൽ മൂന്നിൽ രണ്ടുഭാഗം വർദ്ധനവുണ്ടായതും 1980 നു ശേഷമുള്ള കാലത്താണ്. കാർബൺഡയോക്സൈഡ് പോലെയുള്ള ഹരിതഗൃഹ വാതകങ്ങൾ ഭൗമാന്തരീക്ഷത്തിലെത്തുന്നതാണ് ആഗോളവ്യാപകമായി താപനില വർദ്ധിക്കാൻ കാരണമാകുന്നത്. ഫോസിൽ ഇന്ധനങ്ങളുടെ ഉപയോഗവും വനനശീകരണവും ജൈവമാലിന്യങ്ങളുമെല്ലാമാണ് ഇത്തരം ഹരിതഗൃഹ വാതകങ്ങളുടെ ഉല്പാദനത്തിന് കാരണമാകുന്നത്. കാർബൺഡയോക്സൈഡ്, മീഥേൻ, നീരാവി തുടങ്ങിയ വാതകങ്ങൾക്കെല്ലാം ഹരിതഗൃഹ സ്വഭാവമുണ്ടെങ്കിലും ആഗോളതാപനത്തിന്റെ പ്രധാന കാരണം കാർബൺഡയോക്സൈഡ് വാതകമാണെന്നാണ് കാലാവസ്ഥാ ശാസ്ത്രജ്ഞരും പരിസ്ഥിതി പ്രവർത്തകരും പറയുന്നത്.

ഇന്റർഗവൺമെന്റൽ പാനൽ ഓൺ ക്ലൈമറ്റ് ചേയ്ഞ്ച് (IPCC), 2007 ൽ പുറത്തിറക്കിയ ഫോർത്ത് അസസ്മെന്റ് റിപ്പോർട്ടിൽ 21-ാം നൂറ്റാണ്ടിൽ ആഗോളതാപനിലയിൽ 1.1 മുതൽ 2.9 ഡിഗ്രി സെൽഷ്യസ് വരെ വർദ്ധനവുണ്ടാകുമെന്ന് സൂചിപ്പിച്ചിട്ടുണ്ട്. ഇത് 2.4 മുതൽ 6.4 ഡിഗ്രി സെൽഷ്യസ് വരെ വർദ്ധിക്കാനും സാദ്ധ്യതയുണ്ട്. ഹരിതഗൃഹ വാതകങ്ങളുടെ സാന്ദ്രീകരണമാണ് ആഗോളതാപനില ഗണ്യമായി വർദ്ധിക്കുന്നതിനുള്ള കാരണമായി ഐ പി സി സി ചൂണ്ടിക്കാണിക്കുന്നത്. സമുദ്രനിരപ്പുയരുന്നതും കാലംതെറ്റിയ കാലാവസ്ഥയും ഹിമാനികളുടെ നാശവും ധ്രുവങ്ങളിലെയും പർവ്വത പ്രദേശങ്ങളിലെയും മഞ്ഞുരുക്കവും വെള്ളപ്പൊക്കവും കൊടുങ്കാറ്റുകളും എൽ-നിന്യോ, ലാ-നീന്യ പ്രതിഭാസങ്ങളും മരുഭൂമികൾ വലുതാകുന്നതും വരൾച്ചയും ജലദൗർലഭ്യവുമെല്ലാം ആഗോളതാപനത്തിന്റെ പ്രത്യാഘാതങ്ങളാണ്. മനുഷ്യന്റെ പ്രകൃതിയിലുള്ള അനിയന്ത്രിതമായ കടന്നുകയറ്റവും ഉപഭോഗാസക്തിയും ഫോസിൽ ഇന്ധനങ്ങളുടെ അമിതോപയോഗവും ജനപ്പെരുപ്പവുമാണ് ആഗോളതാപനിലയിൽ വർദ്ധനവുണ്ടാക്കുന്നതിൽ പ്രധാന പങ്കുവഹിക്കുന്നത്. ഐ പി സി സിക്കു പുറമെ നാസയുടെ ഗോദാർദ് ഇൻസ്റ്റിറ്റ്യൂട്ട് ഓഫ് സ്പേസ് സ്റ്റഡീസ്, വേൾഡ് മീറ്റിയറോളജിക്കൽ ഓർഗനൈസേഷൻ തുടങ്ങി നിരവധി ശാസ്ത്ര-സാങ്കേതിക സ്ഥാപനങ്ങൾ ആഗോളതാപനത്തെക്കുറിച്ച് പഠിക്കുകയും ലോകരാഷ്ട്രങ്ങൾക്ക് മുന്നറിയിപ്പ് നല്കുകയും ചെയ്തിട്ടുണ്ട്. കാർബൺഡയോക്സൈഡ് വാതകത്തിന്റെ ഉത്സർജ്ജനമാണ് ആഗോളതാപനത്തിന്റെ മുഖ്യ കാരണമായി ഈ പഠനങ്ങളെല്ലാം ചൂണ്ടിക്കാണിക്കുന്നത്.

ആഗോളതാപനം വെറുമൊരു കെട്ടുകഥയാണെന്നും ഭൂമിയിലെ താപവർദ്ധനവ് ഒരു താല്ക്കാലിക പ്രതിഭാസം മാത്രമാണെന്നും വാദിക്കുന്നവരുമുണ്ട്. പ്രാപഞ്ചിക പ്രതിഭാസങ്ങളാണ് ആഗോളതാപനത്തിനും അതുവഴിയുണ്ടാകുന്ന കാലാവസ്ഥാ വ്യതിയാനത്തിനും കാരണമാകുന്നതെന്നാണ് അവരുടെ വാദം. ഭൂമിയുടെ ചരിത്രത്തിൽ ഇത്തരം നിരവധി സംഭവങ്ങൾ ഉണ്ടായിട്ടുണ്ടെന്നും മനുഷ്യരുടെയും മറ്റു ജന്തുക്കളുടെയും ഇടപെടലുകൾകൊണ്ട് ഇത്തരം പ്രതിഭാസങ്ങളുടെ തീവ്രത വർദ്ധിപ്പിക്കാൻ കഴിയില്ലെന്നും പറയുന്ന വിമർശകരിൽ ചില ശാസ്ത്രജ്ഞരുമുണ്ടെന്നുള്ള കാര്യം ശ്രദ്ധേയമാണ്. ആഗോളതാപനത്തിൽ മനുഷ്യന്റെ പങ്കിനെതിരെ വിമർശകർ ഉന്നയിക്കുന്ന ചോദ്യങ്ങളും അവയ്ക്ക് കാലാവസ്ഥാ ശാസ്ത്രജ്ഞർ നല്കുന്ന വിശദീകരണങ്ങളും എന്താണെന്നു നോക്കാം. പലരും പലവട്ടം ചർച്ച ചെയ്ത വിഷയമാണെങ്കിലും അതിന്റെ പ്രാധാന്യം ഇപ്പോഴും പൊതുസമൂഹത്തിന് ഉൾക്കൊള്ളാൻ കഴിഞ്ഞിട്ടില്ലെന്നതാണ് യാഥാർത്ഥ്യം.

* ഫോസിൽ ഇന്ധനങ്ങളുപയോഗിക്കുന്നതുകൊണ്ടും വ്യവസായങ്ങളുടെ വളർച്ചകൊണ്ടുമെല്ലാം സൃഷ്ടിക്കപ്പെടുന്ന കാർബൺഡയോക്സൈഡ് വാതകത്തിന് ആഗോളതാപനിലയിൽ വർദ്ധനവുണ്ടാക്കുന്ന

തിനും അതുവഴി കാലാവസ്ഥാ വ്യതിയാനത്തിന് ചുക്കാൻപിടിക്കുന്നതിനും കഴിയില്ല. കാട്ടുതീ, അഗ്നിപർവ്വത സ്ഫോടനങ്ങൾ തുടങ്ങി സ്വാഭാവിക മാർഗ്ഗങ്ങളിൽ സൃഷ്ടിക്കപ്പെടുന്ന കാർബൺഡയോക്സൈഡുമായി താരതമ്യംചെയ്യുമ്പോൾ മനുഷ്യരുടെ ഇടപെടൽ വഴി പുറന്തള്ളപ്പെടുന്ന കാർബൺഡയോക്സൈഡിന്റെ അളവ് വളരെ കുറവാണ്. അതുമാത്രവുമല്ല, കാർബൺഡയോക്സൈഡിനേക്കാൾ ഹരിതഗൃഹ സ്വഭാവം പ്രകടിപ്പിക്കുന്നത് നീരാവിയും മീഥേനുമാണ്. അതുകൊണ്ടുതന്നെ കാർബൺഡയോക്സൈഡ് ഫോബിയ തികച്ചും അനാവശ്യമാണ്.

+ ഭൗമാന്തരീക്ഷത്തിൽ 0.04 ശതമാനം മാത്രമെ കാർബൺഡയോക്സൈഡ് വാതകമുള്ളൂ. ഇത്ര കുറഞ്ഞ അനുപാതമാണെങ്കിൽ തന്നെയും ഈ വാതകം താപവികിരണങ്ങളെ കെണിയിൽപ്പെടുത്തി അതിന്റെ ഹരിതഗൃഹ സ്വഭാവം വ്യക്തമാക്കുന്നുണ്ട്. 1859 ൽ തന്നെ ജോൺ ടിൻഡൽ എന്ന ഭൗതിക ശാസ്ത്രജ്ഞൻ ഇതു തെളിയിച്ചിട്ടുണ്ട്. പിന്നീട് 1896 ൽ സ്വാന്തേ അറേനിയസ് എന്ന രസതന്ത്രജ്ഞൻ കാർബൺഡയോക്സൈഡ് ആഗോളതാപനിലയിൽ വർദ്ധനവുണ്ടാക്കുന്നതിന്റെ തോത് കണക്കുകൂട്ടി കണ്ടുപിടിച്ചു. ആധുനിക കാലത്ത് കമ്പ്യൂട്ടർ സിമുലേഷനിലൂടെ തയ്യാറാക്കിയ എസ്റ്റിമേറ്റുമായി ഈ കണക്ക് വളരെയടുത്തു നില്ക്കുന്നുണ്ടെന്നതാണ് യാഥാർത്ഥ്യം.

2008 ലെ യു എസ് ജിയോളജിക്കൽ സർവ്വേ റിപ്പോർട്ടിന്റെ അടിസ്ഥാനത്തിൽ ഫോസിൽ ഇന്ധനങ്ങൾ ജ്വലിപ്പിക്കുന്നതിലൂടെയും മനുഷ്യന്റെ മറ്റിടപെടലുകളിലൂടെയും സൃഷ്ടിക്കപ്പെടുന്ന കാർബൺഡയോക്സൈഡിന്റെ അളവ് വർഷംതോറും ശരാശരി 30 ബില്യൺ ടൺ വീതമാണ്. ഇത് അഗ്നിപർവ്വതങ്ങൾ പുറന്തള്ളുന്ന കാർബൺഡയോക്സൈഡിന്റെ 130 മടങ്ങിൽ അധികമാണ്. എന്നിരുന്നാലും സ്വാഭാവികമായി സൃഷ്ടിക്കപ്പെടുന്ന കാർബൺഡയോക്സൈഡ് തന്നെയാണ് 95 ശതമാനവും ഭൗമാന്തരീക്ഷത്തിലെത്തിച്ചേരുന്നത്. എന്നാൽ സ്വാഭാവികമായി സൃഷ്ടിക്കപ്പെടുന്ന കാർബൺഡയോക്സൈഡിന്റെ വിഘടനവും സ്വാഭാവികമായിത്തന്നെ സംഭവിക്കുന്നുണ്ട്. സസ്യങ്ങളുടെ വളർച്ചയിലും പ്രകാശസംശ്ലേഷണ സമയത്തും കാർബൺഡയോക്സൈഡ് വിഘടിക്കും. ഇതിനു പുറമെയാണ് സമുദ്രജലത്തിൽ ലയിച്ചുചേരുന്ന കാർബൺഡയോക്സൈഡ് വാതകം. അഥവാ സ്വാഭാവിക മാർഗ്ഗങ്ങളിലൂടെ ഉല്പാദിപ്പിക്കപ്പെടുന്ന ഈ ഹരിതഗൃഹ വാതകം സ്വാഭാവികമായിത്തന്നെ വിഘടിച്ച് പ്രകൃതിയുടെ സ്വാഭാവിക ചക്രത്തിന് വിള്ളലുകളുണ്ടാക്കാതിരിക്കുകയും ചെയ്യും. എന്നാൽ പ്രകൃതിയുടെ ഈ സ്വാഭാവികചക്രം തകർക്കാൻ മനുഷ്യനിർമ്മിതമായ അഞ്ചു ശതമാനം കാർബൺഡയോക്സൈഡ് ധാരാളം മതിയാകും.

ഭൗമാന്തരീക്ഷത്തിലെ കാർബൺ ഐസോടോപ്പുകളുടെ ഷിഫ്റ്റിങ് റേഷ്യോ അനാലിസിസ് ഉൾപ്പെടെയുള്ള നിരവധി പരീക്ഷണങ്ങൾ വിലയിരുത്തുമ്പോൾ ഫോസിൽ ഇന്ധനങ്ങളുടെ ജ്വലനവും വനനശീകര

ണവുമാണ് അന്തരീക്ഷത്തിലെ കാർബൺഡയോക്സൈഡിന്റെ അളവ് വർദ്ധിക്കാൻ കാരണമെന്ന് വ്യക്തമാണ്. 1832 മുതലുള്ള കണക്കുകൾ പരിശോധിക്കുകയാണെങ്കിൽ അന്തരീക്ഷത്തിൽ ഈ വാതകത്തിന്റെ തോത് 35 ശതമാനം വർദ്ധിച്ചതായി കാണാൻ കഴിയും. 284 പി പി എം ൽ നിന്ന് 388 പി പി എം വരെ (ppm- parts per million). ലക്ഷക്കണക്കിനു വർഷങ്ങളിലെ ഭൂമിയുടെ ചരിത്രം പരിശോധിച്ചാലും ഇത്ര ചുരുങ്ങിയ കാലഘട്ടത്തിൽ ഇത്ര വലിയൊരു കുതിച്ചുചാട്ടം നടത്താൻ കഴിയില്ല. കാർബൺഡയോക്സൈഡിനേക്കാൾ ഹരിതഗൃഹ സ്വഭാവം കൂടുതലുള്ളത് നീരാവിക്കും മീഥേയ്ൻ വാതകത്തിനുമാണെന്ന വാദം അംഗീകരിക്കുമ്പോഴും ഈ രണ്ടു വാതകങ്ങളേക്കാളും വ്യത്യസ്ത തരംഗ ദൈർഘ്യത്തിലുള്ള താപവികിരണങ്ങളെ ആഗിരണം ചെയ്യാനുള്ള കഴിവ് കാർബൺഡയോക്സൈഡിനാണ് കൂടുതൽ. അതുമാത്രമല്ല, കാർബൺഡയോക്സൈഡ് വർദ്ധിക്കുന്നതിനനുസരിച്ച് നീരാവിയുടെ ഉല്പാദനവും വർദ്ധിക്കും. അന്തരീക്ഷത്തിലെത്തുന്ന നീരാവി, കാർബൺഡയോക്സൈഡുമായി ചേർന്ന് ഇവയുടെ ഹരിതഗൃഹസ്വഭാവം പലമടങ്ങായി ഉയർത്തും. കാർബൺഡയോക്സൈഡിന് മറ്റൊരു പ്രത്യേകത കൂടിയുണ്ട്. ഭൗമാന്തരീക്ഷത്തിലുള്ള നീരാവി വിഘടിക്കപ്പെടുന്നതിനേക്കാളേറെ സമയം ആവശ്യമാണ് കാർബൺഡയോക്സൈഡിന്റെ വിഘടനത്തിന്. അതുകൊണ്ടുതന്നെ ആഗോളതാപനത്തിന്റെ 'ഫോഴ്സിങ് ഫാക്ടർ' ആയി കണക്കാക്കണ്ടേത് കാർബൺഡയോക്സൈഡ് വാതകമാണ്, നീരാവിയല്ലെന്നാണ് നാസയിലെ കാലാവസ്ഥാ ശാസ്ത്രജ്ഞനായ ഗാവിൻ സ്മിഡ്റ്റ് പറയുന്നത്. ഐ പി സി സിയുടെ പഠനത്തിലും ജലബാഷ്പവും കാർബൺഡയോക്സൈഡും ഒരുമിച്ചു ചേർന്നാൽ അതു സൃഷ്ടിക്കുന്ന ഹരിതഗൃഹ പ്രഭാവം കാർബൺഡയോക്സൈഡ് മാത്രമുണ്ടാക്കുന്ന താപവർദ്ധനവിന്റെ രണ്ടു മടങ്ങിലധികമായിരിക്കുമെന്നാണ് കണ്ടെത്തിയിട്ടുള്ളത്. ഭൗമാന്തരീക്ഷത്തിന്റെ ആപേക്ഷിക ആർദ്രത സ്ഥിരമായി നിലനിർത്തുന്നതിനും കാർബൺഡയോക്സൈഡിന്റെ പ്രവർത്തനം തന്നെയാണ്. അതുകൊണ്ടുതന്നെ നീരാവിയേക്കാളും മീഥേൻ വാതകത്തേക്കാളും അപകടകാരി കാർബൺഡയോക്സൈഡാണെന്നു കാണാൻ കഴിയും.

* ആഗോളതാപവർദ്ധനവ് അടയാളപ്പെടുത്തുന്നതിനുപയോഗിക്കുന്ന 'ഹോക്കിസ്റ്റിക്ക്' മാതൃകയിലുള്ള, കഴിഞ്ഞ 1600 വർഷത്തെ ഗ്രാഫ് വിശ്വസനീയമല്ല. അതുമാത്രമല്ല, എ ഡി ആയിരാമാണ്ടിലും അതിനോടനുബന്ധിച്ചുള്ള ഏതാനും ദശാബ്ദങ്ങളിലും ആഗോളതാപനില ഇപ്പോഴുള്ളതിലും അധികമായിരുന്നു. അതുകൊണ്ടുതന്നെ ആഗോളതാപനമെന്നത് ഒരു മിത്തു മാത്രമാണ്:

\+ 1998 ൽ മൈക്കൽ ഇ മാൻ ഏതാനും പരിസ്ഥിതി പ്രവർത്തകരുടെ സഹകരണത്തോടെ നടത്തിയ പഠനത്തിലാണ് മുകളിൽ പറഞ്ഞ പരാമർശമുണ്ടായത്. എന്നാൽ ഒരു വാദത്തിലുപരിയായി ശാസ്ത്രീയമാ

യ തെളിവുകൾ നിരത്താൻ അദ്ദേഹത്തിനും സഹപ്രവർത്തകർക്കും കഴിഞ്ഞിട്ടില്ല. അതുമാത്രമല്ല കഴിഞ്ഞ ഏതാനും നൂറ്റാണ്ടുകളായി ആഗോളതാപനിലയിൽ ക്രമമായ വർദ്ധനവുണ്ടാകുന്നുണ്ടെന്ന് ഹിമപാളികളിലും വൃക്ഷങ്ങളുടെ വാർഷിക വലയങ്ങളിലും നടത്തിയ പഠനങ്ങൾ തെളിയിക്കുന്നുണ്ട്. അമേരിക്കയിലെ നാഷണൽ റിസർച്ച് കൗൺസിലിന്റെ 2006 ലെ റിവ്യൂവിലും കഴിഞ്ഞ ഏതാനും ദശാബ്ദങ്ങളായി താപനിലയിൽ ക്രമമായുണ്ടാകുന്ന വർദ്ധനവ് തെളിവുസഹിതം അവതരിപ്പിച്ചിട്ടുണ്ട്. മറ്റേതൊരു നൂറ്റാണ്ടിലും താപനിലയിൽ ഇങ്ങനെയുള്ള ക്രമമായ വർദ്ധനവ് ചൂണ്ടിക്കാണിക്കാൻ കഴിയില്ല. ഒറ്റപ്പെട്ട ചില പ്രദേശങ്ങളിലും ചില കാലങ്ങളിലുമുണ്ടായിട്ടുള്ള താപനിലയിലെ ഏറ്റക്കുറച്ചിലുകൾ ആഗോളതാപനവുമായി ബന്ധപ്പെടുത്തി അവതരിപ്പിക്കുന്നത് ശാസ്ത്രീയമല്ല. എ ഡി 1000 കാലഘട്ടത്തിൽ യൂറോപ്പിലും ഏഷ്യയിലുമുണ്ടായിട്ടുള്ള താപനിലയിലെ വർദ്ധനവ് ഇരുപത്, ഇരുപത്തിഒന്ന് നൂറ്റാണ്ടുകളിലെ താപവർദ്ധനവുമായി താരതമ്യം ചെയ്യുന്നത് ശരിയല്ല. മദ്ധ്യകാലഘട്ടത്തിൽ ഉണ്ടായിട്ടുള്ള താപവർദ്ധനവിനു കാരണം സൗരപ്രതിഭാസങ്ങളുടെ തീവ്രതയിലുണ്ടായ വർദ്ധനവാണെന്ന് ശാസ്ത്രജ്ഞർ തെളിയിച്ചിട്ടുണ്ട്. നാഷണൽ റിസർച്ച് കൗൺസിലിന്റെ പഠനത്തിനു ശേഷം യു എസിലെ കാലാവസ്ഥാ ശാസ്ത്രജ്ഞർ ചേർന്നു തയ്യാറാക്കിയ സ്ഥിതിവിവരക്കണക്കുകളിലും (Wegman Report) ആഗോളതാപവർദ്ധനവിന്റെ 'ഹോക്കിസ്റ്റിക്ക്' ഗ്രാഫിൽ വ്യത്യാസം വരുത്തിയിട്ടില്ല എന്ന കാര്യവും ശ്രദ്ധേയമാണ്.

* ആഗോളതാപനം അവസാനിച്ചിട്ട് ഒരു ദശാബ്ദത്തിലേറെയായി. ഭൂമി തണുക്കാനാരംഭിച്ചുകഴിഞ്ഞു. അന്റാർട്ടിക്കയിലെയും ഹിമാലയത്തിലെയും മഞ്ഞുരുക്കവും നിലച്ചു. യൂറോപ്പ് ശൈത്യത്തിന്റെ പിടിയിലമരുകയാണ്. ഇനിയും ആഗോളതാപനമെന്നു പറഞ്ഞ് അലമുറയിടുന്നതിൽ വലിയ കാര്യമൊന്നുമില്ല:

\+ ബ്രിട്ടനിലെ മെറ്റ് ഓഫിസ് ഹാഡ്‌ലി സെന്ററിന്റെ റെക്കോർഡുകളനുസരിച്ച് കഴിഞ്ഞ രണ്ടു ദശാബ്ദങ്ങൾക്കിടയിൽ ഏറ്റവും ചൂടുപിടിച്ച കാലമായിരുന്നു 1998. ആഗോളതാപനിലയിൽ പെട്ടെന്നുണ്ടാകുന്ന ഇത്തരം ഏറ്റക്കുറച്ചിലുകൾ സ്വാഭാവികമാണ്. അതിനർത്ഥം 1998 ഓടുകൂടി താപവർദ്ധനവ് അവസാനിച്ചുവെന്നും ഭൂമി തണുക്കാനാരംഭിച്ചുകഴിഞ്ഞു എന്നുമല്ല. അസോസിയേറ്റഡ് പ്രസ് റിപ്പോർട്ടറായ സേത്ത് ബോറെസ്റ്റൈനും നാലു സ്വതന്ത്ര ശാസ്ത്രജ്ഞരും ചേർന്നു തയ്യാറാക്കിയ സ്ഥിതിവിവരക്കണക്കനുസരിച്ച് വരുന്ന ഏതാനും ദശാബ്ദങ്ങൾക്കുള്ളിൽ ആഗോളതാപനിലയിൽ നേരിയ കുറവുപോലുമുണ്ടാകില്ല എന്നു കണ്ടെത്തുകയുണ്ടായി. വളരെ സങ്കീർണ്ണമായ ഒരു പ്രതിഭാസമാണ് കാലാവസ്ഥ. ഭൂമിയെപ്പോലെ 70 ശതമാനത്തിനു മേൽ ജലത്താൽ ചുറ്റപ്പെട്ട ഒരു ഖഗോളപിണ്ഡത്തിൽ വിശേഷിച്ചും ഫലകചലനങ്ങളും സമുദ്രജല പ്രവാഹങ്ങളും എൽ-നിന്യോ, ലാ-നീന്യ പ്രതിഭാസങ്ങളും

വരെ ഭൗമാന്തരീക്ഷത്തെയും ഭൂമിയിലെ കാലാവസ്ഥയെയും സ്വാധീനിക്കാറുണ്ട്. ആഗോളതാപനിലയിൽ പെട്ടെന്നുണ്ടാകുന്ന ഏറ്റക്കുറച്ചിലുകൾക്ക് ഈ പ്രതിഭാസങ്ങൾ കാരണമാകും. എന്നാൽ ഇതൊന്നും ക്രമമായി ഉയർന്നുകൊണ്ടിരിക്കുന്ന താപനിലയ്ക്ക് കൃത്യമായ നിർവ്വചനം നല്കാൻ പര്യാപ്തമല്ല. ജർമ്മനിയിലെ ലെബ്നിസ് ഇൻസ്റ്റിറ്റ്യൂട്ട് ഓഫ് മറൈൻ സയൻസിലെ പ്രൊഫസറായ മുജീബ് ലത്തീഫും സഹപ്രവർത്തകരും ചേർന്ന് നടത്തിയ പരീക്ഷണങ്ങളിൽ വിമർശകരുടെ വാദങ്ങൾ മുനയൊടിച്ചുകളയുന്ന മറുപടികളുണ്ട്. ഈ മറുപടികൾ വിമർശകരുടെ വാദങ്ങൾ ഓരോന്നായി തിരഞ്ഞുപിടിച്ച് അവയുടെ അശാസ്ത്രീയത ചൂണ്ടിക്കാണിക്കുന്നതിനും പര്യാപ്തമാണ്.

* ഭൂമിയുടെ മാത്രമല്ല, മറ്റേതൊരു ഗ്രഹത്തിന്റെയും കാലാവസ്ഥയും അന്തരീക്ഷഘടനയും നിർണ്ണയിക്കുന്നതിൽ പ്രാപഞ്ചിക പ്രതിഭാസങ്ങൾക്ക് നിർണ്ണായക പങ്കുണ്ട്. ഒരു ഗ്രഹം വാസയോഗ്യാമാണോ അല്ലയോ എന്നു നിർണ്ണയിക്കുന്നതും ഇത്തരം നിരവധി പ്രതിഭാസങ്ങളുടെ പ്രവർത്തനം വഴിയാണ്. ഭൂമിയുടെയും മറ്റ് സൗരകുടുംബാംഗങ്ങളുടെയും അന്തരീക്ഷവും കാലാവസ്ഥയും നിർണ്ണയിക്കുന്നതിൽ സൗരപ്രതിഭാസങ്ങൾക്കും കോസ്മിക് കിരണങ്ങൾക്കും പങ്കുണ്ട്. അതുമാത്രമല്ല, ഗ്രഹത്തിന്റെ പിണ്ഡം, ധാതുഘടന, മാതൃനക്ഷത്രത്തിൽ നിന്നുമുള്ള ദൂരം, ആന്തര സംവഹന പ്രവർത്തനങ്ങൾ, കാന്തികക്ഷേത്രത്തിന്റെ തീവ്രത, ഗുരുത്വബലം എന്നിവയെല്ലാം കൂടിച്ചേർന്നാണ് ഗ്രഹത്തിന്റെ അന്തരീക്ഷം നിർമ്മിക്കുന്നത്. അതിന് ഭൂമിയെന്നോ ചൊവ്വയെന്നോ ഉള്ള വ്യത്യാസമൊന്നുമില്ല. എന്നാൽ, ആഗോള താപവർദ്ധനവിൽ സൗരപ്രതിഭാസങ്ങൾ വഹിക്കുന്ന പങ്ക് പൊതുവെ ശാന്തമായ ഇക്കഴിഞ്ഞ നാലു സൗരചക്രങ്ങളിൽ വളരെ നിസ്സാരമാണെന്നതാണ് യാഥാർത്ഥ്യം. ഹിമയുഗത്തിന്റെയും അതേത്തുടർന്നുണ്ടായ താപവർദ്ധനവിന്റെയും പഴയ കണക്കുകൾ നിരത്തി യാഥാർത്ഥ്യത്തിൽനിന്ന് മുഖം തിരിഞ്ഞു നില്ക്കാനുള്ള ശ്രമമാണ് ഇവിടെ ആഗോളതാപന പ്രതിഭാസത്തിന്റെ വിമർശകർ നടത്തുന്നത്. സൂര്യകളങ്കങ്ങളെക്കുറിച്ചും സൗരചക്രങ്ങളെക്കുറിച്ചും ശാസ്ത്രീയമായി പഠിക്കാനാരംഭിച്ച 1755 മുതലുള്ള ചരിത്രം പരിശോധിച്ചാൽ സൗരവികിരണങ്ങളുടെ തീവ്രതയിലുണ്ടായിട്ടുള്ള വർദ്ധനവ് 0.12 വാട്ട്സ്/സ്ക്വയർ മീറ്റർ ആണെന്നു കാണാൻ കഴിയും. ഇതു കാരണമുണ്ടാകുന്ന ആഗോള താപവർദ്ധനവ് മനുഷ്യരുടെ പ്രവർത്തനങ്ങൾ വഴിയുണ്ടാകുന്നതിന്റെ പത്തിൽ ഒരുഭാഗത്തിലും കുറവാണ്.

\+ അന്തരീക്ഷത്തിലുള്ള എയ്റോസോളുകളുടെ തോതിനെ അടിസ്ഥാനമാക്കിയാണ് താപവർദ്ധനവ് നിർണ്ണയിക്കുന്നത്: മനുഷ്യന്റെ ഇടപെടൽ വഴി അന്തരീക്ഷത്തിലെത്തിച്ചേരുന്ന എയ്റോസോളുകളുടെ അടുത്തെങ്ങുമെത്തില്ല സ്വാഭാവിക പ്രവർത്തനങ്ങളിലൂടെ സൃഷ്ടിക്കപ്പെടുന്നത്. എയ്റോസോളുകൾക്കു പുറമെ കാർബൺഡയോക്സൈഡും മറ്റ്

ഹരിതഗൃഹ വാതകങ്ങളും ആഗോളതാപനത്തിന്റെ തീവ്രത വർദ്ധിപ്പിക്കുന്നുണ്ട്. ഡെൻമാർക്ക് ടെക്നിക്കൽ യൂണിവേഴ്സിറ്റിയിലെ ഗവേഷകനായ ഹെൻറിക് സ്വെൻസ്മാർക്ക് ആഗോളതാപനം മിഥ്യയാണെന്നു വാദിക്കുന്നവരിൽ പ്രമുഖനാണ്. ആഗോളതാപനം ഒരു കെട്ടുകഥയാണെന്നു സ്ഥാപിക്കുന്നതിനുവേണ്ടി ഒരു സിദ്ധാന്തം തന്നെ നിർമ്മിച്ചിട്ടുണ്ട് അദ്ദേഹം. സ്വെൻസ്മാർക്ക് തിയറിയനുസരിച്ച് സൗരപ്രതിഭാസങ്ങളും കോസ്മിക് കിരണങ്ങളും മാത്രമാണ് കാലാവസ്ഥാ വ്യതിയാനത്തിനും ആഗോള താപനിലയിലുമുണ്ടാകുന്ന ഏറ്റക്കുറച്ചിലുകൾക്കും കാരണം. ഭൗമാന്തരീക്ഷത്തിലെത്തുന്ന കോസ്മിക് കിരണങ്ങൾ എയ്റോസോളുകളുടെയും സൂര്യപ്രകാശം പ്രതിഫലിപ്പിക്കുന്ന മേഘങ്ങളുടെയും സൃഷ്ടിക്കു കാരണമാകും. സൗരപ്രതിഭാസങ്ങൾ തീവ്രമാകുമ്പോൾ ചാർജ്ജിത കണങ്ങൾ ഭൂകാന്തിക ക്ഷേത്രത്തിന് ക്ഷയമുണ്ടാക്കുകയും ഭൗമാന്തരീക്ഷം ചൂടുപിടിപ്പിക്കുകയും ചെയ്യും. എന്നാൽ ഏതാനും സൗരചക്രങ്ങളായി സൂര്യൻ ശാന്തനായാണ് കാണപ്പെടുന്നത്. അതുകൊണ്ടുതന്നെ സാരവാതങ്ങളിലെ ചാർജ്ജിത കണങ്ങൾ ഭൂമിയുടെ കാന്തികക്ഷേത്രത്തിൽ വിള്ളലുണ്ടാക്കുന്നില്ല. അതുകൊണ്ടുതന്നെ ഇപ്പോൾ 'ഗ്ലോബൽ വാമിങ്' അല്ല നടക്കുന്നത്, അതിന്റെ വിപരീത പ്രതിഭാസമായ 'ഗ്ലോബൽ കൂളിങ്' ആണെന്നാണ് സ്വെൻസ്മാർക്ക് പറയുന്നത്. സ്വെൻസ്മാർക്ക് തിയറിയനുസരിച്ച് മനുഷ്യരുടെ ഒരുതരത്തിലുമുള്ള ഇടപെടലുകളും ആഗോളതാപനത്തിനും കാലാവസ്ഥാ വ്യതിയാനത്തിനും കാരണമാകുന്നില്ല. ഹരിതഗൃവാതകങ്ങളുടെ ഉത്സർജ്ജനം താപവർദ്ധനവുണ്ടാക്കുന്നുണ്ടെങ്കിൽ അത് നാമമാത്രവും താല്ക്കാലികവുമാണെന്നാണ് അദ്ദേഹം വാദിക്കുന്നത്.

ദുർബ്ബലമായ തെളിവുകൾ മാത്രം നിരത്തുന്ന സ്വെൻസ്മാർക്കിന്റെ തിയറി പക്ഷേ, കാലാവസ്ഥാ ശാസ്ത്രജ്ഞർ അംഗീകരിക്കുന്നില്ല. സൗരവികിരണങ്ങളും കോസ്മിക് കിരണങ്ങളും ആഗോളതാപനിലയിൽ മാറ്റം വരുത്തുന്നുണ്ടെന്നു വാദിക്കുമ്പോഴും തന്റെ വാദം ഗണിതപരമായി തെളിയിക്കാൻ സ്വെൻസ്മാർക്കിന് കഴിയുന്നില്ല. ഹരിതഗൃഹവാതകങ്ങളുടെ പ്രഭാവം കാലാവസ്ഥയിലുണ്ടാക്കുന്ന മാറ്റം കൃത്യമായി അവതരിപ്പിക്കാൻ കാലാവസ്ഥാ ശാസ്ത്രജ്ഞർക്ക് കഴിയുന്നുണ്ടുതാനും. കോസ്മിക് കിരണങ്ങൾ കാലാവസ്ഥാ മാറ്റമുണ്ടാക്കുമെന്ന പരികല്പനയ്ക്ക് ഉറച്ച ശാസ്ത്രീയ പിന്തുണയില്ല. ഭൂമിക്കപ്പുറം മറ്റേതെങ്കിലുമൊരു ഗ്രഹത്തിന്റെ അന്തരീക്ഷം ചൂടുപിടിക്കുന്നതിനെക്കുറിച്ച് വ്യക്തമായ ഒരു ചിത്രം ഇന്നു ലഭ്യമല്ല. ചൊവ്വയുടെ അന്തരീക്ഷത്തെക്കുറിച്ചുപോലും ഇതുവരെ കാര്യമായ പഠനങ്ങളൊന്നും നടന്നിട്ടില്ല. 2014 സെപ്തംബറിൽ ചൊവ്വയുടെ ഇപ്പോഴും അവശേഷിക്കുന്ന വളരെ ലോലമായ അന്തരീക്ഷത്തിൽ പ്രവേശിക്കുന്ന നാസയുടെ മാവെൻ സ്പേസ്ക്രാഫ്റ്റായിരിക്കും ആ ഗ്രഹത്തിന്റെ അന്തരീക്ഷ ഘടന വിശദമായി അപഗ്രഥിക്കുന്ന ആദ്യ കൃത്രിമ ഉപഗ്രഹം. ദുർബ്ബലമായ ഗുരുത്വബലവും

ലോലമായ അന്തരീക്ഷവുമുള്ള, കാന്തികക്ഷേത്രം നഷ്ടപ്പെട്ടുകഴിഞ്ഞ ചൊവ്വയും ഭൂമിയുമായുള്ള താരതമ്യം ആഗോളതാപനമെന്ന തലക്കെട്ടിന് അനുയോജ്യമല്ലെന്നതാണ് യാഥാർത്ഥ്യം.

* കാലാവസ്ഥാ ശാസ്ത്രജ്ഞർ ജനങ്ങളെ ഭയപ്പെടുത്തുകയാണ്. ഒന്നുകിൽ അവർ സത്യം മനസ്സിലാക്കുന്നില്ല, അല്ലെങ്കിൽ അതിനുനേരെ കണ്ണടയ്ക്കുകയാണ്. ആഗോളതാപനമെന്ന പ്രതിഭാസം ശാസ്ത്രീയമായി തെളിയിക്കാൻ കഴിയാത്തതും ആൾക്കൂട്ടത്തിന്റെ മനഃശാസ്ത്രം മുതലെടുക്കുന്ന വെറുമൊരു കോലാഹലം മാത്രവുമാണ്.

\+ സൈദ്ധാന്തികമായി നിലനില്ക്കുമ്പോഴും അന്യഗ്രഹജീവികളുടെ സാന്നിദ്ധ്യം ശാസ്ത്രീയമായി തെളിയിക്കപ്പെട്ടിട്ടില്ല എന്നു പറയുന്നതുപോലെയാണ് ചില വിമർശകർ ആഗോളതാപനത്തെക്കുറിച്ച് സംസാരിക്കുന്നത്. ലോകമെമ്പാടുമുള്ള നിരവധി ശാസ്ത്രജ്ഞരും ശാസ്ത്രസംഘടനകളും നടത്തിക്കൊണ്ടിരിക്കുന്ന പരീക്ഷണങ്ങളാണ് ആഗോളതാപനം യാഥാർത്ഥ്യമാണെന്ന തിരിച്ചറിവിലേക്ക് എത്തിച്ചേരാൻ കാരണമായത്. വിഭവചൂഷണത്തിന് നിയന്ത്രണമേർപ്പെടുത്താൻ മടികാണിക്കുന്ന യു എസിലെ നാഷണൽ അക്കാദമി ഓഫ് സയൻസസ്, അമേരിക്കൻ അസോസിയേഷൻ ഫോർ ദ് അഡ്വാൻസ്മെന്റ് ഓഫ് സയൻസ്, അമേരിക്കൻ ജിയോഗ്രഫിക്കൽ യൂണിയൻ, അമേരിക്കൻ ഇൻസ്റ്റിറ്റ്യൂട്ട് ഓഫ് ഫിസിക്സ്, അമേരിക്കൻ കാലാവസ്ഥാ പഠനകേന്ദ്രം എന്നീ സ്ഥാപനങ്ങളും കാലാവസ്ഥാപഠനം നടത്തി ആഗോളതാപനം യാഥാർത്ഥ്യമാണെന്ന് അംഗീകരിച്ചിട്ടുണ്ട്. ശാസ്ത്രീയ പഠനങ്ങൾ അവഗണിച്ചുകൊണ്ട് വിഷയത്തെ വൈകാരികമായി സമീപിക്കുകയും പൊതുജനങ്ങളെ ആശങ്കാകുലരാക്കുകയും ചെയ്യുന്നത് വിമർശകരാണ്; ആഗോളതാപനം യാഥാർത്ഥ്യമല്ലെന്നു വാദിക്കുന്നവരാണ്. ഏതാനും വർഷങ്ങളിലെ ഇടവേളകളിൽ ഏതാനും പ്രദേശങ്ങളിൽ ചൂട് കൂടിയും കുറഞ്ഞും അനുഭവപ്പെടുന്നതും ചില പ്രദേശങ്ങളിലുണ്ടാകുന്ന അതിശൈത്യത്തെ 'ഗ്ലോബൽ കൂളിങ്' എന്നുപറഞ്ഞ് തെറ്റിദ്ധരിപ്പിക്കുന്നതും വിമർശകർ തന്നെയാണ്. 2004 ൽ പ്രസിദ്ധീകരിച്ച നവോമി ഒറെക്സിന്റെ *ദ് സയന്റിഫിക് കൺസെൻസ് ഓൺ ക്ലൈമറ്റ് ചേയ്ഞ്ച്* എന്ന ശാസ്ത്രഗ്രന്ഥത്തിൽ ആഗോളതാപനത്തിനു കാരണമാകുന്ന പ്രതിഭാസങ്ങളിൽ 75 ശതമാനവും മനുഷ്യരുടെ പ്രവർത്തനങ്ങളാണെന്ന് വ്യക്തമാക്കിയിട്ടുണ്ട്. പ്രസ്തുത വിഷയത്തിലുള്ള 928 ഗവേഷണ പ്രബന്ധങ്ങളുടെ സംക്ഷിപ്ത റിപ്പോർട്ടും തന്റെ വാദങ്ങൾക്കു പിൻബലമായി നവോമി ഈ പുസ്തകത്തിൽ ഉൾപ്പെടുത്തിയിട്ടുണ്ട്.

* കാർബൺഡയോക്സൈഡ് ഉല്പാദിപ്പിക്കാത്ത ഊർജ്ജ ഉറവിടങ്ങൾ വികസിപ്പിച്ചെടുക്കുന്നത് ഇന്നത്തെ സാങ്കേതികവിദ്യയിൽ അനായാസവും ചെലവുകുറഞ്ഞതുമാണ്. മാത്രവുമല്ല, 'കാർബൺ ഫൂട്ട്പ്രിന്റ്' കുറയ്ക്കുന്നതിനെപ്പറ്റി വാതോരാതെ സംസാരിക്കുന്നതിനേക്കാൾ

നല്ലത് സാങ്കേതികവിദ്യയുടെ സഹായത്തോടെ കാലാവസ്ഥാ വ്യതിയാനത്തെ നേരിടുകയാണ്:

\+ കാലാവസ്ഥാ ശാസ്ത്രജ്ഞർ സാങ്കേതികവിദ്യയോട് പുറംതിരിഞ്ഞു നില്ക്കുന്നവരല്ല. കൂടുതൽ 'എനർജി എഫിഷ്യൻസി' ഉള്ള യന്ത്രങ്ങൾ നിർമ്മിക്കുന്നതും 'ഇക്കോ ഫ്രണ്ട്ലി' വാഹനങ്ങളുടെ വികസനപ്രവർത്തനങ്ങളുമെല്ലാം നല്ലതുതന്നെ. എന്നാൽ സാങ്കേതികവിദ്യയുടെ സഹായത്തോടെ കാർബൺഡയോക്സൈഡ് ഉത്സർജ്ജനം കുറഞ്ഞതോ ഇല്ലാത്തതോ ആയ യന്ത്രങ്ങളുടെ നിർമ്മാണമാരംഭിച്ച് അവയുടെ വികസനപ്രവർത്തനങ്ങൾ നടന്നുകഴിയുമ്പോഴേക്കും ഇപ്പോഴുള്ള തോതിൽ അന്തരീക്ഷത്തിലേക്ക് കാർബൺഡയോക്സൈഡ് ബഹിർഗമനം തുടർന്നുകൊണ്ടിരുന്നാൽ പിന്നീട് അത് നിയന്ത്രണവിധേയമാക്കാൻ സാങ്കേതികവിദ്യക്കു കഴിയാതെവരും. നാസയുടെ പരിസ്ഥിതി ശാസ്ത്രജ്ഞനായ ജെയിംസ് ഹാൻസന്റെ അഭിപ്രായത്തിൽ ലോകരാഷ്ട്രങ്ങൾ എല്ലാം ചേർന്നുല്പാദിപ്പിക്കുന്ന കാർബൺഡയോക്സൈഡിന്റെ ഉത്സർജ്ജനം ഇന്നവസാനിപ്പിച്ചാൽ തന്നെ അടുത്ത ഏതാനും ദശാബ്ദങ്ങൾ ആഗോളതാപനിലയിൽ 0.5 ഡിഗ്രി സെൽഷ്യസിന്റെ വർദ്ധനവുണ്ടാകും. സമുദ്രജലം ആഗിരണം ചെയ്ത താപം പുറത്തുവിടുന്നതുകൊണ്ടാണിത്. സാങ്കേതികവിദ്യ വികസിക്കുന്നതുവരെ കാർബൺഡയോക്സൈഡ് പുറന്തള്ളുന്നത് നിർബ്ബാധം തുടരുകയാണെങ്കിൽ വികസിപ്പിച്ചെടുക്കേണ്ടത് കാർബൺഡയോക്സൈഡ് ഉല്പാദിപ്പിക്കാത്ത യന്ത്രങ്ങളല്ല, മറിച്ച് അന്തരീക്ഷത്തിലെ കാർബൺഡയോക്സൈഡ് വലിച്ചെടുക്കാൻ കഴിവുള്ള ഉപകരണങ്ങളാണ്. അതിനു കഴിഞ്ഞില്ലെങ്കിൽ അപ്പോഴേക്കും ഭൂമി വറചട്ടിക്കു സമമായി കഴിഞ്ഞിരിക്കും. അതിനുമെത്രയോ മുമ്പ് അല്ലത വർദ്ധിച്ചുവരുന്ന സമുദ്രം ജലജീവികളുടെയും പവിഴപ്പുറ്റുകളുടെയും ശവപ്പറമ്പായി മാറിയിട്ടുണ്ടാകും.

* കാലാവസ്ഥാ ശാസ്ത്രജ്ഞർ ജനങ്ങളെ ആശങ്കാകുലരാക്കുകയും വികസനപ്രവർത്തനങ്ങൾക്ക് തുരങ്കംവയ്ക്കുകയുമാണ് ചെയ്യുന്നത്. ഇതിന് പ്രതിഫലമായി അവർക്ക് തല്പരകക്ഷികളിൽനിന്നു വലിയ തോതിലുള്ള ധനസഹായവും ലഭിക്കുന്നുണ്ട്. വിഭവചൂഷണവും വ്യാവസായിക വളർച്ചയും രാഷ്ട്രത്തിന്റെ സമ്പദ്ഘടനയും പൗരന്മാരുടെ ജീവിതനിലവാരവും മെച്ചപ്പെടുത്തുമെന്ന കാര്യം വിസ്മരിക്കരുത്:

\+ ബാലിശമായ ഒരു വാദമാണിത്: അമേരിക്കയും മറ്റ് വികസിത രാഷ്ട്രങ്ങളും സൈനികാവശ്യങ്ങൾക്കും യുദ്ധസാമഗ്രികൾ നിർമ്മിക്കുന്നതിനും യുദ്ധവിമാനങ്ങളുടെയും മിസൈലുകളുടെയുമെല്ലാം നവീകരണ പ്രവർത്തനങ്ങൾക്കുമായി വർഷംതോറും ചെലവാക്കുന്ന തുകയുടെ വളരെ ചെറിയൊരു ശതമാനം മാത്രമേ ആഗോള വ്യാപകമായി പരിസ്ഥിതി സംരക്ഷണ പ്രവർത്തനങ്ങൾക്ക് ഉപയോഗിക്കുന്നുള്ളൂ. കൃത്യമായി പറഞ്ഞാൽ 10 ശതമാനത്തിൽ താഴെ. മാത്രവുമല്ല, പരിസ്ഥിതി പ്രവർത്തനങ്ങൾക്കായി ഇപ്പോൾ ചെലവഴിക്കുന്ന തുക തൊട്ടുമു

മ്പുള്ള ദശാബ്ദത്തിൽ ചെലവഴിച്ച തുകയുടെ 61 ശതമാനം മാത്രമേ ഉള്ളൂ എന്നതും ഞെട്ടിപ്പിക്കുന്ന വസ്തുതയാണ്. ഇത് വികസിത രാഷ്ട്ര ങ്ങളിലെ അവസ്ഥയാണെങ്കിൽ വികസ്വര രാജ്യങ്ങളിലെ അവസ്ഥ അതിലുമേറെ ദയനീയമാണ്. ദരിദ്രരാജ്യങ്ങളിൽ പരിസ്ഥിതി സംരക്ഷണത്തിന്റെ പ്രാധാന്യത്തെപ്പറ്റി ബോധവല്ക്കരണം പോലും നടക്കുന്നില്ല. മതവും കക്ഷിരാഷ്ട്രീയവും വളർത്തുന്നതിനുവേണ്ടി തദ്ദേശീയവും വിദേശീയവുമായ സംഘടനകൾ ചെലവാക്കുന്ന തുകയുടെ ചെറിയൊരു പങ്ക് പരിസ്ഥിതി സംരക്ഷണ പ്രവർത്തനങ്ങൾക്കായി ചെലവഴിക്കാൻ കഴിഞ്ഞാൽ അതു ഭാവി തലമുറയോടു ചെയ്യുന്ന ഏറ്റവും വലിയ പുണ്യമായിരിക്കും. കാരണം മതവും രാഷ്ട്രീയവുമൊന്നുമില്ലെങ്കിലും മനുഷ്യന് ജീവിക്കാൻ കഴിയും. ഭൂമിയിലെ മറ്റേതൊരു ജീവിയേയും പോലെ. എന്നാൽ പ്രകൃതിയില്ലെങ്കിൽ, ആരോഗ്യകരമായ പരിസ്ഥിതിയില്ലെങ്കിൽ... ഒരു ദുരന്തപര്യവസാനമായിരിക്കും മനുഷ്യവംശത്തെ കാത്തിരിക്കുന്നത്. മനുഷ്യന്റെ ഉപഭോഗാസക്തിയും അത്യാഗ്രഹവും അവനു മാത്രമല്ല, ഭൂമിയിലെ സർവ്വ ജീവജാലങ്ങൾക്കും അന്ത്യകൂദാശയാണ് നല്കിക്കൊണ്ടിരിക്കുന്നതെന്നു മറക്കരുത്.

ഭൂമിയോട് മനുഷ്യൻ ചെയ്യുന്നത്

ജൂൺ 5 ലോക പരിസ്ഥിതിദിനമാണ്. പരിസ്ഥിതി സംരക്ഷണത്തിന്റെ ആവശ്യകത ലോകരാഷ്ട്രങ്ങളെ ബോദ്ധ്യപ്പെടുത്തുന്നതിനു വേണ്ടിയാണ് ആഗോള വ്യാപകമായി പരിസ്ഥിതി ദിനം ആഘോഷിക്കുന്നത്. ഐക്യ രാഷ്ട്രസഭയുടെ കീഴിലുള്ള യുനൈറ്റഡ് നേഷൻസ് പ്രോഗ്രാമിന്റെ (UNEP) മേൽനോട്ടത്തിലാണ് ഓരോവർഷവും പരിസ്ഥിതി ദിനാഘോഷം നടത്തുന്നത്. 1972 ൽ ഐക്യരാഷ്ട്ര സഭയുടെ ജനറൽ അസംബ്ലിയിൽവച്ചാണ് വർഷത്തിൽ ഒരു ദിവസം പരിസ്ഥിതി സംരക്ഷണത്തിന്റെ ആവശ്യകത ജനങ്ങളെ ബോദ്ധ്യപ്പെടുത്തുന്നതിനുള്ള പ്രവർത്തനങ്ങൾ നടത്താൻ തീരുമാനിച്ചത്. അതേത്തുടർന്ന് 1973 ജൂൺ അഞ്ചിന് ആദ്യത്തെ പരിസ്ഥിതി ദിനാഘോഷം നടന്നു. പിന്നീടിങ്ങോട്ട് എല്ലാ വർഷവും ജൂൺ അഞ്ച് ലോക പരിസ്ഥിതി ദിനമായി ആഘോഷിച്ചു വരികയാണ്.

അനിയന്ത്രിതമായ വിഭവ ചൂഷണവും ഉപഭോഗാസക്തിയും കാരണം പ്രകൃതിയുടെ സ്വാഭാവിക സന്തുലിതാവസ്ഥയ്ക്ക് താളഭംഗം വരുത്തുന്ന നടപടികളാണ് മനുഷ്യരുടെ ഭാഗത്തുനിന്ന് ഉണ്ടായിക്കൊണ്ടിരിക്കുന്നത്. ഹരിതഗൃഹ വാതകങ്ങളുടെ അമിതോല്പാദനം ആഗോളതാപനിലയിൽ വർദ്ധനവുണ്ടാക്കുന്നതിനും അതേത്തുടർന്ന് സമുദ്രനിരപ്പ് ഉയരുന്നതിനും കാരണമായിട്ടുണ്ട്. ജലനിരപ്പ് ഉയരുന്നതുകൊണ്ട് ഏറ്റവുമധികം ഭീഷണി നേരിടുന്നത് ചെറിയ ദ്വീപുകളാണ്. ജൈവവൈവിദ്ധ്യ കലവറയായ ഇത്തരം കൊച്ചു ദ്വീപുകളുടെ സംരക്ഷണത്തിന് ലോക ശ്രദ്ധ ആകർഷിക്കുന്നതിനുവേണ്ടിയാണ് ഇത്തവണത്തെ പരിസ്ഥിതി ദിന പ്രവർത്തകർ പ്രധാനമായും കേന്ദ്രീകരിച്ചിട്ടുള്ളത്. ശബ്ദമാണുയർത്തേണ്ടത് ജലനിരപ്പല്ല (Raise your voice, not the sea level) എന്ന സന്ദേശമാണ് 2014 ലെ പരിസ്ഥിതി ദിനത്തിന്റെ മുദ്രാവാക്യം.

പരിസ്ഥിതി സംരക്ഷണമെന്നാൽ മരം വച്ചുപിടിപ്പിക്കൽ മാത്രമാണെന്നു കരുതി, റോഡരികിൽ ഏതാനും വൃക്ഷത്തൈകൾ നട്ടുപിടിപ്പിച്ച്, 'മരമാണ് മറുപടി' എന്ന സ്റ്റിക്കറും പതിപ്പിച്ച്, ഒരു പരിസ്ഥിതി പ്രതിജ്ഞയും ചൊല്ലി ചെറിയൊരു റാലിയും നടത്തി, രണ്ടുകോളം പത്രവാർത്തയും നല്കിക്കഴിഞ്ഞാൽ ഈ വർഷത്തെ പരിസ്ഥിതി ദിനാഘോഷവും കഴിഞ്ഞു. പരിസ്ഥിതി സംരക്ഷണവും അവിടെത്തീർന്നു. ഇതുവരെ പിന്തുടർന്നു വന്ന ജീവിതശൈലിയിൽ ഒരു മാറ്റവും വരുത്താൻ ആരും തയ്യാറാകുന്നുമില്ല. എന്താണു പരിസ്ഥിതിയെന്നും എന്തെല്ലാമാണ് പരിസ്ഥിതി നേരിടുന്ന പ്രത്യാഘാതങ്ങളെന്നും സാമാന്യമായെങ്കിലും മനസ്സിലാക്കാതെയാണ് ഓരോ പരിസ്ഥിതി ദിനവും നാം ആഘോഷിക്കുന്നത്. ചാന്ദ്രദിനം, വായനാദിനം, ഭാഷാദിനം എന്നെല്ലാം പറയുന്നതുപോലെ മറ്റൊരു ദിനാചരണം മാത്രമായി പരിസ്ഥിതി ദിനത്തെയും പരിഗണിച്ചാൽ ആസന്ന ഭാവിയിൽ തന്നെ മനുഷ്യൻ തന്റെ മാത്രമല്ല, ഭൂമുഖത്തെ സർവ്വ ജീവജാലങ്ങളുടെയും ചരമക്കുറിപ്പായിരിക്കും എഴുതുന്നത്.

ലോകം അഭിമുഖീകരിച്ചുകൊണ്ടിരിക്കുന്ന പ്രധാന പരിസ്ഥിതി പ്രശ്നങ്ങൾ എന്താണെന്നു ചോദിച്ചാൽ വനനശീകരണവും ആഗോളതാപനവുമെന്ന രണ്ടുത്തരത്തിൽ മാത്രമേ ഭൂരിഭാഗം ആളുകളും എത്തിച്ചേരുകയുള്ളൂ. ആഗോളവ്യാപകമായി പരിസ്ഥിതി നേരിട്ടുകൊണ്ടിരിക്കുന്ന നിരവധി പ്രത്യാഘാതങ്ങളുണ്ട്. അവയെക്കുറിച്ചുള്ള അവബോധമില്ലായ്മയാണ് പലപ്പോഴും പരിസ്ഥിതി ദുർബ്ബലപ്പെടുത്തുന്ന തരത്തിലുള്ള പ്രവർത്തനങ്ങൾ നിർബ്ബാധം തുടരുന്നതിന് കാരണമാകുന്നത്. വനനശീകരണവും ആഗോളതാപനവും പോലെ പ്രാധാന്യമുള്ളതും ചിലപ്പോൾ അതിലുമേറെ പ്രാധാന്യമുള്ളതുമായ നിരവധി പ്രശ്നങ്ങൾ നിലനില്ക്കുന്നുണ്ട്. ഈ പ്രശ്നങ്ങൾ പലതും പരസ്പരം ബന്ധപ്പെട്ടിരിക്കുന്നവയുമാണ്. ഇവയിൽ ഏതെങ്കിലുമൊന്ന് ഒഴിവാക്കുന്നതിനോ ഒന്നു മറ്റൊന്നിനേക്കാൾ പ്രാധാന്യമുള്ളതാണെന്നു പറയുന്നതിനോ കഴിയില്ല.

കാലാവസ്ഥാ വ്യതിയാനം:

കഴിഞ്ഞ ദശാബ്ദത്തിൽ ആഗോള വ്യാപകമായി കാലാവസ്ഥയിലുണ്ടായിക്കൊണ്ടിരിക്കുന്ന ചാഞ്ചാട്ടം പ്രവചനാതീതമാണ്. 2014 ആകട്ടെ, കഴിഞ്ഞ ഒൻപതുവർഷങ്ങളിൽ വച്ചു ഏറ്റവും ചൂടുകൂടിയ വർഷവുമാണ്. ആഗോളതാപവർദ്ധനവ് ഈ ഗ്രഹത്തിലെ ജീവന്റെ സമവാക്യങ്ങളെ പ്രതികൂലമായി ബാധിക്കുമെന്ന കാര്യത്തിൽ തർക്കമൊന്നുമില്ല. ഇടയ്ക്കിടെയുണ്ടാകുന്ന കൊടുങ്കാറ്റുകളും പേമാരിയും ഹിമപ്രവാഹവും മഞ്ഞുരുക്കവും ജലനിരപ്പുയരുന്നതുമെല്ലാം കാലാവസ്ഥ വ്യതിയാനത്തിന്റെ ഭാഗമാണ്. ഒരേ സമയം ഭൂമുഖത്തെ ചില പ്രദേശങ്ങൾ വരൾച്ചയുടെ പിടിയിലാകുന്നതും മറ്റുചില പ്രദേശങ്ങൾ അതിശൈത്യത്തിലമ

രുന്നതും കാലാവസ്ഥയിലുണ്ടാകുന്ന അനിശ്ചിതത്വത്തിന് ഉദാഹരണമാണ്. ഈ നില തുടർന്നാൽ ആസന്നഭാവിയിൽ ഭൂമുഖത്തെ നിരവധി സ്പീഷിസുകൾ തുടച്ചുനീക്കപ്പെടും.

കഴിഞ്ഞ അൻപതുവർഷങ്ങൾക്കുള്ളിൽ ആഗോളതാപനിലയിലുണ്ടായിട്ടുള്ള വർദ്ധനവിന്റെ മുഖ്യകാരണം മനുഷ്യന്റെ പ്രകൃതിയിലുള്ള അനിയന്ത്രിതമായ കടന്നുകയറ്റമാണെന്നു കാണാൻ കഴിയും. ഇരുപതാം നൂറ്റാണ്ടിൽ ആഗോള താപനിലയിൽ 0.6 ഡിഗ്രി സെൽഷ്യസിന്റെ വർദ്ധനവുണ്ടായതായി IPCC (Intergovernmental Panel on Climate Change) നടത്തിയ പഠനത്തിൽ വ്യക്തമാകുന്നുണ്ട്. സമുദ്ര നിരപ്പുയരുന്നതും ഏഷ്യയിലും ആഫ്രിക്കയിലും വരൾച്ചയനുഭവപ്പെടുന്നതും ഉത്തരാർദ്ധ ഗോളത്തിൽ പേമാരിയും കനത്ത മഞ്ഞുവീഴ്ചയുമുണ്ടാകുന്നതും ആഗോള താപനത്തിന്റെ പ്രത്യക്ഷ തെളിവുകളാണ്. ഇരുപതാം നൂറ്റാണ്ടിന്റെ ഓരോ ദശകത്തിലും ഉത്തരാർദ്ധ ഗോളത്തിലെ മഞ്ഞുവീഴ്ച 0.5 ശതമാനം മുതൽ ഒരു ശതമാനംവരെ ക്രമമായി വർദ്ധിച്ചിട്ടുണ്ട്. ഹരിതഗൃഹവാതകങ്ങളുടെ ഉത്സർജ്ജനം വർദ്ധിച്ചുകൊണ്ടിരിക്കുകയാണ്. ഈ നിലതുടർന്നാൽ 21-ാം നൂറ്റാണ്ടിന്റെ അവസാനത്തോടെ ആഗോള താപനിലയിൽ 1.4 മുതൽ 5.8 ഡിഗ്രി സെൽഷ്യസ് വരെ വർദ്ധനവുണ്ടാകുമെന്നാണ് കണക്കാക്കുന്നത്. 9 സെന്റീമീറ്റർ മുതൽ 80 സെന്റീമീറ്റർ വരെ സമുദ്രനിരപ്പ് ഉയരുന്നതിന് ഇതു കാരണമാകും. താപനിലയിലുണ്ടാവുന്ന വർദ്ധനവ് ജലത്തിന്റെ വ്യാപ്തം വർദ്ധിപ്പിക്കുന്നതും ധ്രുവപ്രദേശങ്ങളിലെ മഞ്ഞുരുക്കം ശക്തിപ്പെടുന്നതുമാണ് ഇത്രയധികം ജലനിരപ്പുയരാൻ കാരണം. കാലാവസ്ഥയുമായി ബന്ധപ്പെട്ട ദുരന്തങ്ങളും പകർച്ചവ്യാധികളും പരക്കെയുണ്ടാകും. ഭൂമുഖത്തെ വലിയൊരു ശതമാനം കരഭാഗവും വാസയോഗ്യമല്ലാതെയുമാകും.

ജൈവ വൈവിദ്ധ്യം നഷ്ടമാകുന്നു

ജൈവ വൈവിദ്ധ്യ സംരക്ഷണമെന്നാൽ പലരും ധരിച്ചിരിക്കുന്നതുപോലെ കേവലം വനസംരക്ഷണം മാത്രമല്ല. ഏതെങ്കിലും ഒരു സ്പീഷിസിൽപെട്ട ജന്തുവോ സസ്യമോ വംശനാശം സംഭവിച്ചാൽ ഇക്കോസിസ്റ്റത്തിൽ അതുണ്ടാക്കുന്ന പ്രത്യാഘാതങ്ങൾ വളരെ നാടകീയവും പ്രവചനാതീതവുമായിരിക്കും. കാരണം പ്രകൃതിയിലെ ജീവജാലങ്ങൾ-അവ സസ്യങ്ങളാണെങ്കിലും ജന്തുക്കളാണെങ്കിലും പരസ്പരം ആശ്രയിച്ചാണ് നിലനില്ക്കുന്നത്. ഇവയിലേതെങ്കിലുമൊന്നു കണ്ണി അറ്റുപോയാൽ പ്രകൃതിയുടെ പരസ്പരാശ്രയത്വം ഒന്നാകെ തകരാറിലാവുകയും പ്രത്യക്ഷമായോ പരോക്ഷമായോ പരിസ്ഥിതി പ്രത്യാഘാതങ്ങൾക്കും കാരണമാകും. കഴിഞ്ഞ ഒരു നൂറ്റാണ്ടിനുള്ളിൽ ഇങ്ങനെ വംശനാശം സംഭവിച്ച സ്പീഷിസുകൾ ഭൂമിയിലെ ജൈവ വൈവിദ്ധ്യത്തെ സാരമായി ബാധിച്ചിട്ടുണ്ട്. നിലനില്പിനു വേണ്ടിയുള്ള സമരങ്ങളുടെ കഥകളും കൈയേറ്റവും കുടിയേറ്റവുമെല്ലാം നിലനില്ക്കുന്ന യാഥാർത്ഥ്യ

ങ്ങളാണെങ്കിലും യാതൊരു വകതിരിവുമില്ലാതെ പ്രകൃതിയിലേക്കു കടന്നുകയറുന്ന മനുഷ്യന്റെ നടപടികൾ നിയന്ത്രിച്ചില്ലെങ്കിൽ വരുന്ന തലമുറകൾക്ക് നാം സമ്മാനിക്കുന്നത് കുറെ മരുഭൂമികൾ മാത്രമായിരിക്കും. വോട്ടു ബാങ്കുകൾ സൃഷ്ടിക്കുന്നതിനും ഓശാന പാടുന്നതിനും മാത്രമാണ് ജനങ്ങളെന്നു രഹസ്യമായും പരസ്യമായും പറഞ്ഞുകൊണ്ട് ജനസംഖ്യാ വർദ്ധനവിനെ പ്രോത്സാഹിപ്പിക്കുന്ന സാമുദായിക ആചാര്യൻമാരുടെ വാക്കുകൾ വെള്ളം ചേർക്കാതെ വിഴുങ്ങിക്കൊണ്ട് ഹർത്താലും റോഡുപരോധവും നടത്തുകയും പൊതുമുതൽ നശിപ്പിക്കുകയും ചെയ്യുന്നവർ അറിയുന്നില്ല, ഇത്തരം പരിസ്ഥിതി-ജൈവ വൈവിദ്ധ്യ മേഖലകൾ ഉണ്ടായതുകൊണ്ടാണ് കേരളം ലോകത്തിന്റെതന്നെ സുഖവാസ കേന്ദ്രമായതെന്ന്. ഇത്രയധികം നദികളും അരുവികളും കുളങ്ങളും കാവുകളും ലോകത്തെവിടെയുമുണ്ടാകില്ല. ഇതെല്ലാം നശിപ്പിച്ച് ദൈവത്തിന്റെ സ്വന്തം നാട് ചെകുത്താന്മാരുടെ പറുദീസയാക്കാൻ ശ്രമിക്കുന്നവർ ചെയ്യുന്നത് മാതൃഹത്യ തന്നെയാണ്. അതു മാപ്പർഹിക്കാത്ത തെറ്റുമാണ്.

ഊർജ്ജ പ്രതിസന്ധി

ഫോസിൽ ഇന്ധനങ്ങളാണ് ഇപ്പോഴും ലോകത്തിൽ ഏറ്റവുമധികം ഉപയോഗിക്കുന്ന ഊർജ്ജ സ്രോതസ്. പെട്രോളിയം ഒരു അക്ഷയ ഖനിയല്ലെന്ന് അറിയാമെങ്കിലും മറ്റു സ്രോതസ്സുകൾ ഉപയോഗിക്കുന്നതിനും പരിസര മലിനീകരണം തീരെയില്ലാത്ത സൗരോർജ്ജം ഉപയോഗിക്കുന്നതിലും ലോകരാഷ്ട്രങ്ങൾ വലിയ താല്പര്യമൊന്നും കാണിക്കുന്നില്ല. മാത്രവുമല്ല എനർജി പൊട്ടൻഷ്യൽ വളരെ കുറഞ്ഞ കൽക്കരി ഖനികളിൽ പര്യവേക്ഷണം നടത്തുന്നതിനുള്ള ബജറ്റ് വകയിരുത്തലിന്റെ എട്ടിൽ ഒരു തുകപോലും സോളാർ വൈദ്യുത പദ്ധതികൾക്കും വിൻഡ് മില്ലുകൾക്കുമൊന്നും മിക്ക രാഷ്ട്രങ്ങളും വകയിരുത്തുന്നില്ല. ഫോസിൽ ഇന്ധനങ്ങൾ സൃഷ്ടിക്കുന്ന അന്തരീക്ഷ മലിനീകരണം ക്രമാതീതമായി ഉയർന്നുകൊണ്ടിരിക്കുന്നതും കാർബൺ ഡയോക്സൈഡിന്റെ അമിതോല്പാദനം സൃഷ്ടിക്കുന്ന കാലാവസ്ഥ-പാരിസ്ഥിതിക പ്രത്യാഘാതങ്ങൾ അനുഭവിക്കുകയും ചെയ്തുകൊണ്ടിരിക്കുന്ന ഈ നൂറ്റാണ്ടിലെങ്കിലും ഇനിയും പരമ്പരാഗത ഊർജ്ജ സ്രോതസ്സുകളെ ആശ്രയിക്കുന്നതു കുറച്ചുകൊണ്ടുവരികയും ക്ഷമത കൂടുതലുള്ളതും പരിസ്ഥിതി സൗഹൃദമായതുമായ ഇന്ധന സ്രോതസ്സുകൾ വികസിപ്പിച്ചെടുത്തില്ലെങ്കിൽ വീണ്ടുമൊരു കാളവണ്ടി യുഗത്തിലേക്കായിരിക്കും അടുത്ത നൂറ്റാണ്ടിൽ മനുഷ്യവംശം എത്തിപ്പെടുക.

അമിതമായ വിഭവ ചൂഷണം:

അത്യാർത്തിയും ആഡംബര ഭ്രമവും കാരണം മനുഷ്യൻ ഇടതടവില്ലാതെ പ്രകൃതിയെ ചൂഷണം ചെയ്തുകൊണ്ടിരിക്കുകയാണ്. വിവിധ

ഖനന പ്രവർത്തനങ്ങളും കാർഷിക വിളകളുടെ അമിതോല്പാദനവും മത്സ്യ ബന്ധനവുമെല്ലാം സർവ്വ പരിധിയും വിട്ടു കുതിക്കുകയാണ്. വികസിത മുതലാളിത്ത രാജ്യങ്ങളാണ് വിഭവ ചൂഷണത്തിൽ മുൻപന്തിയിലുള്ളത്. അമേരിക്കയിലെ മൂന്നംഗങ്ങളുള്ള ഒരു സമ്പന്നകുടുംബത്തിന്റെ ഒരു മാസത്തെ ജീവിതച്ചെലവ് നേപ്പാളിലെ ഇടത്തരം കുടുംബങ്ങളിലെ 60 അംഗങ്ങളുടെ ചെലവിന് തുല്യമായിരിക്കുമെന്നു പറയുമ്പോഴാണ് അതിന്റെ തീവ്രത വ്യക്തമാകുന്നത്. ഒന്നിലധികം വാഹനങ്ങളില്ലാത്ത ഒരിടത്തരം കുടുംബം ഇന്നു കേരളത്തിൽപോലും ഉണ്ടാകില്ല. അമിതമായ മത്സ്യബന്ധനം മത്സ്യസമ്പത്ത് കുറയുന്നതിനും സമുദ്ര വിഭവങ്ങളുടെ നാശത്തിനും കാരണമാകും. മണ്ണിന്റെ വളക്കൂറ് നഷ്ടപ്പെടുന്നതിനും ജലമലിനീകരണത്തിനുമെല്ലാം യാതൊരു നിയന്ത്രണവുമില്ലാത്ത വിഭവ ചൂഷണം കാരണമാകുന്നുണ്ട്. അമിതോല്പാദനത്തെ തുടർന്നുണ്ടാകുന്ന ധാന്യങ്ങളും മറ്റു കാർഷിക വിളകളും ദരിദ്ര രാജ്യങ്ങളിലേക്ക് കയറ്റുമതി ചെയ്യുന്നതിന് വികസിത രാജ്യങ്ങൾ മടികാണിക്കുന്നത് ഉള്ളവനും ഇല്ലാത്തവനും തമ്മിലുള്ള വിടവ് വലുതാക്കുകയും ചെയ്യും.

മാലിന്യം മണ്ണിലും:

ഖരമാലിന്യങ്ങളാണെങ്കിലും കീടനാശിനികൾ, പ്ലാസ്റ്റിക് മാലിന്യങ്ങൾ, ഇ-മാലിന്യങ്ങൾ എന്നിങ്ങനെ ഉപയോഗ ശൂന്യമായ വസ്തുക്കൾ അശാസ്ത്രീയമായി സംസ്കരിക്കുമ്പോഴും അലസമായി വലിച്ചെറിയുമ്പോഴും മണ്ണ് മലിനമായിക്കൊണ്ടിരിക്കുകയാണ്. വികസിത രാജ്യങ്ങളുടെ മാലിന്യ നിക്ഷേപ കേന്ദ്രങ്ങളായി മാറിക്കൊണ്ടിരിക്കുകയാണ് മൂന്നാംലോക രാജ്യങ്ങൾ. അതിനുപുറമെ തദ്ദേശീയമായി സൃഷ്ടിക്കപ്പെടുന്ന മാലിന്യങ്ങളും. മാലിന്യ സംസ്കരണം ഇത്തരം രാജ്യങ്ങളുടെ വിദൂര സ്വപ്നമാണ്. മണ്ണിന്റെ വളക്കൂറ് നഷ്ടപ്പെടുകയും സൂക്ഷ്മജീവികൾ കൂട്ടത്തോടെ കൊല്ലപ്പെടുകയും ചെയ്യുന്ന തരത്തിലാണ് ഇപ്പോൾ പല കൃഷിഭൂമികളുടെയും അവസ്ഥ. കൃഷിഭൂമികൾ തരിശുഭൂമികളും മരുഭൂമികളുമായി മാറിക്കൊണ്ടിരിക്കുകയാണ് പല ആഫ്രിക്കൻ-ഏഷ്യൻ രാജ്യങ്ങളിലും. ഇതിനും പുറമെയാണ് വനനശീകരണം. കാരണം മണ്ണിലെ ഈർപ്പം നഷ്ടപ്പെട്ട് മേൽമണ്ണ് ഒലിച്ചിറങ്ങിപ്പോകുന്നത്. നഗരങ്ങൾ ഗ്രാമങ്ങളിലേക്ക് വളരാനാരംഭിച്ചതോടെയാണ് ഭൂമി തരിശിടാനാരംഭിച്ചതും. അശാസ്ത്രീയമായി കൃഷിരീതികൾ അവലംബിക്കാൻ തുടങ്ങിയതും. ഉല്പാദനക്ഷമത കുറഞ്ഞ വിത്തിനങ്ങൾ ആവർത്തിച്ച് കൃഷിയിറക്കുന്നതും ജനിതക വ്യതിയാനം വരുത്തിയ കാർഷിക വിളകൾ തുടർച്ചയായി കൃഷി ചെയ്യുന്നതും രാസ കീടനാശിനികളുടെ അമിതോപയോഗവും മണ്ണിന്റെ ഗുണനിലവാരത്തെ പ്രതികൂലമായി ബാധിച്ചുകൊണ്ടിരിക്കുകയാണ്. ശാസ്ത്രീയമായ കൃഷിരീതികൾ അവലംബിക്കുക, മണ്ണ് തരിശിടാതെ നോക്കുക, വയൽപോലെ ഈർപ്പമുള്ള സ്ഥ

ലങ്ങൾ നികത്തിയുള്ള നിർമ്മാണ പ്രവർത്തനങ്ങൾ അവസാനിപ്പിക്കുക, ശാസ്ത്രീയമായ മാലിന്യ സംസ്കരണ രീതികൾ പ്രോത്സാഹിപ്പിക്കുക, ഉല്പാദനക്ഷമത കുറഞ്ഞ വിത്തിനങ്ങൾ നിരുത്സാഹപ്പെടുത്തുക, ചരിഞ്ഞ ഭൂപ്രദേശങ്ങളിൽ ഹ്രസ്വകാല വിളവുകൾ ചെയ്യാതിരിക്കുക തുടങ്ങിയ നിർദ്ദേശങ്ങൾ മണ്ണിന്റെ ഗുണനിലവാരം തകരാതെ നോക്കുന്നതിന് വലിയൊരു പരിധിവരെ സഹായമാകും.

ജലമലിനീകരണം:

ജലം ജീവന്റെ ഗർഭഗൃഹമാണ്. 'വെള്ളം വെള്ളം സർവ്വത്ര, തുള്ളി കുടിപ്പാനില്ലത്രെ!' എന്നുപറഞ്ഞപോലെയാണ് ഭൂമിയിലെ ജലത്തിന്റെ അവസ്ഥ. മുക്കാൽ ഭാഗവും ജലത്താൽ മൂടപ്പെട്ടുകിടക്കുന്ന ഈ ഗ്രഹത്തിലെ അഞ്ചിലൊന്നു ജനങ്ങളും ജലക്ഷാമത്തിന്റെ പിടിയിലാണ്. ഉപയോഗ യോഗ്യമായ ജലത്തിന്റെ അളവ് ആകെയുള്ള ജലത്തിന്റെ ഒരു ശതമാനത്തിലും താഴെയാണെന്നതുതന്നെ കാരണം. എങ്കിലും സ്ഥിതി വിവരണക്കണക്കുകൾ പറയുന്നത് ഭൂമിയിൽ ലഭ്യമായ ശുദ്ധജലം ഭൂമുഖത്താകമാനമുള്ള 680 കോടി ജനങ്ങൾക്ക് ആവശ്യത്തിനുണ്ടെന്നുതന്നെയാണ്. എന്നാൽ ആഗോള ജനസംഖ്യയുടെ അഞ്ചിൽ ഒന്നും താമസിക്കുന്നത് ജല ദൗർല്ലഭ്യമനുഭവപ്പെടുന്ന മേഖലകളിലാണെന്നതാണ് യാഥാർത്ഥ്യം. ഈ മേഖലകളാകട്ടെ ദരിദ്ര-മൂന്നാം ലോക രാജ്യങ്ങളുമാണ്. ജനപ്പെരുപ്പവും പകർച്ചവ്യാധികളും പരിസര മലിനീകരണവും പ്രകൃതി ദുരന്തങ്ങളും ഇത്തരം മേഖലകളെ വിടാതെ പിന്തുടരുന്ന പ്രതിഭാസങ്ങളാണ്. ശുദ്ധജല സംഭരണികളിലും ജലശുദ്ധീകരണ സംവിധാനങ്ങളും ഇത്തരം മേഖലകളിൽ അപൂർവ്വമാണ്. കൂടാതെ മതപരമായ കീഴ്‌വഴക്കങ്ങളും ചിലപ്പോഴെല്ലാം ജലാശയങ്ങളെ മലിനപ്പെടുത്താറുണ്ട്. ഭാരതത്തിലെ വിശുദ്ധ നദികളായ ഗംഗയും യമുനയുമാണ് ഏറ്റവുമധികം മലിനീകരിക്കപ്പെട്ടിരിക്കുന്ന നദികൾ. ജന്തുക്കളുടെ ശവസംസ്കാരവും മറ്റുപല ആചാരങ്ങളും നദികളിൽ വച്ചു നിർവ്വഹിക്കുന്നത് ഈ നദികളിലെ ജലത്തിന്റെ ഗുണനിലവാരം വളരെ പിന്നിലാക്കിയിട്ടുണ്ട്. ദരിദ്ര രാജ്യങ്ങളുടെ മുഖമുദ്രയായ തുറന്ന കക്കൂസുകൾക്ക് ജലമലിനീകരണത്തിൽ വലിയ പങ്കാണുള്ളത്. നഗര മാലിന്യങ്ങളും കവിഞ്ഞൊഴുകുന്ന ഓടകളും വെള്ളപ്പൊക്കവും ഇന്ത്യയിലെ ജലാശയങ്ങളെ മലിനമാക്കുന്നുണ്ട്. ഇനി ലോക വ്യാപകമായി പകർച്ച വ്യാധികളുടെ കണക്കു പരിശോധിച്ചാൽ അതിൽ 80 ശതമാനവും മലിന ജലത്തിലൂടെ സംസ്കരിച്ച് പുനരുപയോഗ യോഗ്യമാക്കുന്നതിനുള്ള പ്രവർത്തനങ്ങൾ വികസിത രാഷ്ട്രങ്ങളിൽ നടക്കുന്നുണ്ടെങ്കിലും അതിനുവരുന്ന ഭാരിച്ച സാമ്പത്തികച്ചെലവ് ദരിദ്ര രാഷ്ട്രങ്ങൾക്ക് താങ്ങാൻ കഴിയുന്നതിലുമപ്പുറമാണ്. മലിന ജലത്തിൽനിന്ന് വൈദ്യുതി ഉല്പാദിപ്പിക്കുന്ന പദ്ധതി ജർമ്മനി, സ്വിറ്റ്സർലാന്റ് തുടങ്ങിയ യൂറോപ്യൻ രാജ്യങ്ങളിൽ പരീക്ഷിച്ചു വിജയിപ്പിക്കാൻ കഴിഞ്ഞിട്ടുണ്ടെങ്കിലും ഇതൊ

ന്നും അത്ര എളുപ്പത്തിൽ പിന്തുടരാൻ ദരിദ്ര രാജ്യങ്ങൾക്കു കഴിയില്ല. ഇന്ത്യൻ നഗരങ്ങളിൽ ന്യൂഡൽഹിയിൽ മാത്രമാണ് ഇത്തരമൊരു പദ്ധതി ഭാഗികമായെങ്കിലും വിജയിപ്പിക്കാൻ കഴിഞ്ഞത്.

ആണവ മാലിന്യം:

ന്യൂക്ലിയർ ഇന്ധനങ്ങൾക്ക് ഉയർന്ന എനർജി പൊട്ടൻഷ്യൽ ഉണ്ടെങ്കിലും അവ ഉണ്ടാക്കുന്ന മലിനീകരണം ചെറുതൊന്നുമല്ല. ആണവ റിയാക്ടറുകൾ പുറന്തള്ളുന്ന റേഡിയോ ആക്ടീവ് മാലിന്യങ്ങൾ സൃഷ്ടിക്കുന്ന ആരോഗ്യ പ്രശ്നങ്ങളും വളരെ വലുതു തന്നെയാണ്. നിലവിൽ ആണവ റിയാക്ടറുകളുടെ സുരക്ഷിതത്വത്തിനും മാലിന്യ നിർമ്മാർജ്ജനത്തിനും സ്വീകരിച്ചിട്ടുള്ള മാർഗ്ഗങ്ങളും അത്ര ഫലപ്രദവുമല്ല. ആണവ റിയാക്ടറുകൾ പ്രവർത്തിപ്പിക്കുമ്പോൾ അനുവർത്തിക്കേണ്ട കാര്യങ്ങൾ പല രാജ്യങ്ങളും സൗകര്യപൂർവ്വം വിസ്മരിക്കുകയാണ് പതിവ്. ചെർണോബിൽ ദുരന്തവും ജപ്പാനിലെ ന്യൂക്ലിയർ റിയാക്ടർ അപകടവും അത്രപെട്ടെന്ന് ആർക്കും മറക്കാൻ കഴിയില്ല. എന്നാൽ മാനദണ്ഡങ്ങൾ കൃത്യമായി പാലിച്ചുകൊണ്ടു സുരക്ഷാ സംവിധാനത്തിൽ കൂടുതൽ നവീകരണങ്ങൾ വരുത്തിക്കൊണ്ടും പ്രവർത്തിപ്പിക്കാൻ കഴിഞ്ഞാൽ ഉയർന്ന ക്ഷമതയുള്ള ഊർജ്ജ സ്രോതസ്സുകളാണ് ആണവ റിയാക്ടറുകൾ.

ജനപ്പെരുപ്പം

ജനസംഖ്യ വർദ്ധിക്കുന്നതിനനുസരിച്ച് ഭൂവിസ്തൃതിയിലും പ്രകൃതിവിഭവങ്ങളിലും വർദ്ധനവുണ്ടാകുന്നില്ല. എന്നാൽ വിഭവചൂഷണം വർദ്ധിക്കുകയും അതിനനുസരിച്ച് മാലിന്യങ്ങൾ കുന്നുകൂടുകയും ചെയ്യും. വിഭവചൂഷണം വർദ്ധിക്കുന്നതിനനുസരിച്ച് ദാരിദ്ര്യവും പട്ടിണിയും വർദ്ധിക്കും. ഇത് ആഭ്യന്തര കലഹങ്ങൾക്കും യുദ്ധത്തിനും കാരണമാകും. പകർച്ചവ്യാധികൾ പടർന്നുപിടിക്കും. ഉള്ളവനും ഇല്ലാത്തവനും തമ്മിലുള്ള അന്തരം വീണ്ടും വർദ്ധിക്കും. സാമ്പത്തികമായും വിദ്യാഭ്യാസപരമായും പിന്നിൽ നില്ക്കുന്ന സമൂഹങ്ങളിൽ ജനപ്പെരുപ്പത്തിന് ഇന്നും യാതൊരു നിയന്ത്രണവുമില്ല. മതാധിപത്യമുള്ള പ്രദേശങ്ങളിൽ ജനന നിയന്ത്രണ സംവിധാനങ്ങൾ ഉപയോഗിക്കുന്നതിനും കഴിയില്ല. അസമത്വവും വർഗ്ഗീയ ലഹളകളും ഇത്തരം രാഷ്ട്രങ്ങളിലെ നിത്യസംഭവങ്ങളാണ്. കരയും വെള്ളവുമെല്ലാം മാലിന്യങ്ങൾകൊണ്ട് നിറയും. ജനപ്പെരുപ്പം വാഹനപ്പെരുപ്പത്തിനും വനനശീകരണത്തിനും പ്രകൃതിയിലുള്ള അനിയന്ത്രിതമായ കടന്നുകയറ്റത്തിനും കാരണമാകും. ഇത് കാർബൺഡയോക്സൈഡിന്റെയും മറ്റ് ഹരിതഗൃഹ വാതകങ്ങളുടെയും ഉത്സർജ്ജനം കൂടുതൽ ശക്തമാക്കുകയും അതുകാരണം ആഗോളതാപന നിലയിൽ ഗണ്യമായ വർദ്ധനവുണ്ടാവുകയുംചെയ്യും. ജനപ്പെരുപ്പം നിയന്ത്രിച്ചില്ലെങ്കിൽ അതുണ്ടാക്കിവയ്ക്കുന്ന പാരിസ്ഥിതിക പ്രത്യാഘാ

തങ്ങൾ നിസ്സാരമായിരിക്കില്ല. കടലിലെ മണൽത്തരി പോലെയും ആകാശത്തിലെ നക്ഷത്രങ്ങൾപോലെയും മക്കളുണ്ടാകട്ടെയെന്ന് അനുഗ്രഹിച്ച ദേവനെ പ്രീതിപ്പെടുത്താൻ നിർബ്ബാധം സന്താനോല്പാദനം നടത്താൻ പ്രേരിപ്പിക്കുന്നവർ ഒരുകാര്യം മറക്കരുത്. ഭൂമിയിലല്ലാതെ, മറ്റൊരിടത്തും അധികകാലം ജീവിക്കാൻ മനുഷ്യനു കഴിയില്ല. ഇതുപോലെ മറ്റൊരെണ്ണം ഒരുപക്ഷേ, മറ്റെങ്ങും കണ്ടെന്നും വരില്ല. ജനസംഖ്യാ നിയന്ത്രണ മാർഗ്ഗങ്ങൾ നിർബ്ബന്ധിതമാക്കുക, ബോധവല്ക്കരണം നടത്തുക, ചെറിയ കുടുംബങ്ങൾക്ക് ധനസഹായം ചെയ്യുക, സമൂഹത്തിൽ പൊതുവിദ്യാഭ്യാസം സാർവ്വത്രികമാക്കുക തുടങ്ങിയ നിരവധി മാർഗ്ഗങ്ങൾ പരീക്ഷിക്കാവുന്നതാണ്. എന്നാൽ ഇതിനെല്ലാം ഒരൊറ്റ ലക്ഷ്യമാണുള്ളത്- ജനസംഖ്യ നിയന്ത്രിക്കുക. എണ്ണത്തിലല്ല, മൂല്യത്തിലാണ് കാര്യം എന്ന കാര്യം വിസ്മരിച്ച് സന്താനോല്പാദനം നിർബ്ബാധം തുടർന്നാൽ ഭാവി തലമുറയ്ക്ക് ജീവിക്കാൻ മറ്റേതെങ്കിലും സൗരയൂഥങ്ങളിലെ മറ്റേതെങ്കിലും വാസയോഗ്യ ഗ്രഹങ്ങളിൽ പോകേണ്ടിവരും. ഭൂമി വാസയോഗ്യമല്ലാതെയുമാകും.

വനനശീകരണം

വനനശീകരണം സൃഷ്ടിക്കുന്ന പാരിസ്ഥിതിക പ്രത്യാഘാതങ്ങളെക്കുറിച്ച് വിവരിക്കേണ്ട ആവശ്യമുണ്ടാകില്ല. ഭൂമിയുടെ കരഭാഗത്തിന്റെ 30 ശതമാനം കാടുകളുണ്ടെങ്കിൽ മാത്രമെ ജൈവവൈവിദ്ധ്യം സംരക്ഷിക്കുന്നതിനും മണൽക്കാറ്റും വെള്ളപ്പൊക്കവും ചെറുത്തുനില്ക്കുന്നതിനും സാധിക്കുകയുള്ളൂ. പരിസ്ഥിതി ലോല പ്രദേശങ്ങളിലും ജൈവവൈവിദ്ധ്യ മേഖലകളിലും കടന്നുകയറുന്ന മനുഷ്യന്റെ അത്യാർത്തി തകർത്തുകളയുന്നത് കോടിക്കണക്കിന് വർഷംകൊണ്ട് രൂപപ്പെട്ടുവന്ന പ്രകൃതി സന്തുലനമാണ്. ജനപ്പെരുപ്പം കാടുവെട്ടിത്തെളിച്ച് കൃഷി ചെയ്യാൻ മനുഷ്യരെ നിർബ്ബന്ധിതരാക്കും. ആഹാരത്തിനും പാർപ്പിടത്തിനുമായി മനുഷ്യൻ കാടുകൾ നശിപ്പിക്കുന്നത് നിലനില്പിന്റെ പ്രശ്നമാണ്. ബ്രസീലിലെയും ചില ഏഷ്യൻ രാജ്യങ്ങളിലെയും അവസ്ഥ ഇതാണ്. എന്നാൽ കച്ചവട താല്പര്യങ്ങൾക്കും ടൂറിസത്തിനുമായി ആവാസ വ്യവസ്ഥകളിലേക്ക് കടന്നുകയറി അതു നശിപ്പിക്കുന്നത് ഒരിക്കലും ന്യായീകരിക്കാൻ കഴിയില്ല. കാടുകളും വൃക്ഷങ്ങളും മനുഷ്യന് എത്രത്തോളം ആവശ്യമാണെന്ന് മനസ്സിലാകണമെങ്കിൽ കുറഞ്ഞപക്ഷം പരിണാമ സിദ്ധാന്തമെങ്കിലും അറിഞ്ഞിരിക്കണം. അല്ലെങ്കിൽ കടുവയുടെയും കസ്തൂരിയുടെയുമെല്ലാം പേരിൽ പൊതുമുതൽ നശിപ്പിക്കാൻ നാം മടികാണിക്കില്ല. ഭൗമാന്തരീക്ഷത്തിലെ ഓക്സിജൻ- കാർബൺ ഡയോക്സൈഡ് സന്തുലിതാവസ്ഥ നിലനിർത്തുന്നതിൽ കാടുകൾ വഹിക്കുന്ന പങ്കിനെക്കുറിച്ച് അറിയാത്തവരായി ആരുമുണ്ടെന്നു തോന്നുന്നില്ല. വനവിഭവങ്ങളും തടിയും വിറകും മറ്റുല്പന്നങ്ങളുമായി ഓരോ വർഷവും ലഭിക്കുന്ന വനസമ്പത്തിന്റെ കണക്ക് പരിശോധിച്ചാൽ കാടു

കളുടെ സാമ്പത്തിക ശാസ്ത്രവും ബോദ്ധ്യപ്പെടും. ഭരണകൂടത്തിന്റെ ശക്തമായ ഇടപെടൽ കാരണം 1995 ലെ വനവിസ്തൃതിയേക്കാൾ ഏഴു ശതമാനം കാടുകൾ ഇന്ന് ഇന്ത്യയിൽ വർദ്ധിച്ചിട്ടുണ്ടെന്നത് ആശ്വാസ കരമാണ്.

വാഹനപ്പെരുപ്പം

വാഹനങ്ങൾ പുറന്തള്ളുന്ന പുകയും കാർബൺഡയോക്സൈഡു മെല്ലാം ചേർന്ന് സൃഷ്ടിക്കുന്ന താപവർദ്ധനവും അന്തരീക്ഷ മലിനീകര ണവുമൊന്നും ഒരു പുതിയ വിഷയമല്ല. സ്വകാര്യ വാഹനങ്ങളില്ലാത്ത വീടുകൾ ഇന്ന് നഗരങ്ങളിലുണ്ടാകില്ല. എന്തിന് ഗ്രാമപ്രദേശങ്ങളിൽ പോലും സ്ഥിതി വ്യത്യസ്തമല്ല. കേരളം പോലൊരു സംസ്ഥാനത്തെ റീജിയണൽ ട്രാൻസ്പോർട്ട് ഓഫീസുകളിൽ ഒരു ദിവസം രജിസ്റ്റർ ചെ യ്യുന്ന വാഹനങ്ങളുടെ കണക്ക് പരിശോധിച്ചാൽ വാഹനപ്പെരുപ്പത്തി ന്റെ വ്യാപ്തി മനസ്സിലാകും. അപ്പോൾ മഹാനഗരങ്ങളിലെ കണക്കു കൾ പറയേണ്ട ആവശ്യമില്ലല്ലോ? വാഹനങ്ങളുടെ പുകയും മൂടൽമഞ്ഞും ചേർന്ന് സൃഷ്ടിക്കുന്ന 'സ്മോഗും', 'ബ്രൗൺ ക്ലൗഡും' ഇന്ത്യൻ ഉപഭൂഖ ണ്ഡത്തിൽ മൺസൂൺ വൈകിപ്പിക്കുന്നുണ്ടെന്നു പറഞ്ഞാൽ അത്ഭുത പ്പെടേണ്ടതില്ല. എയർകണ്ടീഷൻഡ് വാഹനങ്ങളുടെ ഉള്ളിലിരിക്കുന്നവർ ക്കേ തണുപ്പനുഭവപ്പെടുകയുള്ളൂ, ആ വാഹനം സഞ്ചരിക്കുന്ന വഴിയിൽ ഉഷ്ണക്കാറ്റാണ് അത് ചൊരിഞ്ഞുകൊണ്ടിരിക്കുന്നത്. പൊതു വാഹന ങ്ങൾ ഉപയോഗിക്കുകയും ആഴ്ചയിലൊരിക്കൽ സ്വകാര്യ വാഹനങ്ങൾ നിരത്തിലിറക്കാതിരിക്കുകയും ചെയ്യുന്നത് ചെറിയതെങ്കിലും വാഹന പ്പെരുപ്പത്തിനെതിരെ സ്വീകരിക്കാൻ കഴിയുന്ന നടപടിയാണ്. ഒരു വ്യ ക്തിക്കോ കുടുംബത്തിനോ ഒന്നിലധികം വാഹനങ്ങൾക്ക് അനുമതി നല് കാതിരിക്കുക, പത്തു വർഷത്തിലധികം പ്രായമുള്ള വാഹനങ്ങൾ നിര ത്തുകളിൽനിന്ന് പിൻവലിക്കുക, കൃത്യമായി ട്യൂൺ ചെയ്യാത്ത വാഹ നങ്ങൾക്ക് കനത്ത പിഴ ചുമത്തുക, സ്വന്തമായി വാഹനങ്ങളില്ലാത്ത വി ദ്യാലയങ്ങളുടെയും തൊഴിൽശാലകളുടെയും അനുമതി നിഷേധിക്കു ക തുടങ്ങിയ പ്രവർത്തനങ്ങൾകൊണ്ട് സ്വകാര്യ വാഹനങ്ങളുടെ അമി തോപയോഗം നിയന്ത്രിക്കാൻ കഴിയും.

ശബ്ദമലിനീകരണം

വാഹനങ്ങളുടെ മുരൾച്ചയും ഹോണുകളും നഗരങ്ങളെയും ഉച്ച ഭാഷിണികൾ ഗ്രാമങ്ങളെയും ശബ്ദസാഗരത്തിൽ മുക്കിക്കൊല്ലുകയാണ്. ആരാധനാലയങ്ങളുടെ ഉച്ചിയിലുള്ള കോളാമ്പി മൈക്കുകൾ സൃഷ്ടിക്കു ന്ന ആവൃത്തി കൂടിയ ശബ്ദ തരംഗങ്ങൾ ഗ്രാമങ്ങളെപ്പോലും ശബ്ദ തീ വ്രതയുടെ ബാലപാഠങ്ങൾ പഠിപ്പിക്കുന്നുണ്ട്. അതിനും പുറമെയാണ് കച്ചവടസ്ഥാപനങ്ങളുടെ പരസ്യപ്രചാരണങ്ങളും രാഷ്ട്രീയ പാർട്ടികളു ടെ വാഗ്ധോരണികളും. കച്ചവട താല്പര്യങ്ങൾ മനസ്സിലാക്കാം, എന്നാൽ

ദേവനോട് പ്രാർത്ഥിക്കാൻ ഫ്രീക്വൻസി കൂടിയ കോളാമ്പി സ്പീക്കറുകൾ എന്തിനാണെന്നു മനസ്സിലാവുന്നില്ല. വൈദ്യുതി കണ്ടുപിടിക്കുന്നതിനുമുമ്പും ദൈവാരാധന ഉണ്ടായിരുന്നല്ലോ?! ആരാധനാലയത്തിനു സമീപം ഹോണടിക്കാൻ പാടില്ലെന്നു പറയുന്നവർ വിദ്യാലയത്തിനു സമീപവും ജനത്തിരക്കുള്ള ഇടങ്ങളിലും മത-രാഷ്ട്രീയ പ്രഭാഷണങ്ങൾ പാടില്ലെന്നു പറയാനുള്ള ആർജ്ജവം കാണിക്കണം. കേൾവിത്തകരാറുകൾക്കും മാനസിക പ്രശ്നങ്ങൾക്കും കാരണമാകുന്ന ശബ്ദശല്യം കൊച്ചുകുട്ടികളിൽ ബുദ്ധിവളർച്ചയെ മുരടിപ്പിക്കുകയും ചെയ്യുമെന്ന് ലോകാരോഗ്യ സംഘടന 2011 ൽ പുറത്തിറക്കിയ റിപ്പോർട്ടിൽ പരാമർശിച്ചിട്ടുണ്ട്.

ഓസോൺ പാളിയും പരിസ്ഥിതിയും

ഭൗമാന്തരീക്ഷത്തിന്റെ ഉപരിപാളിയായ സ്ട്രാറ്റോസ്ഫിയറിലുള്ള ഓസോൺ (O_3) ദുർഗ്ഗന്ധമുള്ള ഒരു വിഷവാതകമാണ്. മൂന്ന് ഓക്സിജൻ ആറ്റങ്ങൾ കൂടിച്ചേർന്നാണ് ഓസോണുണ്ടാകുന്നത്. പ്രാണവായുവായ ഓക്സിജനിൽ (O_2) രണ്ട് ആറ്റങ്ങളാണുള്ളത്. വിഷവാതകമാണെങ്കിലും ഓസോൺ ഭൂമിയോട് ചെയ്യുന്നത് വളരെ നല്ലൊരു കാര്യമാണ്. സൗരവികിരണങ്ങളിലുള്ള അൾട്രാവയലറ്റ്-ബി (uv-B) വികിരണങ്ങൾ തടഞ്ഞുനിർത്തി ഭൂമിയിലുള്ള ജീവജാലങ്ങളെ സംരക്ഷിക്കുന്നത് ഓസോൺ പാളിയാണ്. ഭൗമാന്തരീക്ഷത്തിലെ ഓസോൺ വാതകത്തിന്റെ സാന്നിദ്ധ്യമാണ് ഇവിടെ ജീവനുത്ഭവിക്കാനും വികസിക്കാനും കാരണം. എന്നാൽ ക്ലോറോഫ്ളൂറോ കാർബണുകൾ (CFC) പോലുള്ള ഓസോൺ നശീകരണ സ്വഭാവമുള്ള വസ്തുക്കളുടെ (Ozone Depleting Subtances-ODS) ഉത്സർജ്ജനം ഓസോൺ പാളിയെ സാവധാനം കാർന്നുതിന്നുകൊണ്ടിരിക്കുകയാണ്. 1990 കളുടെ ആരംഭത്തിലായിരുന്നു ഏറ്റവുമധികം ഒ ഡി എസ് ഭൗമാന്തരീക്ഷത്തിലേക്ക് പുറന്തള്ളപ്പെട്ടിരുന്നത്. അപകടം മുൻകൂട്ടി കണ്ട ഭരണകൂടങ്ങൾ ആഗോളവ്യാപകമായി നടത്തിയ നീക്കത്തെത്തുടർന്ന് സി എഫ് സി ഉല്പാദനം ഗണ്യമായി കുറയ്ക്കുന്നതിന് സാധിച്ചിട്ടുണ്ട്. അന്റാർട്ടിക്കയ്ക്ക് മുകളിൽ രൂപപ്പെട്ട ഓസോൺ തുളകൾ അടയാൻ തുടങ്ങുന്നതും ശുഭസൂചനയാണ്. ഈ നില തുടർന്നുപോയാൽ 2050 ആകുമ്പോഴേക്കും അന്തരീക്ഷത്തിലെ ഓസോൺ വാതകത്തിന്റെ തോത് 1980 ന് മുമ്പുള്ളതിലേക്ക് എത്തിക്കുവാൻ കഴിയും. അൾട്രാവയലറ്റ് വികിരണങ്ങൾ ഗുരുതരമായ ആരോഗ്യപ്രശ്നങ്ങൾക്ക് കാരണമാകുന്നുണ്ട്. തൊലിപ്പുറത്തുള്ള അർബ്ബുദം, തിമിരം, പോഷകക്കുറവ്, രോഗപ്രതിരോധ ശേഷി നഷ്ടപ്പെടൽ തുടങ്ങിയ നിരവധി ആരോഗ്യപ്രശ്നങ്ങൾ അൾട്രാവയലറ്റ് വികിരണങ്ങൾ സൃഷ്ടിക്കുന്നുണ്ട്. സൂര്യാഘാതത്തിനും കുട്ടികളിലുണ്ടാകുന്ന ചില ത്വക്‌രോഗങ്ങൾക്കും കാരണം അൾട്രാവയലറ്റ് വികിരണങ്ങളാണ്. സമുദ്രങ്ങളിലെ സൂക്ഷ്മജീവികളുടെ നാശത്തിനും ആവാ

സവ്യവസ്ഥ തകരുന്നതിനും മത്സ്യസമ്പത്ത് നഷ്ടമാകുന്നതിനും ഈ വികിരണങ്ങളുടെ ആക്രമണം കാരണമാകും.

വേയ്സ്റ്റ് മാനേജ്മെന്റ്

ഇ-മാലിന്യങ്ങൾ മുതൽ വസ്ത്രങ്ങൾ വരെ, പേപ്പറുകൾ മുതൽ ഡയപ്പറുകൾ വരെ... അതിനെല്ലാം പുറമെ പ്ലാസ്റ്റിക് മാലിന്യങ്ങളും. ഭൂമി മൊത്തമായും ഒരു മാലിന്യക്കൂമ്പാരമായി മാറിക്കൊണ്ടിരിക്കുകയാണ്. കടലെന്നോ കരയെന്നോ ഉള്ള വ്യത്യാസമൊന്നുമില്ല. ഡിസ്പോസിബിൾ സംസ്കാരം നമ്മുടെ നാട്ടിൻപുറങ്ങളെപ്പോലും കീഴടക്കിക്കഴിഞ്ഞു. മെഡിക്കൽ മാലിന്യങ്ങളും നഗരമാലിന്യങ്ങളും വ്യാവസായിക മാലിന്യങ്ങളും എന്നുവേണ്ട മലിനമാകാത്ത ഒരു പ്രദേശംപോലും എടുത്തുകാണിക്കാൻ കഴിയാത്ത തരത്തിലേക്കാണ് മനുഷ്യന്റെ ഉപഭോഗാസക്തി കുതിച്ചുകൊണ്ടിരിക്കുന്നത്. ഇതിനെല്ലാം പുറമെയാണ് ആഗോളതാപനത്തിന്റെ കാരണക്കാരായ ഹരിതഗൃഹവാതകങ്ങളുടെ അമിതമായ പുറന്തള്ളൽ. മാലിന്യ സംസ്കരണത്തിലെ അശാസ്ത്രീയത സൃഷ്ടിക്കുന്ന പാർശ്വഫലങ്ങൾ ഇതിനെല്ലാം പുറമെയാണ്. ഇനിയും കാത്തിരിക്കാൻ സമയമില്ല. തലമുറകളിലൂടെ കൈമാറിവന്ന ഈ പ്രകൃതിയും അതിലെ വിഭവങ്ങളും വരുംതലമുറകൾക്ക് കൈമാറിക്കൊടുക്കാനുള്ളതാണ്. പ്രകൃതി സംരക്ഷണത്തിനുവേണ്ടി ശബ്ദമുയർത്താൻ ഇനിയും വൈകിക്കൂടാ. ഇപ്പോഴല്ലെങ്കിൽ ഒരുപക്ഷേ, ഇനിയൊരിക്കലും അതിനു കഴിഞ്ഞെന്നുവരില്ല.

സ്പ്രേയും നെയിൽ പോളിഷും പിന്നെ ചില ഓസോൺ തുളകളും

ഓസോൺപാളി. പ്രകൃതിയൊരുക്കിയ മാന്ത്രികക്കൂട, ഭൂമിയുടെ പുതപ്പ്, അൾട്രാവയലറ്റ് വികിരണങ്ങളുടെ ആക്രമണങ്ങളിൽനിന്ന് ഭൂമിയെ സംരക്ഷിക്കുന്ന പരിച എന്നിങ്ങനെ വിശേഷണങ്ങൾ അനവധിയുള്ള നേർത്ത, വളരെ നേർത്ത വാതകപടലമായ ഓസോൺ പാളിക്ക് മനുഷ്യനിർമ്മിത രാസപദാർത്ഥങ്ങളുടെ ഉല്പാദനവും ഉപയോഗവും ഗുരുതരമായ പരിക്കുകളാണ് ഉണ്ടാക്കിക്കൊണ്ടിരിക്കുന്നത്. ഇത്തരം രാസവസ്തുക്കളുടെ ഉല്പാദനവും ഉപയോഗവും പരിമിതപ്പെടുത്തി ഭൂമിയെയും അതിലെ ജീവജാലങ്ങളെയും അൾട്രാവയലറ്റ് വികിരണങ്ങളുടെ ആക്രമണത്തിൽനിന്ന് സംരക്ഷിക്കേണ്ടതിന്റെ സന്ദേശമാണ് ഈ ദിനാചരണത്തിലൂടെ സംവദിക്കപ്പെടേണ്ടത്. കേവലമൊരു ദിനാചരണത്തിൽ അവസാനിക്കേണ്ടതല്ല ആ സന്ദേശം. അതുയർത്തുന്ന ആഗോള, സാമൂഹിക, സാമ്പത്തിക നിർവ്വചനങ്ങൾ അത്രമാത്രം വിശാലമാണ്.

ഭൗമാന്തരീക്ഷത്തിൽ ആപേക്ഷികമായി ഉയർന്ന സാന്ദ്രതയിൽ ഓസോൺ (O_3) വാതകം കണപ്പെടുന്ന മേഖലയാണ് ഓസോൺ പാളിയെന്ന ഓസോണോസ്ഫിയർ. ആപേക്ഷികമായി ഉയർന്നതെന്നു പറയുമ്പോൾ ഇതത്ര അധികമൊന്നുമുണ്ടെന്ന് അർത്ഥമാക്കേണ്ടതില്ല. ഭൗമാന്തരീക്ഷത്തിലെ മറ്റു വാതകങ്ങളുമായി താരതമ്യം ചെയ്യുമ്പോൾ ഇത് കേവലം 0.6 ppm (Parts per million) മാത്രമാണ്. അന്തരീക്ഷപാളിയായ സ്ട്രാറ്റോസ്ഫിയറിലാണ് ഓസോൺ വാതകത്തിന്റെ 90 ശതമാനവും കാണപ്പെടുന്നത്. ഭൗമാന്തരീക്ഷത്തിന്റെ ഘടന വിവരിക്കുന്നതിനുവേണ്ടി ഭൗമശാസ്ത്രജ്ഞർ സ്വീകരിച്ചിരിക്കുന്ന അളവുകോലാണ് അന്തരീക്ഷ പാളികളെന്ന് സാമാന്യമായി പറയാൻ കഴിയും. കൃത്യമായി നിർണ്ണയിക്കാൻ കഴിയുന്ന അതിർവരമ്പുകളില്ലെങ്കിലും താപനിലയിലും വാതക വിതരണത്തിലും വ്യത്യസ്തത പുലർത്തുന്ന

വയാണ് ഈ പാളികൾ. ഭൗമാന്തരീക്ഷത്തിന്റെ ആകെ ഭാരം $5X10^{18}$ കിലോഗ്രാമാണ്. ഇതിൽ 3/4 ഭാഗവും ഭൗമോപരിതലത്തിൽനിന്നും 11 കിലോമീറ്റർവരെ ഉയരമുള്ള ഭാഗമാണെന്നു പറയുമ്പോൾ ബാക്കി ഭാഗത്തെ വാതക സാന്ദ്രത ഊഹിക്കാവുന്നതേയുള്ളൂ. ഉയരം കൂടുന്ന തിനനുസരിച്ച് ഭൗമാന്തരീക്ഷം നേർത്തുനേർത്തുവരും. എന്നാൽ അന്ത രീക്ഷവും ബഹിരാകാശവും തമ്മിൽ കൃത്യമായ അതിർത്തിയൊന്നുമില്ല. ബഹിരാകാശത്തുനിന്ന് ഭൂമിയിലേക്കു തിരിച്ചുവരുന്ന സ്പേസ് ക്രാഫ്റ്റുകൾക്ക് റീ-എൻട്രി സമയത്ത് അന്തരീക്ഷത്തിന്റെ പ്രകടമായ സ്വാധീനം അനുഭവപ്പെടുന്ന മേഖലയെ (Karman Line) വേണമെങ്കിൽ അന്തരീക്ഷത്തിന്റെ അതിർത്തിയായി കണക്കാക്കാൻ കഴിയും. ഇത് ഭൗമോപരിതലത്തിൽനിന്നും 120 കിലോമീറ്ററിന് മുകളിലാണ്.

ഭൗമാന്തരീക്ഷത്തിൽ 78.09 ശതമാനം നൈട്രജൻ വാതകമാണ്. 20.95 ശതമാനം ഭാഗം ഓക്സിജനും 0.93 ശതമാനം ആർഗണുമാണു ള്ളത്. ഹരിതഗൃഹ വാതകങ്ങളായ കാർബൺഡയോക്സൈഡും നീരാ വിയും മീഥേനും നൈട്രസ് ഓക്സൈഡുമെല്ലാം വളരെ തുച്ഛമായ അളവിൽ മാത്രമാണുള്ളത്. അതിലും കുറവാണ് ഭൂമിയുടെ പുതപ്പെന്നും മറ്റും അല്പം കാല്പനികത കലർത്തി പറയുന്ന ഓസോൺ വാതകമു ള്ളത്. ഇതുകൂടാതെ ചാരവും പൊടിയും പുകയും അഗ്നിപർവ്വത ധൂളി യും ഗന്ധക സംയുക്തങ്ങളുമെല്ലാം വളരെ ചെറിയ അളവിൽ ഉണ്ടാകും. ഉയരം കൂടുന്തോറും ഭൗമാന്തരീക്ഷത്തിലെ വാതകസാന്ദ്രത കുറഞ്ഞു വരും. എന്നാൽ അന്തരീക്ഷ ഊഷ്മാവിന് ഉയരവുമായി വലിയ ബന്ധ മൊന്നുമില്ലെന്നു കാണാം. വളരെ സങ്കീർണ്ണമാണ് ഭൗമാന്തരീക്ഷത്തിലെ ഊഷ്മാവിന്റെ ഏറ്റക്കുറച്ചിലുകൾ. താപനിലയിലുള്ള ഈ ഏറ്റക്കുറ ച്ചിലുകളാണ് അന്തരീക്ഷത്തെ വിവിധ പാളികളായി തരംതിരിക്കു ന്നതിന് ആധാരമാക്കിയിട്ടുള്ളത് പ്രധാനമായും അഞ്ച് പാളികളായാണ് അന്തരീക്ഷത്തെ വിഭജിച്ചിരിക്കുന്നത്. ഇതിൽ ഭൗമോപരിതലത്തിൽ 9 മുതൽ 17 കിലോമീറ്റർ വരെ ഉയരത്തിൽ വ്യാപിച്ചുകിടക്കുന്ന വാതക സാന്ദ്രത ഏറ്റവുമധികമുള്ള മേഖലയായ ട്രോപ്പോസ്ഫിയറിനെ ഒന്നാമ ത്തെ അന്തരീക്ഷ പാളിയായി കണക്കാക്കാം. ഭൗമചലനങ്ങളും കാലിക വ്യതിയാനങ്ങളും ഈ അതിർത്തിയെ സ്വാധീനിക്കാറുണ്ട്. അതുപോ ലെതന്നെ ധ്രുവമേഖലയിലും ഭൂമദ്ധ്യരേഖാ പ്രദേശങ്ങളിലും ട്രോപ്പോ സ്ഫിയറിന്റെ ഉയരം വ്യത്യസ്തമായിരിക്കും. ഉയരം കൂടുന്നതിനനു സരിച്ച് ട്രോപ്പോസ്ഫിയറിന്റെ ഊഷ്മാവ് കുറയും. ഭൗമോപരിതല ത്തിലെ ഉയരമുള്ള പർവ്വതങ്ങളെല്ലാം ഈ അന്തരീക്ഷ പാളിയിലാ ണുള്ളത്. പർവ്വത ശിഖരങ്ങൾ ഹിമാലയങ്ങളാകുന്നതിന്റെ മറുപടി നല്കുന്നതും ട്രോപ്പോസ്ഫിയർ തന്നെയാണ്. അന്തരീക്ഷ ഭാരത്തിന്റെ 80 ശതമാനവും വഹിക്കുന്നത് ട്രോപ്പോസ്ഫിയറാണ്. ട്രോപ്പോസ് ഫിയറിനു മുകളിൽ 51 കിലോമീറ്റർവരെ വ്യാപിച്ചുകിടക്കുന്ന സ്ട്രാറ്റോസ്ഫിയറാണ് രണ്ടാമത്തെ അന്തരീക്ഷ പാളി. ഉയരം കൂടുന്ന

തിനനുസരിച്ച് ഇവിടെ അന്തരീക്ഷ ഊഷ്മാവും വർദ്ധിക്കും. സൗരവികിരണങ്ങളിലെ അൾട്രാവയലറ്റ് രശ്മികളെ കെണിയിൽപെടുത്തുന്ന ഓസോൺ പാളിയുടെ 90 ശതമാനവും സ്ഥിതി ചെയ്യുന്നത് സ്ട്രാറ്റോസ്ഫിയറിലാണ്. ഭൗമോപരിതലത്തിൽനിന്നും 12 കിലോമീറ്റർ മുതൽ 50 കിലോമീറ്റർ വരെയാണ് ഓസോൺ വാതകം കാണപ്പെടുന്നത്. സ്ട്രാറ്റോസ്ഫിയറിനു മുകളിലായി 85 കിലോമീറ്റർവരെ വ്യാപിച്ചു കിടക്കുന്ന മെസോസ്ഫിയറാണ് അടുത്ത പാളി. ഉയരം കൂടുന്നതിനനുസരിച്ച് ഇവിടെ താപനില കുറയും. അന്തരീക്ഷത്തിലേക്ക് പ്രവേശിക്കുന്ന ഉൽക്കാശകലങ്ങൾ കത്താനാരംഭിക്കുന്നത് മെസോസ്ഫിയറിൽ വച്ചാണ്. ഇവിടുത്തെ ശരാശരി താപനില 100^{0}ഇ ആണ്. അതിനും മുകളിലായി 800 കിലോമീറ്റർ വരെ വ്യാപിച്ചിരിക്കുന്ന തെർമോസ്ഫിയറാണ് നാലാമത്തെ പാളി. അന്തരീക്ഷത്തിന്റെ നിർവ്വചനം പോലും വളരെ നേർത്തതാണിവിടെ. അന്താരാഷ്ട്ര ബഹിരാകാശ നിലയവും കൃത്രിമ ഉപഗ്രഹങ്ങളുമെല്ലാം ഇവിടെയാണുള്ളത്. അതിനും മുകളിലായുള്ള ഉപരിപാളിയാണ് എക്സോസ്ഫിയർ. ഹൈഡ്രജനും ഹീലിയവും മാത്രമാണ് ഇവിടെയുള്ളത്. വാതകസാന്ദ്രത വളരെ കുറഞ്ഞ ഈ പാളിയിൽ പരസ്പരം കൂട്ടിമുട്ടാതെ വാതക തന്മാത്രകൾക്ക് നൂറുകണക്കിന് കിലോമീറ്ററുകൾ സഞ്ചരിക്കാൻ കഴിയും.!

അന്തരീക്ഷ പാളികളെക്കുറിച്ച് പഠനം നടത്തിക്കൊണ്ടിരുന്ന ഫ്രഞ്ച് ഭൗതിക ശാസ്ത്രജ്ഞരായ ചാൾസ് ഫാബ്രി, ഹെൻറി ബ്യൂസൺ എന്നിവർ ചേർന്നാണ് ഓസോൺ പാളി ആദ്യമായി കണ്ടെത്തുന്നത്. 1913 ലായിരുന്നു ഇത്. പിന്നീട് ബ്രിട്ടീഷ് കാലാവസ്ഥാ ശാസ്ത്രജ്ഞനായ ജി എം ബി ഡോബ്സൺ ഈ പുതപ്പിന്റെ സവിശേഷതകൾ ഓരോന്നായി വെളിച്ചത്തു കൊണ്ടുവന്നു. അന്തരീക്ഷത്തിലെ ഓസോണിന്റെ അളവ് ഭൂമിയിൽ നിന്നുകൊണ്ടുതന്നെ കണ്ടുപിടിക്കുന്നതിനുള്ള ഒരുപകരണവും അദ്ദേഹം വികസിപ്പിച്ചെടുത്തു. ഡോബ്സൺ മീറ്റർ എന്നാണ് ഈ ഉപകരണം അറിയപ്പെടുന്നത്. 1928 നും 1958 നും ഇടയിലുള്ള മുപ്പതു വർഷങ്ങളിൽ ഓസോൺ പഠനത്തിനുള്ള കേന്ദ്രങ്ങൾ സ്ഥാപിക്കുന്നതിന് ഡോബ്സൺ മുൻകൈ എടുത്തു. അദ്ദേഹത്തോടുള്ള ആദരസൂചകമായി അന്തരീക്ഷ ഓസോൺ സാന്ദ്രതയുടെ ഏകകം ഡോബ്സൺ യൂണിറ്റെന്നാണറിയപ്പെടുന്നത്. ഭൗമജീവന്റെ നിലനില്പിന് ഓസോൺ പാളി നിർമ്മിക്കുന്ന സംരക്ഷണ കവചത്തെക്കുറിച്ച് പിന്നീട് നിരവധി പഠനങ്ങൾ നടന്നിട്ടുണ്ട്. നോബൽ സമ്മാനാർഹരായ പോൾ ക്രുറ്റ്സൺ, മാരിയോ മോളിനോ, ഫ്രാങ്ക് എസ്. റോളണ്ട് എന്നീ രസതന്ത്രജ്ഞരുടെ സംഭാവനകൾ എടുത്തുപറയേണ്ടതാണ്.

ഓസോൺ ഉണ്ടാകുന്നത്

ഓസോണിന്റെ ഫോട്ടോകെമിക്കൽ മെക്കാനിസം കണ്ടുപിടിക്കപ്പെടുന്നത് 1930 ലാണ്. സിഡ്നി ചാപ്മാൻ എന്ന ബ്രിട്ടീഷ് ഭൗതിക ശാസ്ത്ര

ജ്ഞനാണ് ഈ കണ്ടുപിടിത്തം നടത്തിയത്. മൂന്ന് ഓക്സിജൻ ആറ്റങ്ങൾ കൂടിച്ചേർന്ന തന്മാത്രയാണ് ഓസോൺ (O_3). പ്രാണവായുവിൽ രണ്ട് ഓക്സിജൻ ആറ്റങ്ങളാണുള്ളത് (O_2). രൂക്ഷഗന്ധവും അപകടകരമായവിധം വിഷാംശവുമുള്ള വാതകമാണ് ഓസോൺ. മണക്കാനുള്ളത് എന്നർത്ഥം വരുന്ന ഓസീൻ എന്ന ഗ്രീക്ക് പദത്തിൽ നിന്നാണ് ഓസോൺ എന്ന പേരുണ്ടായത്. ഭൗമാന്തരീക്ഷത്തിലെ ഉയർന്ന പാളികളിൽ മാത്രമല്ല ഭൗമോപരിതലത്തിലും ഓസോൺ സൃഷ്ടിക്കപ്പെടാറുണ്ട്. ഭൗമോപരിതലത്തിലെ താപനില വർദ്ധിക്കുമ്പോൾ ഗ്രാമങ്ങളിലും - വനമേഖലകളിലും ഈ വാതകം പിറവിയെടുക്കാറുണ്ട്. ശ്വസന പ്രക്രിയയെ തടസ്സപ്പെടുത്തുന്ന ഓസോൺ ആസ്ത്മ, ശ്വാസകോശ രോഗികൾക്ക് ഹാനികരമാകാറുണ്ട്. വനമേഖലയിലെ ഈർപ്പമുള്ള അന്തരീക്ഷം ഹൈഡ്രോ കാർബണുകളിലെ രാസപ്രവർത്തനങ്ങളുടെ തീവ്രത വർദ്ധിപ്പിക്കുന്നതുകൊണ്ടാണ് ഓസോൺ ഉല്പാദനത്തിന് കാരണമാവുന്നത്. എന്നാൽ ഭൗമോപരിതലത്തിലെ ഊഷ്മാവിലും മർദ്ദത്തിലും ഓസോൺ അതിവേഗം വിഘടിച്ച് ഓക്സിജൻ തന്മാത്രകളായി മാറും. എന്നാൽ ഭൗമോപരിതലത്തിൽനിന്നും പത്തു കിലോമീറ്റർ മുകളിലെത്തിയാൽ സംഗതിയാകെ മാറും. സൗരവികിരണങ്ങളിലുള്ളതും ദൃശ്യപ്രകാശത്തേക്കാൾ തരംഗദൈർഘ്യം കുറഞ്ഞതുമായ തീവ്ര കിരണങ്ങളായ അൾട്രാവയലറ്റ് (UV) രശ്മികൾ അന്തരീക്ഷത്തിലെ ഓക്സിജൻ തന്മാത്രകളുമായി കൂട്ടിമുട്ടുമ്പോൾ അവ ഓക്സിജൻ തന്മാത്രകളെ സ്വതന്ത്ര ഓക്സിജൻ ആറ്റങ്ങളായി (Atomic Oxygen) വിഘടിപ്പിക്കും. ഇങ്ങനെ സ്വതന്ത്രമാക്കപ്പെടുന്ന ഓക്സിജൻ ആറ്റങ്ങൾ മറ്റ് ഓക്സിജൻ തന്മാത്രകളുമായി കൂടിച്ചേർന്നാണ് ($O_2+O_1->O_3$) ഓസോൺ തന്മാത്രകൾ രൂപംകൊള്ളുന്നത്. അൾട്രാവയലറ്റ് വികിരണങ്ങൾ ഓസോൺ തന്മാത്രയിൽ പതിക്കുമ്പോൾ അവ വീണ്ടും ഓക്സിജൻ തന്മാത്രയും ഒരു സ്വതന്ത്ര ഓക്സിജൻ ആറ്റവുമായി വിഘടിക്കപ്പെടും. ഓസോൺ-ഓക്സിജൻ ചക്ര (Ozone-Oxygen Cycle) മെന്നറിയപ്പെടുന്ന ഈ പ്രവർത്തനം ഭൗമാന്തരീക്ഷത്തിൽ നിരന്തരം നടന്നുകൊണ്ടിരിക്കുന്നുണ്ട്. ഭൗമോപരിതലത്തിൽനിന്നും 10 മുതൽ 50 വരെ കിലോമീറ്ററിനുള്ളിലാണ് ഈ പ്രവർത്തനങ്ങളെല്ലാം നടക്കുന്നത്. ഭൗമാന്തരീക്ഷത്തിലുള്ള ഓസോൺ വാതകത്തിന്റെ 90 ശതമാനവും സ്ട്രാറ്റോസ്ഫിയറിലും ബാക്കി 10 ശതമാനം ട്രോപ്പോസ്ഫിയറിലുമാണുള്ളത്. ഇനി ഈ ഓസോണിനെയൊന്നാകെ ഭൗമോപരിതലത്തിൽ സമുദ്രനിരപ്പിലെ വാതകമർദ്ദത്തിലേക്ക് കൊണ്ടുവന്നുവെന്നിരിക്കട്ടെ, അപ്പോഴതിന്റെ കട്ടി വെറും 3 മില്ലീമീറ്റർ മാത്രമായിരിക്കും! ഇത്രയും കട്ടികുറഞ്ഞ ഒരു വാതകപടലമാണ് തീവ്രമായ സൗരവികിരണങ്ങളെ തടഞ്ഞു നിർത്തുന്നതെന്നറിയുമ്പോഴോ?

ഓസോൺ തുളകൾ വിള്ളലുകളല്ല, ദ്വാരങ്ങളുമല്ല;

പേര് സൂചിപ്പിക്കുന്നതുപോലെ ഓസോൺ വാതകം തീരെ കാണപ്പെടാത്ത മേഖലയൊന്നുമല്ല ഓസോൺ തുളകൾ (Ozone Holes). ചുറ്റുപാടുകളെ അപേക്ഷിച്ച് ഓസോൺ വാതക സാന്ദ്രത കുറഞ്ഞഭാഗം എന്നു മാത്രമാണ് ഇതുകൊണ്ട് അർത്ഥമാക്കുന്നത്. ദക്ഷിണാർദ്ധ ഗോളത്തിൽ വസന്താഗമനത്തോടനുബന്ധമായി ആഗസ്ത് മുതൽ ഒക്ടോബർ വരെയുള്ള മാസങ്ങളിലാണ് സാധാരണയായി ഓസോൺ തുളകൾ പ്രത്യക്ഷപ്പെടുന്നത്. അന്റാർട്ടിക്കയുടെ ഭാഗത്താണ് ഈ പ്രതിഭാസം കൂടുതൽ തീവ്രമാകുന്നത്. ഇനി എങ്ങനെയാണ് ഒരു മേഖലയെ ഓസോൺ തുളയെന്ന് കണക്കാക്കുന്നതെന്ന് നോക്കാം. പൊതുവെ ഓസോൺ പാളിയുടെ സാന്ദ്രത 220 ഡോബ്സൺ യൂണിറ്റിലും (220 DU) കുറവുള്ള ഭാഗത്തെ ഒരു ഓസോൺ തുളയായി കണക്കാക്കാൻ കഴിയുമെന്നാണ് കാലാവസ്ഥാ ശാസ്ത്രജ്ഞർ പറയുന്നത്. സോളാർ മാക്സിമത്തോടനുബന്ധിച്ച് സൗരജ്ജ്വാലകൾ തീവ്രമാകുന്നതും, അഗ്നി പർവ്വത സ്ഫോടനങ്ങളും ഓസോൺ പാളിയെ ക്ഷയിപ്പിക്കുന്നുണ്ട്. അതിനുപുറമെ മനുഷ്യനിർമ്മിത രാസവസ്തുക്കളുടെ പ്രവർത്തനം ഓസോൺ പുതപ്പിനെ ഛിന്നഭിന്നമാക്കാൻ തക്കവണ്ണം തീവ്രവുമാണ്. നൈട്രിക് ഓക്സൈഡ് (NO), നൈട്രസ് ഓക്സൈഡ് (N_2O), ഹൈഡ്രോക്സിൽ (OH), അറ്റോമിക് ക്ലോറിൻ (Cl), ബ്രോമിൻ (Br), ക്ലോറോ ഫ്ളൂറോ കാർബണുകൾ (CFC), ഹൈഡ്രോ ക്ലോറോഫ്ളൂറോ കാർബണുകൾ (HCFC), ബ്രോമോ ഫ്ളൂറോ കാർബണുകൾ, ഹാലോണുകൾ എന്നിങ്ങനെ മനുഷ്യനിർമ്മിത രാസവസ്തുക്കളുടെ പട്ടിക നീളുകയാണ്. ഇവയിൽ റഫ്രിജറേറ്ററുകളിലും എയർ കണ്ടീഷണറുകളിലും മറ്റും ഉപയോഗിക്കുന്ന ക്ലോറോഫ്ളൂറോ കാർബണുകളും നൈട്രസ് ഓക്സൈഡുമാണ് ഓസോൺ പാളിയുടെ പ്രധാന ശത്രുക്കൾ. വാതക പ്രവാഹത്തോടൊപ്പം സ്ട്രാറ്റോസ്ഫിയറിലെത്തുന്ന ക്ലോറിൻ, ബ്രോമിൻ തന്മാത്രകളിൽ അൾട്രാവയലറ്റ് വികിരണങ്ങൾ പതിക്കുമ്പോൾ അവയിൽനിന്നും ആറ്റങ്ങൾ സ്വതന്ത്രമാക്കപ്പെടുകയും ഇങ്ങനെ സ്വതന്ത്രമാക്കപ്പെടുന്ന ആറ്റോമിക ക്ലോറിനും ബ്രോമിനും ഓസോൺ തന്മാത്രകളുമായി രാസപ്രവർത്തനത്തിലേർപ്പെടുകയുംചെയ്യും. ശൃംഖലാ പ്രവർത്തനം (Chain Reaction) വഴി ഒരു ക്ലോറിൻ അണുവിന് ഒരു ലക്ഷം ഓസോൺ തന്മാത്രകളെ നശിപ്പിക്കാൻ കഴിയും! അൾട്രാവയലറ്റ് വികിരണങ്ങളെ ആഗിരണം ചെയ്യുന്നതിനുള്ള കഴിവ് ഓസോൺ പാളിക്ക് നഷ്ടമാകുന്നതോടെ അപകടകാരികളായ അൾട്രാവയലറ്റ് വികിരണങ്ങൾ ഭൗമോപരിതലത്തിലെത്തും. ഉത്തരാർദ്ധ ഗോളത്തിൽ ഓരോ ദശകത്തിലും ഓസോൺ പാളിയുടെ കട്ടി നാലുശതമാനം വീതം കുറയുന്ന അവസ്ഥയാണ് ഇപ്പോഴുള്ളത്.

ഭൗമാന്തരീക്ഷത്തിൽ ഓസോൺ വാതകത്തിന്റെ സാന്ദ്രത നിരവധി ഘടകങ്ങളുടെ പ്രവർത്തനം വഴിയാണ് നിയന്ത്രിക്കപ്പെടുന്നത്.

മദ്ധ്യരേഖാ പ്രദേശത്ത് ഓസോൺ പാളിയുടെ കട്ടി ധ്രുവപ്രദേശങ്ങളെ അപേക്ഷിച്ച് കൂടുതലായിരിക്കും. സൂര്യപ്രകാശം സുലഭമായി ലഭിക്കുന്ന മേഖലകളിൽ ഓസോണിന്റെ ഉല്പാദനം കൂടുതലായിരിക്കുമെന്നർത്ഥം. സൗരവികിരണങ്ങൾ ഓസോൺ പാളിയെ വിഘടിപ്പിക്കുന്നതിനൊപ്പം ഓക്സിജൻ തന്മാത്രകളിൽ പ്രവർത്തിച്ച് പുതിയ ഓസോൺ തന്മാത്രകൾ സൃഷ്ടിക്കുകയും ചെയ്യുന്നുണ്ട്. സ്വാഭാവികമായുള്ള ഈ ചാക്രിക പ്രവർത്തനത്തിന്റെ താളം തെറ്റിക്കുന്ന തരത്തിലുള്ള ഇടപെടലുകൾ മനുഷ്യരുടെ ഭാഗത്തുനിന്നുമുണ്ടാകുമ്പോഴാണ് ഓസോൺ തുളകൾ പോലെയുള്ള പാരിസ്ഥിതിക പ്രത്യാഘാതങ്ങൾക്കു കാരണമാകുന്നത്.

അൾട്രാവയലറ്റ് വികിരണങ്ങൾ മൂന്നുതരമുണ്ട്. യു വി വേവ് ബാൻഡിൽ തന്നെയുള്ള എ,ബി,സി വികിരണങ്ങളാണിവ. ഉയർന്ന ഊർജ്ജനിലയിലുള്ള (തരംഗദൈർഘ്യം 100-280nm) യു വി -സി കിരണങ്ങളാണ് അന്തരീക്ഷ ഓക്സിജനുമായി പ്രതിപ്രവർത്തിച്ച് ഓസോൺ തന്മാത്രകളെ സൃഷ്ടിക്കുന്നത്. ഈ വികിരണങ്ങൾ ഭൗമാന്തരീക്ഷത്തിലെത്തിയാൽ അത് ജീവന് ഭീഷണിയാണ്. ഭൗമാന്തരീക്ഷത്തിൽ 35 കിലോമീറ്റർ ഉയരത്തിൽ വച്ചുതന്നെ ഓസോൺ പാളി ഈ വികിരണങ്ങളെ പിടിച്ചെടുക്കും. 280-315 nm തരംഗദൈർഘ്യമുള്ള യു വി -ബി വികിരണങ്ങളാണ് സൂര്യാഘാതത്തിനും തൊലിപ്പുറത്തുള്ള അർബുദത്തിനും ജനിതക വൈകല്യങ്ങൾക്കും കാരണമാകുന്നത്. 315-400nm തരംഗദൈർഘ്യമുള്ള യു വി -എ വികിരണങ്ങൾ ഓസോൺ പാളിയുമായി സാധാരണയായി പ്രതിപ്രവർത്തനത്തിൽ ഏർപ്പെടാറില്ല. ഇവയുടെ ഉയർന്ന തരംഗദൈർഘ്യം കാരണം തടസ്സമൊന്നും കൂടാതെ തന്നെ ഇവ ഭൗമോപരിതലത്തിലെത്തിച്ചേരും. ഭാഗ്യവശാൽ യു വി -എ വികിരണങ്ങൾ ഭൗമജീവന് ഹാനികരമായ പ്രത്യാഘാതങ്ങൾ ഉണ്ടാക്കാറില്ല. ഓസോൺ പാളിയുടെ നിയന്ത്രണരേഖയിൽ വിള്ളലുകളുണ്ടാകുമ്പോൾ ഭൗമോപരിതലത്തിലെത്തുന്ന അൾട്രാവയലറ്റ്-ബി ശ്രേണിയിൽപെട്ട വികിരണങ്ങളാണ് ജീവന് ഹാനികരമായിട്ടുള്ളത്.

1985 ൽ അന്റാർട്ടിക്കയ്ക്കു മുകളിലുള്ള ഓസോൺ തുള ആദ്യമായി കണ്ടെത്തിയത് നിംബസ്7 എന്ന കൃത്രിമ ഉപഗ്രഹമാണ്. തുടർന്ന് ഓസോൺ തുളകൾ തുടർച്ചയായി നിരീക്ഷിക്കുന്നതിനുള്ള നടപടികൾ ആരംഭിച്ചു. ഇപ്പോൾ ബഹിരാകാശത്തുള്ള ടോംസ് (Total Ozone Mapping Spectrometer--TOMS) ഉപഗ്രഹം തുടർച്ചയായി ഓസോൺ തുളകൾ നിരീക്ഷിച്ചുവരികയാണ്. എല്ലാ വസന്തത്തിലും അന്റാർട്ടിക്കയ്ക്കു മുകളിൽ ഓസോൺ തുള പ്രത്യക്ഷമാകുന്നുണ്ട് എന്നുള്ളതാണ് ഏറ്റവും കൗതുകകരമായ കാര്യം. ഇനി അൾട്രാവയലറ്റ്-ബി വികിരണങ്ങൾ ഉണ്ടാക്കുന്ന പ്രത്യാഘാതങ്ങൾ എന്താണെന്നു നോക്കാം. ഈ കിരണങ്ങൾ തുടർച്ചയായി പതിക്കുന്നത് ശരീരകോശങ്ങൾക്കും മൃദുവായ കലകൾക്കും കേടുപാടുകളുണ്ടാക്കും. അതുകൂടാതെ ജനിതക വൈകല്യങ്ങൾക്കും തിമിരം, ശ്വാസകോശ രോഗങ്ങൾ, തൊലിപ്പുറ

ത്തുള്ള ക്യാൻസർ, പകർച്ചവ്യാധികളുടെ ആക്രമണം, പ്രതിരോധ ശക്തി നഷ്ടപ്പെടൽ, എന്നിവയ്ക്കും കാലാവസ്ഥാ വ്യതിയാനത്തിനുതന്നെയും ഈ വികിരണങ്ങൾ കാരണമാകുന്നുണ്ട്. ഇനി കാർഷിക മേഖലയിലേക്കു നോക്കിയാൽ സസ്യങ്ങളുടെ ഇലകളിൽ നടക്കുന്ന പ്രകാശ സംശ്ലേഷണം തടസ്സപ്പെടുന്നതുകൊണ്ട് വിളവ് കുറയും. സസ്യപ്ലവകങ്ങളെ നേരിട്ടാക്രമിക്കുന്നതുകൊണ്ട് ഭക്ഷ്യശൃംഖലയുടെ ആദ്യത്തെ കണ്ണിതന്നെ തകരുന്നതിന് ഈ വികിരണങ്ങൾ കാരണമാകുന്നുണ്ട്. സസ്യങ്ങളുടെ കാർബൺഡയോക്സൈഡ് ആഗിരണത്തോത് കുറയ്ക്കുന്നതു കാരണം അന്തരീക്ഷത്തിലെ ഓക്സിജൻ- കാർബൺ ഡയോക്സൈഡ് അനുപാതം താളം തെറ്റുന്നതിനും ആഗോള താപനത്തിനും അതേത്തുടർന്നുണ്ടാകുന്ന പാരിസ്ഥിതിക പ്രത്യാഘാതങ്ങൾക്ക് ആക്കം കൂട്ടുന്നതിനും ഈ വികിരണങ്ങൾക്കു കഴിയും. ഭൗമോപരിതലത്തിൽ 70 ശതമാനത്തിലേറെയുള്ള സമുദ്രത്തിലാണ് അൾട്രാ വയലറ്റ് വികിരണങ്ങളുടെ ആക്രമണം ഏറ്റവും തീവ്രമായി അനുഭവപ്പെടുന്നത്. മത്സ്യസമ്പത്ത് ഗണ്യമായി കുറയുന്നതിനും കടൽജീവികളുടെ പ്രജനന നിരക്കിനെ പ്രതികൂലമായി ബാധിക്കുന്നതിനും ഈ വികിരണങ്ങളുടെ ആക്രമണം വഴിയൊരുക്കും. ഫ്രിഡ്ജ്, എയർ കണ്ടീഷണറുകൾ, ഫൈബർ ഫോം, എയ്റോസോൾ സ്പ്രേകൾ, ചിലതരം സൗന്ദര്യ സംവർദ്ധക വസ്തുക്കൾ, ഫാസ്റ്റ് ഫുഡ് കാർട്ടണുകൾ, ആസ്ത്മ മരുന്നുകൾ, നെയിൽ പോളിഷുകൾ എന്നിവയിലെല്ലം ഇപ്പോഴും ഓസോൺ പാളിയെ ക്ഷയിപ്പിക്കുന്ന ക്ലോറോഫ്ളൂറോ കാർബണുകൾ ഉപയോഗിക്കുന്നുണ്ട്. വികസിത രാഷ്ട്രങ്ങൾ ക്ലോറോഫ്ളൂറോ കാർബണുകളുടെ ഉല്പാദനം അവസാനിപ്പിച്ചുവെങ്കിലും ദരിദ്ര രാജ്യങ്ങൾ ഇപ്പോഴും ആ ലക്ഷ്യത്തിലെത്തിയിട്ടില്ല. അതുമാത്രമല്ല വികസിത രാഷ്ട്രങ്ങളുടെ ക്ലോറോഫ്ളൂറോ കാർബൺ നിരോധനത്തിന്റെ ഫലമറിയണമെങ്കിൽ ഇനിയൊരു നൂറുവർഷം കാത്തിരിക്കുകയും വേണം. ക്ലോറോഫ്ളൂറോ കാർബണുകൾക്കു പകരം അത്തരം രാജ്യങ്ങൾ ഇപ്പോൾ ഉപയോഗിച്ചുകൊണ്ടിരിക്കുന്ന ഹൈഡ്രജൻ ബന്ധനമുള്ള കാർബൺ സംയുക്തങ്ങൾ - (Hydro Cloro Fluro Carbon-HCFC) സി എഫ് സി യെ അപേക്ഷിച്ച് അപകടസാദ്ധ്യത കുറവാണെങ്കിലും അവ സുരക്ഷിതമാണെന്ന് അർത്ഥമില്ല. 2030 ഓടെ എച്ച് സി എഫ് സി ഉല്പാദനവും പൂർണ്ണമായി അവസാനിപ്പിക്കുന്നതിന് ഐക്യരാഷ്ട്ര സഭയുടെ പരിസ്ഥിതി വിഭാഗം വികസിത രാഷ്ട്രങ്ങൾക്ക് നിർദ്ദേശം നല്കിയിട്ടുണ്ട്. എച്ച് സി എഫ് സി നിയന്ത്രണമാണ് 2012 ലെ പരിസ്ഥിതി ദിനത്തിന്റെ മുദ്രാവാക്യം.

മോൺട്രിയൽ പ്രോട്ടോകോളും ഓസോൺ പാളിയും

1978 ൽ അമേരിക്കൻ ഐക്യനാടുകളിലേയും കാനഡ, നോർവെ എന്നീ രാജ്യങ്ങളിലെയും കാലാവസ്ഥാ ശാസ്ത്രജ്ഞർ നടത്തിയ പഠനത്തിൽ ക്ലോറോഫ്ളൂറോ കാർബണുകൾ അടങ്ങിയ എയ്റോ

സോൾ സ്പ്രേകൾ ഓസോൺ പാളിയെ ക്ഷയിപ്പിക്കുമെന്ന് കണ്ടെത്തിയിരുന്നു. എന്നാൽ യൂറോപ്യൻ മുതലാളിത്ത രാഷ്ട്രങ്ങളും അമേരിക്ക തന്നെയും ഇത്തരം രാസവസ്തുക്കളുടെ ഉല്പാദനത്തിലും ഉപയോഗത്തിലും നിയന്ത്രണം ഏർപ്പെടുത്തിയില്ല. റെഫ്രിജറേഷനിങ്ങിലും മറ്റു വ്യവസായങ്ങളിലും ഇവയുടെ ഉപയോഗം കൂടിവന്നതേയുള്ളൂ. എന്നാൽ 1985 ൽ അന്റാർട്ടിക്കയ്ക്കു മുകളിൽ ഓസോൺ തുള കണ്ടെത്തിയതോടെയാണ് സംഭവത്തിന്റെ ഗൗരവം ഭരണാധികാരികൾക്ക് ബോദ്ധ്യപ്പെടുന്നത്. അതേത്തുടർന്ന് 1987 സെപ്തംബർ 16 ന് കാനഡയിലെ മോൺട്രിയലിൽ വച്ച് 24 ലോക രാഷ്ട്രങ്ങളുടെ പ്രതിനിധികൾ ചേർന്ന് ഒരുടമ്പടി രൂപീകരിച്ചു. മോൺട്രിയൽ പെരുമാറ്റച്ചട്ടം എന്നറിയപ്പെട്ട ഈ ഉടമ്പടി പ്രകാരം ക്ലോറോഫ്ളൂറോ കാർബണുകളുടെ ഉല്പാദനം ക്രമേണ കുറച്ചുകൊണ്ടുവന്ന് 1996 ആകുമ്പോഴേക്കും പൂർണ്ണമായി നിർത്തലാക്കാൻ തീരുമാനിച്ചു. 160 ല്പരം രാജ്യങ്ങൾ ഇന്ന് ഈ ഉടമ്പടിയിൽ ഒപ്പുവച്ചിട്ടുണ്ട്. 1996 ൽ സി എഫ് സി ഉല്പാദനം പൂർണ്ണമായി അവസാനിപ്പിക്കാൻ കഴിഞ്ഞില്ലെങ്കിലും വികസിത രാഷ്ട്രങ്ങളിൽ ഇപ്പോൾ സി എഫ് സി ഉല്പാദനം നടക്കുന്നില്ല. ഈ നീക്കത്തിന് ഫലമുണ്ടാകുന്നുമുണ്ട്. ഓസോൺ പാളിക്കുണ്ടാകുന്ന നാശത്തിന്റെ തോത് ക്രമേണ കുറഞ്ഞുവരുന്നുണ്ടെന്നുള്ളത് ആശ്വാസകരമാണ്. 1987 ൽ പെരുമാറ്റച്ചട്ടം നിലവിൽ വന്നെങ്കിലും 1995 സെപ്തംബർ 16 മുതലാണ് ലോകവ്യാപകമായി ഓസോൺ ദിനാചരണം ആരംഭിക്കുന്നത്. 1992 സെപ്തംബർ 17 മുതൽ ഇന്ത്യയും മോൺട്രിയൽ പ്രോട്ടോകോളിന്റെ ഭാഗമാണ്.

ഓസോൺ തുളകൾ കാലാവസ്ഥാ വ്യതിയാനത്തിന് പരോക്ഷമായി കാരണമാകുന്നുണ്ട്. കാർബൺഡയോക്സൈഡ്, മീഥേൻ, നീരാവി പോലെയുള്ള ഹരിതഗൃഹസ്വഭാവമുള്ള വാതകങ്ങളുടെ പുറന്തള്ളൽ ഭൗമോപരിതലത്തിനു തൊട്ടുമുകളിലുള്ള അന്തരീക്ഷ പാളിയായ ട്രോപ്പോസ്ഫിയറിന്റെ ശരാശരി ഊഷ്മാവിൽ വർദ്ധനവുണ്ടാക്കും. ഇതിന് ആനുപാതികമായി സ്ട്രാറ്റോസ്ഫിയറിൽ താപനില താഴും. സ്ട്രാറ്റോസ്ഫിയറിലെ താപനിലയും ഓസോൺ വിഘടനവും തമ്മിൽ നേരിട്ടു ബന്ധമുണ്ട്. താപനില കുറയുമ്പോൾ അൾട്രാവയലറ്റ് വികിരണത്തിന്റെ തോതു വർദ്ധിക്കുകയും ചെയ്യും. ഇത് വലിയ തോതിൽ ഓസോൺ തുളകൾ സൃഷ്ടിക്കപ്പെടുന്നതിനിടയാകും. സ്ട്രാറ്റോസ്ഫിയർ തണുക്കുന്നതോടെ സൗരവികിരണങ്ങളെ ആഗിരണം ചെയ്യാനുള്ള അതിന്റെ കഴിവും കുറയും. അതോടെ സൂര്യനിൽനിന്നും പുറപ്പെടുന്ന മാരക വികിരണങ്ങൾ വലിയ തടസ്സമൊന്നുമില്ലാതെ ഭൗമോപരിതലത്തിലെത്തിച്ചേരും. ഇത് കാലാവസ്ഥാ വ്യതിയാനത്തിനും കാർഷിക-ജൈവ മേഖലയുടെ തകർച്ചയ്ക്കും കാരണമാകും.

ഇനിയും വൈകിയിട്ടില്ല

ക്ലോറോഫ്ളൂറോ കാർബണുകൾപോലെ ഓസോൺ പാളിക്കു ക്ഷീണം വരുത്തുന്ന രാസവസ്തുക്കളുടെ (Ozone Depleting Substances-ODS) ഉല്പാദനം നിർത്തലാക്കുന്നതിൽ വ്യവസായിക രാഷ്ട്രങ്ങളും വികസ്വര രാഷ്ട്രങ്ങളും ഇനിയും വൈകിക്കൂട. ഓസോൺ സൗഹൃദപരമായത് (Ozone-Friendly) എന്ന ലേബലുള്ള ഉല്പന്നങ്ങൾ മാത്രമേ നിർമ്മിക്കാവൂ എന്ന് വൻകിട നിർമ്മാതാക്കളോട് ഭരണകൂടങ്ങൾ നിർദ്ദേശിക്കേണ്ടിയിരിക്കുന്നു. അത്തരം ഉല്പന്നങ്ങൾ മാത്രമെ ഉപയോഗിക്കാൻ പാടുള്ളൂ എന്ന് ഉപഭോക്താവിനെ ബോധവല്ക്കരിക്കുകയും വേണം. ഇവിടെയാണ് സ്വദേശി ശാസ്ത്രപ്രസ്ഥാനങ്ങളുടെയും ശാസ്ത്ര സാഹിത്യ പരിഷത്തുപോലെയുള്ള ജനകീയ ശാസ്ത്ര പ്രസ്ഥാനങ്ങളുടെയും പ്രവർത്തനം നടക്കേണ്ടത്. എയർ കണ്ടീഷണറുകളുടെയും റെഫ്രിജറേറ്ററുകളുടെയും ഉപയോഗം പരമാവധി കുറയ്ക്കുക, കാലഹരണപ്പെട്ട ഫ്രിഡ്ജുകളും എ സിയും റിപ്പയർ ചെയ്തുപയോഗിക്കാതെ പുതിയവ ഉപയോഗിക്കുക, വാഹനങ്ങളുടെ എയർ കണ്ടീഷണറുകൾ പതിവായി പരിശോധിച്ച് ലീക്കുണ്ടാകുന്നില്ലെന്ന് ഉറപ്പുവരുത്തുക എന്നീ കാര്യങ്ങളെല്ലാം ഭാവിയിലേക്കുള്ള മുൻകരുതലുകളാണ്. ഹാലോണുകൾ ഉപയോഗിക്കുന്ന അഗ്നിശമന ഉപകരണങ്ങൾക്കു പകരം കാർബൺഡയോക്സൈഡ്, ഫോം എന്നിവ ഉപയോഗിക്കുന്ന ഉപകരണങ്ങൾ വാങ്ങുക, വിദ്യാലയങ്ങളിലും മറ്റു സാംസ്കാരിക സ്ഥാപനങ്ങളിലും ഓസോൺ ബോധവല്ക്കരണം നടത്തുക, പ്രാദേശികമായി ഓസോൺ കൂട്ടായ്മ സംഘടിപ്പിക്കുക, അമിതമായ വിഭവചൂഷണവും ഉപഭോഗാസക്തിയും നിയന്ത്രിക്കുക തുടങ്ങിയ നടപടികളും ഭാവിയിലെ സുരക്ഷിതത്വത്തിന് ഇന്ന് സ്വീകരിക്കാൻ കഴിയുന്ന ബുദ്ധിപൂർവ്വമായ ഇടപെടലുകളാണ്. ബ്രോമിൻ സംയുക്തമായ മീഥൈൽ ബ്രോമൈഡ് അടങ്ങിയ കീടനാശിനികൾ നിരോധിക്കുകയും അത്തരം കീടനാശിനികൾ വിപണിയിൽനിന്നും നീക്കം ചെയ്യുകയും വേണം. പരമ്പരാഗത പരുത്തിക്കിടക്കകൾക്കും പരുത്തി ഉല്പന്നങ്ങൾക്കും പ്രോത്സാഹനം നല്കുകയും അവ ഉപയോഗിക്കാൻ ജനങ്ങളെ ബോധവല്ക്കരിക്കുകയും ചെയ്യണം. ഫോം കിടക്കകളുടെയും സ്റ്റൈറോഫോം പാത്രങ്ങളുടെയും നിർമ്മാണത്തിൽ ഓസോൺ ഹാനികരമായ നിരവധി രാസവസ്തുക്കൾ ഉപയോഗിക്കുന്നുണ്ട്. ജൈവ കീടനാശിനികളുടെ ഉപയോഗം വർദ്ധിപ്പിക്കുന്നതിന് കർഷകരെ ബോധവാന്മാരാക്കേണ്ടതും സി എഫ് സി ക്കു പകരമുള്ള സാങ്കേതികവിദ്യ വികസിപ്പിക്കുകയും ദരിദ്ര രാജ്യങ്ങളെ ഇതിന് സഹായിക്കുകയും ചെയ്യേണ്ടത് അടിയന്തരമായി സ്വീകരിക്കേണ്ട നടപടിയാണ്. ഇതിന് ലോകരാഷ്ട്രങ്ങളുടെ ഒരുമിച്ചുള്ള നീക്കമാണുണ്ടാകേണ്ടത്. ഒരുമിച്ചുള്ള പ്രവർത്തനത്തിലൂടെ അടുത്ത 50 വർഷങ്ങൾക്കുള്ളിൽ ഓസോൺ തുളകൾ പൂർണ്ണമായി ഇല്ലാതാക്കാൻ നമുക്കു കഴിയും.

തലമുറകളിലൂടെ കൈമാറിവന്ന ഈ ഭൂമിയും ഇതിലെ വിഭവങ്ങളും ഭാവി തലമുറകൾക്കും മനുഷ്യനുമുൾപ്പെടെയുള്ള എല്ലാ ജീവജാലങ്ങൾക്കും ഒരുപോലെ അവകാശപ്പെട്ടതാണ്. എന്നാൽ മനുഷ്യന്റെ ഉപഭോഗാസക്തിയും അതിരുകടന്ന ആഡംബരഭ്രമവും ഈ ഗ്രഹത്തിന്റെ നിലനില്പിനുതന്നെ ഭീഷണിയായിക്കൊണ്ടിരിക്കുകയാണ്. അതനുവദിച്ചുകൂട. അത്തരം നടപടികൾക്കെതിരെ ചർച്ചകളും സംവാദങ്ങളുമാണ് സാംസ്കാരികമായി അഭിവൃദ്ധി പ്രാപിച്ച ഒരു സമൂഹത്തിൽ നിന്ന് ഉയർന്നുവരേണ്ടത്.

ഒരു കൗതുക വാർത്തകൂടി: സൗരയൂഥത്തിൽ ഭൂമിക്കുചുറ്റും മാത്രമല്ല ഓസോൺ ആവരണമുള്ളത്. ശുക്രനു ചുറ്റുമുള്ള ഓസോൺ പുതപ്പിന് ഭൂമിയുടെ ഓസോൺ കവചത്തേക്കാൾ പലമടങ്ങ് കട്ടിയുണ്ട്.

ഡാർക്ക് മാറ്റർ ഗ്രഹങ്ങളെ വാസയോഗ്യമാക്കുന്നു!!

Matter, matter everywhere...but there is not a hope to touch

ദ്രാവകാവസ്ഥയിൽ ജലം നിലനില്ക്കുന്നതാണ് നമ്മുടെ ഭൂമി വാസയോഗ്യമാകാൻ കാരണം. ഭൂമിയിൽ മാത്രമല്ല, ദ്രാവകാവസ്ഥയിൽ ജലമുള്ള ഏതു ഗ്രഹത്തിലും ജീവന് സാദ്ധ്യതയുണ്ട്. ഇതിനെല്ലാം കാരണം ഗ്രഹവും അതിന്റെ മാതൃനക്ഷത്രവും തമ്മിലുള്ള അകലമാണ് (Habitable zone) ഈ പരിധി കൂടിയാലും കുറഞ്ഞുപോയാലും അവിടെ ജീവന് നിലനില്പുണ്ടാവുകയില്ല. ഇത് പ്രപഞ്ചവിജ്ഞാനീയത്തിലെ ബാലപാഠങ്ങളിലൊന്നാണ്. എന്നാൽ ഈ പരികല്പനയ്ക്ക് ഇനി ചെറിയ തിരുത്തലുകൾ വരുത്തേണ്ടിയിരിക്കുന്നു. പുതിയ കണ്ടെത്തലുകൾ അത്തരമൊരു സാദ്ധ്യതയിലേക്ക് വിരൽ ചൂണ്ടുന്നു. ശ്യാമ ദ്രവ്യ (Dark matter) ത്തിന്റെ സാന്നിദ്ധ്യം ഗ്രഹങ്ങളെ വാസയോഗ്യമാക്കുന്നു എന്നതാണ് പുതിയ കണ്ടെത്തൽ. മാതൃനക്ഷത്രത്തിൽനിന്ന് വളരെ അകലെയുള്ള ഗ്രഹങ്ങൾ ശ്യാമദ്രവ്യത്തിന്റെ സാന്ദ്രത കൂടിയ മേഖലയിലാണുള്ളതെങ്കിൽ നക്ഷത്രത്തിൽനിന്നു ലഭിക്കുന്ന താപം ഗ്രഹത്തിൽ ജലം ദ്രാവകമായി നിലനിർത്താൻ പര്യാപ്തമല്ലെങ്കിൽ ശ്യാമദ്രവ്യം ആ ജോലി ഏറ്റെടുക്കുകയും ജലത്തെ ദ്രാവകമായി നിലനിർത്തുന്നതിനാവശ്യമായ താപം ഉല്പാദിപ്പിക്കുകയും ചെയ്യും.

WIMPs (Weakly Interacting Massive Particles) എന്നുവിളിക്കുന്ന ശ്യാമദ്രവ്യത്തെക്കുറിച്ച് പൂർണ്ണമായി ധാരണ ഇപ്പോഴും ജ്യോതിശാസ്ത്രജ്ഞർക്കില്ല. സാധാരണ ദ്രവ്യത്തിൽ അനുഭവപ്പെടുന്ന ഗുരുത്വബലം കൊണ്ടാണ് ശ്യാമദ്രവ്യത്തെ തിരിച്ചറിയുന്നത്. സാധാരണ ദ്രവ്യവുമായി വളരെ ദുർബ്ബലമായി പ്രവർത്തനത്തിലേർപ്പെടുന്ന ശ്യാമദ്രവ്യകണികകൾ അവയുടെ തന്നെ പ്രതികണികകളുമായി നടത്തുന്ന പരസ്പര

നിഗ്രഹത്തിന്റെ (Joint anihilation)ഫലമായി വളരെ ഉയർന്ന ഊർജ്ജ നിലയിലുള്ള കണികകളെ പുറന്തള്ളുന്നുണ്ട്. ഈ പ്രവർത്തനത്തിന്റെ ഫലമായുണ്ടാകുന്ന താപം സാധാരണ ദ്രവ്യ (Baryonic matter)ത്തിന്റെ കണികകൾ പിടിച്ചെടുക്കുന്നു. ഇല്ലിയോയ്സിലെ ഫെർമിലാബിൽ കോസ്മോജിസ്റ്റുകളായ ഡാൻ ഹൂപ്പറും ജേസൺ സ്റ്റീഫനും നടത്തിയ പരീക്ഷണങ്ങളിൽനിന്നും ശ്യാമദ്രവ്യത്തിന്റെ വ്യത്യസ്ത സാന്ദ്രതയുള്ള മേഖലകളിൽ സാധാരണ ദ്രവ്യം പിടിച്ചെടുക്കുന്ന താപോർജ്ജത്തിന്റെ അളവ് കൃത്യമായി കണക്കുകൂട്ടിയെടുക്കുന്നതിന് സാധിച്ചത് വിപ്ലവകരമായ പുതിയ ചുവടുവയ്പ്പാണ്.

ശ്യാമ ദ്രവ്യ കണികകൾ സാധാരണ ദ്രവ്യത്തിന്റെ കണികകളുമായി കൂട്ടിമുട്ടുന്നതിന്റെ ഫലമായി അവയുടെ വേഗതയും ഊർജ്ജവും നഷ്ടമാകും. മറ്റു കണികകളുമായി കൂട്ടിയിടിക്കാനുള്ള ഊർജ്ജം നഷ്ടപ്പെടുന്ന ഡാർക്ക് മാറ്റർ കണികകൾ ഗ്രഹത്തിന്റെ ഗുരുത്വബലത്തിന് കീഴടങ്ങി ഗ്രഹകേന്ദ്രത്തിൽ (core) അടിഞ്ഞുകൂടുന്നു. ഇങ്ങനെ ഗ്രഹത്തിന്റെ കോറിൽ എത്തിച്ചേരുന്ന WIMP കൾ പരസ്പരം നിഗ്രഹിക്കുകയും അതോടൊപ്പം ഊർജ്ജം ഉല്പാദിപ്പിക്കുകയും ചെയ്യുന്നു. ഇത് ഗ്രഹ കേന്ദ്രത്തിലെ താപനിലയിൽ വർദ്ധനവ് ഉണ്ടാവുകയും ക്രമേണ ഗ്രഹോപരിതലത്തിലേക്ക് വ്യാപിക്കുകയും ചെയ്യും. ഇത്തരം പ്രവർത്തനങ്ങൾ ഭൂമിയുടെ താപനിലയിൽ വർദ്ധനവുണ്ടാക്കുമോ എന്നത് പരിശോധിക്കപ്പെടേണ്ടതാണ്. ജ്യോതിശാസ്ത്രജ്ഞന്മാർ ഇതിനുള്ള സാദ്ധ്യത തള്ളിക്കളയുകയാണ്. ഗ്യാലക്സി കേന്ദ്രത്തിൽനിന്നും 26,000 പ്രകാശവർഷം അകലെയുള്ള ഭൂമിയുടെ പാതയിൽ ശ്യാമദ്രവ്യത്തിന്റെ സാന്ദ്രത വളരെ നേർത്തതാണ്. ഭൂമിയുടെ കേന്ദ്രത്തിൽ ഡാർക്ക് മാറ്റർ സൃഷ്ടിക്കുന്ന താപവ്യതിയാനം ഒരു മെഗാവാട്ട് മാത്രമാണ്. ഭൂമി സൂര്യപ്രകാശത്തിൽനിന്നും 100 ബില്യൺ മെഗാവാട്ട് ഊർജ്ജം സ്വീകരിച്ചുകൊണ്ടിരിക്കുമ്പോൾ ശ്യാമദ്രവ്യം സൃഷ്ടിക്കുന്ന താപവ്യതിയാനം കണക്കിലെടുക്കാൻ മാത്രമില്ല. എന്നാൽ ഗാലക്സീകേന്ദ്രത്തിനടുത്ത് സംഭവങ്ങൾ ഇങ്ങനെയല്ല നടക്കുന്നത്. ശ്യാമ ദ്രവ്യത്തിന്റെ സാന്ദ്രത വളരെയധികമുള്ള ഇവിടെ ഡാർക്ക് മാറ്റർ സൃഷ്ടിക്കുന്ന താപം സൂര്യപ്രകാശത്തിൽനിന്ന് ഭൂമി സ്വീകരിക്കുന്ന താപത്തിന് തുല്യമാണ്. ഗാലക്സീകേന്ദ്രത്തിൽനിന്നും 30 പ്രകാശവർഷം അകലെയുള്ള, ഭൂമിയേക്കാൾ ഏതാനും മടങ്ങ് ദ്യവ്യമുള്ള ഒരു ഗ്രഹത്തിൽ ജലം ദ്രാവകാവസ്ഥയിൽ നിലനില്ക്കാനാവശ്യമായ താപം ശ്യാമദ്രവ്യം സംഭാവന ചെയ്യും. അതിന് ഒരു നക്ഷത്രത്തിന്റെ സാമീപ്യം ആവശ്യമേയില്ല. ശ്യാമദ്രവ്യം സംഭാവന ചെയ്യുന്ന ഈ ഊർജ്ജത്തെ എക്കാലത്തേക്കും നിലനില്ക്കുന്ന ഊർജ്ജ രൂപമായി പരിഗണിക്കാൻ കഴിയുമെന്നാണ് ശാസ്ത്രജ്ഞർ കരുതുന്നത്.

കോടിക്കണക്കിന് വർഷങ്ങൾക്കൊടുവിൽ നക്ഷത്രങ്ങൾ ന്യൂക്ലിയർ ഇന്ധനമെല്ലാം ജ്വലിച്ചു തീർന്ന് ചരമമടയുമ്പോൾ അവയുടെ ഗ്രഹങ്ങ

ളിലുള്ള ജീവൻ -അപ്പോഴും അവശേഷിക്കുന്നുണ്ടെങ്കിൽ- തീർച്ചയായും മറ്റൊരു താമസസ്ഥലം തേടി പോകാൻ നിർബ്ബന്ധിതരാകും. ഡാർക്ക് മാറ്റർ ചൂടുകൊടുക്കുന്ന ഗ്രഹങ്ങൾ ജീവന്റെ അവസാനത്തെ താവളമാകുമെന്ന് ഉറപ്പാണ്. നമ്മുടെ മാതൃഗാലക്സിയായ ആകാശഗംഗയിൽ ഇത്തരം ഗ്രഹങ്ങളുടെ എണ്ണം കുറവാകാനാണ് സാദ്ധ്യത. ഭൂമിക്കുചുറ്റുമുള്ള ശ്യാമദ്രവ്യത്തിന്റെ 10 മില്യൺ ഇരട്ടി സാന്ദ്രതയുള്ള മേഖലയിലെ ഗ്രഹങ്ങളിൽ മാത്രമെ ഈ പ്രതിഭാസം സംഭവിക്കുന്നുള്ളൂ എന്നതുതന്നെ കാരണം. സൈദ്ധാന്തികമായി തെളിയിക്കാമെങ്കിലും നേരിട്ട് പരീക്ഷിച്ചറിയാൻ സാധിക്കാത്തത് തീർച്ചയായും ഈ ആശയത്തിന്റെ ഒരു പോരായ്മ തന്നെയാണ്. ഭൂമിയിലെ ഏറ്റവും ശക്തമായ ടെലസ്കോപ്പ് ഉപയോഗിച്ച് നിരീക്ഷിച്ചാലും ശ്യാമദ്രവ്യത്തിന്റെ ഉയർന്ന സാന്ദ്രതയുള്ള മേഖലകളിലെ ജലസാന്നിദ്ധ്യമുള്ള ഗ്രഹങ്ങളുടെ ചിത്രങ്ങളെടുക്കാൻ സാദ്ധ്യമല്ലതന്നെ.

ശ്യാമ ദ്യവ്യത്തിന് ഹൂപ്പറും സ്റ്റീഫനും കണക്കുകൂട്ടുന്നതുപോലുള്ള പ്രതിപ്രവർത്തനം സാധാരണ ദ്രവ്യവുമായി ഉണ്ടെങ്കിൽ അത് ജീവന് വളരെ അപകടകരമായ അവസ്ഥയ്ക്കും കാരണമാകും. ശ്യാമദ്രവ്യത്തിന്റെ സാന്ദ്രത കൂടിയ മേഖലയിലുള്ള ഒരു നക്ഷത്രത്തിന്റെ വാസയോഗ്യമേഖല (Haritable zone) യിലുള്ള ഒരു ഗ്രഹത്തിന്റെ കാര്യം പരിഗണിക്കാം. പ്രസ്തുത ഗ്രഹം നക്ഷത്രത്തിൽനിന്നു സ്വീകരിക്കുന്ന താപോർജ്ജത്തിനു തുല്യമായ ഊർജ്ജം ഗ്രഹത്തിന്റെ അകക്കാമ്പിലും ഉല്പാദിപ്പിക്കപ്പെടും. അതോടെ വാസയോഗ്യമേഖലയിലുള്ള ഈ ഗ്രഹം ഉള്ളിൽനിന്നും പുറമെ നിന്നുമുള്ള താപത്തിൽ കരിഞ്ഞുണങ്ങി ക്രമേണ വാസയോഗ്യമല്ലാതായിത്തീരും. ശുക്രനെപ്പോലെ ഹരിതഗ്രഹ വാതകങ്ങൾ നിറഞ്ഞ് വരണ്ടുണങ്ങിയ ഒരു പ്രദേശമായി മാറും.

എന്തായാലും ഒരുകാര്യം തീർച്ചയാണ്. ഒരു ഗ്രഹത്തെ വാസയോഗ്യമാക്കുന്നത് അതിന്റെ മാതൃനക്ഷത്രത്തിന്റെ സാമീപ്യം മാത്രമല്ല എന്ന് അംഗീകരിച്ചേ മതിയാകൂ. തുല്യസ്ഥാനം ഡാർക്ക് മാറ്ററിനും നല്കണം. ഇന്ന് സൈദ്ധാന്തികമായി മാത്രം തെളിയിക്കാൻ കഴിയുന്ന ഇക്കാര്യങ്ങൾ ഭാവിതലമുറയിലെ അതിബുദ്ധിമാന്മാർക്ക് തൊട്ടുമനസ്സിലാക്കാൻ കഴിയുകതന്നെ ചെയ്യും.

പ്രപഞ്ചത്തിന്റെ സ്പന്ദനം കണക്കിലാണ്

Two things are infinite. The Universe and human stupidity; and I am not sure about the first.

-Einstein

സിദ്ധാന്തങ്ങളെ കൂടുതൽ ഗൗരവമായി പരിഗണിക്കുന്നതല്ല. മറിച്ച് അവയ്ക്ക് വേണ്ടത്ര പ്രാധാന്യം കൊടുക്കാത്തതാണ് അബദ്ധങ്ങളുണ്ടാകാൻ കാരണമെന്ന് ഒരിക്കൽ വെയ്ൻബെർഗ് പ്രസ്താവിക്കുകയുണ്ടായി. യഥാർത്ഥത്തിൽ സംഖ്യകളും സമവാക്യങ്ങളുമനുസരിച്ചാണ് സംഭവങ്ങൾ അരങ്ങേറുന്നതെന്ന് തിരിച്ചറിയുന്നതിന് ബോധമണ്ഡലത്തിന്റെ ഉയർന്ന തലത്തിലുള്ള പ്രവർത്തനം ആവശ്യമാണ്. ഗണിത ശാസ്ത്രജ്ഞരുടെ മേശപ്പുറത്തിരിക്കുന്ന പെൻസിലും പേപ്പറുകളുമാണ് പ്രപഞ്ചത്തെ നിയന്ത്രിക്കുന്നത്. അല്ലെങ്കിൽ പ്രപഞ്ച രഹസ്യങ്ങൾ അനാവരണം ചെയ്യുന്നതും അതിന്റെ ഭൂത-ഭാവി കാലങ്ങൾ നിർണ്ണയിക്കുന്നതും പ്രവചിക്കുന്നതും ഗണിതശാസ്ത്രമാണെന്നു പറയാം. നിരീക്ഷണ പരീക്ഷണങ്ങൾക്കുണ്ടാകുന്ന പരിമിതികൾ ഗണിതശാസ്ത്രത്തിന് തടസ്സമാകാറില്ല. ആരാണ് കമാൻഡ് മൊഡ്യൂൾ ഡ്രൈവ് ചെയ്യുന്നതെന്ന ചോദ്യത്തിന് ഐസക് ന്യൂട്ടനല്ലാതെ വേറെയാര് എന്ന മറുചോദ്യം ചോദിക്കാൻ ചാന്ദ്രയാത്രികരെ ധൈര്യപ്പെടുത്തിയത് ഗണിതശാസ്ത്രത്തിന്റെ അപ്രമാദിത്വത്തെക്കുറിച്ചുള്ള തിരിച്ചറിവാണ്. ഭൗതികത്തിനും തത്ത്വചിന്തയ്ക്കും അപ്രാപ്യമായ പ്രപഞ്ച രഹസ്യങ്ങൾ മറനീങ്ങുന്നത് ഗണിതത്തിന്റെ നൃത്തച്ചുവടുകൾ രംഗപ്രവേശം നടത്തുമ്പോഴാണ്. സൗന്ദര്യബോധത്തിന്റെ അനുപാതം ഗണിതത്തിലാണ്. പ്രപഞ്ചം സ്പന്ദിക്കുന്നത് ഗണിതത്തിന്റെ ഭാഷയിലാണ്.

ആപേക്ഷികതയുടെ തിരനാടകം രചിക്കുന്നത് ഗണിതശാസ്ത്രമാണ്. അതറിയാതെയോ ബോധപൂർവ്വം അക്കാര്യങ്ങൾ തമസ്കരിച്ചുകൊണ്ടോ ആർക്കും എവിടെയുമുപയോഗിക്കാവുന്ന ഒരു പ്രയോഗമായി ആപേക്ഷികതയെ മാറ്റിയെടുത്തത്, പ്രപഞ്ചത്തിന്റെ ഭൂതവും ഭാവിയും രചിക്കുന്ന-അതിന്റെ ഉപജ്ഞാതാവിനുതന്നെ പൂർണ്ണമായി അപഗ്രഥിക്കാൻ കഴിയാതെവന്ന ഗണിതശാസ്ത്രത്തിന്റെ മഹാസിദ്ധാന്തത്തെ കേവലം പൈങ്കിളി സാഹിത്യകാരന്റെ സൃഷ്ടികൾക്ക് തൊങ്ങലുപിടിപ്പിക്കാനുപയോഗിക്കുന്നത് അറിവില്ലായ്മയെന്നുപറഞ്ഞാൽ അതു വളരെ കുറഞ്ഞുപോകും. അറിവില്ലായ്മ ഒരപരാധമൊന്നുമല്ല, എന്നാൽ അതൊരലങ്കാരമായി ചുമക്കുന്നത് ശാസ്ത്രത്തിനു മാത്രമല്ല സാഹിത്യത്തിനും തത്ത്വചിന്തയ്ക്കുതന്നെയും-അതിപ്പോഴും ജീവിച്ചിരിപ്പുണ്ടെങ്കിൽ -അപമാനമാണെന്ന് പറയേണ്ടിവരും. അനന്തതയെന്നും ശൂന്യതയെന്നുമൊക്കെ നിത്യേനയെന്നോണം വളരെ നിസ്സാരമായി ഉപയോഗിക്കുമ്പോൾ പലപ്പോഴും അതെന്താണെന്ന് തിരിച്ചറിയാതെയാണ് അത്തരം പ്രയോഗങ്ങൾ നടത്തുന്നത്. എന്താണ് അനന്തതയെന്നും ശൂന്യതയെന്നൊന്നില്ലെന്നും തെളിയിക്കാൻ ഗണിതശാസ്ത്രത്തിന്റെ സൂത്രവാക്യങ്ങൾക്കുമാത്രമേ കഴിയൂ. ആപേക്ഷികമല്ലാത്തതെന്നു പറയുന്ന പ്രകാശപ്രവേഗം കൃത്യമായി കണക്കുകൂട്ടിയെടുത്തപ്പോൾ ഗണിതശാസ്ത്രം കണ്ടെത്തിയത് മറ്റെന്തിനുമോടുമുള്ള പ്രകാശത്തിന്റെ ആപേക്ഷക പ്രവേഗം തന്നെയാണ്. ആപേക്ഷികത അനുവദിക്കുന്ന സമയ സഞ്ചാരവും കാലത്തിന്റെ മുന്നോട്ടും പിന്നോട്ടുമുള്ള പ്രവാഹവും സമയത്തിന്റെ മന്ദഗതിയുമെല്ലാം ചില സാഹിത്യകാരന്മാർ ധരിച്ചിരിക്കുന്നതുപോലെ നിരീക്ഷകന്റെയും ആസ്വാദകന്റെയും മിഥ്യാദർശനമൊന്നുമല്ല. ഗണിതപരമായി തെളിയിക്കപ്പെട്ടതും തെളിയിക്കാവുന്നതുമായ യാഥാർത്ഥ്യമാണ്. സ്ഥലകാലങ്ങൾ നിർവ്വചിക്കുന്നത് വിശിഷ്ട ആപേക്ഷികതയാണ്. പ്രാപഞ്ചിക പ്രതിഭാസങ്ങളെ പരസ്പരം ബന്ധിപ്പിക്കുന്നതാണ് സ്ഥലമെന്നും അവതമ്മിലുള്ള ദൂരമാണ് കാലമെന്നും ആപേക്ഷികത അടിവരയിട്ടുറപ്പിച്ചപ്പോൾ തത്ത്വചിന്തകർ പ്രപഞ്ച രഹസ്യങ്ങൾ ഒളിച്ചുവയ്ക്കുന്ന കാലമെന്ന മഹാമാന്ത്രികനെ സ്ഥലത്തിന്റെ മൂന്നുമാനങ്ങളോടു ചേർത്തുവായിക്കാവുന്ന-അല്ലെങ്കിൽ അങ്ങനെ മാത്രം ചെയ്യേണ്ട-അളവുകോലാക്കിയത് ഗണിതശാസ്ത്രത്തിന്റെ സൗന്ദര്യമാണ്. പ്രപഞ്ചത്തിന്റെ നാലുമാനങ്ങളെക്കുറിച്ച് -അല്ലെങ്കിൽ അധികമാനങ്ങളെക്കുറിച്ച് പ്രഭാഷണം നടത്തുന്ന തത്ത്വചിന്തകർ കാലത്തിന്റെ ഉല്പത്തിയെക്കുറിച്ചും കാലപ്രവാഹത്തെക്കുറിച്ചുമെല്ലാം ടി വി ചാനലുകളിൽക്കൂടി നിത്യേന അരമണിക്കൂർ വീതമുള്ള എപ്പിസോഡുകളിൽ ഗതികേടുകൊണ്ട് മുമ്പിലിരിക്കേണ്ടിവരുന്ന പ്രേക്ഷകരോട് പ്രഭാഷണം ചെയ്യുമ്പോൾ ഒരു സ്വയം വിലയിരുത്തൽ നല്ലതാണ്. അറിയുന്ന കാര്യങ്ങൾ തനിക്കറിയാമെന്നും അറിവില്ലാത്ത കാര്യങ്ങൾ നമുക്കറിയില്ലെന്നുമുള്ള സാമാന്യവല്ക്കരണത്തിലെത്തി അതെല്ലാമൊരു മായയാണെന്ന് പ്രേക്ഷ

കനെക്കൊണ്ട് പറയിപ്പിക്കുന്നത് പ്രഭാഷകന്റെ കപട വ്യക്തിത്വത്തിന്റെ വാചാലതയല്ലാതെ ദിവ്യദർശനങ്ങളൊന്നുമല്ല.

പ്രപഞ്ചോല്പത്തിയെത്തുടർന്ന് പ്രോട്ടോണുകൾ നെബുലകളായി മാറിയപ്പോഴാണ് കാലപ്രവാഹമാരംഭിച്ചത് എന്ന് ഇത്തരത്തിലൊരു പ്രഭാഷകൻ തന്റെ അരമണിക്കൂർ സമയത്തെ ബോധവല്ക്കരണത്തിനിടയിൽ പ്രസ്താവിക്കുന്നതു കേട്ടു. ഏതു ശാസ്ത്രജ്ഞനാണങ്ങനെ പറഞ്ഞതെന്നു മാത്രം അദ്ദേഹം പ്രസ്താവിച്ചുകണ്ടില്ല. അക്വോസ്റ്റിക് പീക്കും പ്ലാങ്ക്സമയവും ഇൻഫ്ളേഷനുമെല്ലാം അദ്ദേഹത്തിന്റെ നാവിന്റെ അസാധാരണവഴക്കത്തിനു മുമ്പിൽ അനുസരണയുള്ള കുട്ടികളായി മാറുന്നു. എങ്കിലും പ്രോട്ടോണും നെബുലയും കാലവും തമ്മിൽ ഒറ്റയടിക്കങ്ങു ബന്ധിപ്പിച്ചതു കാണുമ്പോൾ ഐൻസ്റ്റൈനും ബോറുമെല്ലാം വെറുതെ സമയം പാഴാക്കിയതായി തോന്നുന്നു. പ്രപഞ്ചത്തെ നിയന്ത്രിക്കുന്ന ബോധത്തെക്കുറിച്ചു വാചാലനാകുമ്പോൾ അന്തരീക്ഷത്തിൽ നിന്ന് ഭസ്മമെടുക്കുന്ന തെരുവുമാന്ത്രികന്റെ കൈയടക്കത്തിനപ്പുറമൊന്നും ശാസ്ത്രബോധമുള്ളവർക്ക് കാണാൻ കഴിയില്ല. ഇതേ സമയം മറ്റൊരു ചാനലിൽ ന്യൂട്ടന്റെ ഗുരുത്വനിയമങ്ങളെയും ചലന നിയമങ്ങളെയും വെല്ലുവിളിച്ചുകൊണ്ട് മറ്റൊരു പണ്ഡിതൻ ഗ്രഹചലനങ്ങളും പ്രപഞ്ചത്തെയാകമാനവും നിയന്ത്രിക്കുന്ന അദൃശ്യകരങ്ങളുടെ അപാരത വർണ്ണിക്കുന്നതു കാണുമ്പോൾ നെറ്റി ചുളിയുന്നുണ്ടെങ്കിൽ തൊട്ടടുത്ത ചാനലിൽ മറ്റൊരു ജ്ഞാനി ദ്വിഭാഷിയുടെ സഹായത്തോടെ ക്യാൻസറും എയ്ഡ്സുമെല്ലാം സുഖപ്പെടുത്തുന്നതുകണ്ട് നിർവൃതിയടയാം. ഇത്തരം നാടകങ്ങളെല്ലാം ലോകം മുഴുവനുമെത്തിക്കുന്നത് ഭൗതികശാസ്ത്രം പ്രയോഗമാക്കിയ ഇലക്ട്രോണിക് മാദ്ധ്യമങ്ങളിലൂടെയാകുന്നതാണ് ഏറ്റവും വിചിത്രം.

വികസിക്കുന്ന പ്രപഞ്ചവും തമോഗർത്തങ്ങളിലെ ഗണിതവും ആപേക്ഷികതയ്ക്ക് അത്രയെളുപ്പത്തിൽ വഴങ്ങില്ല. അതുമാത്രമല്ല സ്ഥൂല പ്രപഞ്ചത്തിന്റെ ഗ്രാഫ് ആപേക്ഷികതയുടെ തിരശ്ശീലയിൽ ഭദ്രമാണെങ്കിലും സൂക്ഷ്മ പ്രപഞ്ചത്തിൽ സംഗതിയാകെമാറും. അത് ഗണിതത്തിന്റെ കുറെകൂടി സങ്കീർണ്ണമായ ലോകമാണ്. ക്വാണ്ടം ഭൗതികം സംസാരിക്കുന്ന അനിശ്ചിത ഭാഷ, സൂക്ഷ്മ കണങ്ങളുടെ സ്വഭാവത്തെക്കുറിച്ചാണ്. അതിസൂക്ഷ്മ കണങ്ങളുടെ രണ്ടു ഗുണങ്ങൾ (ഉദാഹരണമായി സ്ഥാനവും പ്രവേഗവും) ഒരേസമയം കൃത്യമായി അളക്കാൻ കഴിയില്ല. അത് നിരീക്ഷകന്റെ പരിമിതിയല്ല മറിച്ച് സൂക്ഷ്മ കണങ്ങളുടെ സ്വഭാവമാണ്. നിരീക്ഷകന്റെ സാന്നിദ്ധ്യം നിരീക്ഷണഫലത്തെ സ്വാധീനിക്കുമെന്ന അനിശ്ചിതത്വ സിദ്ധാന്തത്തിന്റെ അടിസ്ഥാനതത്ത്വം പ്രതിഭാശാലിയായ ഐൻസ്റ്റൈനുതന്നെ കീറാമുട്ടിയായിരുന്നു. എന്നാൽ ഒന്നിനുമൊരു നിശ്ചയവുമില്ല എന്ന് പറയാൻ മാത്രം നിസ്സാരമായ സംഗതിയൊന്നുമല്ല ക്വാണ്ടം ഭൗതികത്തിന്റെ ഗണിത സമവാക്യങ്ങൾ. പ്രകാശ കണികകൾ (Photons) ഇലക്ട്രോണുകൾ പോലെയുള്ള സൂക്ഷ്മ കണിക

കളിൽ പതിക്കുമ്പോൾ അവയുടെ സ്ഥാനത്തിലും പ്രവേഗത്തിലും മാറ്റം വരുത്തുന്നുണ്ട്. അതുകൊണ്ടാണ് ഒരു സമയം ഇവയിലേതെങ്കിലുമൊരു ഗുണംമാത്രം കൃത്യമായി അളക്കാൻ കഴിയുന്നത്. എന്നാൽ പ്രപഞ്ചത്തിന്റെ വലിയ അളവുകളിൽ ഇതു ബാധകമല്ല. എന്നാൽ പ്രപഞ്ചത്തിനൊരു അനിശ്ചിതത്വമുണ്ടെന്നും യുക്തിക്ക് നിരക്കാത്ത നിരവധി കാര്യങ്ങൾ അതിലുണ്ടെന്നുംമറ്റും ആരോപിക്കുമ്പോൾ അവയിലേതെങ്കിലുമൊരെണ്ണം ചൂണ്ടിക്കാണിക്കാനുള്ള ബാദ്ധ്യത ആരോപണമുന്നയിക്കുന്നവർക്കുണ്ട്. ക്ലൗഡ് ചേംബറിനുള്ളിൽ ഈശ്വരദർശനം അനുഭവിച്ചവരും ഭൗതികശാസ്ത്രത്തിന്റെ കണ്ടുപിടിത്തങ്ങൾക്ക് തത്ത്വശാസ്ത്രത്തിന്റെ പുറങ്കുപ്പായമിടുന്നവരും വികലമാക്കുന്നത് ഒരു തലമുറയുടെ പ്രപഞ്ചബോധത്തെയാണ്. ക്വാണ്ടം ഭൗതികജ്ഞർ സാന്ദർഭികമായി പറഞ്ഞിട്ടുള്ള ഫലിതങ്ങൾ തത്ത്വചിന്തയ്ക്കുള്ള അടിസ്ഥാന പ്രമാണങ്ങളായി പരിവർത്തനം ചെയ്യുമ്പോൾ ഒരു കാര്യം മറക്കാതിരിക്കാം. പ്രപഞ്ചരഹസ്യങ്ങൾ വിവരിക്കുന്നത് ഭൗതികശാസ്ത്രവും അതിന്റെ തത്ത്വങ്ങൾ രൂപീകരിക്കുന്നത് ഗണിതവുമാണ്. വ്യക്തികളുടെ സ്വഭാവരൂപീകരണത്തിനും സദാചാരനിഷ്ഠകൾക്കും ഉപയോഗിക്കേണ്ട ദർശനങ്ങൾകൊണ്ട് പകിടകളിക്കാനുള്ളതല്ല പ്രപഞ്ചത്തിന്റെ സമവാക്യങ്ങൾ.

പ്രപഞ്ചരഹസ്യങ്ങളുടെ, വിവരണാതീതമെന്നു കരുതിയിരുന്ന മേഖലകളിലാണ് ക്വാണ്ടം ഭൗതികം പ്രവർത്തിക്കുന്നത്. ക്വാണ്ടം തരംഗങ്ങളുടെ സാദ്ധ്യതാ മേഖലകളിൽ അതിസൂക്ഷ്മ കണികകളുടെ സ്വഭാവം പ്രവചിക്കാൻ സാധിച്ചതോടുകൂടി അവയുടെ പ്രതിപ്രവർത്തനങ്ങൾക്ക് കൃത്യമായ ഗണിതസമവാക്യങ്ങളുണ്ടായി. ഷ്രോഡിംഗർ ക്വാണ്ടം ഭൗതികത്തെ ദ്രവ്യത്തിന്റെ അതിസൂക്ഷ്മ തലത്തിൽ നിന്നുയർത്തി സ്ഥൂലപ്രപഞ്ചത്തിലും അതിന്റെ സമവാക്യങ്ങൾ പ്രയോഗിക്കാമെന്നു തെളിയിച്ചു. എല്ലാം ഭൗതികമാകുമ്പോൾ സ്ഥൂലമെന്നും സൂക്ഷ്മമെന്നുമുള്ള വേർതിരിവിന്റെ ആവശ്യമില്ല. ഇത് പിന്നീട് എവ്റെറ്റിന്റെ മെനിവേൾഡ് ഇന്റർ പ്രിട്ടേഷൻ അല്ലെങ്കിൽ ക്വാണ്ടം മൾട്ടിവേർസ് എന്ന പരികല്പനയുടെ വാതായനങ്ങൾ തുറന്നു. അതാകട്ടെ കൃത്യമായ ഗണിതക്രിയകൾ കൊണ്ടുമാത്രം തെളിയിക്കേണ്ട കാര്യങ്ങളാണ്. ക്വാണ്ടം ഭൗതികത്തിന്റെ അനിശ്ചിതത്വത്തിന് മുമ്പിൽ ഐൻസ്റ്റൈൻ പലപ്പോഴും കൊച്ചുകുട്ടിയായി മാറിയ കാഴ്ച ചരിത്രമാണ്. ദൈവം പകിട കളിക്കാറില്ലെന്ന് പകുതി തമാശയായും പകുതി കാര്യമായും പറഞ്ഞ് അദ്ദേഹത്തിന് ഒഴിഞ്ഞുമാറേണ്ടിവന്നതും ചരിത്രം. എന്നാൽ ക്വാണ്ടം ഭൗതികത്തിന്റെ സഹായത്തോടെ ഫോട്ടോ ഇലക്ട്രിക് പ്രഭാവം വിശദീകരിച്ചതിനാണ് അദ്ദേഹത്തിന് നോബൽ സമ്മാനം ലഭിച്ചത് എന്നത് ഏറെക്കുറെ യാദൃച്ഛികവുമാണ്.

പ്രപഞ്ച വീക്ഷണത്തിൽ നിരീക്ഷകനുണ്ടാകുന്ന പരിമിതിയാണ് അതീതഭൗതികത്തിന്റെ മേച്ചിൽപ്പുറം. സമാന്തര പ്രപഞ്ചങ്ങളും മൾട്ടിവേർസും ആധുനിക പ്രപഞ്ച സിദ്ധാന്തങ്ങളുമെല്ലാംതന്നെ ഒരു സാധാ

രണക്കാരന്റെ കാര്യ-കാരണ ബോധത്തിന് താങ്ങാവുന്നതിൽ കവിഞ്ഞ ഗണിത സമവാക്യങ്ങൾ നിറഞ്ഞതാണ്. ഇവയെ ലളിതമാക്കി അവതരിപ്പിക്കാൻ ശാസ്ത്രജ്ഞരോ ഭരണകൂടങ്ങളോ തയ്യാറാകുന്നില്ല. സാമൂഹികവും വിശ്വാസപരവുമായ കടമ്പകളായിരിക്കും ഒരുപക്ഷേ, ഇത്തരം നടപടികൾക്ക് കാരണമാകുന്നത്. എന്നാൽ ഇതു മുതലെടുക്കുന്ന ഒരു വർഗ്ഗം പൊതുസമൂഹത്തിൽ വളർന്നു വരുന്നത്, അല്ലെങ്കിൽ ആ വളർച്ചയുടെ വേഗത കൂടുന്നത് ഒരിക്കലും ആശാവഹമല്ല. നിരവധി ശാസ്ത്രകാരന്മാരും വിപ്ലവകാരികളും ജീവൻപോലും നഷ്ടപ്പെടുത്തി വളർത്തിക്കൊണ്ടുവന്ന ശാസ്ത്രീയ നവോത്ഥാനത്തെ, അതെല്ലാം നൂറ്റാണ്ടുകൾക്കും സഹസ്രാബ്ദങ്ങൾക്കും മുമ്പ് തങ്ങളുടെ പണ്ഡിതർ രേഖപ്പെടുത്തിവെച്ചിരുന്നുവെന്ന മട്ടിൽ അപഗ്രഥിക്കുന്നത് പലപ്പോഴും പൊതുസമൂഹം ബഹുമാനത്തോടെ കാണുന്ന വ്യക്തികളിൽ നിന്നാകുമ്പോൾ അവിടെ സംഭവിക്കുന്നത് സാംസ്കാരിക അപചയമാണ്. ആര്യഭട്ടന്റെ നാട്ടിൽനിന്നും പിന്നീടൊരു ഗണിതശാസ്ത്രജ്ഞനുണ്ടാകാൻ കടൽ കടന്നുപോകണമെന്ന അവസ്ഥയുണ്ടാക്കിയതിന് മറുപടി പറയാൻ പൊതുസമൂഹത്തിന് ബാദ്ധ്യതയുണ്ട്.

ഗണിതശാസ്ത്രജ്ഞൻ ജീവിതത്തിന്റെ സൗന്ദര്യം കാണുന്നില്ല, സമവാക്യങ്ങളിലൊതുങ്ങുന്നതല്ല ജീവിതമെന്നുമെല്ലാം തർക്കത്തിനുവേണ്ടി പറയാമെങ്കിലും ജീവിതത്തെ ഈ രീതിയിൽ സുന്ദരമാക്കിത്തീർത്തത് സമൂഹം ഭ്രാന്തരെന്നുവിളിച്ച ഗണിതശാസ്ത്രജ്ഞർ തന്നെയാണ്. യാഥാർത്ഥ്യം തിരിച്ചറിയുന്നതാണ് സൗന്ദര്യബോധത്തിന്റെ ഉയർന്ന തലം. ലഹരി ഉപയോഗിക്കുന്നവർ കുറച്ചുനേരമെങ്കിലും ജീവിതത്തിന്റെ മറ്റൊരു തലം ആസ്വദിക്കുന്നവരാണ്. അവിടെ രാജാവും മന്ത്രിയും ഭരണാധികാരിയുമെല്ലാമായ വ്യക്തി ഏതാനും മണിക്കൂറുകൾക്കുള്ളിൽ യാഥാർത്ഥ്യത്തിലേക്ക് തിരിച്ചുവരുന്നു. അറിവില്ലായ്മയും ഒരു തരം ലഹരി തന്നെയാണ്. തിരിച്ചറിവുകളിലെത്തുമ്പോൾ ഉണ്മയുടെ സൗന്ദര്യം ആസ്വദിക്കാൻ കഴിയുമ്പോൾ അവിടെയാണ് ആസ്വാദനത്തിന്റെ ഉയർന്നതലമെന്ന് സ്വയം ബോദ്ധ്യപ്പെടും. ഇത് ബോധപൂർവ്വം മസ്തിഷ്കത്തെ കൊട്ടിയടച്ചവർക്ക് ബാധകമല്ല. എന്നാൽ വാക്കുകളുടെ ധാരാളിത്തത്തിൽ കബളിപ്പിക്കപ്പെടുന്ന സാധാരണക്കാരന്റെ ഭാഗത്താണ് ശാസ്ത്രം നില്ക്കുന്നത്-അല്ലെങ്കിൽ നില്ക്കേണ്ടത്. അതിനാവശ്യം ശാസ്ത്രകാരന്റെ സാമൂഹിക ബോധമാണ്. കുട്ടിക്കാലം മുതൽ കുടുംബവും സമൂഹവും സമുദായവുമെല്ലാം അടിച്ചേല്പിച്ച ചില വിശ്വാസപ്രമാണങ്ങൾ ശാസ്ത്രകാരന്റെ യുക്തിബോധത്തേക്കാൾ ഉയർന്ന് നില്ക്കുമ്പോഴാണ് ബഹിരാകാശപേടകത്തിന്റെ വിക്ഷേപണത്തിന് മുമ്പ് മതാചാരപ്രകാരമുള്ള ചടങ്ങുകൾ നടക്കുന്നത്.

നിരവധി പ്രപഞ്ചങ്ങളുടെ സാദ്ധ്യതകൾ ശാസ്ത്രലോകം ചർച്ച ചെയ്യുന്നത് ഗണിതഭാഷയിലാണ്. വ്യത്യസ്ത കോൺഫിഗറേഷനുകളിലുള്ള പ്രപഞ്ചങ്ങളുടെ എണ്ണം വരെ ഇന്ന് കൃത്യമായി കണക്കുകൂട്ടാൻ

കഴിയും. നാമനുഭവിച്ചുകൊണ്ടിരിക്കുന്ന പ്രപഞ്ചത്തിന്റെ ഭൂതവും ഭാവിയുമെല്ലാം പ്രവചിക്കുന്നത് ഗണിതസൂത്രവാക്യങ്ങളുപയോഗിച്ചാണ്. ഭൂമിയിലെ വാർത്താവിതരണ സംവിധാനങ്ങളും കാലാവസ്ഥാ പ്രവചനങ്ങളും ഇലക്ട്രോണിക് മാദ്ധ്യമങ്ങളുടെ പ്രവർത്തനങ്ങളുമെല്ലാം ഗണിതശാസ്ത്രത്തിന്റെ കണക്കുകൂട്ടലുകളുടെ ഉല്പന്നമാണ്. ഭൂമിയിൽനിന്നും 7 കോടി കിലോമീറ്ററും 140 കോടി കിലോ മീറ്ററുകളുമകലെയുള്ള ചൊവ്വയും ശനിയുമെല്ലാം ഇവിടെയുള്ള മനുഷ്യരുടെ വൈവാഹികാവസ്ഥവരെ തീരുമാനിക്കുമെന്നു പറയാനും ഗണിതശാസ്ത്രത്തെ ഉപയോഗിക്കുന്നവർ ഒരു കാര്യം തിരിച്ചറിയണം. ഉപജീവനമാർഗ്ഗം തേടുകയെന്നത് അവകാശമാകുന്നതുപോലെതന്നെ പ്രധാനപ്പെട്ടതാണ് അത് അപരന്റെ സ്വൈര ജീവിതം തകർത്തുകൊണ്ടാകരുത് എന്നുള്ളതും. സ്വന്തം കുടുംബജീവിതത്തിൽ സംഭവിക്കാവുന്ന കാര്യങ്ങൾപോലും പ്രവചിക്കാൻ കഴിയാത്തവരാണ് ഗണിതത്തിലെ പ്രോബബിലിറ്റി സമർത്ഥമായി ഉപയോഗിച്ചുകൊണ്ട് ഒരിക്കലും കണ്ടിട്ടില്ലാത്ത വ്യക്തികളുടെയും പ്രപഞ്ചത്തിന്റെവരെ ഭാവിയും ഒറ്റയടിക്കങ്ങു തീരുമാനിക്കുന്നത്. കൂടെയൊരു പ്രസ്താവനയും, ഇത് ശാസ്ത്രമാണ്, ഇത് കണക്കാണ്. ഇതാണ് ശാസ്ത്രമെങ്കിൽ ഐൻസ്റ്റൈൻ പറഞ്ഞതെന്താണ്? ഇതാണ് ഗണിതമെങ്കിൽ ന്യൂട്ടനെ എന്തുചെയ്യണം? നമ്മുടെ നാട്ടിലെ ശാസ്ത്രം വിദേശത്ത് വിനോദോപാധിയായി മാറുമ്പോൾ അതിന്റെ സാർവ്വത്രികത നഷ്ടമാകും. അത് അടിസ്ഥാനശാസ്ത്ര പ്രമാണങ്ങൾക്കെതിരാണ്.

പ്രാപഞ്ചിക തിരശ്ശീലയുടെ ഊടും പാവും നെയ്യുന്നത് ഗണിതസമവാക്യങ്ങളാണ്. സംഖ്യകളെ ദൈവങ്ങളായി കരുതിയ പൈഥഗോറസിന്റെ ദീർഘദൃഷ്ടി ഗണിതത്തിന്റെ അനന്ത സാദ്ധ്യതകളിലേക്കാണ് വിരൽ ചൂണ്ടിയത്. പ്രപഞ്ചത്തിനൊരു അനിശ്ചിതത്വമുണ്ടെങ്കിൽ അത് നിരീക്ഷകന്റെ പരിമിതിയാണ്. ഗണിതത്തിന് അതില്ല. പ്രപഞ്ചത്തിന്റെ ഗണിതം നാളെ മനുഷ്യമസ്തിഷ്കത്തിന് കാണാപ്പാഠമാകും. മറ്റെല്ലാം ആവശ്യമെങ്കിൽ ഉപയോഗിക്കാം-മദ്യവും ലഹരിയുമെല്ലാം ചിലർക്കു നിർബ്ബന്ധമുള്ളതുപോലെ. പക്ഷേ, അവയെല്ലാം പൊതുസമൂഹത്തിന്റെ സാമാന്യബോധത്തിൽ അധീശത്വം പുലർത്താതെ ശ്രദ്ധിക്കേണ്ടത് അദ്ധ്യാപകരാണ്, ശാസ്ത്രവിദ്യാർത്ഥികളാണ്, ശാസ്ത്രസമൂഹമാണ്. അപ്പോൾ ചാക്കോമാഷ് പറഞ്ഞതാണ് കാര്യം. പ്രപഞ്ചത്തിന്റെ സ്പന്ദനം കണക്കിലാണ്.

21 സെന്റീമീറ്റർ കോസ്മോളജി ഹൈഡ്രജൻ ആറ്റത്തിനുള്ളിലെ പ്രപഞ്ചം!!

പ്രപഞ്ചോല്പത്തിയെക്കുറിച്ചും ശൈശവ പ്രപഞ്ചത്തിന്റെ പ്രകൃതത്തെക്കുറിച്ചും ആദ്യ നക്ഷത്ര സമൂഹങ്ങളെക്കുറിച്ചുമുള്ള ഏറ്റവും വിശ്വസനീയവും സമഗ്രവുമായ വിവരശേഖരണത്തിന് ടെൽ അവീവ് യൂണിവേഴ്സിറ്റിയിലെ ശാസ്ത്രജ്ഞർ ഒരു നൂതന സങ്കേതം വികസിപ്പിച്ചെടുത്തിരിക്കുകയാണ്. ഹൈഡ്രജൻ ലൈൻ അഥവാ 21 സെന്റീമീറ്റർ ലൈൻ എന്നു വിളിക്കുന്ന ഈ സങ്കേതത്തിലൂടെ പ്രപഞ്ച പരിണാമത്തിലെ ഇരുണ്ട കാലഘട്ടത്തിലേക്ക് വെളിച്ചം വീശാൻ കഴിയുമെന്നാണ് പ്രതീക്ഷിക്കപ്പെടുന്നത്. റേഡിയോ തരംഗങ്ങൾ ഉത്സർജ്ജിക്കുന്ന ഹൈഡ്രജൻ ആറ്റങ്ങളുപയോഗിച്ചു നടത്തുന്ന ഈ പഠനത്തിന് ഏതാനും റേഡിയോ ടെലസ്കോപ്പുകളുടെ സഹായം മാത്രം മതിയാകും. 21 സെന്റീമീറ്റർ തരംഗദൈർഘ്യമുള്ള ഈ വികിരണങ്ങൾ പിടിച്ചെടുത്ത് അപഗ്രഥിക്കുന്നതുവഴി ആകാശത്തിന്റെ സമ്പൂർണ്ണ മാപ്പിങ് നടത്തുന്നതിനും ആദ്യ നക്ഷത്രസമൂഹങ്ങളെക്കുറിച്ചും ദ്രവ്യ-പ്രതിദ്രവ്യ വിഭജനവും ശ്യാമ ദ്രവ്യത്തിന്റെ കേന്ദ്രീകരണവും നക്ഷത്രാന്തര ധൂളീ വിതരണവും അവ നക്ഷത്ര രൂപീകരണത്തെ എങ്ങനെ സ്വാധീനിക്കുമെന്നുമുള്ള ഏറ്റവും വിശ്വസനീയമായ പഠനങ്ങളായിരിക്കും ഇനി പുറത്തുവരികയെന്നാണ് ടെൽ അവീവ് യൂണിവേഴ്സിറ്റിയുടെ കീഴിലുള്ള സ്കൂൾ ഓഫ് ഫിസിക്സ് & ആസ്ട്രോ ഫിസിക്സിന്റെ തലവനായ പ്രൊഫ. റെണാൻ ബെർക്കാന പറയുന്നത്.

21 സെന്റീമീറ്റർ കോസ്മോളജി എന്നാണ് ജ്യോതിശാസ്ത്രപര്യവേക്ഷണത്തിൽ ഈ മേഖല അറിയപ്പെടുന്നത്. ഇതൊരു അത്ഭുത ശിശുവാണെന്നാണ് ഈ രംഗത്തുള്ളവർ പറയുന്നത്. നിലവിൽ 5 അന്താരാഷ്ട്ര ഏജൻസികൾ ഇതിനായി റേഡിയോ ടെലസ്കോപ്പുകൾ നിർമ്മിക്കു

കയും പ്രവർത്തനം ആരംഭിക്കുകയും ചെയ്തിട്ടുണ്ട്. പൂനെയിലെ GMRT യും ഈ മേഖലയിൽ സഹകരിക്കുന്നുണ്ട്. ഇപ്പോൾ പ്രധാനമായും ശ്രദ്ധ കേന്ദ്രീകരിച്ചിരിക്കുന്നത് മഹാവിസ്ഫോടനത്തെത്തുടർന്ന് അൻപത് കോടി വർഷം കഴിഞ്ഞുള്ള പ്രപഞ്ചത്തിലേക്കാണ്. സവിശേഷമായി രൂപകല്പന നടത്തിയിരിക്കുന്ന അനുബന്ധ ഉപകരണങ്ങൾ വഴി ആദ്യ നക്ഷത്രങ്ങളിൽനിന്നും, അന്ന് പ്രപഞ്ചത്തിലാകമാനം വ്യാപിച്ചിരിക്കുന്ന ഹൈഡ്രജൻ ആറ്റങ്ങളിൽനിന്നുമുള്ള റേഡിയോ സിഗ്നലുകൾ പിടിച്ചെടുക്കുകയും ഇതുവരെ വെളിച്ചം കാണാതിരുന്ന പ്രപഞ്ച കഥയിലെ ഇരുണ്ട അദ്ധ്യായത്തിലേക്ക് വെളിച്ചം വീശുകയും ചെയ്യുമെന്നാണ് പ്രൊഫ. ബെർക്കാന അഭിപ്രായപ്പെടുന്നത്. നിലവിലുള്ള പ്രപഞ്ച സിദ്ധാന്തങ്ങളുടെ വിശ്വാസ്യത പരീക്ഷിച്ചറിയുന്നതിനുള്ള അവസരം കൂടിയാണിത്. മാത്രവുമല്ല പ്രപഞ്ചത്തിന്റെ ഭാവി പ്രവചനത്തിന് ഭൗതിക ശാസ്ത്രജ്ഞർക്ക് കൂടുതൽ ധൈര്യം പകരുന്നതിനും ഇതുവഴി സാധിക്കും.

എന്താണീ 21 സെന്റീമീറ്റർ കോസ്മോളജി?

ഹൈഡ്രജൻ ആറ്റത്തിന്റെ ഊർജ്ജനിലയിലുണ്ടാകുന്ന വ്യത്യാസം വഴി ഉണ്ടാകുന്ന, വൈദ്യുത കാന്തിക സ്പെക്ട്രത്തിൽ റേഡിയോ ആവൃത്തിയിലുള്ള വികിരണമാണ് ഹൈഡ്രജൻ ലൈൻ അഥവാ 21 സെന്റീമീറ്റർ ലൈൻ. ഈ വികിരണത്തിന്റെ തരംഗദൈർഘ്യം 21 സെന്റീമീറ്ററും (21.10611405413 cm) ആവൃത്തി 1420.40575177 മെഗാ ഹെർട്സുമാണ് (MHz). റേഡിയോ തരംഗങ്ങളുടെ കുടുംബത്തിലുള്ള ഈ വികിരണത്തെ, കൃത്യമായി പറഞ്ഞാൽ മൈക്രോവേവ് ബാൻഡിലാണ് ഉൾപ്പെടുത്തിയിരിക്കുന്നത്. റിഡിയോ ആസ്ട്രോണമിയിലാണ് ഈ തരംഗങ്ങളെക്കുറിച്ചുള്ള പഠനം നടക്കുന്നത്. പ്രകാശം കടന്നുപോകാത്ത കട്ടികൂടിയ വാതക പടലങ്ങളിൽകൂടിയും നക്ഷത്രാന്തര ധൂളീ മേഘങ്ങൾക്കിടയിലൂടെയും അനായാസം കടന്നുപോകാൻ ഈ തരംഗങ്ങൾക്ക് കഴിയും.

സ്വാഭാവികമായും ഒരു ആറ്റം വൈദ്യുതപരമായി നിർവ്വീര്യമാണ്. ഹൈഡ്രജൻ ആറ്റവും അങ്ങനെതന്നെ. ഒരു ഹൈഡ്രജൻ ആറ്റമെന്നു പറയുമ്പോൾ ഒരു പ്രോട്ടോണും അതിനെ ചുറ്റുന്ന ഒരു ഇലക്ട്രോണും മാത്രമാണ്. ഇലക്ട്രോണിന്റെ ഭ്രമണംപോലെതന്നെ പ്രോട്ടോണിനും ഇലക്ട്രോണിനും സ്പിൻ എന്ന മറ്റൊരു ചലനംകൂടിയുണ്ട്. പൂർണ്ണമായി ശരിയല്ലെങ്കിലും ഭൂമിയുടെ ഭ്രമണവും സൂര്യനു ചുറ്റുമുള്ള പരിക്രമണവുമായി ഇതിനെ താരതമ്യം ചെയ്യാൻ കഴിയും. എന്നാൽ പ്രോട്ടോണും ഇലക്ട്രോണും ക്വാണ്ടം കണികകൾ ആയതുകൊണ്ട് ക്വാണ്ടം മെക്കാനിക്കൽ പ്രഭാവം കൊണ്ട് ആറ്റത്തിന്റെ ഊർജ്ജനിലയിൽ മാറ്റമുണ്ടാവുകയും ആറ്റം റേഡിയോ ആക്ടീവത പ്രദർശിപ്പിക്കുകയും ചെയ്യും. ഈ വികിരണങ്ങളാണ് ഹൈഡ്രജൻ ലൈൻ എന്ന 21 സെന്റീമീറ്റർ ലൈൻ. റേഡിയോ ദൂരദർശിനി ഉപയോഗിച്ച് ഇവയെ കണ്ടെത്താൻ കഴിയും.

1930 കളിൽ തന്നെ ഇത്തരം റേഡിയോ സിഗ്നലുകൾ ശ്രദ്ധിക്കപ്പെട്ടിരുന്നെങ്കിലും അത് മറ്റേതോ ഭൗമേതര നാഗരികതയുടെ അടയാളങ്ങളാണെന്നാണ് കരുതിയിരിക്കുന്നത്. ഇത്തരമൊരു റിപ്പോർട്ട് 1940 ൽ പ്രൊഫ. ജാൻ എച്ച് ഊർട്ടിന്റെ ശ്രദ്ധയിൽ പെടുകയും അദ്ദേഹം ഡോ. ഹെൻഡ്രിക് വാൻ ഡി ഹൾസ്റ്റുമായി ചേർന്ന് ഇതേക്കുറിച്ച് പഠനം നടത്തുകയും ചെയ്തു. ഇതേത്തുടർന്ന് 1944 ൽ ഹൈഡ്രജൻ ആറ്റത്തിന് 1420.4058 MHz (21 cm) ആവൃത്തിയിലുള്ള വികിരണം പുറപ്പെടുവിക്കാൻ കഴിയുമെന്ന് പ്രൊഫ. ഊർട്ട് പ്രവചിച്ചു. പിന്നീട് 1951 ൽ ഹാവാർഡ് യൂണിവേഴ്സിറ്റിയിലെ ശാസ്ത്രജ്ഞരായ ഇവെനും പർസെലും ചേർന്നാണ് ആദ്യമായി 21 സെ മീ ലൈൻ (1420.4058 MHz) കണ്ടെത്തിയത്. ഇവരുടെ പരീക്ഷണഫലം പ്രൊഫ. ഊർട്ടിന് അയച്ചുകൊടുക്കുകയും അദ്ദേഹം ഇതുപയോഗിച്ച് 1952 ൽ നക്ഷത്ര സമൂഹങ്ങളിലെ ന്യൂട്രൽ ഹൈഡ്രജൻ മാപ് രൂപീകരിക്കുകയും ക്ഷീരപഥത്തിന്റെ സർപ്പിളാകൃതി തെളിയിക്കുകയും ചെയ്തു.

21 സെന്റീമീറ്റർ കോസ്മോളജി പ്രയോഗത്തിൽ

ഹൈഡ്രജൻ ആറ്റങ്ങൾ നക്ഷത്ര സമൂഹങ്ങളിൽ ഏറക്കുറെ സമമായി വിതരണം ചെയ്യപ്പെട്ടിരിക്കുന്നതുകൊണ്ട് അവയുടെ ഏതു ഭാഗത്തുനിന്നുമുള്ള വികിരണങ്ങൾക്കും ഹൈഡ്രജൻ ലൈനിന്റെ സാന്നിദ്ധ്യമുണ്ടാകും. ഈ ഹൈഡ്രജൻ ലൈനുകൾ തമ്മിലുള്ള വ്യത്യാസം അവയുടെ ചുമപ്പുനീക്കത്തിൽ (Doppler Shift) മാത്രമായിരിക്കും. ഈ ചുമപ്പുനീക്കത്തിന്റെ തോത് കണക്കുകൂട്ടിയെടുത്താൽ ഗാലക്സികളുടെ കരങ്ങളുടെ ആപേക്ഷിക പ്രവേഗം കണ്ടെത്താൻ കഴിയും. ഗാലക്സികളുടെ ഭ്രമണവക്രം കണ്ടുപിടിക്കാൻ കഴിയുന്നതുകൊണ്ട് അതുപയോഗിച്ച് ഒരു നക്ഷത്ര സമൂഹത്തിലെ രണ്ടു സ്ഥാനങ്ങൾ തമ്മിലുള്ള അകലം കൃത്യമായി കണക്കുകൂട്ടാൻ കഴിയും. അതുകൂടാതെ നക്ഷത്ര സമൂഹങ്ങളുടെ പിണ്ഡം അളക്കുന്നതിനും കാലത്തിന് ആപേക്ഷികമായി പ്രാപഞ്ചിക ഗുരുത്വ സ്ഥിരാങ്കം വ്യത്യാസപ്പെടുന്നുണ്ടോ എന്ന് കണ്ടുപിടിക്കുന്നതിനും നക്ഷത്ര സമൂഹങ്ങളുടെ ബലതന്ത്രം മറ്റു ഗാലക്സികളുമായി ആപേക്ഷികമല്ലാതെ സ്വതന്ത്രമായി കണ്ടെത്തുന്നതിനും കഴിയും.

- മൈക്രോവേവ് ബാൻഡിലുള്ള വികിരണമായതുകൊണ്ട് ഭൗമാന്തരീക്ഷത്തിന്റെ പ്രക്ഷുബ്ദ്ധതകൾ ഹൈഡ്രജൻ ലൈനിന് ബാധകമാവില്ല.
- മഹാവിസ്ഫോടന മാതൃകയുടെ വക്താക്കൾക്ക് 21 സെന്റീമീറ്റർ കോസ്മോളജിയിൽ കൂടുതൽ താല്പര്യമുണ്ട്. മഹാവിസ്ഫോടനത്തേത്തുടർന്ന് ശൈശവ പ്രപഞ്ചമാകെ അതാര്യമായ പ്ലാസ്മ നിറഞ്ഞുനിന്ന ഇരുണ്ട അദ്ധ്യായത്തിലേക്ക് വെളിച്ചം വീശുന്നതിനും അതിവേഗതയിൽ പലായനം ചെയ്തുകൊണ്ടിരിക്കുന്ന പ്രാപഞ്ചിക

പ്രതിഭാസങ്ങളുടെ കൃത്യമായ വിവരം നല്കുന്നതിനും ഈ സങ്കേതത്തിലൂടെ കഴിയും.

- സമുദ്രജലത്തിന്റെ ലവണനിലയും കരമണ്ണിന്റെ ഈർപ്പവും അളക്കുന്നതിനുള്ള സ്മോസ് (Soil Moisture and Ocean Salinity - SMOS) ഉപഗ്രഹത്തിൽ ഉപയോഗിക്കുന്ന MIRAS (Microwave Imaging Radiometer with Aperture Synthesis) ക്യാമറകളിൽ ഉപയോഗിക്കുന്നത് 21 സെന്റീമീറ്റർ ലൈൻ തരംഗങ്ങളാണ്.
- ഭൗമേതര ജീവൻ അന്വേഷിക്കുന്ന SETI (Search for Extra Terrestrial Intelligence) പ്രോഗ്രാമുകളിൽ ഉപയോഗിക്കുന്ന റേഡിയോ സന്ദേശങ്ങളുടെ ആവൃത്തിയും 1420.4058 (21 സെന്റീമീറ്റർ തരംഗദൈർഘ്യം) മെഗാ ഹെർട്സ് തന്നെയാണ്.

21 സെന്റീമീറ്റർ പരീക്ഷണങ്ങൾ അത്ര എളുപ്പമല്ല. ഭൗമാന്തരീക്ഷത്തിലെ ഉപരിപാളിയായ അയണോസ്ഫിയറിലെ വികിരണങ്ങളും ഭൂമിയിലെ ടെലിവിഷൻ ട്രാൻസ്മിറ്ററുകളിൽനിന്നു പുറപ്പെടുന്ന സിഗ്നലുകളും കണക്കുകൂട്ടലുകളിൽ മാറ്റം വരുത്താം. ഇത്തരം സിഗ്നലുകൾ സൃഷ്ടിക്കുന്ന അസ്വസ്ഥതകൾ നീക്കംചെയ്യുന്നത് വളരെ സങ്കീർണ്ണമായ പ്രവർത്തനങ്ങൾ വഴിയാണ്. ഭൂമിയിൽനിന്നുള്ള റേഡിയോ സിഗ്നലുകൾ എത്തിച്ചേരാത്ത സ്ഥലങ്ങളിൽവച്ച് 21 സെന്റീമീറ്റർ പരീക്ഷണങ്ങൾ നടത്തുകയാണ് അനുയോജ്യം. ചന്ദ്രന്റെ, ഭൂമിക്കഭിമുഖമായി വരാത്ത വശത്തുവച്ച് (Far Side) ഇത്തരം പരീക്ഷണങ്ങൾ നടത്താൻ കഴിയും.

ഇനി 21 സെന്റീമീറ്റർ കോസ്മോളജിയുടെ നാളുകളാണ്. പ്രപഞ്ചത്തെക്കുറിച്ചറിയാൻ ഒരു ഹൈഡ്രജൻ ആറ്റത്തെ കുറിച്ചറിഞ്ഞാൽ മതി. റേഡിയോ ആസ്ട്രോണമിയുടെ കൃത്യതയും 21 സെന്റീമീറ്റർ കോസ്മോളജിയുടെ പ്രായോഗികതയും ചേർന്ന് ഇനി വരയ്ക്കുന്നത് പ്രപഞ്ചത്തിന്റെ സമ്പൂർണ്ണ ചിത്രമായിരിക്കും.

ആരു പറഞ്ഞു പ്രകാശം തരംഗമാണെന്ന്?

"Anyone who is not shocked by quantum theory has not understsood it."

- Niels Bohr

ഇനി വെളിച്ചത്തെകുറിച്ച് ചിന്തിക്കാം. എന്താണ് വെളിച്ചം അല്ലെങ്കിൽ പ്രകാശം. ഇരുട്ടിനെ അകറ്റുന്നതാണ് പ്രകാശമെന്ന് തത്ത്വചിന്താപരമായോ വൈദ്യുതകാന്തിക സ്പെക്ട്രത്തിലെ ഒരംഗമെന്ന് ശാസ്ത്രീയമായോ പ്രകാശത്തെ നിർവ്വചിക്കാം. എന്താണ് പ്രകാശത്തിന്റെ അടിസ്ഥാന രൂപമെന്നോ പ്രകാശത്തിന്റെ സവിശേഷതകളെന്താണെന്നോ മേൽപ്പറഞ്ഞ നിർവ്വചനങ്ങളിൽനിന്ന് വ്യക്തമാകുന്നില്ല. ഭൂമിയിൽ ജീവന്റെ ഉത്ഭവത്തിനും വളർച്ചയ്ക്കും നിലനില്പിനും ആവശ്യഘടകമായ ഈ ഊർജ്ജത്തിന്റെ സ്വഭാവസവിശേഷതകളെക്കുറിച്ച് കുട്ടിക്കാലം മുതൽ വിവിധ പരീക്ഷണ നിരീക്ഷണങ്ങൾ നടത്തിയവരാണ് നാമെല്ലാവരും.

പ്രകാശത്തെ ഒരു പ്രിസത്തിലൂടെ കടത്തിവിട്ടാൽ അത് സപ്തവർണ്ണങ്ങളായി വേർതിരിയുന്നത് കാണാൻ കഴിയും. വയലറ്റുമുതൽ ചുമപ്പുവരെയുള്ള ഏഴു നിറങ്ങളിൽ ഒരു നിറത്തെ മാത്രം മറ്റൊരു പ്രിസത്തിലൂടെ കടത്തിവിട്ടാൽ അത് പിന്നീട് മറ്റു വർണ്ണങ്ങളായി വേർതിരിയില്ല. അപ്പോൾ ധവളപ്രകാശം എന്നത് ഏഴു ഘടകവർണ്ണങ്ങൾ കൂടിച്ചേർന്നതാണെന്നു പറയാം. പോളറൈസേഷൻ (polarization) എന്ന സങ്കേതത്തിൽകൂടി സപ്തവർണ്ണങ്ങളിൽ ഓരോന്നിനെയും വിഘടിപ്പിക്കാം. ഒരു സാമാന്യ വയനക്കാരന് ബോദ്ധ്യപ്പെടുന്ന തരത്തിൽ പോളറൈസേഷൻ വിവരിക്കുന്നത് ഈ ലേഖനത്തിന്റെ ഉദ്ദേശ്യമല്ലാത്തതുകൊണ്ട് അതിന് മുതിരുന്നില്ല.

എന്താണ് പ്രകാശം? മനുഷ്യനേത്രങ്ങൾക്ക് ദൃശ്യമായതുമാത്ര മാണോ അത്? അല്ല, അതുമാത്രമല്ല പ്രകാശം. എല്ലാ ശബ്ദവും നമ്മുടെ ചെവികൾക്ക് കേൾക്കാൻ കഴിയുമോ? നമുക്ക് കേൾക്കാൻ കഴിയുന്നതും കേൾക്കാൻ കഴിയാത്തതുമായ ശബ്ദങ്ങളുണ്ട്. 20 hz നും (heartz) 20000 hz ൽ ഇടയിൽ ആവൃത്തി (frequency) യുള്ള ശബ്ദവീചികളാണ് നമുക്ക് കഴിയുക. 20 hz ൽ കുറവുള്ളതും (infrasonic) 20000 hz ൽ കൂടുതലുള്ളതും (ultrasonic) ആയ ശബ്ദങ്ങളുണ്ട്. കടവാവലുകൾ സഞ്ചരിക്കുന്നത് അവയുടെ കണ്ണുകളുടെ സഹായത്തോടെയല്ല. അൾട്രാ സോണിക് ശബ്ദങ്ങളുപയോഗിച്ചാണ് കടവാവലുകളുടെ സഞ്ചാരവും ഇരതേടലുമെല്ലാം. ഇത്തരം ശബ്ദവീചികൾ പിടിച്ചെടുക്കാൻ മനുഷ്യ കർണ്ണത്തിന് സാദ്ധ്യമല്ല. പ്രകാശത്തിന്റെ കാര്യവും ഇതുപോലെ തന്നെ യാണ്. ദൃശ്യപ്രകാശത്തിന്റെ അളവുകോലും ചില ഗണിത സമവാക്യ ങ്ങൾക്കനുസരിച്ചുതന്നെ. നമുക്കതിനെ ആവൃത്തി (frequency) എന്നു തന്നെ വിളിക്കാം. ആവൃത്തി കൂടുന്നതനുസരിച്ച് ചുമപ്പു പ്രകാശം നീല യായും നീല പിന്നീട് അൾട്രാ വയലറ്റ് പ്രകാശമായും മാറുന്നു. അൾട്രാ വയലറ്റ് നമ്മുടെ കണ്ണുകൾക്ക് അദൃശ്യമാണ്. എന്നാൽ ഫോട്ടോഗ്രാ ഫിക് പ്ലെയ്റ്റുകൾക്ക് അൾട്രാവയലറ്റിനെ `കാണാൻ' കഴിയും. ആവൃത്തി വീണ്ടും വർദ്ധിപ്പിച്ചാൽ അൾട്രാവയലറ്റ് X കിരണങ്ങളായും തുടർന്ന് ഗാമാ കിരണങ്ങളായും മാറും. അത്യധികം ഊർജ്ജമുള്ള ഈ കിരണങ്ങൾ പിടിച്ചെടുക്കാൻ മനുഷ്യനേത്രം പര്യാപ്തമല്ല. ഇനി ആവൃത്തി വിപരീത ദിശയിൽ മാറ്റിയാലോ ? അതായത് ആവൃത്തി കുറ ച്ചുകൊണ്ടുവന്നാൽ ? നീലവെളിച്ചം ചുമപ്പായും ചുമപ്പ് പിന്നീട് ഇൻഫ്രാ റെഡ് കിരണങ്ങളായും മാറും. ഇൻഫ്രാറെഡ് നമ്മുടെ കണ്ണുകൾക്ക് അതീതമാണ്. എന്നാൽ താപവികിരണങ്ങളായി ഇൻഫ്രാറെഡിനെ നമ്മുടെ ത്വക്ക് തിരിച്ചറിയുന്നുണ്ട്. തുടർന്നും ആവൃത്തി കുറച്ചാൽ അവ ടെലിവിഷൻ കിരണങ്ങളായും പിന്നീട് റേഡിയോ കിരണങ്ങളായും മാറും. ക്വാണ്ടം ഇലക്ട്രോ ഡൈനാമിക്സിന്റെ ഭാഷയിൽ ഇവയെല്ലാം പ്രകാശമാണ്.

പ്രകാശം കണികകളാണെന്നാണ് (particles) ന്യൂട്ടൻ വിശ്വസിച്ചി രുന്നത്. കണങ്ങൾ (corpusles) എന്ന വാക്കാണ് അദ്ദേഹം ഇവയ്ക്ക് ഉപയോഗിച്ചത്. അദ്ദേഹത്തിന്റെ വിശ്വാസത്തിൽ ന്യൂട്ടനുതന്നെയും ഉറച്ച ധാരണയുണ്ടായിരുന്നില്ല എന്നതാണ് യാഥാർത്ഥ്യം. ക്വാണ്ടം ഡൈനാ മിക്സിന്റെ ഭാഷയിൽ പ്രകാശം കണികകളാണ്. ഈ കണികകളെ ഫോട്ടോണുകൾ (photos) എന്നാണ് വിളിക്കുന്നത്. മനുഷ്യനേത്രം വള രെയേറെ സംവേദനക്ഷമ (sensitive)മാണ്. അഞ്ചോ ആറോ ഫോട്ടോ ണുകൾക്കുപോലും നേത്രനാഡികളെ ഉത്തേജിപ്പിക്കുവാനും അതുവഴി പ്രകാശത്തിന്റെ സാന്നിദ്ധ്യം മനുഷ്യമസ്തിഷ്കത്തിന് തിരിച്ചറിയുവാനും കഴിയും. ഫോട്ടോണുകളുടെ എണ്ണത്തിൽ നേരിയ വർദ്ധനവ് ഉണ്ടായാൽ പ്രകാശസാന്നിദ്ധ്യം പത്തിരട്ടിയിലധികം തീവ്രതയിൽ അനുഭവിക്കാൻ മനുഷ്യനേത്രത്തിന് സാധിക്കും.

എങ്ങനെയാണ് ഒരു പ്രകാശകണികയെ (photons or light quanta) തിരിച്ചറിയുന്നത് ? മനുഷ്യനേത്രങ്ങൾക്ക് അതിനുള്ള കഴിവില്ല. ഫോട്ടോ മൾട്ടിപ്ലയർ (photomultiplier) എന്ന ഉപകരണത്തിന്റെ സഹായത്താലാണ് ഫോട്ടോണിനെ കണ്ടെത്തുന്നത്. ഇതെങ്ങനെയാണ് പ്രവർത്തിക്കുന്നതെന്നു നോക്കാം ഒരു ഫോട്ടോൺ ഒരു ലോഹ പ്ലേറ്റിൽ (പ്ലേറ്റ് A) പതിക്കുമ്പോൾ ലോഹത്തകിടിന്റെ ഒരു ആറ്റത്തിൽനിന്നും ഒരു ഇലക്ട്രോണിനെ പുറന്തള്ളുന്നു. ഇങ്ങനെ പുറന്തള്ളപ്പെട്ട ഇലകട്രോണിനെ തൊട്ടടുത്തു സ്ഥിതി ചെയ്യുന്ന പോസിറ്റീവ് ചാർജ്ജുള്ള മറ്റൊരു പ്ലേറ്റ് (പ്ലേറ്റ് B) ആകർഷിക്കുന്നു. (ഇലക്ട്രോണുകൾക്ക് നെഗറ്റീവ് ചാർജ്ജാണുള്ളത്). ആ പ്ലേറ്റിൽ ശക്തിയോടെ പതിക്കുന്ന ഇലക്ട്രോൺ അതിൽ നിന്നും മൂന്നോ നാലോ ഇലക്ട്രോണുകളെ പുറന്തള്ളാൻ കാരണമാകുന്നു. ഇങ്ങനെ പുറന്തള്ളപ്പെടുന്ന ഇലക്ട്രോണുകൾ തൊട്ടുസമീപം തന്നെയുള്ള മൂന്നാമത്തെ പ്ലേറ്റിലെ (പ്ലേറ്റ്) ഇനിയുമധികം ഇലക്ട്രോണുകളെ പുറന്തള്ളുന്നു. ഈ പ്രക്രിയ ആവർത്തിക്കപ്പെടുന്നു. കോടിക്കണക്കിന് ഇലക്ട്രോണുകളെ ഉത്സർജ്ജിക്കുന്ന ശക്തമായ ഒരു വൈദ്യുത പ്രവാഹമുണ്ടാവുന്നതുവരെ ഈ പ്രവർത്തനം തുടരുന്നു. ഇങ്ങനെ രൂപപ്പെടുന്ന വൈദ്യുതിയെ ഒരു സാധാരണ ആംപ്ലിഫയർ വഴി ഒരു സ്പീക്കറിലേക്ക് ബന്ധിപ്പിച്ചാൽ ശ്രവണയോഗ്യമായ ശബ്ദം ഉണ്ടാകും. ഓരോ ഫോട്ടോണും തകിടിൽ പതിക്കുമ്പോഴുണ്ടാകുന്ന 'ക്ലിക്ക് ശബ്ദം ഒരേ തരത്തിലുള്ളതും ഒരേ ശബ്ദനിലവാരമുള്ളതുമാണ്. ഒന്നിലധികം ഫോട്ടോ മൾട്ടിപ്ലയറുകൾ ക്രമീകരിച്ചുകൊണ്ട് വളരെ മങ്ങിയ പ്രകാശം ഒരു മുറിയുടെ വിവിധ ഭാഗങ്ങളിൽനിന്നു പ്രകാശിപ്പിച്ച് പ്രസ്തുത പരീക്ഷണം ആവർത്തിക്കാം. പ്രകാശം ഓരോ ഫോട്ടോ മൾട്ടിപ്ലയറിലും പതിക്കുമ്പോഴുണ്ടാകുന്ന ശബ്ദം ആദ്യത്തെ പരീക്ഷണത്തിലെപ്പോലെതന്നെ ഒരേ തീവ്രതയിലുള്ളതായിരിക്കും. എന്താണിതിനു കാരണം.. പ്രകാശത്തിന്റെ തീവ്രത കുറഞ്ഞാലും ഫോട്ടോണുകൾ അർദ്ധ കണികകളായി (half particles) മാറുന്നില്ല. അപ്പോൾ പ്രകാശത്തിന്റെ അടിസ്ഥാന സ്വഭാവം അത് കണികയാണെന്നു തന്നെയാണ്.

നിങ്ങളുടെ ഹൈസ്കൂൾ അദ്ധ്യാപിക പ്രകാശത്തിന്റെ തരംഗസ്വഭാവം വിവരിച്ചതായിരിക്കും ഇപ്പോൾ നിങ്ങളുടെ ഓർമ്മയിൽ എത്തിയിരിക്കുക. പ്രകാശതരംഗങ്ങളുടെ ദൈർഘ്യവും അവയുപയോഗിച്ചു ചെയ്ത ഗണിതക്രിയകളും ഓർമ്മയിലേക്ക് വരുന്നുണ്ടാകും. എന്തിന് നിങ്ങളുടെ ഭാവനാ ലോകത്തിൽപോലും തരംഗപ്രകാശം നിറഞ്ഞിരിക്കുന്നുണ്ടാകും. എന്നാൽ ആധുനിക ഭൗതികത്തിലെ ഏറ്റവും ശക്തമായ വിഭാഗമായ ക്വാണ്ടം ഇലക്ട്രോ ഡൈനാമിക്സ് പറയുന്നത് പ്രകാശം കണികകളാണ്, തരംഗങ്ങളല്ലെന്നാണ്. ഫോട്ടോമൾട്ടിപ്ലയർ എന്ന ഉപകരണത്തിൽ മാത്രം അനുഭവപ്പെടുന്ന ഒരു പ്രതിഭാസമല്ല ഇത്. ഒളരെ ദുർബ്ബലമായ പ്രകാശത്തെപ്പോലും പിടിച്ചെടുക്കാൻ കഴിയുന്ന ഏതുപകരണത്തിന്റെ സഹായത്തോടെയും ഇക്കാര്യം വ്യക്തമാക്കാൻ

കഴിയും. നമുക്ക് വീണ്ടും ഭൗതികശാസ്ത്രാദ്ധ്യാപികയിലേക്ക് തിരിച്ചു വരാം. പ്രകാശത്തിന്റെ സവിശേഷതകൾ ഓർമ്മിക്കുന്നില്ലേ? പ്രകാശം നേർരേഖയിൽ സഞ്ചരിക്കുന്നു. ജലത്തിൽ പതിക്കുമ്പോൾ പ്രകാശം വളയുന്നു. കണ്ണാടിപോലെയുള്ള പ്രതലം പ്രകാശത്തെ പ്രതിഫലിപ്പിക്കുന്നു. പ്രകാശത്തിന്റെ പതനകോണും (angle of incidence) പ്രതിഫലനകോണും (angle of reflection) തുല്യമായിരിക്കും, പ്രകാശത്തെ സപ്തവർണ്ണങ്ങളായി വേർതിരിക്കാം, ചെളിവെള്ളത്തിൽവീണ എണ്ണയിൽ പ്രകാശം പതിക്കുമ്പോൾ മനോഹരമായ വർണ്ണങ്ങൾ ഉണ്ടാകുന്നു, ലെൻസുകൾ ഉപയോഗിച്ച് പ്രകാശത്തെ ഒരു ബിന്ദുവിൽ കേന്ദ്രീകരിക്കാം... എന്നിങ്ങനെ പോകുന്നു പ്രകാശത്തിന്റെ സവിശേഷതകൾ. ഇവയിൽ ചിലതിന്റെയെങ്കിലും കാരണം പ്രകാശത്തിന്റെ തരംഗ സ്വഭാവമാണെന്നായിരിക്കും നിങ്ങൾ കേട്ടിരിക്കുക എന്നാൽ ഈ പ്രതിഭാസങ്ങളെ ക്വാണ്ടം ഡൈനാമിക്സ് വിശദീകരിക്കുന്നത് നിങ്ങൾ പഠിച്ചിരിക്കില്ല. പ്രകാശത്തിന്റെ കണികാ സ്വഭാവത്തെ അടിസ്ഥാനമാക്കികൊണ്ടുതന്നെ മേല്പറഞ്ഞ സവിശേഷതകളെല്ലാം വിശദമാക്കാൻ കഴിയും.

പ്രകാശത്തെ സുഗമമായി കടത്തിവിടുന്നത് (transparent) എന്ന് ഒറ്റനോട്ടത്തിൽ തോന്നുന്ന മിക്കവാറും എല്ലാ പ്രതലങ്ങളും പ്രകാശത്തെ ഭാഗികമായി പ്രതിഫലിപ്പിക്കുന്നുണ്ട്. നീലത്തടാകത്തിൽ പ്രതിഫലിക്കുന്ന ചന്ദ്രബിംബത്തിന്റെ ചിത്രം ആരെയാണ് പ്രണയലോലുപരാക്കാത്തത്? സൂക്ഷിച്ചുനോക്കിയാൽ തടാകത്തിന്റെ അടിത്തട്ടും നിങ്ങൾക്ക് കാണാൻ കഴിയും. (ഇതിന് പകൽ വെളിച്ചത്തിന്റെ തീവ്രതയാണ് അഭികാമ്യം). ഇവിടെ തടാകത്തിലെ ജലം പ്രകാശത്തെ കടത്തിവിടുന്നതിനൊപ്പം ഭാഗികമായി പ്രതിഫലിപ്പിക്കുകയും ചെയ്യുകയാണ്. മറ്റൊരു സാഹചര്യം നോക്കാം. മുറിയിലൊരു വിളക്ക് കത്തിച്ചുവെച്ചതിനുശേഷം ജനൽ ഗ്ലാസിലേക്ക് നോക്കുക. മുറിക്ക് പുറത്തുള്ള കാഴ്ചകളോടൊപ്പം തന്നെ വിളക്കിന്റെ മങ്ങിയ പ്രതിബിംബവും നിങ്ങൾക്ക് കാണാൻ കഴിയും. ജനൽഗ്ലാസ് പ്രകാശത്തെ കടത്തിവിടുന്നതിനൊപ്പം ഭാഗികമായി പ്രതിഫലിപ്പിക്കുകയും ചെയ്യുന്നതാണ് ഇങ്ങനെ സംഭവിക്കാൻ കാരണം. ഗ്ലാസിൽ പ്രകാശം പതിക്കുമ്പോൾ എന്താണ് സംഭവിക്കുന്നതെന്നു നോക്കാം. ഗ്ലാസിലെ ഇലക്ട്രോണുകളും പ്രകാശകണങ്ങളായ ഫോട്ടോണുകളും പരസ്പരം നടത്തുന്ന സങ്കീർണ്ണമായ നൃത്തച്ചുവടുകളിലൂടെയാണ് പ്രകാശത്തിന്റെ ഭാഗിക പ്രതിഫലനവും ഗ്ലാസിലൂടെയുള്ള സഞ്ചാരവും നടക്കുന്നത്. നമുക്ക് ചുമപ്പു പ്രകാശംമാത്രം പുറപ്പെടുവിക്കുന്ന ഒരു സ്രോതസ്സ് സജ്ജീകരിക്കാം. സ്രോതസ്സിൽനിന്നും പുറപ്പെടുന്ന പ്രകാശം വളരെ നേർത്ത ഒരു സ്ഫടിക ഷീറ്റിൽ പതിപ്പിക്കാം. ഈ ഷീറ്റിന്റെ അടിയിലും മുകളിലും ഓരോ ഫോട്ടോ മൾട്ടിപ്ലെയർ സജ്ജീകരിച്ചിട്ടുണ്ട്. പ്രതിഫലിപ്പിക്കുന്ന ഫോട്ടോണുകളെ `A എന്ന മൾട്ടിപ്ലെയർ പിടിച്ചെടുക്കും. കടത്തിവിടുന്നവയെ `B' യും നൂറു ഫോട്ടോണുകൾ പതിക്കുമ്പോൾ അവയിൽ നാലെണ്ണത്തെ `A' മൾട്ടിപ്ലെയറും 96

എണ്ണത്തെ `B' മൾട്ടിപ്ലെയറും പിടിച്ചെടുക്കും. അങ്ങനെ വരുമ്പോൾ പരീക്ഷണത്തിനുപയോഗിച്ച നേർത്ത ഗ്ലാസ് ഷീറ്റിന്റെ ഭാഗിക പ്രതിഫലനം (partial reflection) 4% ആണെന്നു കാണാം. അപ്പോഴൊരു സംശയമുണ്ടാവുക സ്വാഭാവികമാണ്. 4% ഫോട്ടോണുകൾ എങ്ങനെയാണ് പ്രതിഫലിപ്പിക്കുന്നത്? ആരാണതു തീരുമാനിക്കുന്നത്? ഫോട്ടോണുകൾ ബുദ്ധിയുപയോഗിച്ച് സ്വയം തീരുമാനിക്കുന്നതാണോ? തീർച്ചയായും അതിനൊരു സിദ്ധാന്തം ആവശ്യമായി വരുന്നു.

നിരവധി പരികല്പനകൾ രൂപീകരിക്കുകയും അവയൊന്നും കാര്യക്ഷമമല്ലെന്ന് ബോദ്ധ്യപ്പെടുകയും ചെയ്തതിനെ തുടർന്ന് നീക്കം ചെയ്യപ്പെടുകയോ പുതിയവ രൂപീകരിക്കപ്പെടുകയോ ചെയ്തിട്ടുണ്ട്. ഗ്ലാസ് ഷീറ്റിന്റെ 96% വും സുഷിരങ്ങളാണെന്നുള്ളതാണ് ഒരു സിദ്ധാന്തം. എന്നാൽ പോളിഷ് ചെയ്ത ഗ്ലാസ് ഉപയോഗിച്ച് നടത്തിയ പരീക്ഷണത്തിലും പ്രകാശത്തിന്റെ ഭാഗിക പ്രതിഫലനത്തിൽ വ്യത്യാസമുണ്ടാകുന്നില്ലെന്ന് കണ്ടെത്തിയതോടുകൂടി ന്യൂട്ടന്റെ കാലത്തുതന്നെ പ്രസ്തുത സിദ്ധാന്തം കാലഹരണപ്പെട്ടു. ഫോട്ടോണുകളുടെ മനസ്സ് എങ്ങനെയാണ് അറിയുന്നത്? ഏതൊക്കെ ഫോട്ടോണുകളാണ് ഗ്ലാസിനെ തുളച്ചു കടന്നുപോകുന്നത്? ഏതൊക്കെയാണ് പ്രതിഫലിക്കുന്നത്. കൃത്യമായ പ്രവചനം അസാദ്ധ്യമാകുന്ന ഇത്തരം സന്ദർഭങ്ങളിൽ ഭൗതികശാസ്ത്ര നിയമങ്ങൾ തത്ത്വചിന്തയ്ക്ക് (philosophy) വഴിമാറുന്നുണ്ടോ.. ഒരിക്കലുമില്ല. അതിസൂക്ഷ്മകണങ്ങളുടെ (sub-atomic particles) പ്രവചനാതീത സ്വഭാവം (unpredictability) ക്വാണ്ടം ബലതന്ത്രത്തിന്റെ വിഷയമാണ്. ഫോട്ടോണുകൾ പ്രതിഫലിക്കുന്നതിനും കടന്നുപോകുന്നതിനുമുള്ള സാദ്ധ്യതകൾ (probabilities) മാത്രമെ പ്രവചിക്കാൻ സാധിക്കുകയുള്ളു. കൃത്യമായി ഓരോ ഫോട്ടോണിന്റെയും ഭാവി പ്രവചനം ഏറെകുറെ അസാദ്ധ്യമാണ്. ഇത് നിരീക്ഷകന്റെ പരിമിതിയോ ക്വാണ്ടം ബലതന്ത്രത്തിന്റെ ബലഹീനതയോ അല്ല - മറിച്ച് അതിസൂക്ഷ്മകണികകളുടെ സ്വഭാവമാണ് - (uncertainty). വളരെ നേർത്ത സ്ഫടിക ഷീറ്റിനു പകരം കട്ടികൂടിയ ഗ്ലാസ് ബ്ലോക്കുകൾ ഉപയോഗിച്ച് പരീക്ഷണം ആവർത്തിച്ചപ്പോൾ - (ഇവിടെ ഫോട്ടോണുകൾ പ്രതിഫലിക്കാൻ വ്യക്തമായ രണ്ട് പ്രതലങ്ങളുണ്ട്). ഭാഗിക പ്രതിഫലനം 16% വരെ വർദ്ധിക്കുന്നതായി കണ്ടെത്തി. പ്രതീക്ഷിത പ്രതിഫലനമായ 8% ൽ നിന്ന് 16% വരെ വർദ്ധിക്കുന്നത് ഫോട്ടോണുകളുടെ പ്രവചനാതീത സ്വഭാവം കാരണമാണ്.

ഭാഗിക പ്രതിഫലനം വിവരിക്കുന്നതിന് ന്യൂട്ടനും പരിശ്രമിച്ചിരുന്നു. `Fits of easy reflection അദ്ദേഹം നടത്തിയ നിരവധി നിഗമനങ്ങളിൽ ഒന്നാണ്. എന്നാൽ തനിക്കു പൂർണ്ണമായും തൃപ്തി തരുന്ന ഒരു സിദ്ധാന്തം രൂപീകരിക്കാൻ ന്യൂട്ടനായില്ല എന്നതാണ് ചരിത്രം. പിന്നീടാണ് പ്രകാശം തരംഗരൂപത്തിലാണ് സഞ്ചരിക്കുന്നതെന്ന സിദ്ധാന്തം ആവിർഭവിച്ചത്. ഭാഗിക പ്രതിഫലനം വിശദീകരിക്കാൻ കഴിഞ്ഞെങ്കിലും

ഫോട്ടോ മൾട്ടിപ്ലയർ പരീക്ഷണത്തിൽ തരംഗസിദ്ധാന്തം കടപുഴകി വീണു. എത്ര ദുർബ്ബലമായ പ്രകാശകിരണമാണെങ്കിലും അത് ഫോട്ടോ മൾട്ടിപ്ലയറിലുണ്ടാക്കുന്ന സ്പന്ദനങ്ങൾ ഒരുപോലെ ശക്തവും പൂർണ്ണവുമാണ്. തരംഗസിദ്ധാന്തപ്രകാരം മൾട്ടിപ്ലയറിലെ പൂർണ്ണസ്പന്ദനങ്ങൾ ഭാഗികവും ദുർബ്ബലവുമാകണം. ഇതു സംഭവിക്കുന്നില്ല. അപ്പോൾ പ്രകാശം കണികകൾ തന്നെയാണെന്നു വ്യക്തമാകുന്നു.

പഴയ ഭൗതിക ശാസ്ത്രാദ്ധ്യാപിക തന്നെയാണ് ഇപ്പോഴും നിങ്ങളുടെ മസ്തിഷ്കത്തെ അസ്വസ്ഥമാക്കികൊണ്ടിരിക്കുന്നത്. പ്രകാശത്തിന് കണികകളുടെയും തരംഗങ്ങളുടെയും സ്വഭാവമുണ്ടെന്ന് കാണാതെ ഉരുവിട്ട് പഠിച്ചത് ഓർമ്മിക്കുന്നില്ലേ? വേവ്- പാർട്ടിക്കിൾ ഡ്യുവലിറ്റി എന്ന് ഓമനപ്പേരിൽ വിളിച്ച അതേ സംഗതി തന്നെ. എന്നാണിതിനർത്ഥം. പ്രകാശം ചിലപ്പോഴൊക്കെ തരംഗങ്ങളായും മറ്റൊരവസരത്തിൽ കണികകളായും പെരുമാറുന്നുവെന്നോ? ആഴ്ചയിൽ 4 ദിവസം തരംഗങ്ങളും 3 ദിവസം കണികകളുമെന്നോ ? ഞായർ, ബുധൻ, വെള്ളി, ശനി,എന്നീ ദിവസങ്ങളിലാണോ തരംഗസ്വഭാവം കാണിക്കുന്നത്? അതോ മറ്റുള്ള ദിവസങ്ങളിലോ? ദിവസങ്ങൾ തിരഞ്ഞെടുക്കാനുള്ള പ്രകാശത്തിന്റെ മനസ്സിനെക്കുറിച്ച് വിവരിക്കാൻ ഭൗതിക ശാസ്ത്രമാണോ അതീത ഭൗതിക (metaphysics) മാണോ പ്രായോഗികം എന്നു കൂടി പരിഗണിച്ചുവേണം ഇത്തരമൊരു നിർവ്വചനത്തിലെത്തിച്ചേരേണ്ടത്!

ചെളിവെള്ളത്തിൽ എണ്ണ പടർന്നിരിക്കുന്നത് ശ്രദ്ധിച്ചിട്ടുണ്ടോ.. എണ്ണയിലേക്കു നോക്കിയാൽ ചുമപ്പും നീലയും കറുപ്പും നിറങ്ങൾ കാണാൻ കഴിയും. എന്താണിതിനു കാരണം.. പ്രകാശത്തിലെ ഘടകവർണ്ണങ്ങളുടെ തരംഗദൈർഘ്യം വ്യത്യാസപ്പെട്ടിരിക്കുന്നു. ഈ തരംഗങ്ങൾ ഒന്നിനോടൊന്ന് അതിവ്യാപനം ചെയ്യുമ്പോഴാണ് (interference) വർണ്ണങ്ങൾ ഉണ്ടാകുന്നത് എന്നതാണോ നിങ്ങൾ പറയാൻ തുടങ്ങുന്നത്. എന്നാൽ സംഭവിക്കുന്നത് അതല്ല. ചെളിവെള്ളത്തിനു മുകളിലെ എണ്ണപ്പാട വെള്ളത്തിന്റെ ഉപരിതലത്തിനുമുകളിൽ മറ്റൊരു പ്രതലം സൃഷ്ടിക്കുകയാണ്. എണ്ണപ്പാടയുടെ ഉപരിതലവും ജലോപരിതലവും. ഈ രണ്ടു പ്രതലങ്ങളിലായി ഫോട്ടോണുകൾക്കുണ്ടാകുന്ന 16 ശതമാനത്തോളം ഭാഗിക പ്രതിഫലനം ധവളപ്രകാശത്തിലെ ചുമപ്പു ഫോട്ടോണിനെയും (മഞ്ഞ, ഓറഞ്ച്, ചുമപ്പ്) നീല ഫോട്ടോണിനെയും (വയലറ്റ്, ഇന്റിഗോ, നീല, പച്ച) പ്രതിഫലിപ്പിക്കുന്നതുകൊണ്ടാണ് ചെളിവെള്ളത്തിന്റെ ഉപരിതലത്തിൽ ചുമപ്പും നീലയും ഇവ കൂടിച്ചേർന്ന വയലറ്റും നിറങ്ങൾ കാണുന്നത്. ഇറിഡിസൻസ് (iridescence) എന്നാണ് ഈ പ്രതിഭാസത്തിനു പറയുന്ന പേര്. സൂക്ഷിച്ചു നോക്കിയാൽ ഫോട്ടോണുകളുടെ പ്രതിഫലനം ഉണ്ടാകാത്ത ഭാഗത്ത് കറുത്ത രേഖകളും കാണാൻ കഴിയും. രാത്രിയിൽ സോഡിയം ലാംപിന്റെ വെളിച്ചത്തിൽ മഞ്ഞ പ്രകാശം കാണാൻ കഴിയുന്ന കാര്യം ഓർമ്മിക്കുക. ഇടയ്ക്കിടെ കറുത്ത രേഖകളും. ക്വാണ്ടം ഡൈനാമിക്സ് തരംഗസ്വഭാവത്തെ ആശ്ര

യിക്കാതെതന്നെ തൃപ്തികരമായി പ്രസ്തുത പ്രതിഭാസത്തെ വിശദീകരിക്കുന്നത് പ്രകാശത്തിന്റെ കണികാ സ്വഭാവമാണ് കാണിക്കുന്നത്.

പ്രകാശത്തിന്റെ നേർരേഖാസഞ്ചാരം, പതനകോണും പ്രതിഫലനകോണും തുല്യമായി സംഭവിക്കാൻ ഒരു ലെൻസിന്റെ സഹായത്തോടെ പ്രകാശത്തെ ഒരു ബിന്ദുവിൽ കേന്ദ്രീകരിക്കാൻ കഴിയുന്നത് ഇവയെല്ലാം പ്രകാശത്തിന്റെ കണികാസ്വഭാവത്തെയാണ് കാണിക്കുന്നത്. ക്വാണ്ടം ഇലക്ട്രോ ഡൈനാമിക്സിന്റെ വളർച്ചയോടുകൂടി പ്രകാശം ഫോട്ടോണുകൾ എന്ന അതിസൂക്ഷ്മ കണികകളുടെ പ്രവാഹമാണെന്ന് ശാസ്ത്രലോകം തിരിച്ചറിഞ്ഞു. മുൻകാലങ്ങളിൽ കണികാ സിദ്ധാന്തത്തിനു തെളിയിക്കാൻ കഴിയാതെപോയ പോളറൈസേഷനും ഇറിഡിസൻസും ഇപ്പോൾ ക്വാണ്ടം ഡൈനാമിക്സ് തെളിയിച്ചുകഴിഞ്ഞു. ഇനിയും പ്രകാശം തരംഗമാണെന്ന വാദത്തിനു നിലനില്പില്ല. അതിലേറെ ദയനീയമാണ് പ്രകാശത്തിന്റെ കണികാ - തരംഗ ദ്വിത്വസ്വഭാവം.

പ്രകാശരശ്മിയുടെ തരംഗസ്വഭാവം പഠിപ്പിച്ചവരും അതുപയോഗിച്ച് സമവാക്യങ്ങൾ രൂപീകരിച്ചവരും ക്ഷമിക്കുക. പ്രകാശതരംഗങ്ങളെ ഭാവനാ രൂപങ്ങളാക്കിയവരും പൊറുക്കുക. ഭാവനയുടെ ചിറകുകൾ അരിയേണ്ടതില്ല. തിരിച്ചറിവുണ്ടാവുക. പ്രകാശം കണികകളുടെ മാത്രം സഞ്ചയമാണ്.

For further Reading :

Quantum Dynamics - Cambridge
QED - R.P. Feynman
Road to Reality - Roger Penrose

ഭൂതം-ഭാവി-വർത്തമാനം

You exist neither yesterday, today, nor tomorrow, but you exist directly right outside time

- St. Anselm

അനുഭവങ്ങളുടെ അടിസ്ഥാനം സമയമാണ്. സംഭവങ്ങളെയും അനുഭവങ്ങളെയും സമയത്തെ അടിസ്ഥാനമാക്കി മാത്രമേ വിവരിക്കാൻ കഴിയുകയുള്ളൂ. അനുഭവങ്ങളാണ് ഒരാളുടെ വ്യക്തിത്വം - സ്വയം ബോധം - ആത്മാവ് സൃഷ്ടിക്കുന്നത്. എന്നാൽ എന്താണ് സമയം? നിത്യജീവിതത്തിലെ സംഭവങ്ങളെ മുൻഗണനാക്രമത്തിൽ ബന്ധിപ്പിക്കുന്നതിനുള്ള ഉപാധിയാണ് സമയമെന്ന് ആലങ്കാരിക ഭാഷയിൽ പറയാം. സമയം പ്രവഹിച്ചുകൊണ്ടിരിക്കുകയാണ്. മുന്നോട്ടു മാത്രമുള്ള ഒരു സഞ്ചാരം. സമയം ആരെയും കാത്തുനില്ക്കുന്നില്ല. ഏറ്റവും വിലയുള്ളത് സമയത്തിനാണ്. ഇത് ആത്യന്തികമായ സത്യമാണ് എന്നിങ്ങനെ പോകുന്നു സമയത്തിന്റെ സവിശേഷതകൾ.

സമയം പ്രാപഞ്ചികവും കേവല (absolute)വുമാണെന്ന ധാരണ ശാസ്ത്രീയമല്ല. നിരീക്ഷകന്റെ പരിധിക്കനുസരിച്ച് (frame of reference) സമയം വ്യത്യാസപ്പെട്ടിരിക്കും. ഒരു നിരീക്ഷകന്റെ സഞ്ചാരപാതയിൽ നിന്നു വ്യത്യസ്തമായ മറ്റൊരു പാതയിലൂടെ സഞ്ചരിക്കുന്ന നിരീക്ഷകൻ സമയത്തെ അളക്കുന്നത് മറ്റൊരു തരത്തിലായിരിക്കും. നിരീക്ഷകനെ സംബന്ധിച്ചിടത്തോളം സമയം ഇവിടെ ആപേക്ഷിക(relative)മാണെന്നു പറയാം. ഒരു തരത്തിൽ പറഞ്ഞാൽ നാമെല്ലാം സമയസഞ്ചാരി(time travellers)കളാണ്. സമയത്തിന്റെ ഇലാസ്തികത കാരണം ഭാവിയിലേക്കുള്ള സഞ്ചാരം ചിലർക്ക് വേഗത്തിൽ സാദ്ധ്യമാകും. അതി

വേഗതയിലുള്ള സഞ്ചാരം വഴി നിങ്ങളുടെ സമയപ്രവാഹത്തെ ബ്രേക്കിടുന്നതിനും കഴിയും. നിങ്ങൾക്ക് 2020 ൽ എത്തണമെങ്കിൽ ഏതാനും മണിക്കൂറുകൾകൊണ്ട് സാധിക്കുമെന്നർത്ഥം. എന്നാൽ നിങ്ങളുടെ സഞ്ചാരവേഗത പ്രകാശവേഗതയ്ക്ക് തുല്യമോ അതിനടുത്തോ എത്തേണ്ടിവരുമെന്ന് മാത്രം. ഇപ്പോൾ ലഭ്യമായ സാങ്കേതികവിദ്യ ഉപയോഗിച്ചുകൊണ്ടുള്ള റോക്കറ്റിൽ സഞ്ചരിച്ചാൽ സമയത്തിൽ വളരെ നേരിയ വ്യതിയാനം വരുത്താനേ സാധിക്കുകയുള്ളു. എന്നാൽ പ്രകാശവേഗതയിലും അതിനപ്പുറവും സഞ്ചരിച്ചാൽ (സ്വപ്നങ്ങൾക്ക് അതിരുകൾ വെക്കരുത് - അവ നാളത്തെ യാഥാർത്ഥ്യങ്ങളാണ്) സമയം നിശ്ചലമാകുന്നതും പുറകോട്ടൊഴുകുന്നതും നിങ്ങൾക്ക് അനുഭവിക്കാൻ കഴിയും. അതിവേഗതയിൽ സഞ്ചരിക്കുന്ന സബ് - ആറ്റമിക കണങ്ങൾ ഉപയോഗിച്ചുകൊണ്ട് ഈ പ്രതിഭാസം പരീക്ഷണശാലയിൽ സൃഷ്ടിക്കുന്നതിൽ ശാസ്ത്രലോകം വിജയിച്ചിട്ടുണ്ട്.

സമയത്തെപ്പോലെതന്നെ സ്ഥലവും (space) ഇലാസ്തികമാണ്. എന്നാൽ ഇവയുടെ പ്രവർത്തനം പരസ്പരം വിപരീത ദിശയിലാണെന്നു മാത്രം. സ്ഥലം വികസിക്കുമ്പോൾ സമയം പതുക്കെയാവും. സമയം വേഗത്തിലായാൽ സ്ഥലം ചുരുങ്ങും. ഐൻസ്റ്റൈന്റെ പ്രസിദ്ധമായ തീവണ്ടിയാത്ര ഓർമ്മിക്കുക. ട്രെയിനിൽ സഞ്ചരിക്കുന്നയാളുടെ ക്ലോക്ക് പ്ലാറ്റ്ഫോമിൽ നില്ക്കുന്നയാളുടെ ക്ലോക്കിനേക്കാൾ സാവധാനത്തിലാണ് സഞ്ചരിക്കുന്നത്. ഗണിതപരമായി തെളിയിക്കാൻ കഴിയുമെങ്കിലും ഈ വ്യത്യാസം നിരീക്ഷകന് ദർശിക്കാൻ കഴിയില്ല. തീവണ്ടിയുടെ വേഗതക്കുറവുതന്നെ കാരണം. എന്നാൽ നിങ്ങളുടെ സഞ്ചാരവേഗത കൂടുന്നതിനനുസരിച്ച് സമയം സാവധാനത്തിലാകുന്നത് വ്യക്തമാകും. വാഹനത്തിന്റെ വേഗത കൂടിക്കൂടി പ്രകാശവേഗതയിലെത്തുമ്പോൾ സമയം നിശ്ചലമാകും. പ്രകാശവേഗതയിൽ സഞ്ചരിക്കുന്ന ഒരു റോക്കറ്റിൽ കയറി നിങ്ങളൊരു നക്ഷത്രാന്തര സഞ്ചാരം നടത്തി തിരിച്ചുവരുമ്പോൾ നിങ്ങൾ യാത്ര പുറപ്പെട്ട സ്ഥലവും അവിടെ ഉണ്ടായിരുന്ന ആൾക്കാരെയും ഒരു പക്ഷേ, തിരിച്ചറിഞ്ഞുവെന്നു വരില്ല. കാരണം ഇവിടെ ഭൂമിയിലുള്ളവർക്ക് സമയം സഞ്ചരിച്ചതായി അനുഭവപ്പെടുമ്പോൾ സമയസഞ്ചാരിയെ സംബന്ധിച്ചിടത്തോളം സമയം നിശ്ചലമാണ്. അയാൾ യാത്ര പുറപ്പെട്ടപ്പോൾ ഉണ്ടായിരുന്ന അയാളുടെ പ്രായത്തിൽ വ്യത്യാസം ഉണ്ടാകില്ല. ഭൂമിയിൽനിന്നും 40 വർഷം മുമ്പാണ് നിങ്ങൾ യാത്ര ആരംഭിച്ചതെങ്കിൽ തിരിച്ചെത്തുമ്പോഴും നിങ്ങളുടെ പ്രായം പുറപ്പെട്ട സമയത്തേതു തന്നെയായിരിക്കും. ഭൂമിയിലുള്ള നിങ്ങളുടെ ഇളയമകന് ഇപ്പോൾ നിങ്ങളേക്കാൾ പ്രായമുണ്ടാകും. ഇത് പ്രകാശവേഗത്തിൽ സഞ്ചരിച്ചാലുള്ള കാര്യമാണ്. സഞ്ചാരം അതിലും വേഗതയിലായാലോ? സമയം പുറകോട്ടൊഴുകും. നിങ്ങൾ ഭൂതകാലത്തിലായിരിക്കും സഞ്ചരിക്കുക. മരിച്ചുപോയ നിങ്ങളുടെ മുത്തച്ഛനുമായി സംസാരിക്കാൻ നിങ്ങൾക്ക് കഴിയും. ബുദ്ധനെയും ക്രിസ്തുവിനെയുമെല്ലാം നിങ്ങൾക്ക്

സന്ദർശിക്കാൻ കഴിയുമെന്ന് ചുരുക്കം! എന്നാൽ ഇപ്പോൾ ലഭ്യമായ സാങ്കേതികവിദ്യ ഉപയോഗിച്ചു നിർമ്മിക്കുന്ന റോക്കറ്റുകൾക്ക് ഈ വേഗതയുടെ അടുത്തെങ്ങുമെത്താൻ കഴിഞ്ഞിട്ടില്ല. അതുകൊണ്ടുതന്നെ സമയത്തിലുണ്ടാകുന്ന വ്യത്യാസം ഏതാനും മൈക്രോസെക്കന്റുകൾ മാത്രമാണ്. എന്നാൽ സൈദ്ധാന്തികമായും ലാബറട്ടറി പരീക്ഷണങ്ങളിലും ഈ പ്രതിഭാസം തെളിയിക്കപ്പെട്ടിട്ടുണ്ട്. കണികാ ത്വരത്രത്തിൽ (particle accelerator) മ്യുവോൺ (muon)എന്ന സബ്-ആറ്റോമിക കണിക പ്രകാശവേഗത്തിനടുത്ത് ത്വരണം നടത്തിയപ്പോൾ അതിന്റെ ആയുസ്സ് നൂറുമടങ്ങ് വർദ്ധിച്ചതായി കാണാൻ കഴിഞ്ഞു. സാധാരണഗതിയിൽ ഒരു മ്യുവോണിന്റെ ആയുസ്സ് ഒരു മൈക്രോ സെക്കന്റ് (10^{-6} സെക്കന്റ്) മാത്രമാണ്.

ഐൻസ്റ്റൈന്റെ പ്രസിദ്ധമായ ടിൻസ് പാരഡോക്സ് പരിശോധിക്കാം. ഇരട്ടകളിലൊരാൾ പ്രകാശവേഗതയോടടുത്ത് സഞ്ചരിക്കുന്ന റോക്കറ്റിൽ കയറി അഞ്ച് പ്രകാശവർഷം അകലെയുള്ള ഒരു നക്ഷത്രത്തിനുചുറ്റും ഒന്നു വലം വച്ചുതിരിച്ചുവന്നാൽ അയാൾക്ക് ഒരു വർഷം കഴിഞ്ഞതായി അനുഭവപ്പെടുമ്പോൾ ഭൂമിയിലുള്ള ഇരട്ടയിലെ രണ്ടാമന് പത്തു വർഷം പിന്നിട്ടിരിക്കും. അഥവാ ഇരട്ടകൾ ഇപ്പോൾ ഇരട്ടകൾ അല്ലാതാകുന്നു. ഇവർ തമ്മിൽ ഇപ്പോൾ ഒൻപത് വയസ്സിന്റെ പ്രായവ്യത്യാസം ഉണ്ടാകും. ഐൻസ്റ്റൈന്റെ വിശിഷ്ടാപേക്ഷികതാസിദ്ധാന്തം സമയമെന്നത് കേവലവും പ്രാപഞ്ചികവുമായ സത്യമല്ല എന്ന് തെളിയിച്ചു. ഇലാസ്തിക സ്വഭാവമുള്ള സമയം നിരീക്ഷകന്റെ ഫ്രെയിം ഓഫ് റഫറൻസ് അനുസരിച്ച് ആപേക്ഷികമാണ്. ഭൂമിയിലുള്ള എല്ലാ നിരീക്ഷകന്റെയും റെഫറൻസ് ഫ്രെയിം ഒന്നു തന്നെയായതുകൊണ്ട് ഇത് നമുക്ക് വ്യക്തമാവില്ല. ഭൂമിയുടേതിൽനിന്നും വ്യത്യസ്തമായ സഞ്ചാരവേഗതയുള്ള ഒരു ഫ്രെയിം ഓഫ് റഫറൻസിലുള്ള നിരീക്ഷകന്റെ കാലഗണന ഭൂമിയുടേതിൽനിന്നും വ്യത്യസ്തമായിരിക്കും. നിങ്ങളുടെ ഓഫീസിലെ ചുമരിലിരിക്കുന്ന ക്ലോക്കിനേക്കാൾ സാവധാനത്തിലായിരിക്കും ഒരു ബസിലെ ക്ലോക്ക് സഞ്ചരിക്കുന്നത്. അതിലും സാവധാനത്തിലാണ് ഒരു വിമാനത്തിലെ ക്ലോക്ക് സഞ്ചരിക്കുന്നത്. എന്നാൽ പ്രകാശവേഗതയുമായി താരതമ്യം ചെയ്യുമ്പോൾ ബസിന്റെയും വിമാനത്തിന്റെയും വേഗത നിസ്സാരമായതിനാൽ ക്ലോക്കിന്റെ ഈ മെല്ലെപ്പോക്കും വളരെ നിസ്സാരമായിരിക്കും. ആറ്റോമിക ഘടികാരങ്ങൾ ഉപയോഗിച്ചാൽ ഈ വ്യത്യാസം വളരെ വ്യക്തമായി തിരിച്ചറിയാൻ കഴിയും. എന്നാൽ വാഹനത്തിന്റെ വേഗത വീണ്ടും വർദ്ധിച്ചാൽ സംഗതിയാകെ മാറും പ്രകാശവേഗതയുടെ 90% ആകുമ്പോഴേക്കും ക്ലോക്കിന്റെ വേഗത പകുതിയായി കുറയും.

സ്പേസിലെ ദ്രവ്യസാന്നിദ്ധ്യം സ്ഥലകാലങ്ങളിൽ വക്രതയുണ്ടാക്കുന്നു. സ്ഥലവും സമയവും ഒരുപോലെ വക്രീകരിക്കപ്പെടുന്നതുകൊണ്ട് ദ്രവ്യസാന്നിദ്ധ്യം സമയപ്രവാഹത്തെ സാവധാനത്തിലാക്കുന്നു

ണ്ട്. ഗുരുത്വബലം ദുർബ്ബലമാകുന്ന അതിവിശാലമായ സ്പേസിൽ സമയപ്രവാഹം കൂടുതൽ വേഗത്തിൽ അനുഭവപ്പെടും. മറ്റൊരു തരത്തിൽ പറഞ്ഞാൽ നിങ്ങളുടെ ചുമരിലിരിക്കുന്ന ക്ലോക്ക് ഒരു റോക്കറ്റിൽ കയറ്റി ബഹിരാകാശത്ത് എത്തിച്ചാൽ അത് കുറെക്കൂടി വേഗതയിൽ സഞ്ചരിക്കുമെന്നർത്ഥം. എന്നാൽ നിങ്ങൾ ആ റോക്കറ്റിൽ ഉണ്ടെങ്കിൽ നിങ്ങൾക്ക് ആ വ്യത്യാസം തിരിച്ചറിയാൻ കഴിയില്ല. കാരണം നിങ്ങളുടെ ഫ്രെയിം ഓഫ് റഫറൻസ് മാറിക്കഴിഞ്ഞിരിക്കുന്നു. ഗുരുത്വബലം സമയപ്രവാഹത്തെ മന്ദീഭവിപ്പിക്കുമെന്ന് പറഞ്ഞല്ലോ. ഗുരുത്വബലം കൂടുന്നതിനനുസരിച്ച് സമയപ്രവാഹം സാവധാനത്തിലാവുകയും ഗുരുത്വബലം അനന്തമാകുന്ന തമോഗർത്തങ്ങളിൽ സമയം നിശ്ചലമാവുകയും ചെയ്യും. തമോഗർത്തത്തിനുള്ളിൽ പ്രവേശിക്കുന്ന സമയസഞ്ചാരിയുടെ സമയം പിന്നോട്ട് സഞ്ചരിക്കും.

പ്രപഞ്ചത്തിൽ ഭൂതകാലവും ഭാവികാലവുമൊന്നുമില്ല സംഭവങ്ങളെ ഭൂതം-വർത്തമാനം-ഭാവി എന്നിങ്ങനെ തരം തിരിക്കുന്നതിൽ അർത്ഥമില്ലെന്നുമാത്രമല്ല അതുവെറും മിഥ്യാധാരണ (illusion)യുമാണ്. അല്ലെങ്കിൽ തന്നെ വർത്തമാനകാലത്തെ ഏതെങ്കിലും ഉപകരണമുപയോഗിച്ച് അളക്കാൻ കഴിയുമോ? അതെല്ലാം ചില മാനസിക വ്യാപാരങ്ങൾ മാത്രമാണ്. നാളെ അല്ലെങ്കിൽ ഭാവി എന്നൊന്നില്ല എന്നു പറയേണ്ടിവരും. ഓരോ നാളെയും ആ ദിവസത്തിന്റെ ഇന്നുകളാണ്. ഓരോ ഭാവി നിമിഷവും അതനുഭവപ്പെടുമ്പോൾ ഇപ്പോഴാണ് ഭൂതം, ഭാവി എന്നെല്ലാം പറയുന്നത് ഭാഷാപരമായുള്ള ഒരഭ്യാസം മാത്രമാണ്. അതുകൊണ്ട് സംഭവങ്ങളെ വിശദീകരിക്കുന്നതിന് ഗണിതശാസ്ത്രമാണ് ഭാഷയേക്കാൾ അഭികാമ്യം. ഉദാഹരണമായി 2011 മാർച്ച് 21 എന്ന് സ്വതന്ത്രമായി നിശ്ചയിക്കപ്പെട്ട സമയംപോലെ പ്രപഞ്ചത്തിലെ ഓരോ സംഭവങ്ങളെയും വിവരിക്കാൻ കഴിയും. ഭൂതത്തെയും ഭാവിയെയുമൊന്നും ഇടപെടുത്താതെ തന്നെ. അപ്പോൾ നിങ്ങൾക്കു ചോദിക്കാം 2012 ഇതുവരെ സംഭവിച്ചിട്ടില്ല. അത് ഭാവിയല്ലേ? തീർച്ചയായും അല്ല 2013 പരിഗണിച്ചാൽ 2012 എങ്ങനെ ഭാവിയാകും. 2012 ഉം സംഭവിക്കാത്തതല്ലേ? നമ്മൾ ഇപ്പോൾ 2012 ൽ അല്ലല്ലോ? ഇപ്പോൾ എന്നു പറഞ്ഞാൽ നമുക്ക് അനുഭവിക്കാവുന്ന ഓരോ നിമിഷവുമാണ്. 2012 സംഭവിക്കുമ്പോൾ അതും ഇപ്പോൾ തന്നെയാണ്. 2011 നെ ഇപ്പോഴത്തെ ഇപ്പോൾ എന്നാണോ പറയേണ്ടത്? 2012 നെ ഇപ്പോഴത്തെ ഇപ്പോഴിന്റെ ഭാവിയും 2013 ന്റെ ഇപ്പോഴിന്റെ ഭൂതവുമാണെന്നു വരുമല്ലോ? വെറും വാചകക്കസർത്തല്ലാതെ മറ്റെന്താണിത്?

നാമെല്ലാം ജീവിതത്തിൽ നിരവധി വർത്തമാനകാലങ്ങളെ അഭിമുഖീകരിക്കുന്നവരാണ്. ചില സംഭവങ്ങൾ മറ്റു ചില സംഭവങ്ങളുടെ ഭൂതകാലമായും ചിലത് ഭാവികാലമായും അനുഭവപ്പെടുന്നു. എന്നാൽ സംഭവങ്ങൾ അവിടെത്തന്നെയുണ്ട്. അവ അനുഭവപ്പെടുന്നതിലാണ് വ്യത്യാസം. ഈ സംഭവങ്ങൾ ഒന്നിനു പിന്നാലെ ഒന്ന് എന്ന ക്രമത്തിൽ സംഭ

വിക്കുകയല്ല. സംഭവങ്ങളുമായി നമ്മുടെ മനസ്സ് അനുരൂപപ്പെടുകയാണ് ചെയ്യുന്നത്. അതോടൊപ്പം നാളത്തെ സംഭവങ്ങളിലേക്ക് വഴുതിവീഴുന്നതും ഇതേ മനസ്സുതന്നെയാണ്. നിങ്ങളുടെ മനസ്സ് സഞ്ചരിക്കുന്നത് സമയത്തിലാണ്. നാളത്തെ മാനസികാവസ്ഥയാണ് നാളത്തെ സംഭവങ്ങളെ പ്രതിഫലിപ്പിക്കുന്നത്. ഇന്നത്തെ മാനസികാവസ്ഥ ഇന്നത്തെ സംഭവങ്ങളെയും. നിങ്ങളുടെ മനസ്സ് ഇന്നിനെക്കുറിച്ചും നാളയെക്കുറിച്ചും ഒരുപോലെ ബോധവാനാണ്. പക്ഷേ, ഒന്നും മുന്നോട്ടോ പിന്നിലേക്കോ വശങ്ങളിലേക്കോ സഞ്ചരിക്കുന്നില്ല. പക്ഷേ, സമയം സഞ്ചരിക്കുന്നതായി അനുഭവപ്പെടുന്നു. മനസ്സ് സമയത്തിൽ സഞ്ചരിക്കുകയാണോ അതോ സമയം തന്നെ സഞ്ചരിക്കുന്നുണ്ടോ? സമയം സഞ്ചരിക്കുന്നുണ്ടെങ്കിൽ അതിനൊരു വേഗത വേണം. എന്താണ് സമയത്തിന്റെ വേഗത? ഒരു ദിവസം കൊണ്ട് സമയം ഒരു ദിവസം സഞ്ചരിക്കുമെന്നോ? അസംബന്ധം അപ്പോൾ സമയം സഞ്ചരിക്കുന്നില്ലെന്നുവരും. സമയം സഞ്ചരിക്കുന്നില്ലെങ്കിൽ എങ്ങനെയാണ് വസ്തുക്കൾക്ക് മാറ്റമുണ്ടാകുന്നത്? വസ്തുക്കൾ സ്ഥലത്തിൽ കാലത്തിലൂടെ സഞ്ചരിക്കുകയാണ്. (through space in time). സമയമല്ല സഞ്ചരിക്കുന്നത്. അപ്പോൾ നിങ്ങൾക്കു വീണ്ടും ചോദിക്കാം. ഇത് 2011 അല്ലേ, എന്തുകൊണ്ട് 2012 ആകുന്നില്ല എന്ന്. ആലോചിച്ചു നോക്കൂ, ഒരർത്ഥവുമില്ലാത്ത ചോദ്യമായിരിക്കും അത്. നിങ്ങളുടെ തലച്ചോറിൽ ശേഖരിച്ചുവെച്ചിരിക്കുന്ന വിവരങ്ങൾ നിങ്ങൾ എങ്ങനെ ക്രമപ്പെടുത്തുന്നു എന്നതിനെ ആശ്രയിച്ചാണ് നിങ്ങളുടെ ഭൂതവും ഭാവിയും പറയുന്നത്. 2010 ലെ വിവരങ്ങൾ ഇന്ന് നിങ്ങൾക്ക് ഭൂതകാലത്തേതായിരിക്കും. എന്നാൽ 2009 ൽ നിങ്ങൾക്ക് അത് ഭാവികാലമാണ്. നിങ്ങൾ ഇപ്പോഴും 2009 ൽ ആണ് നില്ക്കുന്നതെങ്കിൽ 2010 നിങ്ങൾക്കെങ്ങനെ ഭൂതകാലമാകും അപ്പോൾ സമയമല്ല സഞ്ചരിക്കുന്നത് സംഭവങ്ങളെ ക്രമീകരിക്കുന്നതിന് ഭാഷാപരമായ·കാലഗണന ഉപയോഗപ്പെടുത്താൻ നിങ്ങളുടെ ബോധം സ്വീകരിക്കുന്ന ഒരു തന്ത്രം മാത്രമാണിത്.

സംഭവങ്ങളെ ഈ രീതിയിൽ സമീപിച്ചാൽ പിന്നെയെന്തിന് ഭാവിയെക്കുറിച്ചോർത്ത് ആശങ്കപ്പെടണം. മുൻകൂട്ടി തീരുമാനിക്കപ്പെട്ടിരിക്കുന്നതുപോലെ സംഭവങ്ങൾ ഉണ്ടാകുന്നുവെങ്കിൽ ഒന്നിനെയും മാറ്റാൻ കഴിയില്ലെന്നുവരും. ഇത് ശാസ്ത്രീയ സമീപനത്തിന് യോജിക്കുന്നതാണോ എന്നൊരു ചോദ്യത്തിന്റെ സാദ്ധ്യത ഇവിടെയുണ്ട്. അപ്പോൾ നിങ്ങൾ വീണ്ടും ഭാവിയിലെത്തി. ഭാവികാലം എന്നൊന്നില്ലതന്നെ. പ്രവചനങ്ങൾക്ക് ചില പ്രായോഗിക തടസ്സങ്ങളുണ്ട് എന്നുള്ളത് അംഗീകരിക്കാം. എന്നാൽ മുൻകൂട്ടി തീരുമാനിക്കപ്പെട്ടത്, പ്രവചനാതീതം എന്നിവയെല്ലാംതന്നെ ശാസ്ത്രവിരുദ്ധമാണ്. പ്രപഞ്ചത്തിലെ സംഭവങ്ങളെ വിശകലനം ചെയ്തുകഴിയുമ്പോൾ അടുത്തത് എന്താണ് എന്ന് പ്രവചിക്കാൻ കഴിയും. പ്രായോഗികമായ ചില ബുദ്ധിമുട്ടുകളാണ് പല സംഭവങ്ങളെയും പ്രവചനാതീതത്തിന്റെ പട്ടികയിലുൾപ്പെടുത്തിയിരിക്കുന്ന

ത്. എന്നാൽ ദ്രവ്യത്തിന്റെ സബ്-ആറ്റോമിക കണങ്ങൾ ഈ അനിശ്ചിതത്വം കാണിക്കുന്നുണ്ട്. ഇത് അതിസൂക്ഷ്മകണികകളുടെ തലത്തിൽ മാത്രമാണ്. അത് നിരീക്ഷകന്റെ കഴിവില്ലായ്മയല്ല മറിച്ച് അതിസൂക്ഷ്മ കണങ്ങളുടെ സ്വഭാവം മാത്രമാണ്.

സ്ഥലകാലങ്ങൾ graph പോലെയാണ്. ഇതിന്റെ `X' അക്ഷം സ്ഥലവും `Y' അക്ഷം സമയവുമാണ്. ഈ മാപ്പിൽ സംഭവങ്ങളെ ബിന്ദുക്കളായി ചിത്രീകരിക്കുന്നു. ചില സംഭവങ്ങൾ കാര്യകാരണസഹിതം മറ്റു സംഭവങ്ങളുമായി ബന്ധിപ്പിക്കാൻ കഴിയും. ചിലതിന് സാധിക്കുകയുമില്ല. ഇവയെല്ലാം സ്ഥലകാലങ്ങളിൽ ഒരുമിച്ചാണ് സ്ഥിതിചെയ്യുന്നത്. നിങ്ങൾക്ക് കാര്യകാരണസഹിതം ബന്ധിപ്പിക്കാൻ കഴിഞ്ഞാലും ഇല്ലെങ്കിലും അതവിടെത്തന്നെ സ്ഥിതിചെയ്യുന്നുണ്ട്. ഭൂതം-വർത്തമാനം-ഭാവി എന്നിങ്ങനെ സംഭവങ്ങളെ ബന്ധിപ്പിക്കാൻ ശ്രമിക്കുന്നത് നിങ്ങളുടെ മസ്തിഷ്കത്തിന്റെ ഒരു സാധാരണപ്രവർത്തനമല്ലാതെ മറ്റൊന്നുമല്ല. അവയെ മുൻകൂട്ടി നിശ്ചയിക്കപ്പെട്ടതെന്നോ അപ്രതീക്ഷിതമെന്നോ പ്രവചനാതീതമെന്നോ വിധിയെന്നോ നിങ്ങൾക്കെന്തുപേരിലും വിളിക്കാം. നിങ്ങളുടെ മസ്തിഷ്കത്തിന്റെ പ്രവർത്തനമാണ് നിങ്ങളെ നിങ്ങളാക്കുന്നത്. അത് തീർച്ചയായും അപേക്ഷികവുമാണ്. ഒരു ന്യൂറോളജിസ്റ്റോ മനഃശാസ്ത്രജ്ഞനോ കൈകാര്യം ചെയ്യേണ്ട കാര്യങ്ങൾ പ്രപഞ്ച സംഭവങ്ങളെ വേർതിരിക്കാനുപയോഗിക്കുന്ന മാനദണ്ഡമായി സ്വീകരിക്കുമ്പോഴാണ് നിങ്ങൾ ആശങ്കാകുലനും വിശ്വാസിയുമായിത്തീരുന്നത്. നിങ്ങൾക്ക് തലചുറ്റലുണ്ടാകുമ്പോൾ എന്താണ് അനുഭവപ്പെടുന്നത് ഈ ലോകമാകെ നിങ്ങൾക്കു ചുറ്റും കറങ്ങുന്നതായി തോന്നാറില്ലേ. ഇത് യഥാർത്ഥമല്ല. നിങ്ങൾക്കുണ്ടാകുന്ന ഒരു മിഥ്യാദർശനം മാത്രമാണ്. നിങ്ങളുടെ മസ്തിഷ്കം നിങ്ങളുടെ തലചുറ്റലിനെ പരിസരത്തെ വസ്തുക്കളിലേക്ക് പ്രക്ഷേപിക്കുകയാണ്. നിങ്ങളുടെ അസ്വസ്ഥത തീരുമ്പോൾ നിങ്ങൾ യാഥാർത്ഥ്യം മനസ്സിലാക്കുന്നു. എന്നാൽ ഈ അവസ്ഥ ആദ്യമായി ഉണ്ടാകുന്നവർക്കും അതവസാനിക്കാതെ തുടരുന്നവർക്കും ഈ പ്രപഞ്ചമാകെ തനിക്കുചുറ്റും കറങ്ങുന്നതായി തന്നെയാണ് അനുഭവപ്പെടുക. അതിൽനിന്നും വെളിയിൽനിന്നു നോക്കിയാൽ മാത്രമെ സംഭവങ്ങളുടെ യാഥാർത്ഥ്യം ബോദ്ധ്യപ്പെടുകയുള്ളു. സ്ഥലകാലങ്ങളിലൂടെയുള്ള സംഭവങ്ങളുടെ സഞ്ചാരത്തെ നിങ്ങളുടെ മസ്തിഷ്കം സമയത്തിന്റെ സഞ്ചാരമായി പ്രക്ഷേപണം ചെയ്യുകയും നിങ്ങൾക്കൊരിക്കലും അതിൽനിന്ന് മാറി നില്ക്കാൻ കഴിയാതിരിക്കുകയും ചെയ്യുമ്പോഴാണ് ഭൂതവും ഭാവിയുമെല്ലാമുണ്ടാകുന്നത്. അതോടൊപ്പം സമയപ്രവാഹവും.

പ്രപഞ്ചത്തിൽ സമയത്തിന് സ്വതന്ത്രമായ നിലനില്പില്ല. സ്ഥലവുമായി അഭേദ്യമായി ബന്ധപ്പെട്ടിരിക്കുന്നതുകൊണ്ട് സ്ഥലകാലങ്ങൾ spacetime എന്ന വാക്കാണ് അനുയോജ്യം. സ്ഥലകാലങ്ങളുടെ ഇലാസ്തിക സ്വഭാവം കണിശമായ ഗണിതശാസ്ത്രനിയമങ്ങൾക്ക് വിധേയ

മാണ്. ദ്രവ്യത്തിന്റെ സ്വഭാവത്തെ ആശ്രയിച്ചാണ് സ്ഥലകാലങ്ങളെ നിർവ്വചിക്കുന്നത്. സ്ഥലകാലങ്ങളുടെ പ്രവർത്തനം പ്രപഞ്ചത്തിലെ അടിസ്ഥാന ബലങ്ങൾക്കനുസരിച്ചാണ് സംഭവിക്കുന്നത്. സമയം ഒരിക്കലും കേവലവും അത്യന്തികവുമായ ഒരു സംഗതിയല്ല. ഭൗതികനിയമങ്ങൾക്കനുസരിച്ച് സമയത്തെ വ്യത്യാസപ്പെടുത്താം. മനുഷ്യന്റെ പ്രവർത്തനം വഴിപോലും ഇത് സാദ്ധ്യമാണ്. സ്ഥലകാലസങ്കല്പങ്ങൾക്കതീതമായ ഭൗതികേതരശക്തി എന്നൊക്കെ തട്ടിവിടുമ്പോൾ കുറഞ്ഞപക്ഷം എന്താണ് സ്ഥലമെന്നും എന്താണ് കാലമെന്നും അറിഞ്ഞിരിക്കേണ്ടത് അത്യാവശ്യമാണ്. പ്രപഞ്ചത്തിലെ രണ്ടു സംഭവങ്ങളെ ബന്ധിപ്പിക്കുന്നതാണ് സ്ഥലമെന്നും സംഭവങ്ങൾക്കിടയിലെ ദൂരമാണ് കാലമെന്നുമുള്ള അടിസ്ഥാനധാരണയെങ്കിലും ഉണ്ടായിരിക്കുന്നത് നല്ലതാണ്. പ്രപഞ്ചനിയമങ്ങളെ നിയന്ത്രിക്കാൻ കഴിയുന്ന ഒരു ശക്തിയുണ്ടെങ്കിൽ അത് സ്ഥലകാലങ്ങൾക്ക് അതീതമാകാൻ കഴിയില്ല. സ്ഥലകാലങ്ങൾക്ക് വിധേയമായിരിക്കണം. അങ്ങനെ വരുമ്പോൾ അത് സ്ഥലകാലങ്ങളുടെ ഇലാസ്തിക സ്വഭാവത്തിനനുസരിച്ച് ആപേക്ഷികവുമായിരിക്കും. സമയത്തെ സ്വതന്ത്രമാക്കി വിട്ടാൽ ഈ പ്രശ്നം പരിഹരിക്കാമോ എന്നു നോക്കാം. എന്നാൽ ഇതൊരിക്കലും സാധിക്കില്ല. സ്ഥലത്തെയും കാലത്തെയും വേർതിരിച്ചുകാണാൻ കഴിയില്ലെന്നതാണ് യാഥാർത്ഥ്യം. സമയത്തെ നിയന്ത്രിക്കാനാവാത്ത ശക്തിക്ക് സ്ഥലത്തെയും ദ്രവ്യത്തെയും നിയന്ത്രിക്കാൻ കഴിയാതെവരും. സമയത്തെ നിയന്ത്രിക്കാൻ ശ്രമിച്ചാൽ പ്രപഞ്ചത്തിലെ നിയമങ്ങളിൽ ഇടപെടാൻ കഴിയാതെ അതിനതീതമായി നില്ക്കേണ്ടിവരും. ഇടപെട്ടാൽ സ്ഥലകാലങ്ങളുടെ സ്വഭാവത്തിനനുസരിച്ച് പ്രസ്തുതശക്തിക്കും മാറ്റങ്ങളുണ്ടാകും. അങ്ങനെ വരുമ്പോൾ ഈ അതീതശക്തിയെ മാറ്റിനിർത്തുകയേ നിർവ്വാഹമുള്ളൂ.

ദൈവശാസ്ത്രജ്ഞനായ വി ആൻസലെം പറയുന്നു. നീ ഇന്നലെയും ഇന്നും നാളെയുമല്ല മറിച്ച് അതിനെല്ലാം അതീതനാണ്. സമയം ബാധകമല്ലാത്ത ഒരു ശക്തിക്ക് മുകളിൽ പറഞ്ഞ ഒരുപാട് പ്രശ്നങ്ങളിൽനിന്ന് സ്വയം രക്ഷിക്കാനാകും. പക്ഷേ, പ്രശ്നങ്ങൾ അവിടെ തീരുന്നില്ല. ചിന്തിക്കുകയും ദർശനങ്ങൾ നല്കുകയും പദ്ധതി തയ്യാറാക്കുകയുമൊക്കെ ചെയ്യുന്നത് സമയവുമായി ബന്ധപ്പെട്ടാണിരിക്കുന്നത്. സമയമില്ലാത്ത ശക്തിയെങ്ങനെയാണ് സമയത്തിനനുസരിച്ച് പ്രവർത്തിക്കുന്നത്? ചിന്തകൾ, ജ്ഞാനം ഇവയെല്ലാം സമയത്തിൽ അധിഷ്ഠിതമാണ്. തിരിച്ചറിവാണെങ്കിലോ? ഉദാഹരണത്തിന് പ്രപഞ്ചത്തിലെ എല്ലാം-ആറ്റങ്ങളുൾപ്പെടെ-അത് അനുനിമിഷം മാറിക്കൊണ്ടിരിക്കും. അപ്പോൾ സമായാധിഷ്ഠിതമായെങ്കിലേ കാര്യം നടക്കൂ. ഒരേ സമയം സമയാതീതവും സമയാധീനവുമായ ഒരു ശക്തിയെ സങ്കല്പിച്ച് നിങ്ങൾക്ക് ഈ പ്രശ്നവും പരിഹരിക്കാം. നിങ്ങളുടെ ഭാവന മാത്രമായ അത് പ്രപഞ്ചനിയമങ്ങളെ നിയന്ത്രിക്കുന്നുണ്ടെന്ന് കരുതിയാൽ തീർച്ചയായും അതൊരു മനഃശാസ്ത്രജ്ഞന്റെ വിഷയമായി മാത്രമേ മാറുക

യുള്ളൂ. അല്ലെങ്കിലും ഈ മഹാപ്രപഞ്ചം സൃഷ്ടിക്കപ്പെട്ടിരിക്കുന്നത് കഥ കൾകൊണ്ടാണല്ലോ. തെളിവുകൾക്കും യുക്തിചിന്തയ്ക്കും അവിടെ കാര്യമായ പ്രസക്തിയൊന്നുമില്ല.

സമയം സഞ്ചരിക്കുന്നില്ല എന്നുപറയുമ്പോഴും പ്രശ്നം തീരുന്നില്ല. സംഭവങ്ങളെ നമ്മൾ ഓർത്തെടുക്കുന്നത് ഭൂതകാലത്തിലാണ്. ഭാവി കാലസംഭവങ്ങളെ ഓർമ്മിക്കാൻ കഴിയുന്നില്ല. ദൈനംദിന ജീവിത ത്തിലെ സംഭവങ്ങളെ വിപരീതദിശയിലും കാണാൻ കഴിയുന്നില്ല. ഉദാ ഹരണമായി പാത്രത്തിൽ വെച്ചിരിക്കുന്ന ഐസ് ക്യൂബുകൾ ക്രമേണ ഉരുകി വെള്ളമായി മാറുന്നു. ഒരു മുട്ട താഴെ വീണ് പൊട്ടിച്ചിതറുന്നു. സോഡാക്കുപ്പി തുറക്കുമ്പോൾ വെള്ളവും കാർബൺഡയോക്സൈഡും പതഞ്ഞ് പുറത്തേക്കൊഴുകുന്നു. ഇവയൊന്നും തിരിച്ചു സംഭവിക്കുന്നില്ല. അവിടെയെല്ലാം സമയം ഒരസ്ത്രംപോലെ മുന്നോട്ട്-ഭാവിയിലേക്ക് സഞ്ച രിക്കുകയാണ്. പതഞ്ഞൊഴുകിയ കാർബൺഡയോക്സൈഡ് തിരിച്ച് കുപ്പിയിലേക്ക് കയറുന്നില്ല. പൊട്ടിച്ചിതറിയ മുട്ടത്തോടുകൾ കൂടിച്ചേർന്ന് മിനുസമുള്ള മുട്ടയായി മാറുന്നില്ല. മുറിയിലെ താപനിലയിൽ വെള്ളം ഐസായി മാറുന്നില്ല. എന്നാൽ ഭൗതിക നിയമങ്ങൾ ഇതിനനുവദിക്കു ന്നുണ്ട്. ലളിതമായ ഒരുദാഹരണത്തിലൂടെ ഇക്കാര്യം വ്യക്തമാക്കാം. ചന്ദ്രനിലേക്ക് വിക്ഷേപിക്കുന്ന ഒരു റോക്കറ്റ് ഭൂമിയിലെ നിരീക്ഷകനെ സംബന്ധിച്ചിടത്തോളം മുകളിലേക്ക് തന്നെയാണ് സഞ്ചരിക്കുന്നത്. ചന്ദ്ര നിലെ നിരീക്ഷകന് റോക്കറ്റിന്റെ സഞ്ചാരം ഇതിന്റെ വിപരീതദിശയി ലാണ് അനുഭവപ്പെടുന്നത്. ഇനി മൂന്നാമതൊരു നിരീക്ഷകൻ ഭൂമിയിലും ചന്ദ്രനിലുമില്ലാതെ മറ്റൊരു ഫ്രെയിമിൽനിന്നു നോക്കുമ്പോൾ റോക്ക റ്റിന്റെ സഞ്ചാരം മറ്റൊരു തരത്തിലായിരിക്കും. അപ്പോൾ സംഭവങ്ങളെ നിരീക്ഷിക്കുന്നതിന് അല്ലെങ്കിൽ അനുഭവിക്കുന്നതിനനുസരിച്ചാണ് ഭൂതം, ഭാവി എന്നിങ്ങനെയുള്ള മിഥ്യാ ധാരണകൾ ഉണ്ടാകുന്നത്. നാം സമയത്തിൽ ഒട്ടിപ്പിടിച്ചിരിക്കുന്നതുകൊണ്ടാണ് ഭൂതകാലം മാത്രം കാണാൻ കഴിയുന്നത്. സംഭവങ്ങൾ സമയത്തിൽ നടക്കുന്നു. ഇതിന് മുമ്പിലേക്ക് ഒരു സഞ്ചാരക്രമമുണ്ടെങ്കിൽ പിന്നിലേക്കും സാധിക്കും. ദ്രവ്യത്തിന്റെ ആറ്റോമിക തലത്തിൽ സമയപ്രവാഹമില്ല. സമയപ്രവാഹം കേവലമാണെങ്കിൽ ഇവിടെയും സമയം സഞ്ചരിക്കേണ്ടതാണ്. ലളിത മായ ഒരു പരീക്ഷണത്തിലൂടെ ഇക്കാര്യം ബോദ്ധ്യപ്പെടുത്താൻ കഴിയും. ഒരു സ്ലൈഡ് ഉപയോഗിച്ച് രണ്ടറകളായി വേർതിരിച്ച് ഒരു ബോക്സ് എടുക്കുക. പെട്ടിയുടെ ഒരറയിൽ നിയോൺ വാതകം ഉണ്ട്. രണ്ടാമത്തെ അറ ഒരു പമ്പുപയോഗിച്ച് വായു ശൂന്യമാക്കുക. ഇപ്പോൾ നിങ്ങളുടെ കൈവശമുള്ള പെട്ടിയുടെ ഒരറയിൽ നിയോൺ വാതകമാണ്. മറ്റേ അറ ശൂന്യവും. പെട്ടിയുടെ പാർട്ടീഷൻ സ്ലൈസ് എടുത്തുമാറ്റുക. എന്താണ് സംഭവിക്കുന്നത്? പെട്ടിയിലാകമാനം നിയോൺ വാതകം നിറയും. ഇനി ഈ പ്രവർത്തനത്തെ അതിന്റെ വിപരീതദിശയിൽ വീഡിയോ ടേപ്പ്

റീവൈൻഡ് ചെയ്ത് നിരീക്ഷിക്കുക. രണ്ടു പ്രവർത്തനങ്ങളും തമ്മിൽ എന്തു വ്യത്യാസമാണുള്ളത്?!

പ്രാപഞ്ചിക പ്രതിഭാസങ്ങൾ സ്ഥലകാലങ്ങളിൽ സംഭവിക്കുകയാണ്. അവയെ പരസ്പരം ബന്ധിപ്പിക്കാൻ നിങ്ങളുടെ ബോധം സ്വീകരിക്കുന്ന ഉപായമാണ് സംഭവങ്ങൾക്ക് ഭൂതം-വർത്തമാനം-ഭാവി എന്നിങ്ങനെയുള്ള സമയക്രമം നല്കുന്നത്. ഇവിടെ കേവലമായ സമയമോ സമയത്തിന്റെ പ്രയാണമോ ഉണ്ടാകുന്നില്ല. നിങ്ങളുടെ ബോധമണ്ഡലത്തിന്റെ ഒരു മിഥ്യാദർശനം (illusion) മാത്രമാണത്.

ദൈവ കണത്തിനും ചിലതുപറയാനുണ്ട്!?

"Not everything that counts can be counted, and not everything that can be counted counts."

-Albert Einstein

ദൈവത്തെക്കൂടാതെ നിങ്ങൾക്കൊന്നും ചെയ്യാൻ കഴിയില്ല. കുട്ടിക്കാലത്ത് നിങ്ങളുടെ ജീവിതത്തിൽ ആദ്യമായി കേട്ടതും ഉരുവിട്ടു പഠിച്ചതുമായ ആദ്യത്തെ തത്ത്വചിന്താപരമായ പരാമർശം ഒരു പക്ഷേ, ഇതായിരിക്കും. അതിന്റെ അസ്തിത്വം തെളിയിക്കപ്പെട്ടിട്ടില്ലെങ്കിലും പ്രയോഗത്തിന്റെ ഭംഗികൊണ്ടാവും കായികമായി പ്രായപൂർത്തിയായവരിൽ പലരും `മഹത്തായ' ഈ ചിന്താശകലത്തെ ഇടയ്ക്കിടെ ഉപയോഗിക്കാറുണ്ടെന്നുള്ളത് വാസ്തവം. നോബൽ സമ്മാനാർഹനായ ഭൗതികശാസ്ത്രജ്ഞൻ ലിയോൺ ലീഡർമാൻ ഈ പ്രസ്താവനയെ സമർത്ഥമായി ഉപയോഗിച്ചയാളാണ്. *The God Particle: If the Universe is the Answer, What is the Question?* എന്ന തന്റെ പ്രസിദ്ധമായ ഗ്രന്ഥത്തിൽ അസ്തിത്വം തെളിയിക്കപ്പെടാത്ത സാങ്കല്പിക കണമായ ഹിഗ്സ് ബോസോണിന് (Higgs boson) ദൈവ കണമെന്നാണ് ലിഡർമാൻ ചെല്ലപ്പേരിട്ടത്. `Goddamn' പാർട്ടിക്കിൾ എന്ന പേരാണ് അദ്ദേഹം ആദ്യം സ്വീകരിച്ചതെങ്കിലും മാധ്യമ താല്പര്യത്തിനു വഴങ്ങി ദൈവത്തെപ്പോലെതന്നെ അസ്തിത്വം തെളിയിക്കാത്ത ഈ കണികയ്ക്ക് `ഗോഡ് പാർട്ടിക്കിൾ' എന്നു പേരു മാറ്റുകയായിരുന്നു.

ദൈവകണമെന്നു വിളിക്കാൻ എന്താണീ ഹിഗ്സ് ബോസോണിന്റെ പ്രത്യേകത? കണികാ ഭൗതികത്തിലെ സൈദ്ധാന്തിക പാക്കേജ് ആയ സ്റ്റാൻഡേർഡ് മോഡൽ അനുസരിച്ച് മൗലിക കണങ്ങൾക്ക് പിണ്ഡം

നല്കുന്ന അടിസ്ഥാന ഘടകമാണ് ഹിഗ്സ് ബോസോൺ. 1964 ൽ പീറ്റർ ഹിഗ്സ്, ജെറാൾഡ് ഗരാൽനിക്ക്, ഫ്രാൻകോയ്സ് ഇംഗ്ലർട്ട്ലൻഡ്, റോബർട്ട് ബ്രൗട്ട്, C R ഹേഗൻ, ടോം കിബിൾ എന്നീ ആറു ഭൗതിക ശാസ്ത്രജ്ഞർ മൂന്നു വ്യത്യസ്ത സംഘങ്ങളായി സ്വതന്ത്രമായി നടത്തിയ സൈദ്ധാന്തിക ഗവേഷണങ്ങളുടെ ഉല്പന്നമാണ് ഈ `ഹൈപോതെറ്റിക്കൽ പാർട്ടിക്കിൾ' അതിന്റെ പിണ്ഡം 114 GeVനും 185 GeVനും ഇടയിൽ വരുമെന്നാണ് പ്രവചനം (ഒരു Giga electron volt ഒരു പ്രോട്ടോണിന്റെ ഭാരത്തിനു തുല്യമാണ്). സൈദ്ധാന്തികമായി നിലനില്ക്കുന്നതാണെങ്കിലും പരീക്ഷണങ്ങൾ വഴി അവയുടെ അസ്തിത്വം ഉറപ്പിക്കാൻ കഴിയാതിരുന്നത് സ്റ്റാൻഡേർഡ് മോഡൽ കോസ്മോളജിയിലെ ഒരു `മിസിങ് ലിങ്ക് 'ആയിരുന്നു ഇതുവരെ. ആ പരിമിതിയാണ് ഇപ്പോൾ ശാസ്ത്രലോകം മറികടന്നിരിക്കുന്നത്.

യൂറോപ്യൻ ഓർഗനൈസേഷൻ ഫോർ ന്യൂക്ലിയർ റിസർച്ചിന്റെ (CERN) ജനീവയിലെ ആസ്ഥാനത്ത് ഭൂമിക്കടിയിലായി 27 കിലോമീറ്റർ ചുറ്റളവിൽ സ്ഥാപിക്കപ്പെട്ടിരിക്കുന്ന ലാർജ്ജ് ഹാഡ്രൺ കൊളൈഡർ (L H C) മനുഷ്യനിന്നുവരെ നിർമ്മിച്ചിട്ടുള്ളതിൽവച്ച് ഏറ്റവും സങ്കീർണ്ണമായ ഉപകരണമാണ്. ലാർജ്ജ് ഹാഡ്രൺ കൊളൈഡറിൽ 350 ട്രില്യൺ പ്രോട്ടോണുകളെ പരസ്പരം വിപരീത ദിശകളിൽ പ്രകാശ പ്രവേഗത്തിന്റെ തൊട്ടടുത്ത് പായിച്ച് കൂട്ടിയിടിപ്പിച്ചാണ് ഹിഗ്സ് ബോസോണിന്റെ അസ്തിത്വം തെളിയിച്ചിരിക്കുന്നത്. പ്രോട്ടോൺ -പ്രോട്ടോൺ സംഘട്ടനത്തിൽ സൃഷ്ടിക്കപ്പെടുന്ന അത്ഭുത പ്രതിഭാസങ്ങളുടെയും ദുരൂഹ കണങ്ങളുടെയുമിടയിൽ നിന്ന് ഹിഗ്സ് ബോസോണുകളെ കണ്ടെത്തുന്നത് ഒരു ചെറിയ മത്സ്യത്തെ പിടിക്കാൻ വലിയൊരു തടാകം വറ്റിക്കുന്നതുപോലെ സാഹസികമായ പ്രവൃത്തിയാണ്. 350 ട്രില്യൺ കൂട്ടിമുട്ടലുകളിൽ പത്തു തവണ മാത്രമാണ് ഹിഗ്സ് ബോസോണുകളുടെ സാന്നിദ്ധ്യം തിരിച്ചറിയാൻ കഴിഞ്ഞതെന്നത് പരീക്ഷണത്തിന്റെ സങ്കീർണ്ണതയിലേക്കാണ് വിരൽ ചൂണ്ടുന്നത്. കണികാ പരീക്ഷണത്തിന്റെ ഫലം പൂർണ്ണമായി അപഗ്രഥിക്കുന്നതിന് 2012 അവസാനംവരെ കാത്തിരിക്കുകയും വേണം.

ദൈവ കണത്തിനും ചിലതു പറയാനുണ്ട്. കണികാ ഭൗതികത്തിന്റെ അസ്വസ്ഥത മാറണമെങ്കിൽ മൗലിക കണങ്ങൾക്ക് പിണ്ഡം ലഭിക്കുന്നതെങ്ങനെയെന്നു വ്യക്തമാക്കണം. അതിന് സൈദ്ധാന്തികമായി ഒരു ബലമണ്ഡല (Field) ത്തിന്റെ സാന്നിദ്ധ്യം അനിവാര്യമാണ്. ഗുരുത്വമണ്ഡലവും വൈദ്യുത-കാന്തിക മണ്ഡലവുംപോലെ വേറൊന്ന്. മഹാവിസ്ഫോടനത്തെത്തുടർന്ന് ആവിർഭവിച്ച ഈ മണ്ഡലത്തിന്റെ സ്വാധീനം ചില മൗലിക കണങ്ങളുടെ പ്രയാണത്തിന് തടസ്സമാകും. നിങ്ങൾക്കു വേണമെങ്കിൽ ഈ തടസ്സത്തെ മൗലിക കണങ്ങളുടെ പിണ്ഡ (mass) മെന്നു വിളിക്കാം. പീറ്റർ ഹിഗ്സിന്റെയും സംഘത്തിന്റെയും

നിർദ്ദേശം വളരെ സുതാര്യമാണ്. എന്നാൽ ഭൗതികശാസ്ത്രത്തിൽ പ്രകടമായ സ്വാധീനമൊന്നും ചെലുത്താൻ കഴിയില്ലെന്ന തടസ്സവാദം പറഞ്ഞ് ഹിഗ്സിന്റെ നിർദ്ദേശം ശാസ്ത്ര സമൂഹം തള്ളിക്കളയുകയാണുണ്ടായത്. പിന്നീട് സ്റ്റീവൻ വെയ്ൻ ബെർഗും അബ്ദുസ് സലാമും ക്ഷീണ ന്യൂക്ലിയർ ബലത്തെ വൈദ്യുത കാന്തിക ബലവുമായി സംയോജിപ്പിക്കുന്നതിനുള്ള ഗവേഷണങ്ങളിൽ ഹിഗ്സ് ബോസോണുകളുടെ സഹായം സ്വീകരിച്ചതോടെ സൈദ്ധാന്തികമായെങ്കിലും ദൈവകണത്തിന് നിലനില്പുണ്ടായി എന്നതും ചരിത്രം.

റേഡിയോ ആക്ടീവതയ്ക്കു കാരണമാകുന്ന ന്യൂക്ലിയർ ബലമാണ് ക്ഷീണ ബലം. നക്ഷത്ര കേന്ദ്രത്തിൽ നടക്കുന്ന ന്യൂക്ലിയർ ഫ്യൂഷനു കാരണമാകുന്നതും ഇതേ ബലമാണ്. വൈദ്യുത-കാന്തിക ബലത്തെ സംബന്ധിക്കുന്ന സിദ്ധാന്തമായ ക്വാണ്ടം ഇലക്ട്രോ ഡൈനമിക്സും (QED) ക്ഷീണ ന്യൂക്ലിയർ ബലവും ഒരു നാണയത്തിന്റെ രണ്ടു വശങ്ങൾപോലെ ബന്ധപ്പെട്ടാണിരിക്കുന്നത്. വെയൻ ബെർഗും സലാമും ഈ ബലങ്ങളെ സംയോജിപ്പിച്ചുകൊണ്ട് ഇലക്ട്രോവീക്ക് തിയറി എന്ന പുതിയ ഒരു സിദ്ധാന്തം രൂപീകരിക്കാൻ ശ്രമിച്ചത് പുതിയ പ്രശ്നങ്ങൾക്കും കാരണമായി. സിദ്ധാന്തം ഗണിതപരമായി നിലനില്ക്കണമെങ്കിൽ ഒരു ജോടി മൗലിക കണങ്ങളെക്കൂടി ഉൾപ്പെടുത്തേണ്ടിവരും. അങ്ങനെ ബോസോണുകൾ (W-boson, Z-boson) എന്ന ബലവാഹികളായ കണങ്ങളെക്കൂടി മൗലിക കണങ്ങളുടെ കുടുംബത്തിൽ അംഗങ്ങളായി ഉൾപ്പെടുത്തി. W-ബോസോണിനും Z-ബോസോണിനും പിണ്ഡമുണ്ട്. എന്നാൽ ഏറ്റവും സുപരിചിതമായ ബോസോണായ ഫോട്ടോണിന് (പ്രകാശത്തിന്റെ ക്വാണ്ടമാണ് ഫോട്ടോൺ) പിണ്ഡമൊട്ടില്ലതാനും. അങ്ങനെ വരുമ്പോൾ സംയോജിത സിദ്ധാന്തം നിലനില്ക്കണമെങ്കിൽ ബലവാഹികളായ ബോസോണുകൾക്ക് പിണ്ഡം പ്രധാനം ചെയ്യുന്ന ഒരു അടിസ്ഥാന കണത്തിന്റെ ആവശ്യകത ഉയർന്നുവന്നു. പണിക്കാർ ഉപേക്ഷിച്ചുകളഞ്ഞ കല്ല് മൂലക്കല്ലായെന്നു പറയുന്നതുപോലെ ശാസ്ത്രസമൂഹം തള്ളിക്കളഞ്ഞ ഹിഗ്സ് ബോസോൺ വീണ്ടും രംഗത്തെത്തി. വീണ്ടും 1967 ൽ വെയ്ൻ ബെർഗും സലാമും ചേർന്ന് ഇലക്ട്രോ വീക്ക് തിയറിയും പീറ്റർ ഹിഗ്സിന്റെ ഹിഗ്സ് മണ്ഡലവും സംയോജിപ്പിച്ചുകൊണ്ടുള്ള ഒരു പ്രബന്ധം അവതരിപ്പിക്കുകയും പിന്നീട് 1983 ൽ സേണിൽ നടത്തിയ കണികാ പരീക്ഷണത്തിലൂടെ W,Z ബോസോണുകളുടെ അസ്തിത്വം തെളിയിക്കുകയും ചെയ്തു. എങ്കിലും ഹിഗ്സ് ബോസോൺ അപ്പോഴും പിടികിട്ടാപ്പുള്ളിയായി തുടർന്നു.

സ്റ്റാൻഡേർഡ് മോഡൽ എങ്ങനെയാണ് ബോസോണുകളെ അവതരിപ്പിക്കുന്നതെന്ന് ലളിതമായ ഒരുദാഹരണത്തിലൂടെ വ്യക്തമാക്കാം. ചാലുകളായി മടക്കിയ ഒരു പേപ്പറായി ഹിഗ്സ് മണ്ഡലത്തെ സങ്കല്പിക്കുക. ഈ ചാലുകൾക്ക് സമാന്തരമായി വിരലോടിച്ചാൽ തടസ്സമൊന്നു

മില്ലാതെ നിങ്ങൾക്ക് ആ പ്രവർത്തനം പൂർത്തിയാക്കാൻ കഴിയും. എന്നാൽ ചാലുകൾക്ക് കുറുകെയാണ് വിരലോടിക്കുന്നതെങ്കിൽ മുന്നോട്ടുള്ള പ്രയാണം ആദ്യത്തേതുപോലെ അനായാസമല്ല എന്നും കാണാൻ കഴിയും. പ്രകാശകണികയായ ഫോട്ടോണുകൾ കുറുകെ, തടസ്സങ്ങളിലൂടെയാണ് സഞ്ചരിക്കുന്നത്. കണികയുടെ സഞ്ചാരത്തിലുണ്ടാകുന്ന തടസ്സമാണ് അതിന്റെ പിണ്ഡമായി കണക്കാക്കുന്നത്. ബല മണ്ഡലങ്ങൾ നിലനില്ക്കുന്നത് ചില സൈദ്ധാന്തിക കണങ്ങളുടെ പിൻബലത്തിലാണ്. വൈദ്യുത-കാന്തിക മണ്ഡലം ഫോട്ടോണുകളുടെ സാമ്രാജ്യമാണെങ്കിൽ ഗുരുത്വമണ്ഡലം ഗ്രാവിറ്റോണുകളുടെ ലോകമാണ്. ശക്ത ന്യൂക്ലിയർ മണ്ഡലം നിയന്ത്രിക്കുന്നത് ഗ്ലുവോണുകളാണ്. അപ്പോൾ ഹിഗ്സ് മണ്ഡലം നിലനില്ക്കണമെങ്കിൽ പിണ്ഡമുള്ള ഹിഗ്സ് ബോസോണുകൾ ആവശ്യമാണ്. മഹത്തായ ആശയമാണിതെങ്കിലും പരീക്ഷണങ്ങൾ വഴി തെളിയിക്കാൻ കഴിഞ്ഞില്ല എന്ന പരിമിതി ഇത്രകാലവും ഈ പരികല്പനയെ അലട്ടിക്കൊണ്ടിരുന്നു.

ദൈവകണത്തെ തേടിപ്പിടിക്കാനായി നിർമ്മിച്ചിട്ടുള്ള ആദ്യത്തേതോ പ്രസ്തുത ഉദ്ദേശ്യത്തിനുവേണ്ടി മാത്രമോ നിർമ്മിച്ചിട്ടുള്ള ഉപകരണമൊന്നുമല്ല സേണിലെ ലാർജ്ജ് ഹാഡ്രൺ കൊളൈഡർ. LHC യുടെ മുൻഗാമികളും സമകാലികരുമായ നിരവധി കണികാ ത്വരകങ്ങളിൽ ഇതിനു മുമ്പും ഹിഗ്സ് ബോസോണുകൾക്ക് വേണ്ടിയുള്ള അന്വേഷണം നടത്തിയിരുന്നു. ഏത് ഊർജ്ജ നിലയിലാണവയെ കണ്ടെത്താനാവുകയെന്ന അനിശ്ചിതത്വം ഒന്നിനു പുറകെ ഒന്നായി നിരവധി പരീക്ഷണങ്ങൾക്കു കാരണമായി എന്നു പറയുന്നതാവും കൂടുതൽ ശരി. 96 GeV മുതൽ ഈ അന്വേഷണം ആരംഭിക്കും. സേണിൽ തന്നെയുള്ള ലാർജ്ജ് ഇലക്ട്രോൺ-പോസിട്രോൺ കൊളൈഡർ (LEP) പ്രത്യേക പരാമർശമർഹിക്കുന്ന കണികാ ത്വരകമാണ്. 27 കിലോമീറ്റർ ചുറ്റളവിലുള്ള ഈ തുരങ്കത്തിൽ കൂടി ഋണ വൈദ്യുതചാർജ്ജുള്ള മൗലിക കണമായ ഇലക്ട്രോണിനെയും അതിന്റെ പ്രതികണികയായ പോസിട്രോണിനെയും (ധന വൈദ്യുത ചാർജ്ജുള്ള ഇലക്ട്രോൺ) പരസ്പരം വിപരീത ദിശകളിൽ പ്രകാശ വേഗത്തിനടുത്ത് പായിക്കുന്നു. ടണലിൽ സജ്ജീകരിച്ചിരിക്കുന്ന 4600 വൈദ്യുത കാന്തങ്ങളുടെ സഹായത്തോടെ കണികകളുടെ സഞ്ചാരപാത നിശ്ചയിക്കുകയും ഉയർന്ന ഊർജ്ജനിലയിൽ അവയെ കൂട്ടിമുട്ടിക്കുകയും ചെയ്യും. ഒരു ചെറിയ വീടിന്റെ വലിപ്പമുള്ള നാലു ഡിറ്റക്ടറുകൾ ഉപയോഗിച്ച് കണികാ സംഘട്ടനത്തിന്റെ ഉപോല്പന്നങ്ങളും അനുബന്ധ പ്രതിഭാസങ്ങളും സമഗ്രമായി പരിശോധിക്കും. സെക്കന്റിൽ 22 മില്യൺ എന്ന നിരക്കിലാണ് LEP യിൽ കണികാ സംഘട്ടനം നടത്തിയിരുന്നത്. 2000 സെപ്തംബറിൽ പ്രവർത്തനം നിർത്തി വയ്ക്കുമ്പോഴേക്കും ഹിഗ്സ് ബോസോണുകളുടെ സൂചനകൾ നല്കാൻ LEPക്കു കഴിഞ്ഞിരുന്നു.

ഹൈ-എനർജി പാർട്ടിക്കിൾ ആക്സിലറേറ്റേഴ്സ്

No.	പേര്	സംഘട്ടനത്തിലേർപ്പെടുന്ന കണികകൾ	ഊർജ്ജ നില
1.	സ്റ്റാൻഫോർഡ് ലീനിയർ കൊളൈഡർ (SLC)	ഇലക്ട്രോൺ-പോസിട്രോൺ	100GeV
2.	ലാർജ്ജ് ഇലക്ട്രോൺ-പോസിട്രോൺ കൊളൈഡർ (LEP)	ഇലക്ട്രോൺ-പോസിട്രോൺ	200GeV
3.	റിലേറ്റിവിസ്റ്റിക് ഹെവി ഹെവി അയോണുകൾ (BNL-RHIC)	അയോൺ കൊളൈഡർ	200GeV
4.	ടെവാട്രോൺ (FNAL)	പ്രോട്ടോൺ-ആന്റിപ്രോട്ടോൺ	2 TeV
5.	ലാർജ്ജ് ഹാഡ്രൺ കൊളൈഡർ (CERN-LHC)	പ്രോട്ടോൺ-പ്രോട്ടോൺ അയോൺ-അയോൺ	14 TeV

LEP യുടെ പ്രവർത്തനം നിർത്തിവച്ചതിനേത്തുടർന്ന് അതേ ടണലിലാണ് LHC യും പ്രവർത്തിക്കുന്നത്. 2008 സെപ്തംബറിൽ പ്രവർത്തനമാരംഭിച്ച ലാർജ്ജ് ഹാഡ്രൺ കൊളൈഡർ വൈദ്യുത കാന്തങ്ങളുടെ കാലിബറേഷനുമായി ബന്ധപ്പെട്ട് ചില തകരാറുകൾ ഉണ്ടായതുകാരണം കുറച്ചുകാലം കണികാ പരീക്ഷണങ്ങൾ നിർത്തിവച്ചിരുന്നു. 2009 നവംബറിൽ ആരംഭിച്ച രണ്ടാം ഘട്ട പരീക്ഷണത്തിന്റെ ഫലമാണ് ഇപ്പോൾ പുറത്തു വന്നിരിക്കുന്നത്. LHC യിൽ നിന്നു ലഭ്യമാകുന്ന വിവരങ്ങൾ ലോകത്തിന്റെ വിവിധ ഭാഗങ്ങളിൽ സ്ഥാപിച്ചിരിക്കുന്ന പതിനായിരക്കണക്കിന് കമ്പ്യൂട്ടറുകളുടെ ശൃംഖലയുമായി ബന്ധിപ്പിച്ചാണ് അപഗ്രഥിക്കുന്നത്. അനുബന്ധ ഉപകരണങ്ങളിൽ ഒരു വലിയ പങ്കും ഇന്ത്യൻ നിർമ്മിതമാണെന്നത് ശ്രദ്ധേയമാണ്. പതിനഞ്ചു വർഷമെങ്കിലും തുടർച്ചയായി കണികാ പരീക്ഷണങ്ങൾ നടത്താൻ പര്യാപ്തമാണ് കൊളൈഡറും അനുബന്ധ ഉപകരണങ്ങളും. പ്രകാശ പ്രവേഗത്തിന്റെ തൊടുത്താണ് ത്വരകത്തിൽക്കൂടിയുള്ള കണികകളുടെ സഞ്ചാരം. തൊട്ടടുത്തെന്നുപറയുമ്പോൾ അത് പ്രകാശവേഗത്തിന്റെ 99.9999991% വരും. കണികകളുടെ കൂട്ടിമുട്ടൽ നടക്കുന്നതാകട്ടെ 14 ടെറാ ഇലക്ട്രോൺ വോൾട്ടെന്ന അത്യധികം ഉയർന്ന ഊർജ്ജനിലയിലും. കുറച്ചുനാളുകൾ മുമ്പുവരെ ചില വാർത്താ മാധ്യമങ്ങളിലും അതീത ഭൗതികജ്ഞരുടെയും ചില ആത്മീയ പ്രഭാഷകരുടെയുമെല്ലാം ചർച്ചകളിലും നിറഞ്ഞുനിന്ന വിഷയമായിരുന്നു കൊളൈഡറിനുള്ളിലെ ഉന്നത ഊർജ്ജനിലയുണ്ടാക്കാ

വുന്ന പ്രത്യാഘാതങ്ങൾ. പ്രകാശ വേഗത്തോടടുത്ത്, ഉന്നത ഊർജ്ജ നിലയിൽ കണികകൾ കൂട്ടിമുട്ടുമ്പോൾ അവയുടെ പിണ്ഡം അനന്തമാവുകയും ഐൻസ്റ്റൈന്റെ ആപേക്ഷികതാ പ്രമാണങ്ങൾക്കനുസരിച്ച് അത് സൂക്ഷ്മ തമോദ്വാരങ്ങളുടെ സൃഷ്ടിക്കു കാരണമാവുകയും പ്രാപഞ്ചിക തിരശ്ശീല വലിച്ചുകീറിക്കളയുന്ന അവ ഭൂമിയുടെയും ജീവന്റെയും സർവ്വ നാശത്തിനു കാരണമാകുമെന്നുമുള്ള തരത്തിലായിരുന്നു പ്രചാരണങ്ങൾ. LHC യിൽ ഉല്പാദിപ്പിക്കപ്പെടുന്ന ഊർജ്ജം ഒരു ചെറിയ ഷഡ്പദത്തിന്റെ ഗതികോർജ്ജത്തോളം മാത്രമേ വരൂ. എന്നാൽ അത് വളരെ ചെറിയൊരു ഭാഗത്ത് - ഒരു മില്ലിമീറ്ററിന്റെ ആയിരത്തിലൊന്നു ഭാഗത്ത്-കേന്ദ്രീകരിക്കുമ്പോൾ അതി സൂക്ഷ്മ തമോഗർത്തങ്ങളുണ്ടാകാനുള്ള സാദ്ധ്യത തള്ളിക്കളയാനാവില്ല കപട ഭൗതികജ്ഞരുടെ വാദങ്ങൾ അവിടെവരെ ശരിയാണ്. എന്നാൽ അർദ്ധ സത്യങ്ങൾ അസത്യത്തേക്കാൾ അപകടകരമാണ്. സൂക്ഷ്മ തമോദ്വാരങ്ങൾ സൈദ്ധാന്തികമായി മാത്രം നിലനില്ക്കുന്നവയാണ്. സ്ഥൂല പ്രപഞ്ചത്തിൽ അവയുടെ സൃഷ്ടിയും സംഹാരവും ഒരേ നിമിഷം തന്നെ നടക്കും. സൂക്ഷ്മ തമോദ്വാരങ്ങൾ നിമിഷാർദ്ധത്തിനുള്ളിൽ ബാഷ്പീകരിക്കപ്പെട്ട് അപ്രത്യക്ഷമാകുമെന്നതാണ് യാഥാർത്ഥ്യം. ഇതേ പ്രവർത്തനം തന്നെയാണ് ഭൗമാന്തരീക്ഷത്തിലെ ഉപരിപാളികളിൽ ചാർജ്ജുവാഹികളായ കണങ്ങൾ കൂട്ടിമുട്ടുമ്പോഴും സംഭവിക്കുന്നത്. സെക്കന്റിൽ 10000 ബില്യൺ എന്ന നിരക്കിലാണത് നടക്കുന്നത്. പ്രപഞ്ചത്തിന്റെ പ്രായം വച്ചുകണക്കുകൂട്ടിയാൽ ഇതുവരെ ഏകദേശം 10^{31} പാർട്ടിക്കിൾ ആക്സിലറേറ്ററുകളിൽ (പതിനായിരം ബില്യൺ ബില്യൺ ബില്യൺ) നടക്കുന്ന കണികാസംഘട്ടങ്ങൾക്കു തുല്യമായിരിക്കും അത്. അപ്പോഴൊന്നും തമോദ്വാരങ്ങൾ രൂപീകരിക്കപ്പെടുകയോ ഭൂമിയെ വിഴുങ്ങാൻ വാ പിളർത്തിക്കൊണ്ട് പാഞ്ഞടുക്കുകയോ ഉണ്ടായിട്ടില്ലെന്ന കാര്യം അപവാദപ്രചാരകർ ബോധപൂർവ്വം വിസ്മരിച്ചു കളഞ്ഞു. അതല്ലെങ്കിൽ അറിവില്ലായ്മയെ `ഔട്ട് ഓഫ് സിലബസിന്റെ' പുറങ്കുപ്പായമണിയിക്കുന്നതിൽ ആത്മ നിർവൃതിയടയുന്നതാവാം കാരണം.

ദൈവ കണത്തിന്റെ കണ്ടെത്തൽ ഭൗതികശാസ്ത്രത്തിലെ സ്റ്റാൻഡേർഡ് മോഡൽ കോസ്മോളജിക്ക് നിവർന്നു നില്ക്കാനുള്ള നട്ടെല്ലാണ്. പിണ്ഡമില്ലാത്ത ഫോട്ടോണുകൾക്കും പിണ്ഡമുള്ള ബോസോണുകൾക്കുമിടയിൽ വിട്ടുപോയ ചങ്ങലക്കണ്ണിയെ കൂട്ടിയോജിപ്പിക്കുന്ന അടിസ്ഥാനഘടകമാണ് ഹിഗ്സ് ബോസോൺ. എന്നാൽ പ്രപഞ്ചകഥ വിവരിക്കുന്നതിന് ഇത്തരം ദൈവകണങ്ങളുടെ ആവശ്യമില്ലാത്ത ഭൗതിക സിദ്ധാന്തങ്ങളുമുണ്ട്. ടെക്നികളർ, ലൂപ് ക്വാണ്ടം ഗ്രാവിറ്റി പോലെയുള്ള സൂപ്പർ സിമട്രി (SUSY) സിദ്ധാന്തങ്ങൾക്ക് ദൈവകണത്തെയും അതിന്റെ അസ്തിത്വവും തെളിയിക്കേണ്ട ബാദ്ധ്യതയൊന്നുമില്ല. ഒരു

`ഹിഗ്സ്ലെസ് മോഡൽ' പ്രപഞ്ചകഥയാണ് അവയ്ക്ക് പറയാനുള്ളത്. ഇത്തരം മാതൃകകളിൽ ഓരോ കണികയ്ക്കും അവയേക്കാൾ പിണ്ഡം കൂടുതലുള്ള ഒരു സൂപ്പർ പാർട്ട്ണർ ഉണ്ടാകും. ഇലക്ട്രോണിന്റെ അത്തരത്തിലുള്ള `സൂപ്പർ പാർട്ട്ണർ' ആണ് `സെലക്ട്രോൺ' ക്വാർക്കുകൾക്ക് അത് സ്ക്വാർക്കുകളാകും. ഏതു പാർട്ടികളാണെങ്കിലും അതിനൊരു `സ്പാർട്ടിക്കിൾ' ഉണ്ടാകുമെന്നർത്ഥം. കണികാ ഭൗതികത്തിന്റെ അണുകുടുംബത്തിനപ്പുറം (Particle zoo) ചിന്തിക്കാൻ കഴിയാത്ത മസ്തിഷ്കത്തിന് ഒരു പക്ഷേ, യുക്തിക്കപ്പുറമെന്നു തോന്നിക്കുന്ന തരത്തിലാണ് ഇത്തരം മാതൃകകൾ സഞ്ചരിക്കുന്നതെന്നു പറയേണ്ടി വരും. പക്ഷേ, കണികാ ഭൗതികം മുട്ടുമടക്കിയ നിരവധി പ്രഹേളികകൾക്ക് ഇവിടെ ഉത്തരം ലഭിക്കുന്നുണ്ട്. അടിസ്ഥാന ബലങ്ങളെ സമർത്ഥമായി സംയോജിപ്പിക്കുന്നതിനും മഹാവിസ്ഫോടനം മുതലുള്ള പ്രപഞ്ച ചരിത്രം വഴി തെറ്റാതെ വിവരിക്കുന്നതിനും ഇവിടെ കഴിയുന്നുണ്ട്. ഇത്തരം പ്രപഞ്ച തിരശ്ശീലകളിൽ ഹിഗ്സ് ബോസോണുകൾ കുറഞ്ഞത് അഞ്ചു കണികകളുടെയെങ്കിലും സംഘാടനമാണ്. അത്തരമൊരു കണികയുടെ അസ്തിത്വം തിരിച്ചറിയുന്നതുകൊണ്ട് വിശേഷിച്ചൊരു പ്രയോജനവും ഇല്ലതാനും.

പ്രപഞ്ച രഹസ്യങ്ങളുടെ ആകത്തുകയും ജീവിതത്തിന്റെ അന്ത:സത്തയും തുറന്നുകാണിക്കുന്ന സ്വർണ്ണത്താക്കോലൊന്നുമല്ല ദൈവകണമെന്നു വിളിക്കപ്പെടുന്ന ഹിഗ്സ് ബോസോണുകൾ. ഇവയുടെ കണ്ടെത്തൽ പ്രപഞ്ച വിജ്ഞാനശാഖ അഭിമുഖീകരിക്കുന്ന എല്ലാ സമസ്യകൾക്കും പരിഹാരവുമാകില്ല. സെൻസേഷനുവേണ്ടിയുള്ള വാർത്തകൾ ഇതിനു മുമ്പും ഉണ്ടായിട്ടുണ്ട്. ന്യൂട്രിനോകളുടെ പ്രകാശാതിവേഗം ഉണ്ടാക്കിയ കോലാഹലങ്ങൾ മറന്നിട്ടുണ്ടാവില്ല. ക്വാർക്കുകളുടെ പിണ്ഡവും ഇലക്ട്രോണിന്റെ റെസ്റ്റ് മാസും തമ്മിലുള്ള അജ-ഗജ വ്യത്യാസം, ക്ഷീണ ന്യൂക്ലിയർ ബലത്തിന്റെ ദുരൂഹ സ്വഭാവം എന്നിങ്ങനെ ഉത്തരം കിട്ടാത്ത ചോദ്യങ്ങൾ തുടരുകയാണ്. മാത്രവുമല്ല ആധുനിക ക്വാണ്ടം ഗ്രാവിറ്റി സിദ്ധാന്തങ്ങളിൽ ഇത്തരം ദൈവകണങ്ങൾക്കും ജനശ്രദ്ധ പിടിച്ചുപറ്റാൻ മാത്രമുള്ള ഇത്തരം പേരുകൾക്കുമൊന്നും പ്രത്യേകിച്ച് ഒരു പ്രാധാന്യവുമില്ല. ഭൗതിക ശാസ്ത്രത്തിന്റെ വിഷയമേയല്ലാത്ത ദൈവനാമവും ദൈവ സങ്കല്പവുമെല്ലാം അതിലേക്ക് വലിച്ചിഴയ്ക്കുന്നത് ചില ആത്മീയ പ്രഭാഷണങ്ങൾക്കു വിഷയമാകുമെന്നല്ലാതെ ശാസ്ത്രത്തിന് അതുകൊണ്ട് വിശേഷിച്ചൊരു നേട്ടവുമുണ്ടാകില്ല. കുറച്ചുകാലം മുമ്പ് ബ്രിട്ടനിലെ ഗാർഡിയൻ ദിനപത്രം ഹിഗ്സ് ബോസോണിന് മറ്റൊരു വിളിപ്പേരു നല്കാൻ വായനക്കാർക്കുവേണ്ടി ഒരു മത്സരം നടത്തിയിരുന്നു. മത്സരത്തിൽ പങ്കെടുത്ത കൂടുതൽ വായനക്കാരും നിർദ്ദേശിച്ചത് `ഷാംപേയ്ൻ ബോട്ടിൽ ബോസോൺ' എന്ന പേരാണ്. ഷാംപേയ്ൻ

കുപ്പിയുടെ അടിഭാഗത്തിന്റെ ആകൃതി ഹിഗ്സ് പൊട്ടൻഷ്യലുമായി യോജിക്കുന്നതുകൊണ്ടാണിത്. ഹിഗ്സ് ഫീൽഡ് അടയാളപ്പെടുത്താൻ ശാസ്ത്രജ്ഞർ ഉപയോഗിക്കുന്ന സൂചകം ഷാംപേയ്ൻ ബോട്ടിലായതു കൊണ്ട് കണികാ ഭൗതികജ്ഞർക്കും ഈ പേര് സ്വീകാര്യമായി.

അങ്ങനെ ഒടുവിൽ ദൈവകണം ഷാംപേയ്ൻ ബോട്ടിലിനുള്ളിലായി. ഇനിയെന്ത്? ശാസ്ത്രത്തിൽ ചോദ്യങ്ങൾ അവസാനിക്കുന്നില്ല. ഉത്തരത്തിലേക്കുള്ള അന്വേഷണങ്ങളും.!

ഞാൻ?

MYSELF
`My one regret in life is that I am not someone else.'
-Woody Allen

എന്താണ് ഞാൻ? ശരീരവും മനസ്സും ഓർമ്മയും ബുദ്ധിയുമെല്ലാം എന്റെ ഭാഗങ്ങളാകുമ്പോൾ ഞാൻ ആരാണ്? എന്റെ മസ്തിഷ്കത്തിന്റെ ഒരു സാധാരണ പ്രവർത്തനത്തിലുപരി എന്നെ അതുല്യനാക്കുന്നത് മറ്റെന്തെങ്കിലുമാണോ? ഒരു സ്ഥലത്ത് ഒരു സമയത്ത് ഒരു എന്നെ മാത്രമേ കാണാൻ കഴിയൂ എന്ന് നിങ്ങളുടെ ബോധം സംസാരിക്കുന്നുണ്ടെങ്കിൽ അതത്ര കാര്യമാക്കേണ്ടതില്ല. സംഭവങ്ങൾ അങ്ങനെയല്ലെന്നു ബോദ്ധ്യപ്പെടാൻ ആത്മീയതയെന്നു പേരിട്ടുവിളിക്കുന്ന അതീത ഭൗതികത്തിന്റെ സഹായമൊന്നും ആവശ്യമില്ല. നൂറുശതമാനവും നിങ്ങളെപ്പോലെയുള്ള അല്ലെങ്കിൽ നിങ്ങൾ തന്നെ-എണ്ണിയാലൊടുങ്ങാത്തത്രയും നിങ്ങളുടെ തൊട്ടടുത്തുണ്ട്. എന്നാൽ ഓരോ നിങ്ങൾക്കും നിങ്ങൾ അതുല്യനായി അനുഭവപ്പെടുമെന്നുമാത്രം. നിങ്ങൾക്കു നിങ്ങൾ അതുല്യനായി തോന്നുന്നുണ്ടെങ്കിൽ അത് നിങ്ങളുടെ പ്രപഞ്ചബോധത്തിന്റെ പരിമിതിയാണെന്നു പറയേണ്ടിവരും. അനന്തതയോളം വരുന്ന സമാന്തരപ്രപഞ്ചങ്ങളിലൊന്നുമാത്രമായ ഈ ദൃശ്യപ്രപഞ്ചത്തിലെ അതുല്യനായ വ്യക്തിയെപ്പോലെതന്നെ മറ്റു പ്രപഞ്ചങ്ങളിലെ വാസയോഗ്യഗ്രഹങ്ങളിൽ ഭൂമിയുടേതിനു തുല്യമായ ഭൗതിക സാഹചര്യങ്ങളിൽ രൂപപ്പെടുന്ന ജീവൻ ഭൂമിയിലെ ജീവനു സമമായിരിക്കും. അപ്പോൾ നിങ്ങളുടെ ശരീരം നിർമ്മിച്ചിരിക്കുന്ന തന്മാത്രകളുടെ ക്രമീകരണമുള്ള, നിങ്ങളുടെ തലച്ചോറിലെ ന്യൂറോട്രാൻസ്മിറ്ററുകളുടെ കോൺഫിഗറേഷൻ തുല്യമായ ജീവൻ നിങ്ങളല്ലാതെ മറ്റാരാണ്? തന്മാത്രാ ഘടന തുല്യമായതുകൊണ്ട് രണ്ടു

വ്യക്തികൾ ഒന്നാകില്ല എന്നുവേണമെങ്കിൽ നിങ്ങൾക്കുപറയാം. അനുഭവങ്ങളും ഓർമ്മകളുമെല്ലാം ചേർന്നാണ് ഒരാളുടെ വ്യക്തിത്വം രൂപീകരിക്കുന്നത്. ഇങ്ങനെ വാദിക്കുമ്പോഴും നിങ്ങളുടെ മസ്തിഷ്കം അസ്വസ്ഥമാകുന്നുണ്ട്. കാരണം നിങ്ങളുടെ അനുഭവങ്ങളും ഓർമ്മകളും അത്ര മാത്രം അതുല്യവും അമൂല്യവുമൊന്നുമല്ല.

ആരാണു ഞാൻ എന്ന ചോദ്യത്തിന് എന്റെ അനുഭവങ്ങളും ചിന്തകളുമാണ് ഞാൻ എന്നു പറയാമെന്നാണ് തത്ത്വചിന്തകനായ ഡേവിഡ്ഹ്യൂമിന്റെ അഭിപ്രായം. എന്നാൽ ചിന്തകനില്ലെങ്കിൽ ചിന്തകൾക്കും അനുഭവങ്ങൾക്കുമൊന്നും സ്വതന്ത്രമായ നിലനില്പില്ല. ഭൗതികമായ ഇടപെടൽ തന്നെയാണ് അനുഭവങ്ങളെയും ഓർമ്മകളെയുമെല്ലാം നിയന്ത്രിക്കുന്നത്. ഒരു വ്യക്തിയുടെ വൈകാരികനില നിർണ്ണയിക്കുന്നത് അയാളുടെ രക്തത്തിന്റെ രസതന്ത്രമാണ്. രാസവസ്തുക്കളും ലഹരിപദാർത്ഥങ്ങളും മാത്രമല്ല മസ്തിഷ്ക്കത്തിൽ നടത്തുന്ന ശാസ്ത്രക്രിയകളുടെ പാർശ്വഫലങ്ങൾ വരെ വ്യക്തികളുടെ മാനസിക വ്യാപാരത്തിൽ വ്യതിയാനങ്ങളുണ്ടാക്കാൻ പര്യാപ്തമാണ്. മാനസികാരോഗ്യ കേന്ദ്രങ്ങളിൽ നിരവധി നെപ്പോളിയന്മാരെയും ജെയിംസ് ബോണ്ടുകളെയുമെല്ലാം കാണാൻ കഴിയും. മദ്യലഹരിയിൽ അധോലോക നായകന്മാരും നിയമപാലകരുമെല്ലാം രൂപപെടുന്നതും അരിസ്റ്റോട്ടിൽമാരും സോക്രട്ടീസുമെല്ലാം പിറവിയെടുക്കുന്നതും ഏതാനും മണിക്കൂറുകൾക്കകം ചരമമടയുന്നതും അതുല്യനായ വ്യക്തിയിൽ തന്നെയാണ്. അപ്പോൾ അതുല്യതയെന്നു പറയുന്നതിൽ വലിയ കാര്യമൊന്നുമില്ലെന്നു മനസ്സിലാകും. ഓർമ്മകളാണ് ഒരാളുടെ വ്യക്തിത്വത്തിന് ഊടും പാവുമാകുന്നത്. ഈ ഓർമ്മകൾ സമയവുമായി അഭേദ്യമായി ബന്ധപ്പെട്ടുമാണിരിക്കുന്നത്. മറവി രോഗം (Amnesia) ബാധിച്ച വ്യക്തിയുടെ ഓർമ്മശക്തി പൂർണ്ണമായി നഷ്ടമായെങ്കിൽ അയാളുടെ വ്യക്തിത്വത്തെപ്പറ്റിയുള്ള ബോധം ഏറെ വിചിത്രമായിരിക്കും. എന്നാൽ ഓർമ്മശക്തി പൂർണ്ണമായി നഷ്ടപ്പെട്ടാൽ കാര്യങ്ങൾ ഇങ്ങനെയല്ല നടക്കുന്നത്. നിന്ന നിലയിൽനിന്ന് ഒന്നനങ്ങാൻപോലും കഴിയാത്ത അവസ്ഥയിൽ താനാരാണെന്നോ എന്താണെന്നോ അയാൾക്ക് തിരിച്ചറിവുണ്ടാകില്ല. ഭൂതകാലത്തെ ഓർമ്മിക്കുവാൻ കഴിയാതെ വരുമ്പോൾ സംഭവങ്ങളെ പരസ്പരം ബന്ധിപ്പിക്കാനുള്ള ബോധം നഷ്ടപ്പെടുകയും അതോടെ അനന്യനായ വ്യക്തി തനിക്കുതന്നെ അന്യനായിമാറുകയും ചെയ്യുകയാണിവിടെ. ഇന്നലെയുള്ള വ്യക്തിയല്ല ഇന്നത്തെ വ്യക്തി. അയാളുടെ ശരീരത്തിന്റെ എല്ലാ കണികയിലും മാറ്റങ്ങൾ സംഭവിച്ചു കഴിഞ്ഞു. ചിന്തയിലും ബോധത്തിലുമെല്ലാംതന്നെ. കോശങ്ങൾക്കും തന്മാത്രകൾക്കുമെല്ലാം മാറ്റമുണ്ടായിരിക്കുന്നു. അവയുടെ വളർച്ചയും വാർദ്ധക്യവും ക്ഷയവും പുതിയവയുടെ രൂപീകരണവുമെല്ലാം അനുനിമിഷം സംഭവിച്ചുകൊണ്ടിരിക്കുമ്പോൾ എങ്ങനെയാണ് ഇന്നലെയുണ്ടായിരുന്ന വ്യക്തിയും ഇന്നുള്ള വ്യക്തിയും ഒരാളാകുന്നത്? ഇവ രണ്ടും ഒന്നാണെന്നു തോന്നിപ്പിക്കു

ന്നത് നിങ്ങളുടെ ബോധമണ്ഡലത്തിന്റെ തന്ത്രം മാത്രമാണ്. ഞാൻ അതുല്യനും അനന്യനുമൊക്കെയാകണമെങ്കിൽ പ്രപഞ്ചവും പ്രപഞ്ചത്തിലെ എന്റെ സ്ഥാനവും അതുല്യമായിരിക്കണം. അതിനല്പം പ്രപഞ്ചകഥ കൂടി പറയേണ്ടതുണ്ട്.

ഒന്നുമില്ലായ്മയിൽ നിന്ന് ഒന്നുമുണ്ടാകില്ലെന്ന കേവല യാഥാർത്ഥ്യം തിരിച്ചറിയാതെ ശൂന്യതയിൽ നിന്നുണ്ടാകുന്ന പൊട്ടിത്തെറി (Big bang) കൾക്ക് കാരണമന്വേഷിച്ചു പോകുന്നത് ചില സെമറ്റിക് മതങ്ങളുടെ പ്രപഞ്ച സങ്കല്പത്തിന് കുടപിടിക്കുകയല്ലാതെ മറ്റൊന്നുമല്ല. സ്ഥലവും കാലവും ഒരു ബിന്ദുവിൽ ആരംഭിക്കുന്നു. അതിനുമുമ്പ് എന്താണെന്നു ചോദിക്കുന്നത് അർത്ഥശൂന്യമാണെന്നു വാദിക്കുന്ന ശാസ്ത്രയുക്തി സർവ്വ സൃഷ്ടിക്കും കാരണഭൂതനായ സ്രഷ്ടാവിനെക്കുറിച്ചു ചോദിക്കുന്നവൻ പാപിയാണെന്നു പറയുന്ന മതയുക്തിക്കപ്പുറമെന്താണ്? എ ഡി 1576 ൽ ഇംഗ്ലീഷ് ജ്യോതിശാസ്ത്രജ്ഞനായ തോമസ് ഡിഗ്സ് ആദ്യമായി പ്രപഞ്ചം അനന്തമാകാൻ സാദ്ധ്യതയുണ്ടെന്നുള്ള സങ്കല്പം മുന്നോട്ടുവയ്ക്കുന്നതിനുമുമ്പ് ടോളമിയുടെ പ്രപഞ്ചമാതൃകയോ അതിന്റെ ഏതെങ്കിലുമൊരു വകഭേദമോ ആയിരുന്നു ശാസ്ത്രജ്ഞരും തത്ത്വചിന്തകരുമെല്ലാം സ്വീകരിച്ചിരുന്നത്. ഭൂമി കേന്ദ്രമായും അതിനെ ചുറ്റി പല അടുക്കുകളുള്ള ആകാശവുമായിരുന്നു ടോളമി നിർമ്മിച്ച സാന്ത്വ (finite) പ്രപഞ്ചം. അതിനപ്പുറം ചിന്തിച്ചവർക്ക് നഷ്ടപ്പെട്ടത് സ്വന്തം ജീവൻതന്നെയാണ് എന്നത് ചരിത്രം. 20-ാം നൂറ്റാണ്ടിൽ കണ്ടെത്തിയ പ്രാപഞ്ചിക പശ്ചാത്തല വികിരണങ്ങൾ മഹാവിസ്ഫോടനത്തിന്റെ അവശിഷ്ട ഊർജ്ജമാണെന്നു കരുതിയാൽ രൂപമെടുക്കുന്നതും മറ്റൊരു സാന്ത്വ പ്രപഞ്ചമാണ്. പ്രപഞ്ചത്തിലാകമാനമുള്ള ദ്രവ്യസാന്ദ്രത ഒരു നിർണ്ണായകമൂല്യ (critical value) ത്തിലും കൂടുതലായാൽ മഹാവിസ്ഫോടനത്തിന്റെ ശക്തി ക്രമേണ മന്ദീഭവിക്കുകയും പ്രപഞ്ചവികാസം നിലയ്ക്കുകയും ദ്രവ്യത്തിന്റെ ഗുരുത്വബലത്തിനു കീഴടങ്ങി സങ്കോചിക്കുകയും ഒടുവിൽ തുടക്കം പോലെതന്നെ മറ്റൊരു വൈചിത്ര്യ ബിന്ദുവിലെത്തുകയും ചെയ്യും. ദ്രവ്യസാന്ദ്രത നിർണ്ണായക മൂല്യത്തിലും കുറവാണെങ്കിൽ പ്രപഞ്ച വികാസം ഒരിക്കലും അവസാനിക്കാതെ അനന്തമായി തുടർന്നുകൊണ്ടിരിക്കും എന്നാൽ ദ്രവ്യസാന്ദ്രത നിർണ്ണായകമൂല്യത്തിനു തുല്യമായാൽ പ്രപഞ്ചം അനന്തതവരെ വികസിക്കും. പക്ഷേ, ഒരു തിരിച്ചുപോക്ക് ഒരിക്കലുമുണ്ടാകില്ല. പശ്ചാത്തല വികിരണങ്ങളെക്കുറിച്ചുള്ള ആധുനിക പഠനങ്ങൾ സൂചിപ്പിക്കുന്നത് ഇതൊരു ക്രിട്ടിക്കൽ ഡെൻസിറ്റി പ്രപഞ്ചമാണെന്നാണ്. മറ്റൊരു തരത്തിൽ പറഞ്ഞാൽ അനന്തതവരെ വികസിക്കുന്നതും ഒരു മഹാ വിഭംഗന (Big crunch) ത്തിന് ഒരു സാദ്ധ്യതയുമില്ലാത്തതുമായ ഏറക്കുറെ പരന്ന ഒരു പ്രപഞ്ചം. പ്രപഞ്ചത്തിന്റെ ഘടന ഈ രീതിയിലായതുകൊണ്ടാണ് ഇവിടെ നക്ഷത്ര സമൂഹങ്ങളും വാസയോഗ്യ ഗ്രഹങ്ങളും അവയിൽ ജീവനും നിങ്ങളും ഞാനുമെല്ലാമുണ്ടാകുന്നത്.

പ്രശ്നങ്ങൾ അവിടെ തീരുന്നില്ല. ഫ്ളാറ്റ്നെസ് പ്രോബ്ളത്തിന്റെ രൂപത്തിലും ഹൊറൈസൺ പ്രോബ്ളമെന്നപേരിലും മഹാവിസ്ഫോടന സിദ്ധാന്തം പ്രശ്നബാധിത മേഖലയായി മാറി. പശ്ചാത്തല വികിരണങ്ങളുടെ താപനില ഈ വിശാലപ്രപഞ്ചത്തിന്റെ ഏതുകോണിലും ഏറെക്കുറെ തുല്യമായതിന്റെ (2.7K)വിശദീകരണം തൃപ്തികരമായി നല്കാൻ ബിഗ്ബാങ്ങിന് കഴിയില്ല. താപവാഹികളായ ഫോട്ടോണുകൾക്ക് ഈ ചുരുങ്ങിയ സമയംകൊണ്ട് ഇത്രയധികം സഞ്ചരിക്കാൻ ആപേക്ഷികത അനുവദിക്കുന്ന വേഗത ($3x10^8$m/s) മതിയാകാതെ വരും. അപ്പോൾ അലൻ ഗുത്ത് നിർദ്ദേശിച്ചതുപോലെയൊരു ത്വരിത വികാസം (inflation) പ്രപഞ്ചോല്പത്തിയുടെ ആദ്യനിമിഷങ്ങളിൽ സംഭവിച്ചിരിക്കണം. പ്രപഞ്ചത്തിന്റെ ഈ സൂപ്പർ-ഫാസ്റ്റ് വികാസം ബിഗ്ബാങ് നേരിടുന്ന നിരവധി പ്രശ്നങ്ങൾ പരിഹരിക്കും. അതോടൊപ്പം നിങ്ങളുടെ അപരന്റെ സാദ്ധ്യത തുറന്നുതരികയും ചെയ്യുന്നുണ്ട്. ഇൻഫ്ളേഷൻ ഒരു തുടർക്കഥയാണ്. സ്ഥലകാലങ്ങളിൽ ഒരിക്കലുണ്ടായ ഈ ത്വരിത വികാസം ഇനി തടഞ്ഞുനിർത്താനാവില്ല. പ്രപഞ്ചത്തിന്റെ വിശാലതകളിൽ നടന്നുകൊണ്ടിരിക്കുന്ന ഇൻഫ്ളേഷനുകൾ പുതിയ പുതിയ കുമിളാ പ്രപഞ്ചങ്ങൾ (Bubble universes)നിർമ്മിച്ചുകൊണ്ടിരിക്കും. പ്രപഞ്ചരഹസ്യങ്ങളുടെ സമ്പൂർണ്ണസിദ്ധാന്തമെന്നു കരുതുന്ന സ്ട്രിങ് തിയറിയിൽ ഇതിനുള്ള സാദ്ധ്യത വളരെയധികമാണ്. ഇങ്ങനെ സൃഷ്ടിക്കപ്പെടുന്ന കുമിളാ പ്രപഞ്ചങ്ങളിൽ നമ്മുടെ ദൃശ്യപ്രപഞ്ചത്തിന്റെ പ്രാപഞ്ചിക സ്ഥിരാങ്കം (Cosmological constant) മുള്ള പ്രപഞ്ചങ്ങളുടെ സാദ്ധ്യതയും വളരെ വലുതാണ്. അതിനർത്ഥം അവിടെ നിരവധി വാസയോഗ്യ ഗ്രഹങ്ങളും ജീവനും നിരവധി നിങ്ങളും നിങ്ങളുടെ അനുഭവങ്ങളും ഓർമ്മകളുമെല്ലാമുണ്ടായിരിക്കുമെന്നാണ്. എന്നാൽ നിങ്ങളുടെ അപരനെ നേരിട്ടുകാണാൻ നിങ്ങൾക്കു കഴിയില്ല. കാരണം നിങ്ങൾ നിങ്ങളുടെ പ്രപഞ്ചകുമിളയുടെ സ്ഥലകാലങ്ങൾ നിർമ്മിച്ച കെണിയിൽ കുരുങ്ങിക്കിടക്കുകയാണ്. അപരന്റെ അവസ്ഥയും ഇതുതന്നെ.

കുമിളാ പ്രപഞ്ചങ്ങളിൽ നിങ്ങളുടെ അപരന് സാദ്ധ്യതയാണുള്ളതെങ്കിൽ ക്വാണ്ടം സിദ്ധാന്തം ഇതു വെറും സാദ്ധ്യത മാത്രമായല്ല പരിഗണിക്കുന്നത്. അവിടെ നിങ്ങൾക്ക് നിരവധി നിങ്ങളെത്തന്നെ കാണാൻ കഴിയും. ക്വാണ്ടം തിയറിയിലെ നിരവധി പ്രപഞ്ചങ്ങളുടെ വ്യാഖ്യാനം (Many World Interpretation) നിങ്ങളുടെ മസ്തിഷ്കത്തിൽ കൊടുങ്കാറ്റുയർത്തും തീർച്ച. ഒരേ സമയം കണങ്ങൾക്ക് ഒന്നിലധികം അവസ്ഥകളിൽ നിലനില്ക്കാൻ ക്വാണ്ടം തിയറി അനുവദിക്കുന്നുണ്ട്. ഉദാഹരണമായി ഒരു ഇലക്ട്രോണിനെയോ ഫോട്ടോണിനെയോ പരിഗണിക്കാം. അവ ഒരേ സമയം കണികയും (particle) തരംഗവു (wave)മാണ്. സൂപ്പർപൊസിഷൻ എന്നാണ് ഈ പ്രതിഭാസം അറിയപ്പെടുന്നത്. ഒരു ഇലക്ട്രോൺ ഘടികാരദിശയിലും പ്രതിഘടികാര ദിശയിലും ഒരേ സമയം സ്പിൻചെയ്യും. ഒരു ഫോട്ടോണിനെ ഒരേ സമയം ഇവിടെയും മറ്റൊരു

സ്ഥലത്തും കാണാൻ കഴിയും. തോമസ്യങ്ങിന്റെ ഡബിൾ സ്ലിറ്റ് പരീക്ഷണത്തിൽ ഒരു ഇലക്ട്രോൺ ഇന്റർഫെറൻസ് പാറ്റേൺ നിർമ്മിക്കുന്നതെങ്ങനെയാണെന്ന് ചിന്തിച്ചിട്ടുണ്ടോ? ഒരു സമയം ഒരു ഇലക്ട്രോൺ രണ്ടു ദ്വാരങ്ങളിൽക്കൂടിയും കടന്നു പോയെങ്കിൽ മാത്രമേ ഇങ്ങനെ സംഭവിക്കൂ. അത്ര എളുപ്പത്തിലൊന്നും ഈ സമസ്യ പരിഹരിക്കാൻ കഴിയുമെന്ന് കരുതേണ്ട. ലോകത്തിലെ പ്രതിഭാശാലികളായ ഭൗതിക ശാസ്ത്രജ്ഞരുടെ സംഘം വർഷങ്ങളോളം ബൗദ്ധിക ചർച്ച നടത്തിയ വിഷയമാണിത്. ഒരേ സമയം ഒരു ക്വാണ്ടം പാർട്ടിക്കിൾ ഒന്നിലധികം വ്യത്യസ്ത ലോകങ്ങൾ സൃഷ്ടിക്കുന്നുണ്ട്. ഒരേ സമയത്തുതന്നെ ഈ വ്യത്യസ്ത ലോകങ്ങളിൽ അവ നിലനില്ക്കുന്നുമുണ്ട്. ഒരു ഇലക്ട്രോൺ രണ്ടു സ്ലിറ്റുകളെ അഭിമുഖീകരിക്കുമ്പോൾ അത് പ്രപഞ്ചത്തെ രണ്ടായി തിരിക്കുകയാണ്. നിരീക്ഷകന്റെ ബോധമണ്ഡലം ഇത് സ്വീകരിക്കാൻ പര്യാപ്തമല്ലെങ്കിലും ക്വാണ്ടം പാർട്ടിക്കിളിന് അതു സാദ്ധ്യമാണ്.

അനേകം യാഥാർത്ഥ്യ (Reality) ങ്ങളിലൊന്നു മാത്രമാണ് നാമനുഭവിക്കുന്നതെന്നു ബോദ്ധ്യപ്പെട്ടാൽ അതുല്യമായ ഞാൻ എന്ന പ്രയോഗം അടിസ്ഥാനമില്ലാത്തതാകും. ഒരേസമയം ഇവിടെയും അവിടെയും എവിടെയുമെല്ലാം നിങ്ങളുടെ തനിപ്പകർപ്പുണ്ടാകും. നിങ്ങൾതന്നെയുണ്ടാകും.

www.ingramcontent.com/pod-product-compliance
Lightning Source LLC
LaVergne TN
LVHW100829051026
849519LV00006B/2234
9789387842526